GIẢI NGHĨA
ÁP DỤNG KINH THÁNH

Phục Truyền Luật Lệ Ký

*Từ bản văn Kinh Thánh...
đến cuộc sống đương đại*

Tập 1: Phục Truyền Luật Lệ Ký 1-11

Daniel I. Block

RESOURCE LEADERSHIP INTERNATIONAL
2018

Originally published in English under the title *The NIV Application Commentary: Deuteronomy*

Text copyright © 2012 by Daniel I. Block. All rights reserved.

Vietnamese edition © 2018 by reSource Leadership International for Theological Education, published by arrangement with Zondervan Corporation L.L.C., a subsidiary of HarperCollins Christian Publishing, Inc.

Bảo lưu bản quyền. Không được sao chép, lưu trữ trong hệ thống hoặc lưu truyền bất kỳ phần nào của ấn phẩm này dưới mọi hình thức, phương tiện, như dưới dạng điện tử, photocopy, ghi âm, mà không có sự cho phép bằng văn bản của nhà xuất bản, ngoại trừ các trích dẫn ngắn trong những bài phê bình sách.

Bản dịch tiếng Việt: Lan Khuê

Hiệu đính: Huệ Anh

Phần Kinh Thánh Tiếng Việt được trích dẫn từ Bản Hiệu Đính Truyền Thống © 2010 bởi Liên Hiệp Thánh Kinh hội (trừ những phần có ghi chú bản dịch cụ thể). Đã được phép sử dụng. Bản quyền được bảo lưu.

Mã ISBN (Canada): 978-1-988990-02-6

Thiết kế bìa: Nguyễn Hiền Thư

Lưu ý: Vì sự khác biệt về vị trí trong cách phân chương, nên trong nhiều phân đoạn, số câu trong nguyên bản Hê-bơ-rơ đi trước một số so với bản tiếng Anh (và bản tiếng Việt). Trong tài liệu này, phần chú giải sẽ dùng theo số câu trong bản tiếng Anh, số câu trong nguyên bản Hê-bơ-rơ sẽ được đặt trong dấu ngoặc vuông [], ví dụ: Phục Truyền Luật Lệ Ký 23:1–14[2–15].

Tặng các cháu Calvin, Brennig, Kate, Megan, Ella, và Eric

*Giê-hô-va Đức Chúa Trời ngươi là Đức Chúa Trời hay thương xót
sẽ không bỏ ngươi và không hủy diệt ngươi đâu;
cũng chẳng quên sự giao ước mà Ngài đã thề cùng tổ phụ ngươi.
Phục Truyền Luật Lệ Ký 4:31*

BỘ GIẢI NGHĨA ÁP DỤNG NIV

BAN BIÊN TẬP

Chủ Nhiệm Biên Tập
Terry Muck

Cố vấn Biên Tập Phần Cựu Ước

Tremper Longman III *Robert Hubbard*
John H. Walton *Andrew Dearman*

Cố vấn biên tập Zondervan
Stanley N. Gundry

Phó Giám đốc và Tổng Biên Tập

Katya Covrett *Verlyn Verbrugge*
Biên tập viên ủy thác Trưởng biên tập chung

Bộ Giải Nghĩa Áp Dụng

Khi hoàn tất, Giải Nghĩa Áp Dụng sẽ bao gồm các quyển sau:

Các quyển về Cựu Ước

Sáng Thế Ký, John H. Walton
Xuất Ê-díp-tô Ký, Peter Enns
Lê-vi Ký/ Dân Số Ký, Roy Gane
Phục Truyền Luật Lệ Ký, Daniel I. Block
Giô-suê, Robert L. Hubbard Jr.
Các Quan Xét/ Ru-tơ, K. Lawson Younger Jr.
1–2 Sa-mu-ên, Bill T. Arnold
1–2 Các Vua, August H. Konkel
1–2 Sử Ký, Andrew E. Hill
E-xơ-ra/ Nê-hê-mi, Thomas and Donna Petter
Ê-xơ-tê, Karen H. Jobes
Gióp, John H. Walton
Thi Thiên Quyển 1, Gerald H. Wilson
Thi Thiên Quyển 2, Jamie A. Grant
Châm Ngôn, Paul Koptak
Truyền Đạo/ Nhã Ca, Iain Provan
Ê-sai, John N. Oswalt
Giê-rê-mi/ Ca Thương, J. Andrew Dearman
Ê-xê-chi-ên, Iain M. Duguid
Đa-ni-ên, Tremper Longman III
Ô-sê/ A-mốt/ Mi-chê, Gary V. Smith
Giô-na/ Na-hum/ Ha-ba-cúc/ Sô-phô-ni, James Bruckner
Giô-ên/ Áp-đia/Ma-la-chi, David W. Baker
A-ghê/ Xa-cha-ri, Mark J. Boda

Các quyển về Tân Ước

Ma-thi-ơ, Michael J. Wilkins
Mác, David E. Garland
Lu-ca, Darrell L. Block
Giăng, Gary M. Burge
Công Vụ Các Sứ Đồ, Ajith Fernando
Rô-ma, Douglas J. Moo
1 Cô-rinh-tô, Craig Blomberg
2 Cô-rinh-tô, Scott Hafemann
Ga-la-ti, Scott McKnight
Ê-phê-sô, Klyne Snodgrass
Phi-líp, Frank Thielman
Cô-lô-se/ Phi-lê-môn, David E. Garland
1–2 Tê-sa-lô-ni-ca, Michael W. Holmes
1–2 Ti-mô-thê/ Tít, Walter L. Liefeld
Hê-bơ-rơ, George H. Guthrie
Gia-cơ, David P. Nystrom
1 Phi-e-rơ, Scot McKnight
2 Phi-e-rơ/ Giu-đe, Douglas J. Moo
Các Thư Tín của Giăng, Gary M. Burge
Khải Huyền, Craig S. Keener

Muốn biết quyển nào đã có, xem trang web của chúng tôi tại
www.zondervan.com.

Mục Lục

Giải Nghĩa Áp Dụng: Giới Thiệu Bộ Sách 11
Lời Tựa của Tổng Biên Tập 17
Lời Tựa của Tác Giả 21
Các Ký Hiệu Viết Tắt 25
Dẫn Nhập Sách Phục Truyền Luật Lệ Ký 33
Phúc Âm Theo Môi-se 55
Danh mục tài liệu tham khảo 61
Phục Truyền Luật Lệ Ký 1:1–5 69
Phục Truyền Luật Lệ Ký 1:6–18 75
Phục Truyền Luật Lệ Ký 1:19–2:1 85
Phục Truyền Luật Lệ Ký 2:2–23 97
Phục Truyền Luật Lệ Ký 2:24–3:11 107
Phục Truyền Luật Lệ Ký 3:12–29 121
Phục Truyền Luật Lệ Ký 4:1–8 137
Phục Truyền Luật Lệ Ký 4:9–31 149
Phục Truyền Luật Lệ Ký 4:32–40 169
Phục Truyền Luật Lệ Ký 4:41–43 179
Phục Truyền Luật Lệ Ký 4:44–5:5 181
Phục Truyền Luật Lệ Ký 5:6–22 187
Phục Truyền Luật Lệ Ký 5:23–6:3 207
Phục Truyền Luật Lệ Ký 6:4–9 213
Phục Truyền Luật Lệ Ký 6:10–25 227
Phục Truyền Luật Lệ Ký 7:1–26 241
Phục Truyền Luật Lệ Ký 8:1–20 265
Phục Truyền Luật Lệ Ký 9:1–24 285
Phục Truyền Luật Lệ Ký 9:25–10:11 303
Phục Truyền Luật Lệ Ký 10:12–11:1 317

Phục Truyền Luật Lệ Ký 11:2–28 331
Phục Truyền Luật Lệ Ký 11:29–32 351
Phụ Lục theo Câu Kinh Thánh 355

Giải Nghĩa Áp Dụng NIV: Giới Thiệu Bộ Sách

Giải Nghĩa Áp Dụng NIV là bộ sách độc đáo. Hầu hết các sách giải nghĩa đều giúp chúng ta thực hiện hành trình từ thế giới hôm nay đi ngược về thế giới của Kinh Thánh. Chúng giúp chúng ta vượt qua những rào cản về thời gian, văn hóa, ngôn ngữ và địa lý vốn ngăn cách chúng ta với thế giới của Kinh Thánh. Nhưng các sách giải nghĩa chỉ cho chúng ta tấm vé một chiều trở về quá khứ, và mặc định rằng bằng cách nào đó chúng ta có thể tự đi ngược trở lại. Một khi đã giải thích *ý nghĩa nguyên thủy* của sách hay của một phân đoạn rồi, thì các sách giải nghĩa không còn giúp ích nhiều hay không giúp gì trong việc tìm hiểu *ý nghĩa đương đại* của sách đó hay phân đoạn đó. Thông tin mà sách cung cấp có giá trị, nhưng công việc chỉ mới hoàn tất được một nửa.

Gần đây, một vài sách giải nghĩa đưa thêm phần áp dụng đương đại vào làm *một* trong những mục tiêu của sách. Nhưng phần áp dụng đó thường sơ sài hoặc chỉ mang tính đạo đức, và một số quyển có vẻ giống với tập hợp các bài giảng hơn là sách giải nghĩa.

Mục tiêu chính của Bộ Giải Nghĩa Áp Dụng NIV là giúp bạn trong công tác khó nhưng quan trọng đó là đem sứ điệp cổ xưa vào ngữ cảnh hiện tại. Bộ Giải Nghĩa không chỉ tập trung vào phần áp dụng như một sản phẩm hoàn chỉnh, mà còn giúp bạn xem xét đầy đủ *tiến trình* đi từ ý nghĩa nguyên thủy của phân đoạn đến ý nghĩa đương đại của nó. Đây là sách giải nghĩa, không phải sách giải kinh phổ biến. Đây là những sách tham khảo, không phải tài liệu dưỡng linh.

Bộ giải nghĩa này được thiết kế nhằm đạt được những mục tiêu đó. Mỗi phân đoạn được chia làm ba phần: *Ý nghĩa Nguyên Thủy, Ngữ Cảnh Bắc Cầu* và *Ý Nghĩa Đương Đại*.

Ý Nghĩa Nguyên Thủy

Phần này giúp bạn hiểu ý nghĩa của bản kinh văn theo ngữ cảnh nguyên thủy của nó. Tất cả các yếu tố của giải kinh truyền thống – dưới hình thức súc tích – đều được trình bày ở đây. Những yếu tố đó bao gồm bối cảnh lịch sử, văn chương và văn hóa của phân đoạn. Các tác giả bàn luận các vấn đề liên quan đến ngữ pháp, cú pháp cũng như ý nghĩa của từ ngữ Kinh Thánh. Họ cũng tìm cách khám phá ý nghĩa chính của phân đoạn và cách các tác giả Kinh Thánh khai triển những ý đó.

Sau khi đọc phần này, bạn sẽ hiểu được những vấn đề, những thắc mắc và mối quan tâm của *độc giả nguyên thủy*, cũng như cách trước giả giải quyết những vấn đề này. Đây là hiểu biết cơ bản để có thể đưa ra bất kỳ áp dụng đúng đắn nào từ bản kinh văn cho độc giả ngày nay.

Ngữ Cảnh Bắc Cầu

Bằng cách tập trung vào những phương diện hợp thời và vượt thời gian của bản kinh văn, phần này bắc một chiếc cầu nối thế giới của Kinh Thánh với thế giới ngày nay, giữa ngữ cảnh nguyên thủy với ngữ cảnh hiện tại.

LỜI ĐỨC CHÚA TRỜI LUÔN *HỢP THỜI*. Các tác giả nói đến những tình huống, những nan đề và vấn đề cụ thể. Tác giả sách Giô-suê khích lệ đức tin của độc giả nguyên thủy bằng cách tường thuật việc Giê-ri-cô, một thành phố tưởng chừng như không thể bị đánh bại, bị tiêu diệt dưới tay của vị chiến binh đang nổi giận là Đức Chúa Trời (Giôs 6). Phao-lô cảnh báo người Ga-la-ti về hậu quả của phép cắt bì và mối nguy hại của việc nỗ lực để được xưng công bình bởi luật pháp (Ga 5:2–5). Tác giả sách Hê-bơ-rơ cố gắng thuyết phục độc giả của mình rằng Đấng Christ cao trọng hơn Môi-se, hơn các thầy tế lễ thuộc dòng dõi A-rôn, và hơn các của lễ trong Cựu Ước. Giăng thúc giục độc giả 'thử các thần' của những người dạy dỗ một lề thói của Trí huệ giáo thời kỳ đầu (1 Giăng 4:1–6). Trong mỗi trường hợp, tính hợp thời của Kinh Thánh giúp chúng ta có thể nghe Lời Chúa qua những tình huống *cụ thể* thay vì trừu tượng.

NHƯNG TÍNH HỢP THỜI CỦA KINH THÁNH CŨNG TẠO RA NAN ĐỀ. Những hoàn cảnh, khó khăn và nan đề của chúng ta không phải lúc nào cũng liên quan trực tiếp đến những hoàn cảnh, khó khăn, hay nan đề mà con người thời Kinh Thánh đối diện. Cho nên, Lời Chúa dành cho họ dường như không phải lúc nào cũng thích hợp với chúng ta. Ví dụ, lần gần đây nhất ai đó thuyết phục bạn chịu cắt bì, vì cho rằng đó là việc cần thiết để được xưng công bình, là khi nào? Ngày nay có bao nhiêu người quan tâm đến việc Đấng Christ có cao trọng hơn các thầy tế lễ thuộc dòng dõi A-rôn hay không? Và 'thử nghiệm' nhằm vạch trần Trí huệ giáo thời phôi thai có giá trị thế nào trong văn hóa hiện đại?

ĐÁNG MỪNG THAY, KINH THÁNH KHÔNG CHỈ HỢP THỜI MÀ CÒN *VƯỢT THỜI GIAN.* Như Đức Chúa Trời đã phán với thính giả nguyên thủy, Ngài cũng phán với chúng ta qua các trang Kinh Thánh. Vì chúng ta cũng mang nhân tính như con người thời Kinh Thánh, nên chúng ta nhận ra một *chiều kích chung* trong các vấn đề họ đối diện và những giải pháp Chúa ban cho họ. Tính chất vượt thời gian của Kinh Thánh làm cho Kinh Thánh có thể phán dạy với năng quyền xuyên suốt mọi thời và trong mọi nền văn hóa.

NHỮNG AI KHÔNG NHẬN RA KINH THÁNH VỪA HỢP THỜI VỪA VƯỢT THỜI GIAN SẼ GẶP PHẢI MỘT LOẠT VẤN ĐỀ. Ví dụ, những người không nhận ra tính vượt thời gian của các sách như Hê-bơ-rơ, Ga-la-ti hay Phục Truyền có lẽ sẽ tránh đọc vì chúng dường như vô nghĩa cho thời hiện tại. Ở thái cực ngược lại, những người tin chắc vào tính chất vượt thời gian của Kinh Thánh nhưng lại không nhận ra yếu tố hợp thời của Kinh Thánh có thể 'nói cách hùng hồn' về chức tế lễ theo ban Mên-chi-xê-đéc trước một hội chúng đang ngủ gà ngủ gật, hoặc tệ hơn, cố gắng áp dụng những cuộc thánh chiến của Cựu Ước theo phương diện vật lý đối với kẻ thù của Đức Chúa Trời ngày nay.

Do đó, mục đích của phần này là giúp bạn nhận ra điều gì là vượt thời gian trong những trang Kinh Thánh hợp thời - và điều gì là không vượt thời gian. Ví dụ, những cuộc thánh chiến thời Cựu Ước liên hệ thế nào đến trận chiến thuộc linh trong Tân Ước? Nếu mối bận tâm hàng đầu của Phao-lô không phải là phép cắt bì (như ông nói với chúng ta trong Ga 5:6), thì ông quan tâm đến điều gì? Nếu phần trình bày về chức tế lễ theo ban Mên-chi-xê-đéc ngày nay dường như không còn thích hợp, thì giá trị vĩnh cửu của những phân đoạn này là gì? Nếu ngày nay mọi người cố gắng 'thử các thần' bằng bài thử nghiệm dành cho một dị giáo cụ thể ở thế kỷ thứ nhất, thì có bài thử nghiệm nào khác trong Kinh Thánh thích hợp hơn không?

Nhưng phần này không chỉ khám phá điều vượt thời gian trong một phân đoạn, mà còn giúp bạn tìm thấy *cách* khám phá ra nó. Các tác giả của bộ giải nghĩa này cố gắng chỉ ra những điều ẩn chứa trong bản văn và làm cho nó trở nên rõ ràng, cố gắng nắm bắt tiến trình mang tính trực giác để giải thích theo cách hợp lý, trật tự. Làm sao chúng ta biết phép cắt bì không phải là mối quan tâm chính của Phao-lô? Manh mối nào trong bản văn hay ngữ cảnh giúp chúng ta nhận biết rằng mối quan tâm thật sự của Phao-lô sâu xa hơn thế?

Dĩ nhiên, những phần Kinh Thánh mà trong đó khoảng cách lịch sử giữa chúng ta và độc giả nguyên thủy quá lớn đòi hỏi chúng ta phải dành nhiều thời gian cho nó hơn. Ngược lại, khi khoảng cách lịch sử này hẹp hơn hoặc dường như không khác biệt mấy thì những phân đoạn này ít đòi hỏi sự quan tâm hơn.

Và một điều cuối cùng cần được làm rõ. Vì đây là phần chuẩn bị cho phần thảo luận về ý nghĩa đương đại của phân đoạn, nên không phải lúc nào cũng có sự phân biệt hay phân chia rõ ràng giữa phần này và phần tiếp theo. Nhưng khi đọc hai phần chung với nhau, bạn phải nhận thức rõ bước chuyển từ thế giới của Kinh Thánh sang thế giới ngày nay.

Ý Nghĩa Đương Đại

Phần này cho phép sứ điệp Kinh Thánh phán với độc giả ngày nay mạnh mẽ không khác gì khi nó mới được viết ra. Bạn áp dụng điều bạn học được về Giê-ru-sa-lem, Ê-phê-sô hay Cô-rinh-tô vào nhu cầu hiện tại của mình ở Chi-ca-gô, Los Angeles hay Luân-đôn như thế nào? Làm thế nào bạn lấy một thông điệp ban đầu được nói bằng tiếng Hy Lạp, Hê-bơ-rơ và A-ram rồi truyền đạt nó cách rõ ràng bằng ngôn ngữ của chính mình? Bạn tiếp nhận lẽ thật đời đời vốn được trình bày tại một thời điểm và nền văn hóa khác và áp dụng vào những nhu cầu mang tính chất tương tự-mà-khác của nền văn hóa chúng ta như thế nào?

Để đạt được những mục tiêu trên, phần này giúp bạn trong nhiều phương diện quan trọng.

1. Giúp bạn nhận biết những tình huống, vấn đề hay câu hỏi đương đại có thể so sánh với những điều mà thính giả nguyên thủy đã đối diện. Vì những tình huống đương đại

ít khi giống với những tình huống độc giả nguyên thủy đối diện, nên bạn phải tìm những tình huống tương tự, nếu muốn có phần áp dụng thích hợp.

2. Phần này sẽ khảo sát những ngữ cảnh khác nhau ngày nay chúng ta có thể áp dụng phân đoạn này vào. Bạn sẽ xem xét những áp dụng cá nhân, nhưng cũng sẽ được khuyến khích để suy nghĩ vượt ra ngoài những mối quan tâm cá nhân, hướng đến xã hội và văn hóa nói chung.

3. Phần này sẽ giúp bạn ý thức vấn đề hay khó khăn nào bạn có thể gặp khi tìm cách áp dụng phân đoạn Kinh Thánh đó. Và nếu có một vài cách hợp lý để áp dụng một phân đoạn Kinh Thánh (những lĩnh vực mà Cơ Đốc nhân bất đồng), tác giả sẽ giúp bạn chú ý đến chúng và giúp bạn cân nhắc các vấn đề liên quan.

Để đạt được những mục tiêu này, những người dự phần vào Bộ Giải Nghĩa này phải cố gắng tránh hai thái cực. Họ tránh đưa ra những áp dụng quá cụ thể đến mức cách giải nghĩa này nhanh chóng trở nên lỗi thời. Họ cũng tránh thảo luận ý nghĩa phân đoạn quá chung chung đến nỗi không gần gũi với đời sống và văn hóa đương đại.

Trên hết, những người góp phần vào bộ giải nghĩa này đã nỗ lực rất nhiều để không cố đưa ra những điều chỉ mang tính đạo đức hoặc thuyết giáo. Bộ Giải Nghĩa Áp Dụng NIV không nhắm cung cấp bài giảng soạn sẵn mà là cung cấp công cụ, ý tưởng và hiểu biết sâu sắc để giúp bạn truyền đạt Lời Chúa bằng năng quyền. Nếu chúng tôi giúp bạn đạt mục tiêu đó, chúng tôi đã hoàn thành mục đích của bộ sách này.

Ban Biên Tập

Lời Tựa của Tổng Biên Tập

Một số học giả gọi sách Phục Truyền Luật Lệ Ký là 'Phúc Âm theo Môi-se'. Thay vì so sánh Môi-se với một tác giả Phúc âm, một số người khác lại so sánh ông với Phao-lô, nhà lý thuyết vĩ đại của Tân Ước. Trong quyển giải nghĩa Phục Truyền Luật Lệ Ký tuyệt vời này, Daniel Block sử dụng cả hai cách gọi trên và nhiều cách gọi khác nữa để mô tả giá trị thần học tuyệt vời của sách Cựu Ước này. Có lúc ông gọi nó là 'sự trình bày lẽ thật thần học cách hệ thống nhất' trong toàn Kinh Thánh, có lẽ chỉ sách Rô-ma của Phao-lô mới đáng coi là đối thủ.

Có thể bạn tự hỏi *Phục Truyền Luật Lệ Ký ư?* Chẳng phải đó chỉ là một sách trong Cựu Ước sao? Sao có thể là "phúc âm" khi không có Chúa Giê-xu? Chẳng phải sách có trước Chúa Giê-xu ít nhất một ngàn năm sao? Chẳng phải cậy vào luật pháp Cựu Ước là điều Phao-lô cảnh báo chúng ta sao?

Nghe đây! Nếu bạn chỉ cần có chút phản ứng tiêu cực như thế đối với luật pháp Cựu Ước, thì hãy bắt đầu đọc quyển giải nghĩa này. Bạn sẽ thấy những thành kiến của mình nhanh chóng bay biến. Như giáo sư Block cho chúng ta thấy, điều Môi-se đã làm *là* phúc âm. Đó là tin tốt lành mà những người Y-sơ-ra-ên nghe được trên đồng bằng Mô-áp. Và trong tay của nhà giải kinh xuất sắc này, nó trở thành Phúc âm cho chúng ta ngày nay.

Điều này có thể khiến bạn ngạc nhiên, và đúng là có những điều ngạc nhiên đang chờ bạn khi bạn nghiên cứu quyển sách này. Trước tiên, bạn sẽ ngạc nhiên về con người Môi-se. Thứ hai, bạn sẽ ngạc nhiên về điều Môi-se bảo Y-sơ-ra-ên làm trong các bài giảng của mình, không phải vì điều ông nói, mà vì ý nghĩa lớn lao mà một người ngoại bang như bạn cảm nhận hơn ba ngàn năm sau sự kiện đó.

Có thể tóm tắt về Môi-se bằng một câu: Môi-se là một mục sư hơn là người lập pháp. Phải thừa nhận rằng điều này ngược với những gì chúng ta tưởng mình biết về ông. Một trong những hình ảnh in trong trí chúng ta về Môi-se đó là hình ảnh uy nghiêm của ông trong cơn giận, đập hai bảng luật pháp vào hòn đá khi nhìn thấy con bò vàng.

Thoạt tiên, việc này dường như toàn liên quan đến luật pháp. Đức Chúa Trời ban luật pháp, Môi-se mang luật pháp đến, con cái Đức Chúa Trời đang phá hủy luật pháp. Toàn luật pháp là luật pháp phải không? Nhưng đó có phải là con người thật của Môi-se không?

Hãy xem tình huống trong Phục Truyền Luật Lệ Ký. Dân Y-sơ-ra-ên sẵn sàng tiến vào Đất Hứa. Đây là thời điểm của hy vọng. Nhưng hy vọng, như chính bản chất của nó, luôn luôn chứa đựng yếu tố không chắc chắn, và do đó lo lắng luôn cặp theo hy vọng. Mọi thứ có thể trở nên sai trật. Giá như....? Hay giả dụ...? Họ cần sự xác nhận từ một mục sư, không phải sự quở trách của một nhân vật có thẩm quyền. Môi-se đã cho họ điều đó.

Điều ngạc nhiên thứ hai đó là những gì Môi-se nói với dân Y-sơ-ra-ên khi xưa lại quá ý nghĩa với chúng ta ngày nay. Ông nói với họ rằng họ cần ở trong mối liên hệ giao ước với Đức Chúa Trời, rằng Chúa muốn họ làm con dân Ngài. Môi-se thách thức người Y-sơ-ra-ên đáp ứng bằng cách tuyên bố chỉ một mình Gia-vê là Đức Chúa Trời của họ, và bằng cách làm theo điều Chúa bảo họ làm.

Cách đây vài năm, hai vợ chồng tôi ra nước ngoài dạy trong một năm nên chúng tôi đồng ý cho cặp vợ chồng người Do Thái từ Y-sơ-ra-ên chuyển đến dạy học ở Hoa Kỳ sử dụng căn nhà của chúng tôi. Họ xin phép đóng cuộn mezuzah lên khung cửa nhà tôi. Đó là một ống kim loại có khắc câu Shema trên đó, một mảnh giấy in đoạn Kinh Thánh trong sách Phục Truyền 6 bằng tiếng Hê-bơ-rơ (trong Phục Truyền 11 cũng có đoạn Kinh Thánh tương tự). Chỉ trong vài câu ngắn nhưng Shema thể hiện phần lớn những điều Môi-se đã khuyên dạy, bắt đầu với cụm từ nổi tiếng 'Hỡi Y-sơ-ra-ên! Hãy nghe: Giê-hô-va Đức Chúa Trời chúng ta là Giê-hô-va có một không hai'. Sau một thoáng cân nhắc, chúng tôi không thể nghĩ thứ gì gắn trên thanh cửa nhà mình thích hợp hơn. Đó là điều chúng tôi muốn thường xuyên được nhắc nhở - một Đức Giê-hô-va và một lòng trung thành với Ngài. Và đó là những gì chúng tôi muốn thế giới biết về chính mình, và về Đấng chúng tôi thuộc về. Cuộn mezuzah đến giờ vẫn còn trên khung cửa nhà chúng tôi.

Kể từ đó, Phục Truyền 6:4–9 trở thành một trong những đoạn Kinh Thánh mà tôi yêu thích:

Hỡi Y-sơ-ra-ên! hãy nghe: Giê-hô-va Đức Chúa Trơi chúng ta là Giê-hô-va có một không hai. Anh em phải hết lòng, hết linh hồn, hết sức lực mà kính mến Giê-hô-va Đức Chúa Trời. Hãy ghi lòng tạc dạ những lời mà tôi truyền cho anh em ngày nay. Hãy ân cần dạy dỗ điều đó cho con cái anh em, và phải nhắc đến khi anh em ngồi trong nhà cũng như lúc ra ngoài đường, khi anh em đi ngủ cũng như lúc thức dậy. Hãy buộc những lời ấy vào tay làm dấu, đeo trên trán làm hiệu, và viết các lời đó lên khung cửa nhà và trước cổng.

Không cần phải là người Y-sơ-ra-ên thời Cựu Ước mới hiểu đầy đủ nội dung khúc Kinh Thánh này, mới trân quý và thể hiện nó trong đời sống một cách trọn vẹn. Trong chức vụ giảng dạy, Chúa Giê-xu đã nhận ra kho báu của phân đoạn này và những phân đoạn giống như vậy trong Phục Truyền. Trong sự dạy dỗ của mình, Chúa Giê-xu đã trích dẫn Phục Truyền nhiều hơn từ bất kỳ sách nào khác trong Kinh Thánh. Và nguồn tài nguyên phong phú này hiện có sẵn cho chúng ta như đã, thậm chí còn có sẵn hơn thời Chúa Giê-xu.

Terry C. Muck

Lời Tựa của Tác Giả

Cuộc phiêu lưu được trình bày trong quyển này đã bắt đầu cách đây hơn một phần tư thế kỷ khi lần đầu tiên tôi dạy khóa giải nghĩa bằng tiếng Hê-bơ-rơ sách Phục Truyền, và cuộc phiêu lưu càng hấp dẫn hơn sau khi Zondervan ân cần mời tôi viết quyển giải nghĩa này cho Bộ Giải Nghĩa Áp Dụng NIV. Dù trước đây tôi đã từng dành mười lăm năm với Ê-xê-chi-ên, nhưng trong mười năm qua tôi đã trò chuyện cách sống động với Môi-se. Khi đọc Phục Truyền, tôi nghe được tiếng của Môi-se. Nhưng đôi khi tôi không hiểu điều mình đang nghe, vì vậy tôi xin được giải thích. Thỉnh thoảng điều tôi nghe ông nói có vẻ khác với điều trước giờ tai tôi được huấn luyện để nghe và điều tâm trí tôi được dạy. Nó làm cho tôi lúng túng và bối rối. Đôi khi tôi nghe rõ sứ điệp, nhưng lại không thích điều mình nghe tí nào, nên tôi phản kháng. Môi-se thách thức thần học và sự hiểu biết của tôi về sự tin kính. Có lúc tôi nghe thấy ông nài nỉ tôi từ bỏ thần tượng để theo Chúa cách trọn vẹn hơn, và tôi kháng cự lời nài nỉ của ông. Rồi tiếng nói của Môi-se phơi bày tính tự cho mình là trung tâm và đạo đức giả của tôi. Tôi không yêu Chúa hết lòng, hết trí, hế con người, và với mọi nguồn lực tôi có (so sánh Phục 6:4–5), và chắc chắn tôi không yêu người láng giềng như yêu bản thân mình. Nhưng cám ơn Môi-se đã cho tôi thấy con đường tự do và tha thứ, và nhắc tôi rằng Đức Chúa Trời không ngừng đeo đuổi và ban ân điển dư dật trên con dân Ngài.

Quyển sách này là kết tinh của một tác phẩm lớn hơn nhiều. Đáng tiếc là những hạn chế của bộ giải nghĩa này buộc tôi phải bỏ đi nhiều nghiên cứu giải kinh và phần xem xét chủ đề một cách chi tiết hơn. Chúng tôi cố gắng làm nổi bật tinh hoa thần học và trình bày nó bằng hình thức mạch lạc và hữu ích. Theo tôi thấy, sách giải nghĩa như thế này phải đạt được ba mục đích: (1) sách phải giúp độc giả thật sự hiểu bản văn; (2) sách phải hợp nhất sứ điệp thần học của bản văn với những lời dạy trong phần còn lại của Kinh Thánh; (3) sách phải đưa ra hướng dẫn sơ bộ cho độc giả Kinh Thánh – nhất là mục sư và giáo viên- thấy sứ điệp của bản văn Kinh Thánh liên hệ như thế nào với cuộc sống ngày nay. Chúng tôi đạt được ba mục tiêu trên ở mức độ nào thì chỉ độc giả và thời gian mới trả lời được.

Tôi đồng ý viết quyển giải nghĩa này cách đây hơn mười năm, khi cuộc sống tôi còn khá đơn giản. Tuy nhiên, chỉ không lâu sau đó, những trách nhiệm hành chính (làm hiệu trưởng của Viện Nghiên Cứu Kinh Thánh và Phó Chủ Nhiệm khoa Kinh Thánh và Giải Nghĩa tại Viện Thần Học Báp-tít Nam Phương ở Louisville, Kentucky) khiến cuộc sống tôi trở nên bận rộn và ngốn nhiều thời gian cùng sức lực mà lẽ ra tôi dành cho dự án này. Chuyến hành hương này đã thực sự bị dừng lại hơn một năm khi chúng tôi chuyển đến Wheaton College năm 2005. Cuối cùng, nhờ ân điển của Chúa và sự kiên nhẫn của ban biên tập bộ giải nghĩa, giai đoạn này của dự án được hoàn tất. Còn lâu quyển sách này mới hoàn hảo và dẫu Lời Chúa luôn có thẩm quyền và đáng tin cậy, nhưng những chú giải của chúng tôi về Kinh Thánh luôn được viết bằng chì mềm, dễ sửa đổi, điều chỉnh hay thậm chí bôi xóa. Chúng tôi giới thiệu tác phẩm này cho hội thánh với lời cầu nguyện rằng, dù chưa hoàn hảo, nhưng nó sẽ giúp Kinh Thánh, đặc biệt là Phúc âm theo Môi-se, trở nên sống động đối với một thế hệ độc giả mới.

Không thể đếm hết những người đã hỗ trợ tôi trong chuyến hành hương này. Mặc dù Môi-se đã nói chuyện với tôi, nhưng cũng có nhiều người giúp ông bằng cách hỗ trợ tôi nghiên cứu quyển sách đặc biệt này. Dù trong các khóa học hay các buổi hội thảo hay loạt bài giảng tại hội thánh - nhiều người đã đồng hành với tôi như tôi đã đồng hành với Môi-se, đưa ra những hiểu biết sâu sắc đáng hoan nghênh vào các chủ đề rộng hơn của Phục Truyền, lẫn các chi tiết về những phân đoạn cụ thể, và nhiều người đã giúp tôi cải thiện cách truyền đạt những điều tôi khám phá được. Đặc biệt tôi muốn cảm ơn các sinh viên chương trình sau đại học đã cho tôi sự giúp đỡ vô giá khi nghiên cứu, đọc, sửa bản thảo, và trở thành những người phổ biến một số điều tôi khám phá được: Greg Mathias [đã qua đời], Jason DeRouchie, Greg Smith, Kenneth Turner, Bryan Cribb, Rebekah Josberger, Nathan Elliot, Chris Ansberry, Jerry Hwang, Charlie Trimm, Jason Gile, Rahel Schafer, Matt Newkirk, Matthew Patton, và Daniel Owens. Quyển sách này có lẽ sẽ không bao giờ được hoàn tất nếu không có tình bằng hữu và sự giúp đỡ của họ. Tôi cũng biết ơn Carmen Imes và vợ tôi, Ellen, đã giúp tôi trong công việc chán ngắt là lập bảng chú dẫn cho quyển sách này.

Tuy nhiên, tôi đặc biệt mang ơn Chris Ansberry, người đã dành rất nhiều thời gian cho công đoạn cuối đó là cố gắng để giảm từ 1.250 trang bản thảo [tiếng Anh] xuống còn khoảng 800 trang theo yêu cầu của ban biên tập mà không làm mất đi những gì tôi muốn nói cũng như tinh thần của cả quyển sách. Đã gắn bó làm việc với Chris trong suốt sáu năm, anh ấy hiểu được nhịp đập trái tim tôi. Giai đoạn cuối cùng được tài trợ bởi số tiền từ Giải Thưởng Leland Ryken dành cho Giảng Viên Xuất Sắc mà tôi bất ngờ nhận được vào Mùa Thu 2010.

Sẽ tắc trách nếu tôi không gửi lời cám ơn đến những học viện đã dự phần vào dự án này qua các nguồn tài liệu trong thư viện và tài trợ tổ chức các hội nghị chuyên ngành, nơi tôi có cơ hội trình bày và thử nghiệm các ý tưởng của mình: Viện Thần Học Bethel, Trường Thần Học Nam Phương, Trường Đại Học Wheaton và Thư viện Tyndale ở Cambridge. (Thư viện Tyndale là nơi đã rộng lòng đón nhận tôi trong suốt hai kỳ nghỉ sa-bát (2002, 2010)). Lời cám ơn đặc biệt xin gửi đến Danny Akin, giám học của Viện Thần Học Nam Phương, người đã rộng rãi cho tôi được nghỉ sa-bát năm 2001–2002. Cám ơn Jeff Greenman, Jill Baumgertner, và Stan Jones, những người đã cho tôi nghỉ phép nhiều ngày năm 2010. Tôi cũng cám ơn lời mời của Zondervan và ban biên tập Bộ Giải Nghĩa Áp dụng NIV (NIVAC) đã cho tôi góp phần vào bộ giải nghĩa này. Tôi đặc biệt cảm kích sự hỗ trợ từ Katya Covrett trong suốt quá trình. Tôi cũng chân thành cám ơn Bud và Knoedler, người đã giúp tôi trong cương vị giáo sư. Thật là ân điển đặc biệt khi được biết họ không chỉ trong vai trò những người ủng hộ Trường đại học Wheaton, mà còn trong vai trò của những người bạn. Vợ chồng tôi biết ơn những lời cầu thay mỗi ngày của họ.

Tôi cũng chân thành cám ơn Ellen, niềm vui của đời tôi, người đã ở cạnh tôi như một người bạn và người cố vấn nhân hậu suốt hơn bốn mươi năm qua. Không có tình yêu và sự khôn ngoan của cô ấy, thì tác phẩm được trình bày ở đây sẽ không bao giờ hoàn tất hoặc sẽ đi theo chiều hướng hoàn toàn khác. Ellen đã đồng hành với tôi trong chuyến hành hương này, không chỉ lắng nghe tôi bộc bạch những nản lòng và niềm vui cá nhân trong suốt quá trình viết sách và kiên nhẫn nghe nhiều bài giảng lẫn bài dạy liên hệ đến quyển sách này của tôi, mà còn cho tôi một thế giới yên tĩnh và bình an để làm việc. Tôi cũng cám ơn gia đình đã dạy tôi rất nhiều về việc ca ngợi ân điển của Đức Chúa Trời trong những trải nghiệm hằng ngày của cuộc sống. Quyển sách này dành tặng các cháu của tôi với lòng yêu mến sâu sắc.

Trên hết, mọi lời khen ngợi về quyển sách này và bất cứ thành quả nào khác đều quy về Đức Chúa Trời, Đấng đã ban ân điển dư dật trên chúng ta trong Đức Chúa Giê-xu Christ và trong Kinh Tô-ra của Ngài.

Nguyện ơn Chúa là Đức Chúa Trời chúng con giáng trên chúng con; cầu Chúa lập cho vững công việc của tay chúng con; phải, xin lập cho vững công việc của tay chúng con. (Thi 90:17)

Daniel I. Block

Tháng 5/ 2011

Các Ký Hiệu Viết Tắt

Cựu Ước

Sáng Thế Ký	Sáng	Truyền Đạo	Truyền
Xuất Ê-díp-tô Ký	Xuất	Nhã Ca	Nhã Ca
Lê-vi Ký	Lê	Ê-sai	Ê-sai
Dân Số Ký	Dân	Giê-rê-mi	Giê
Phục Truyền Luật Lệ Ký	Phục	Ca Thương	Ca Thương
Giô-suê	Giôs	Ê-xê-chi-ên	Ê-xê
Các Quan Xét	Quan	Đa-ni-ên	Đa
Ru-tơ	Ru-tơ	Ô-sê	Ô-sê
1 Sa-mu-ên	1 Sa	Giô-ên	Giô-ên
2 Sa-mu-ên	2 Sa	A-mốt	A-mốt
1 Các Vua	1 Vua	Áp-đia	Áp-đia
2 Các Vua	2 Vua	Giô-na	Giô-na
1 Sử Ký	1 Sử	Mi-chê	Mi
2 Sử Ký	2 Sử	Na-hum	Na-hum
E-xơ-ra	Era	Ha-ba-cúc	Ha
Nê-hê-mi	Nê	Sô-phô-ni	Sô
Ê-xơ-tê	Êxê	A-ghê	A-ghê
Gióp	Gióp	Xa-cha-ri	Xa
Thi Thiên	Thi	Ma-la-chi	Mal
Châm Ngôn	Châm		

Tân Ước

Ma-thi-ơ	Mat	1 Ti-mô-thê	1 Ti
Mác	Mác	2 Ti-mô-thê	2 Ti
Lu-ca	Lu	Tít	Tít
Giăng	Giăng	Phi-lê-môn	Phlm
Công Vụ Các Sứ Đồ	Công	Hê-bơ-rơ	Hê
Rô-ma	Rô	Gia-cơ	Gia
1 Cô-rinh-tô	1 Cô	1 Phi-e-rơ	1 Phi
2 Cô-rinh-tô	2 Cô	2 Phi-e-rơ	2 Phi
Ga-la-ti	Ga	1 Giăng	1 Gi
Ê-phê-sô	Êph	2 Giăng	2 Gi
Phi-líp	Phil	3 Giăng	3 Gi
Cô-lô-se	Côl	Giu-đe	Giu
1 Tê-sa-lô-ni-ca	1 Tê	Khải Huyền	Khải
2 Tê-sa-lô-ni-ca	2 Tê		

Thuật ngữ khác

Trước Chúa	TC
Sau Chúa	SC
Truyền Thống Hiệu Đính	TTHĐ
Bản Dịch Mới	BDM
Bản Hiện Đại	BHĐ
Bản Nhuận Chánh	BNC
Bản Dịch của Đặng Ngọc Báu	ĐNB

AB	Anchor Bible
ABD	*Anchor Bible Dictionary.* Bt. David N. Freedman. 6 tập. New York, 1992.
ACEBT	*Amsterdamse Cahiers voor Exegese en bijbelse Theologie*
AfO	*Archiv für Orientforschung*
AJSL	*American Journal of Semitic Languages and Literature*
AnBib	Analecta biblica
ANEP	*Ancient Near Eastern Texts in Pictures.* Bt. J. Pritchard. Princeton, 1954
ANET	*Ancient Near Eastern Texts Relating to the Old Testament.* Pb. 3. Bt. J. Pritchard. Princeton, 1969.
AOAT	Alter Orient und Altes Testament
ARAB	*Ancient Records of Assyria and Babylonia.* Bt. D. D. Luckenbill. 2 tập. Chicago, 1926–1927.
ARM	Archives royales de Mari
AUSS	*Andrews University Seminary Studies*
BASOR	*Bulletin of the American Schools of Oriental Research*
BBB	Bonner biblische Beiträge
BBR	*Bulletin of Biblical Research*
BECNT	Baker Exegetical Commentary on the New Testament
BETL	Bibliotheca ephemeridum theologicarum lovaniensium
BHQ	*Biblia Hebraica Quinta*
BHRG	*Biblical Hebrew Reference Grammar.* Bt. C. H. J. Van der Merwe. Sheffield, 1999.
BHS	*Biblia Hebraica Stuttgartensia*
Bib	*Biblica*
BibOr	Biblica et orientalia
BIS	Biblical Interpretation Series
BJS	Brown Judaic Studies
BN	*Biblische Notizen*
BRev	*Bible Review*
BSac	*Bibliotheca sacra*
BST	Bible Speaks Today
BTB	*Biblical Theology Bulletin*
BWANT	Beiträge zur Wissenschaft vom Alten und Neuen Testament
BZ	*Biblische Zeitschrift*
BZAW	Beihefte zur Zeitschrift für die alttestamentliche Wissenschaft
c.	câu
CahRB	Cahiers de la Revue biblique

CAD	*The Assyrian Dictionary of the Oriental Institute of the University of Chicago.* 1956.
CANE	Civilizations of the Ancient Near East
CAT	*Cuneiform Alphabetic Texts from Ugarit, Ras Ibn Hani, and Other Places* [= CTU]. Ed. M. Dietrich, O. Loretz, J. Sanmartin. Münster, 1995.
CBC	Cambridge Bible Commentary
CBQ	*Catholic Biblical Quarterly*
CH	Code of Hammurabi. Ed. M. T. Roth. *Law Collections from Mesopotamia and Asia.* Atlanta, 1997.
Ch.	Chương
ConBOT	Coniectanea biblica: Old Testament Series
COS	*Context of Scripture.* Bt. W. W. Hallo. Leiden, 1997–.
CurBR	*Currents in Biblical Research*
DBAT	*Dielheimer Blätter zum Alten Testament*
DCH	*Dictionary of Classical Hebrew.* Bt. D. J. A. Clines. Sheffield, 1993–.
DDD	*Dictionary of Deities and Demons in the Bible.* Ed. K. van der Toorn et al. Leiden, 1995, rev. ed. 1998.
DDS	*Deuteronomy and the Deuteronomic School.* M. Weinfield. Winona Lake, 1992
DJD	*Discoveries in the Judaean Desert.* Oxford University Press. 44 tập. 1955–.
DOTP	*Dictionary of the Old Testament: Pentateuch.* Bt. T. D. Alexander và D. W. Baker. Downers Grove, 2003.
EGL	*Eastern Great Lakes*
EncJud	*Encyclopaedia Judaica.* Jerusalem, 1972.
ErIsr	*Eretz-Israel*
ESV	English Standard Version
ETL	*Ephemerides Theologicae Lovanienses*
EvQ	*Evangelical Quarterly*
ExAud	*Ex auditu*
ExpTim	*Expository Times*
FAT	Forschungen zum Alten Testament
FRLANT	Forschungen zur Religion und Literatur des Alten und Neuen Testaments
HALOT	*Hebrew and Aramaic Lexicon of the Old Testament.* Bt. L. Koehler, W. Baumgartner, và J. J. Stamm. 2 tập. Leiden, 1994–2000.
HAR	*Hebrew Annual Review*
HAT	Handbuch zum Alten Testament
HBS	Herder biblische Studien
HBT	*Horizons in Biblical Theology*

HDT	*Hittite Diplomatic Texts*. Bt. G. Beckman. Pb. 2. Atlanta, 1999.
HKAT	Handkommentar zum Alten Testament
HL	*Hittite Laws* Ed. M. T. Roth. *Law Collections from Mesopotamia and Asia.* Atlanta, 1997.
HS	*Hebrew Studies*
HSM	Harvard Semitic Monographs
HSS	Harvard Semitic Studies
HTR	*Harvard Theological Review*
HUCA	*Hebrew Union College Annual*
IBD	*Illustrated Bible Dictionary*
ICC	International Critical Commentary
IDB	*Interpreter's Dictionary of the Bible*
IEJ	*Israel Exploration Journal*
Int	*Interpretation*
JANES	*Journal of the Ancient Near Eastern Society*
JAOS	*Journal of the American Oriental Society*
JATS	*Journal of the Adventist Theological Society*
JB	*Journal of Biblical Literature*
JBQ	*Jewish Bible Quarterly*
JEA	*Journal of Egyptian Archaeology*
JETS	*Journal of the Evangelical Theological Society*
JHS	*Journal of Hebrew Scriptures*
JJS	*Journal of Jewish Studies*
JNES	*Journal of Near Eastern Studies*
JNWSL	*Journal of Northwest Semitic Languages*
JPA	Jewish Publication Society
JQR	*Jewish Quarterly Review*
JSJ	*Journal for the Study of Judaism in the Persian, Hellenistic and Roman Periods*
JSNTSup	Journal for the Study of the New Testament: Supplement Series
JSOT	Journal for the Study of the Old Testament
JSOTSup	Journal for the Study of the Old Testament: Supplement Series
JSS	*Journal of Semitic Studies*
JTI	*Journal of Theological Interpretation*
JTS	*Journal of Theological Studies*
KTU	*Die Keilalphabetischen Texte au Ugarit* [= CTU]
LCC	Library of Christian Classics

LE	Laws of Eshnunna. Ed. M. T. Roth. *Law Collections from Mesopotamia and Asia*. Atlanta, 1997.
LH	Laws of Hammurabi. Ed. M. T. Roth. *Law Collections from Mesopotamia and Asia*. Atlanta, 1997.
LL	Laws of Lipit-Ishtar. Ed. M. T. Roth. *Law Collections from Mesopotamia and Asia*. Atlanta, 1997.
LNTS	Library of New Testament Studies Laws of X (an unknown ruler).
LX	Xem M. T. Roth, *Law Collections from Mesopotamia and Asia*. Atlanta, 1997.
LXX	Bản Bảy Mươi
m.	Mishnah
MAL	Middle Assyrian Laws. Ed. M. T. Roth. *Law Collections from Mesopotamia and Asia*. Atlanta, 1997.
MT	Masoretic Text
MWBS	Midwest Biblical Societies
NAC	New American Commentary
NCB	New Century Bible
NIB	*New Interpreter's Bible*
NIBC	New International Biblical Commentary New International
NICNT	New International Commentary on the New Testament
NICOT	New International Commentary on the Old Testament
NIDB	New International Dictionary of the Bible. Ed. J. D. Douglas and Merrill C. Tenney. Grand Rapids, 1987.
NID OTTE	*New International Dictionary of Old Testament Theology and Exegesis*. Bt. W. VanGemeren. 5 tập. Grand Rapids, 1997.
NIV	New International Version
NIVAC	NIV Application Commentary
NJPS	New Jewish Publication Society
NKJV	New King James Version
NLT	New Living Translation
NovT	*Novum Testamentum*
NovTSup	Novum Testamentum Supplements
NRSV	New Revised Standard Version
NTS	*New Testament Studies*
OBO	Orbis biblicus et orientalis
OBT	Overtures to Biblical Theology
OTL	Old Testament Library
OTS	Old Testament Studies
OtSt	Oudtestamentische Studiën
PEQ	*Palestine Exploration Quarterly*

RB	*Revue biblique*
RevExp	*Review and Expositor*
RevQ	*Revue de Qumran*
RIME	The Royal Inscriptions of Mesopotamia: Early Periods
SAA	State Archives of Assyria
SANE	Sources from the Ancient Near East
SBA	Studies in Biblical Archaeology
SBJT	*Southern Baptist Journal of Theology*
SBLABS	Society of Biblical Literature Archaeology and Biblical Studies
SBLDS	Society of Biblical Literature Dissertation Series
SBLMS	Society of Biblical Literature Monograph Series
SBLSP	*Society of Biblical Literature Seminar Papers*
SBLWAW	Society of Biblical Literature Writings from the Ancient World
SBT	Studies in Biblical Theology
SHANE	Studies in the History of the Ancient Near East
SSI	*Textbook of Syrian Semitic Inscriptions*. Bt. J. C. L. Gibson. 3 tập. Oxford, 1971–82.
STDJ	Studies in the Texts of the Desert of Judea
StEv	*Studia evangelica*
TA	*Tel Aviv*
TCS	Texts from Cuneiform Sources
TDOT	*Theological Dictionary of the Old Testament*. Bt. G. J. Botterweck và H. Ringgren. 15 tập. Grand Rapids, 1974–.
TJ	*Trinity Journal*
TLOT	*Theological Lexicon of the Old Testament*. Bt. E. Jenni và C. Westermann. 3 tập. Peabody, MA, 1997.
TWOT	*A Theological Wordbook of the Old Testament*. Bt. R. L. Harris, G. L. Archer, và B. K. Waltke. 2 tập. Chicago, 1980.
TynBul	*Tyndale Bulletin*
UF	*Ugarit-Forschungen*
UNP	Ugaritic Narrative Poetry. S. B. Parker. SBLWAW 9. Atlanta, 1997.
VF	Verkündigung und Forschung
VT	*Vetus Testamentum*
VTE	Vassal Treaties of Esardhaddon. Bt. M. T. Roth. *Law Collections from Mesopotamia and Asia*. Atlanta, 1997.
VTSup	Vetus Testamentum Supplements
WBC	Word Biblical Commentary
WMANT	Wissenschaftliche Monographien zum Alten und Neuen Testament
WTJ	*Westminster Journal of Theology*

ZAW   *Zeitschrift für die alttestamentliche Wissenschaft*

Dẫn Nhập Sách Phục Truyền Luật Lệ Ký

Chắc chắn không đủ lời để đánh giá hết ý nghĩa thần học của Phục Truyền Luật Lệ Ký. Vì đây là sách trình bày lẽ thật thần học trong toàn bộ Cựu Ước cách hệ thống nhất, nên chúng ta có thể ví sánh vai trò của nó với vai trò của thư Rô-ma trong Tân Ước. Ngoài ra, vì Phục Truyền ôn lại phần lớn trải nghiệm lịch sử của Y-sơ-ra-ên về ân điển của Đức Chúa Trời, như được kể lại chi tiết từ Sáng Thế Ký đến Dân Số Ký, nên việc so sánh nó với phúc âm Giăng thậm chí còn hợp lý hơn. Giăng viết phúc âm của mình sau nhiều thập kỷ ngẫm nghĩ về sự chết và sống lại của Chúa Giê-xu thế nào, thì Môi-se cũng giảng những bài giảng trong Phục Truyền sau gần bốn mươi năm ngẫm nghĩ về ý nghĩa của cuộc Xuất Hành và giao ước của Đức Chúa Trời với Y-sơ-ra-ên thế ấy. Do đó, cũng như phúc âm Giăng, sách Phục Truyền là bản tuyên ngôn thần học, kêu gọi Y-sơ-ra-ên đáp ứng với ân điển của Đức Chúa Trời bằng lòng trung thành và tình yêu trọn vẹn.

Lịch Sử Giải Nghĩa

Phục Truyền Luật Lệ Ký là quyển thứ năm và là quyển cuối cùng của *Kinh Tô-ra* theo cách gọi truyền thống Do Thái, hay Ngũ Kinh theo cách gọi của Cơ Đốc nhân ngày nay. Tên sách trong ngôn ngữ Hê-bơ-rơ truyền thống phổ biến là *sēfer dĕbārîm* ('sách về lời phán'), phỏng theo tên chính thức tiếng Hê-bơ-rơ *'lleh haddĕbārîm* ('Đây là lời phán'), được lấy từ hai chữ đầu tiên của sách. Vào thế kỷ thứ ba đến thế kỷ thứ hai TC, những người dịch bản Bảy Mươi đã định hướng cho lịch sử giải nghĩa sách Phục Truyền khi họ định tên sách là *deuteronomium* ('luật pháp thứ hai'),[1] thay vì dịch tựa tiếng Hê-bơ-rơ thành *to biblion tôn logôn* ('sách về lời phán') hay đơn giản hơn là *logoi* ('lời phán'). Tiêu đề Hy Lạp này có lẽ rõ ràng hơn vì sách thật

---

1. So sánh Phục 17:18, là câu mà bản Bảy Mươi dịch sai *mišnēh hattôrâ* ('bản sao Kinh Tô-ra') thành *to deuteronomiom*. Vì bản Bảy Mươi do người Do Thái dịch cho người Do Thái, nên không có gì ngạc nhiên khi trong truyền thống Do Thái, các thầy dạy luật Do Thái thường nhắc đến Phục Truyền là *Mishneh Torah* ('Nhắc lại Kinh Tô-ra'). Xem J. H. Tigay, *Deuteronomy* (JPS Torah Commentary; Philadelphia: JPS, 1996), xi, M. Weinfeld, 'Deuteronomy, Book of,' *ABD*, 2:168.

sự nhắc lại nhiều luật lệ có trong Xuất Ê-díp-tô Ký đến Dân Số Ký, và trong chương 5 còn trích dẫn hầu như nguyên văn Mười Điều Răn ở Xuất Ê-díp-tô Ký 20. Nhưng tên gọi 'Phục Truyền Luật Lệ Ký' bỏ qua bản chất thật sự của sách: sách là một loạt những bài giảng ôn lại những sự kiện được mô tả trong các truyện kể của các sách trước đó và thách thức mọi người sống trung tín trong tương lai. Khi nói đến luật pháp (ví dụ: quy định về nơi thờ phượng trung tâm trong Phục Truyền 12), phần trình bày thường ở dạng giải thích hơn là thuật lại chính những luật đó.

Trước khi xuất hiện phương pháp phê bình nguồn, cả độc giả Do Thái lẫn Cơ Đốc đều cho rằng Môi-se là tác giả của sách, một thực tế được phản ánh qua tên gọi chung của các sách Ngũ Kinh mà giới Anh ngữ bên ngoài gọi là Năm Sách của Môi-se. Trong suốt thời kỳ Chúa Giê-xu thi hành chức vụ và dạy dỗ, một số người xem Ngài là tiên tri thời kỳ cuối cùng giống như Môi-se, là người mà Đức Gia-vê hứa sẽ dấy lên (Phục 18:15; so sánh Mat 11:9; Giăng 1:21, 25; 6:14; 7:40). Mặc dù chính Chúa Giê-xu bác bỏ cách hiểu này (Giăng 1:21), nhưng dựa trên số lần trích dẫn từ Phục Truyền, thì đây là sách Chúa Giê-xu yêu thích. Ấn tượng này được củng cố qua việc Ngài cô đọng toàn bộ luật pháp thành mạng lệnh đơn giản đó là yêu mến Đức Gia-vê bằng cả con người và yêu người láng giềng như chính bản thân (Mat 22:37; Mác 12:30; Lu 10:27). Hình thức mạng lệnh này hoàn toàn mang bản chất Phục Truyền. Mặc dù lời kêu gọi yêu thương láng giềng và khách lạ xuất hiện trước đó trong Ngũ Kinh (Lê 19:18, 34), nhưng mạng lệnh yêu mến Đức Chúa Trời chỉ xuất hiện trong Phục Truyền (Phục 6:5; 11:1, 13; 13:3[4]; 30:6).

Phao-lô nhiều lần trích dẫn các bản kinh văn trong Phục Truyền để củng cố quan điểm của mình (Rô 10:19; 11:8; 12:19; 1 Cô 5:13; 9:9; Ê-phê-sô 6:2–3; v.v...). Tuy nhiên, rõ ràng Phao-lô không chỉ giải nghĩa toàn bộ lịch sử mặc khải của Đức Chúa Trời, mà ông còn giải nghĩa Phục Truyền cách cụ thể theo ánh sáng của Đấng Christ và thập tự giá (Rô 10:6–8; 1 Cô 8:6; Ga 3:13). Khi làm như vậy, Phao-lô đóng vai trò giống như Môi-se thứ hai, không chỉ trong việc cung cấp hiểu biết thần học cách sâu nhiệm về hành động cứu rỗi của Đức Chúa Trời qua Đấng Christ, mà còn nhắc độc giả của mình rằng sự cứu rỗi đến chỉ bởi ân điển mà thôi. Trong Rô-ma và Ga-la-ti, lập luận của Phao-lô nhắm đến những người 'luật pháp' (cách giải thích hạn hẹp theo hướng câu nệ luật pháp kinh *Tô-ra* của người Hê-bơ-rơ) như là một phương tiện cứu rỗi, thay vì xem đó là cách đáp ứng trước sự cứu rỗi như Môi-se hiểu. Trong quan điểm của mình về luật pháp, Phao-lô hoàn toàn đồng ý với Môi-se: vâng theo luật pháp không phải là phương cách để được cứu rỗi mà là một đáp ứng tự nguyện bằng lòng biết ơn đối với sự cứu rỗi đã nhận được. Không có gì gọi là cách mạng khi Phao-lô định nghĩa người Do Thái thật là người được Đức Chúa Trời khen ngợi vì đã được cắt bì trong lòng (Rô 2:28–29; so sánh Phục 10:16–21; 30:6), cũng như khi ông khen ngợi luật pháp là thánh khiết, công bình và tốt lành (Rô 7:12; so sánh Phục 6:20–25), hay khi ông cô đọng toàn thể luật pháp thành luật yêu thương (Rô 13:8–10; so sánh Phục 10:12–21).

Các giáo phụ hội thánh đầu tiên thường đi theo cách giải nghĩa Phục Truyền trên phương diện Đấng Christ học của Phao-lô, nhưng trong phần áp dụng các điều luật thì họ lại bị giới hạn trong phương thức thuộc linh hóa các chi tiết. Ví dụ, bằng cách trưng dẫn câu Shema (Phục 6:4–5) để bảo vệ giáo lý Ba Ngôi, họ che khuất ý nghĩa nguyên thủy theo ngữ cảnh của câu này.[2] Trong số những nhà Cải Chánh, Luther thường hiểu Phục Truyền qua lăng kính của những câu nói hình bóng có vẻ chống nghịch đạo lý của Phao-lô (Rô 7:4–9; 2 Cô 3:6; Ga 3:10–25). Kinh nghiệm của chính ông về vai trò của việc làm-sự xưng công chính trong Giáo hội Công giáo La Mã đã đóng góp đáng kể vào quan điểm của ông về sự tương phản hoàn toàn giữa luật pháp (đem đến hủy diệt) và Phúc âm (mang lại sự sống). Việc ông nhấn mạnh chức năng kép của luật pháp (khía cạnh dân sự - nhằm duy trì trật tự xã hội; khía cạnh thần học- để cáo trách con người về tội lỗi và kéo họ đến với Đấng Christ)[3] đã hoàn toàn bỏ qua ý nghĩa của Phục Truyền Luật Lệ Ký, đó là việc trình bày luật pháp trong vai trò quà tặng của ân điển dành cho những người được chuộc, để hướng dẫn họ trong đường công chính và đường dẫn đến sự sống (so sánh Phục 4:6–8; 6:20–25). Cũng như Luther, Calvin nhấn mạnh không ai có thể được xưng công chính nhờ giữ luật pháp,

---

2. So sánh D. I. Block, 'How Many Is God? An Investigation into the Meaning of Deuteronomy 6:4–5' JETS 47 (2004): 193–212; được in lại trong D. I. Block, *How I Love Your Torah, O LORD: Studies in the Book of Deuteronomy* (Eugene, OR: Cascade, 2011), 73–97.

3. So sánh B. Lohse, *Martin Luther's Theology* (Minneapolis: Fortress, 1999), 270–74.

nhưng ông cũng nhấn mạnh rằng qua món quà luật pháp, Y-sơ-ra-ên được hướng dẫn cách bày tỏ lòng biết ơn đối với sự cứu chuộc và cách làm cho Đức Chúa Trời được vinh hiển và vui thích. [4]

Những phương cách tiếp cận Phục Truyền Luật Lệ Ký này thống trị cách hiểu của các nhà giải nghĩa mãi cho đến thời kỳ Phục Hưng, khi các học giả phê bình chuyển hướng từ chú ý đến giá trị thần học của Phục Truyền sang các giả thiết liên quan đến nguồn gốc của sách. Đến nửa sau thế kỷ mười chín, phương pháp nghiên cứu Phục Truyền theo lối xem xét về nguồn gốc của nó được kiên quyết sử dụng, nên Phục Truyền bị cô lập như một nguồn tài liệu tách rời khỏi J (Yahwist), E (Elohist), và P (thuộc thầy tế lễ). Các học giả phê bình nhìn chung đều đồng ý rằng, về một phương diện, Phục Truyền tạo cơ hội cho hoặc là kết quả của cuộc cải cách thời Giô-si-a. Mặt khác, họ cũng đồng ý rằng các bài giảng trong Phục Truyền chỉ là ngụy kinh, được gán cho Môi-se một cách hư cấu để cho tiếng nói của các phe mà quyền lợi của họ được trình bày trong sách có thêm trọng lượng. [5] Cho dù họ gán việc viết phần lớn sách Phục Truyền cho người Lê-vi bản xứ trước 701 TC không lâu,[6] giới tiên tri miền Bắc Y-sơ-ra-ên, [7] hay những hiền triết trong triều đình Giê-ru-sa-lem, [8] thì nhiều người vẫn xem sách là một bản tuyên ngôn, được viết để hậu thuẫn cho những nỗ lực của Giô-si-a nhằm tập trung các hoạt động tôn giáo của Y-sơ-ra-ên về Giê-ru-sa-lem. Weinfeld xem Phục Truyền không chỉ là thành tựu văn học xuất sắc, mà còn là một tượng đài uyên thâm đối với cuộc cách mạng thần học mà những người theo Giô-si-a chủ trương. Cuộc cách mạng này nhắm loại bỏ những điện thờ khác và tập trung mọi sự thờ phượng Đức Gia-vê vào Giê-ru-

---

4. J. Calvin, *The Four Last Books of Moses* (Grand Rapids: Eerdmans, 1950), 363.

5. Ở cuối bài nghiên cứu tỉ mỉ về cách Phục Truyền thể hiện mình là một tài liệu thành văn, J. P. Sonnet (*The Book within the Book: Writing within Deuteronomy* [BIS 14; Leiden: Brill, 1997] 262–67) bác bỏ tất cả những gì được cho là của Môi-se mà ông chứng minh chỉ là ngụy thư.

6. G. von Rad, *Deuteronomy* (bd. D. Barton; OTL; Philadelphia: Westminster, 1966), 23–27.

7. E. W. Nicholson, *Deuteronomy and Tradition* (Philadelphia: Fortress, 1967), 58–82.

8. Weinfeld, 'Deuteronomy, Book of,' 2:181–82; cùng tác giả, *Deuteronomy 1–11* (AB 5; New York: Doubleday, 1991), 62–65; cùng tác giả, *Deuteronomy and the Deuteronomic School* (Winona Lake, IN: Eisenbrauns, 1992), 244–307 (từ đây trở đi được nhắc đến là DDS).

sa-lem, cũng như nhằm "trần tục hóa", "phá bỏ tính huyền bí", và "thuộc linh hóa" tôn giáo này.⁹

Những cách giải nghĩa này bắt nguồn từ Julius Wellhausen, người cho rằng Phục Truyền 12–26 trình bày cốt lõi nguyên thủy của sách, được một tiên tri viết (một số người cho là Giê-rê-mi) khoảng 622 TC (so sánh 2 Vua 22–23) để thúc đẩy cuộc cải cách thực hành tôn giáo của Y-sơ-ra-ên (2 Sử 34–35) và tập trung việc thờ phượng này vào Giê-ru-sa-lem. Mặc dù trước đó, tất cả đều thừa nhận Phục Truyền là sách cuối cùng của Ngũ Kinh, nhưng Martin Noth lập luận rằng sách là phần mở đầu mang ý nghĩa thần học của lịch sử Đệ Nhị Luật (Giô-suê - Các Vua), mà mục đích của nó là cho thấy rằng kết cuộc của Y-sơ-ra-ên năm 722 TC và Giu-đa năm 586 TC là hậu quả trực tiếp của việc Y-sơ-ra-ên thờ phượng các thần lạ và không vâng theo mạng lệnh của Đức Gia-vê.¹⁰

Gần đây hơn, một số người đề xuất giả thuyết cho rằng Phục Truyền ban đầu được viết bởi một liên minh những người chống đối (những người sao chép bản thảo, các thầy tế lễ, các nhà hiền triết và nhà quý tộc). Theo Richard D. Nelson, sách có nguồn gốc từ thời kỳ khủng hoảng (thế kỷ VII), khi lòng trung thành với Đức Gia-vê đang bị xem nhẹ bởi việc sùng bái các thần khác, lợi ích của nhiều người đang bị đe dọa bởi các chính sách bóc lột của hoàng gia, và thể chế tiên tri vượt ngoài tầm kiểm soát.¹¹ Những pháp chế của Phục Truyền phản ánh các mối quan tâm khác nhau của các nhóm chống đối.¹²

Trong khi nhiều học giả thừa nhận rằng một số ý tưởng trong sách có thể bắt nguồn từ thời kỳ trước đó, nhưng trong suy nghĩ của họ,

---

9. Xem thêm Weinfeld, 'Deuteronomy, Book of,' 2:175–78; cùng tác giả, *Deuteronomy 1–11*, 53–57; cùng tác giả, DDS, 158–79.

10. Xem M. Noth, *The Deuteronomis History* (JSOTSup 15; Sheffield: Univ. of Sheffield Press, 1981).

11. R. D. Nelson, *Deuteronomy* (OTL; Louisville: Westminster John Knox, 2002), 4–9; so sánh R. Albertz, *A History of Israelite Religion in the OT Period*, 2 tập (OTL: Louisville: Westminster John Knox, 1994), 1:194–231. P. D. Miller (*Deuteronomy* [Interpretation; Louisville: Westminster John Knox, 1990], 5–8) thừa nhận sách mang những đặc điểm của lời tiên tri, thuộc về thầy tế lễ nhưng ông không chọn đặc điểm nào cả, nói gì đến việc thừa nhận Môi-se là một trong số ít nhân vật trong lịch sử Y-sơ-ra-ên cổ mà cuộc đời và chức vụ của ông mang phẩm chất đặc trưng của cả ba nhóm có cùng sở thích.

12. Xem thêm phần tái hiện phức tạp việc hình thành Phục Truyền của K. van der Toorn trong *Scribal Culture and the Making of the Hebrew Bible* (Cambridge, MA: Harvard Univ. Press, 2007), 143–72.

Môi-se mà chúng ta nghe trong Phục Truyền là một nhân vật huyền thoại và các bài giảng trong sách là ngụy kinh. Cũng như nhiều tác giả thời cổ đại, tác giả của sách bày tỏ sự mộng tưởng của mình bằng cách đặt những lời nói theo kế hoạch có sẵn của mình vào miệng của nhân vật này, người được coi trọng hơn tất cả những người khác trong lịch sử Y-sơ-ra-ên trong vai trò mẫu mực cho sự khôn ngoan và tin kính.[13]

Nhưng việc dựng lại nguồn gốc xuất xứ của Phục Truyền hoàn toàn đối chọi với bằng chứng nội tại của sách. Không có điều nào trong sách Phúc Truyền hay các bài giảng có trong sách cho thấy đây là ngụy kinh. Ngược lại, hình ảnh Môi-se được phản chiếu trong các bài giảng, đặc biệt là bài thứ nhất, khó có thể là sản phẩm của một huyền thoại được lý tưởng hóa. Môi-se ý thức cách rõ ràng vai trò cao quý của mình đó là làm trung gian của mặc khải thiên thượng (so sánh 5:4–5) và phát ngôn viên cho Đức Chúa Trời (1:42; 2:2, 31; 3:2; 6:1), nhưng tính nóng nảy rõ ràng của ông đối với dân sự, và thậm chí với cả Đức Chúa Trời vì ông không được vào xứ Ca-na-an thì không hề đáng khen tí nào. Cụ thể, bài giảng đầu tiên tạo nên ấn tượng về một ông già mệt mỏi và cay đắng, vỡ mộng với đám dân của mình, thất vọng với Đức Chúa Trời và chán nản với nhiệm vụ (1:37; 3:26; 4:21). Đây không phải là điều thường thấy trong ngụy kinh mà nó biện luận cho tính chân thực của các bài giảng trong vai trò những ký thuật đáng tin cậy.

Không phải ai cũng đồng ý với niên đại muộn của Phục Truyền. Một số người lập luận rằng tầm nhìn chính trị và tôn giáo của sách không phù hợp với thời kỳ của Giô-si-a như được mô tả trong 2 Các Vua. Ngược lại, theo McConville: "Phục Truyền, hay chí ít là mặt hình thức của nó, là tài liệu về sự thiết lập tôn giáo và chính trị thật sự của Y-sơ-ra-ên từ thời kỳ tiền quân chủ."[14] Như thế, nó thách thức hệ

---

13. Muốn biết thêm, xem Weinfeld, *Deuteronomy 1–11*, 4–6. B. T. Arnold ('Deuteronomy as the *Ipsissima Vox* of Moses,' *Journal of Theological Interpretation* 4 [2010]: 53–74) lập luận rằng Phục Truyền lưu giữ tiếng nói (*vox*) của Môi-se, chứ không phải lời nói (*verba*) của ông. Sách trình bày đỉnh cao truyền thống luật pháp Môi-se và là kết quả của lịch sử sao chép phức tạp.

14. J. G. McConville, *Deuteronomy* (Apollos; Downers Grove, IL: InterVarsity Press, 2002), 34. Juha Pakkala ('The Date of the Oldest Edition of Deuteronomy,' ZAW 121 [2009]: 388–401) trình bày mười lập luận cho việc xác định niên đại Phục Truyền vào thời kỳ Ba Tư. Hầu hết những lập luận của ông khớp cách tự nhiên với thời kỳ tiền quân chủ hơn thời kỳ ông đề xuất.

tư tưởng sùng bái hoàng gia đang thịnh hành ở Cận Đông cổ, thay thế hệ tư tưởng này bằng khải tượng tiên tri về Đức Gia-vê trong mối liên hệ giao ước trực tiếp với con dân Ngài, là một dân được chi phối bởi Kinh Tô-ra. Qua Kinh Tô-ra, thẩm quyền tiên tri của Môi-se, phát ngôn viên cho Đức Gia-vê, là trên cả cộng đồng. Được đặt kế hòm giao ước và được chính thức đọc trước hội chúng, 'Kinh Tô-ra' là lời nhắc nhở liên tục về ý muốn của Đức Gia-vê của giao ước và là sách hướng dẫn cách bày tỏ lòng trung thành đối với Ngài.[15]

Xét về giá trị bề ngoài, Phục Truyền cho chúng ta biết nhiều về quá trình hình thành của nó hơn bất kỳ sách nào khác trong Cựu Ước. Trong sách, chúng ta thấy có nhiều lần đề cập đến Kinh Tô-ra thành văn (6:6–9; 11:18–21; 17:18–20; 27:1–8; 28:58–61; 29:14–29[13–28]; 30:8–11–11), cho thấy Tô-ra mà Môi-se rao truyền bằng miệng đã được viết xuống rất sớm. Phục Truyền 31:9–13 tuyên bố cách cụ thể rằng Môi-se đã viết lại Kinh Tô-ra này và giao cho các thầy tế lễ, là những người khiêng hòm giao ước, canh giữ. Chúng ta có thể suy ra rằng điều này áp dụng cho mọi bài giảng được ghi lại trong sách: bài giảng thứ nhất (1:6–4:40), bài thứ nhì (5:1b-26:19; 28:1–29:1[28:69]), và bài thứ ba (29:2[1]-30:20). Phục Truyền 31:22 cũng cho biết Môi-se đã ghi lại bài hát mà Đức Gia-vê đọc cho ông và Giô-suê viết xuống trong ngày đó (32:1–43), và có mọi lý do để tin rằng ông cũng làm như vậy với các đoạn hiện tại được gọi là phước lành của các chi phái (33:2–29).

Rất có thể khi Giô-suê và người Y-sơ-ra-ên vượt sông Giô-đanh sau khi Môi-se qua đời, họ đã sở hữu một bản sao chép tất cả tài liệu trên. Nó xem từng bài giảng đó là Kinh Tô-ra. Cuối cùng, phạm vi của thuật ngữ này đã được mở rộng ra cho cả các phần truyện kể được thêm vào (1:1–5; 27:1–10; 34:1–12; v. v...) - và cuối cùng, khi sách Phục Truyền được kết hợp với các sách trước (Sáng Thế Ký – Dân Số Ký) thì tạo thành Ngũ Kinh nói chung.

---

15. Muốn đọc thêm các bài phê bình những quan điểm then chốt này, xem I. Wilson, *Out of the Midst of the Fire: Divine Presence in Deuteronomy* (SBLDS 151; Atlanta: Scholars Press, 1995); S. L. Richter, *The Deuteronomistic History and the Name Theology*: lĕšakkēn šĕmô šām *in the Bible and the Ancient Near East* (BZAW 318; Berlin/ New York: de Gruyter, 2002); P. Vogt, *Deuteronomic Theology and the Significance* of Torah: *A Reappraisal* (Winona Lake, IN: Eisenbrauns, 2006).

Sách Phục Truyền cho thấy nó là ký thuật về một loạt các bài Môi-se giảng trước những người đồng hương của mình khi sắp vào Đất Hứa, và được viết lại ngay (31:9).[16] Tuy nhiên, theo quy tắc văn chương Cận Đông cổ, nói đúng ra quyển sách mà chúng ta có ngày nay là khuyết danh. Chúng ta có thể suy đoán thời điểm từng bài giảng của Môi-se được kết hợp, sắp xếp và nối với mạch chuyện kể hiện tại. Trong sách, chúng ta quan sát thấy một loạt những điểm cho biết Môi-se không chịu trách nhiệm về hình thức cuối cùng của sách: (1) cách nói về Môi-se ở dạng ngôi thứ ba trong mạch chuyện kể giữa các bài giảng,[17] và trong phần giới thiệu mang tính công thức các phước lành trong chương 33;[18] (2) các chi tiết cho thấy một ngữ cảnh muộn hơn ngữ cảnh của các bài giảng (*hậu Môi-se*);[19] (3) ngôn ngữ của Phục Truyền.[20] Tuy nhiên, một số đặc điểm ngay trong sách ám chỉ một ngữ cảnh sớm hơn nhiều: (1) ngôn ngữ cổ xưa hay chí ít là những đặc điểm khiến cho ngôn ngữ có vẻ cổ xưa[21] trong các bài giảng của Môi-se (như thường thấy 4:6; 10:10; 20:20; 24:4; 30:11, 12, 13) lẫn trong các chú thích ở các câu chuyện kể (3:11); (2) văn

---

16. D. I. Block, 'Recovering the Voice of Moses: The Genesis of Deuteronomy,' JETS 44 (2001): 385–408; được in lại trong D. I. Block, *The Gospel According to Moses: Theological and Ethical Reflection on the Book of Deuteronomy* (Eugene, OR: Cascade, 2011), 21–51.

17. Xem 1:1–5; 4:41–5:1a; 27:1–11; 29:1–2[28:69–29:1]; 31:1, 30; 32:44–52; 34:1–12.

18. Xem 33:1, 7, 8, 12, 13, 18, 20, 22, 23, 24.

19. (a) Những cách diễn đạt như (nghĩa đen) 'bên kia sông Giô-đanh, tại đồng vắng, đối ngang Su-phơ' (1:1) và 'cho đến ngày nay' (2:22; 3:14; 10:8); (b) các chú thích lịch sử trong ngoặc đơn (2:10–12; 2:20–23; 3:9, 11, 13b-14); (c) thì quá khứ được dùng trong 2:12: y như Y-sơ-ra-ên làm trong xứ mà Đức Giê-hô-va đã ban cho người làm sản nghiệp'; (d) cáo phó của Môi-se (32:48–52; 34:1–12); (e) ám chỉ Đan ở cực bắc (34:1); (f) dùng các tên chi phái Y-sơ-ra-ên để chỉ các vùng địa lý của Ca-na-an (34:1–3); (g) nhận xét cho rằng kể từ khi Môi-se qua đời, trong Y-sơ-ra-ên không có tiên tri nào như ông, tức là không ai Đức Gia-vê biết mặt đối mặt (34:10), điều chỉ có ý nghĩa khi tác giả nhận biết tầm quan trọng lịch sử của lời báo trước của chính Môi-se về việc lập tiên tri trong 18:15–22 và biết ít nhất một vài nhân vật tiên tri có thể sánh với Môi-se.

20. Mặc dù các bài thơ ở phần cuối (chương 32 và chương 33) có vẻ cổ xưa, nhưng các bài giảng dường như được viết bằng phương ngữ Giê-ru-sa-lem cổ của tiếng Hê-bơ-rơ như Jeremiah đã trình bày. Về quá trình phát triển ngôn ngữ, xem G. J. Wenham, 'The Date of Deuteronomy- The Linch-pin of OT Criticism,' *Themelios* 10/2 (1985): 18–19.

21. Ví dụ: việc dùng đại từ ngôi thứ ba số ít giống đực *hû'* ('he') cho giống cái. Về phần này xem G. A. Rendsburg, 'A New Look at Pentateuchal *HW'*,' *Bib* 63 (1982): 351–69.

phong của Phục Truyền;[22] (3) các tên được dùng để nhận diện những người dân bản xứ sống ở lãnh thổ của người Mô-áp và Am-môn bên kia sông Giô-đanh trong bài giảng đầu tiên của Môi-se;[23] (4) việc nhắc đến giai thoại về chiếc giường sắt to dùng của Óc trong 3:11, là điều mời gọi độc giả cổ đại kiểm tra tính đáng tin cậy của người kể chuyện và xác nhận tầm quan trọng trong chiến thắng của Y-sơ-ra-ên; và (5) bố cục của Phục Truyền rất giống các hiệp ước Hê-tít cuối thiên niên kỷ thứ hai hơn là giống với bố cục tân A-si-ri (neo-Assyrian).[24]

Khi đưa những đặc điểm này vào xem xét, có vẻ như mặc dù các bài giảng của Phục Truyền bắt nguồn từ chính Môi-se, nhưng sách mà chúng ta hiện có được viết ra sau này. Một *terminus a quo* (niên đại thích hợp sớm nhất) hợp lý là trong chức vụ của Giô-suê sau khi dân Y-sơ-ra-ên băng qua sông Giô-đanh; một *terminus ad quem* (niên đại hợp lý muộn nhất) là thế kỷ thứ chín, trước chức vụ của Ê-li và Ê-li-sê, vì sau đó lối giảng tiên tri có vẻ đã thay đổi đáng kể. Kinh Tô-ra được nhắc đến trong các bản kinh văn như Giô-suê 1:8; 8:31–34; và 23:6 có lẽ tối thiểu bao gồm các phiên bản thành văn của bài giảng thứ nhì của Môi-se (trong đó có cả những lời rủa sả trong giao ước và Bài ca của Đức Gia-vê), và tối đa bao gồm ba bài giảng chính của Môi-se và các bài ca hiện được lưu giữ trong Phục Truyền. Tuy nhiên, cũng hợp lý khi cho rằng đến thời Đa-vít sách Phục Truyền gần như chúng ta có ngày nay đã tồn tại dưới dạng cuộn giấy da cuối cùng của Ngũ Kinh.

Mặc dù các học giả phê bình thường cho rằng Ngũ Kinh xuất hiện để ứng phó với cơn khủng hoảng của cuộc lưu đày,[25] nhưng đồng thời cũng có lý không kém khi cho rằng Kinh Thánh kinh điển của Y-sơ-ra-ên được hình thành trong bối cảnh hòa bình và lòng nhiệt thành

---

22. Một số cho rằng hình thức giảng luận của Phục Truyền có trước hình thức thơ ca của các tiên tri như A-mốt và Ô-sê, và có nhiều điểm chung với những lời của Sa-mu-ên và Ê-li. Xem C. Rabin, 'Discourse Analysis and the Dating of Deuteronomy,' trong *Interpreting the Hebrew Bible: Essays in Honour of E. I. J. Rosenthal* (bt. J. A. Emerton và S. C. Reif; Cambridge: Cambridge Univ. Press, 1982), 171–77.

23. Xem phần giải nghĩa các tên này ở bên dưới.

24. Xem K. A. Kitchen, *On the Reliability of the Old Testament* (Grand Rapids: Eerdmans, 2003), 283–94; Markus Zehnder, 'Building on Stone? Deuteronomy and Esarhaddon's Loyalty Oaths (Part 1): Some Preliminary Observations', *BBR* 19 (2009): 341–74; '(Part 2): Some Additional Observations,' *BBR* 19 (2009): 511–35.

25. Xem Nelson, được trích dẫn trong chú giải 11 ở trên.

tôn giáo lên cao. Trước kia, sự tự mặc khải của Đức Chúa Trời và việc Ngài bước vào mối liên hệ giao ước với Y-sơ-ra-ên tại Si-nai được coi là trải nghiệm thuộc linh tột đỉnh, mà tầm quan trọng của nó được ghi chép thành tài liệu trong Mười Điều Răn cùng các đạo luật, lễ nghi, và luật pháp được lưu lại trong các sách Xuất Ê-díp-tô Ký, Lê-vi Ký, và Dân số Ký. Có thể tưởng tượng việc Đa-vít di chuyển hòm giao ước đến Giê-ru-sa-lem, việc chọn Si-ôn làm nơi ở đời đời của Đức Gia-vê, việc tiếp nhận bản thiết kế chi tiết của đền thờ, cách tổ chức nhân sự cho công tác thờ phượng, và việc tập trung nguyên liệu để xây đền thờ đã nhen lại tinh thần thờ phượng Đức Gia-vê cách nhiệt thành trong khắp xứ (1 Sử 22–29).

Cũng có thể hình dung những cải cách tôn giáo của Đa-vít đòi hỏi Kinh Thánh kinh điển phải được dùng trong sự thờ phượng và phải được xem là kim chỉ nam cho đời sống thường nhật khi Y-sơ-ra-ên mong đợi một trật tự tôn giáo và xã hội mới dưới sự cai trị của chế độ quân chủ. Cách Đa-vít tổ chức sự thờ phượng trong đền thờ tạo ra bối cảnh hợp lý cho việc hình thành Kinh Thánh kinh điển.[26] Thể hiện vai trò người bảo vệ cho các tư tưởng thần học của Y-sơ-ra-ên,[27] các thầy tế lễ và người Lê-vi dùng những bản Kinh Thánh này trong sự thờ phượng và hướng dẫn toàn thể công dân sống trung thành với giao ước. Sự kết hợp của bầu không khí tôn giáo năng động với nền hòa bình và an ninh mà Đa-vít đạt được tạo điều kiện thuận lợi để những thành tựu văn hóa của Y-sơ-ra-ên đạt đến đỉnh cao, cũng hợp lý khi trong số đó có kiệt tác văn chương mà chúng ta gọi là Ngũ Kinh nói chung và sách Phục Truyền nói riêng.

Dẫu Phục Truyền, dù giống sách chúng ta hiện đang có ít hay nhiều đi nữa, được viết bởi Sa-mu-ên hay dưới sự hậu thuẫn của Đa-

---

26. Lời Đa-vít ủy thác cho Sa-lô-môn vào cuối đời trong 2 Sử 22:12–13 mặc định Kinh Tô-ra kinh điển, và phần mô tả tổ chức nhân sự trong sự thờ phượng ở đoạn 23–26 dường như phản chiếu nhận thức nào đó về tính kinh điển (so sánh 23:31; 24:19; 28:1, 8), mặc dù rõ ràng (xem 28:9–19) một vài điều trong đó được chuyển tải qua phương tiện là tài liệu thành văn mới.

27. Về vai trò của mối liên hệ giữa các chuyên gia tôn giáo và văn hóa tôn giáo thành văn, xem J. Goody, *The Logic of Writing and the Organization of Society* (Studies in Literacy, Family, Culture, and the State; Cambridge: Cambridge Univ. Press, 1986), 16–18. Goody thấy rằng 'Một khi Kinh Thánh được viết thành sách và được chuẩn hóa trong hội thánh, thì Kinh Thánh trở thành một lực bảo tồn sâu sắc, hay tốt hơn là một lực đem lại sự liên tục - sự liên tục của chính Kinh Thánh chứ không nhất thiết của nhà nước, bất chấp những thay đổi chính trị hay kinh tế' (20).

vít, thì đây chắc chắn là tài liệu mà trong 1 Vua 2:2–4 Đa-vít ủy thác cho Sa-lô-môn phải cai trị đất nước theo. Như Môi-se đã báo trước, đáng tiếc là thời kỳ toàn thể Y-sơ-ra-ên nói chung và các vua của nó nói riêng sống theo Kinh Tô-ra khá ngắn ngủi và bị đứt quãng. Trong suốt thời trị vì của Ma-na-se vào thế kỷ thứ bảy, sách này bị cấm một cách triệt để, và các hình thức thờ phượng ngoại giáo hoàn toàn thay thế những huấn thị trong sách này (2 Vua 21; 2 Sử 33). Đây là nguyên nhân Giô-si-a đáp ứng cách hết mình khi nghe Sa-phan đọc Kinh Tô-ra (2 Vua 22). Ký thuật này cho thấy Kinh Tô-ra từ lâu đã được xem là kinh điển, không phải là tác phẩm văn chương nào đó mới có.

Những tên gọi sau này như 'Sách của Môi-se' và 'Kinh Tô-ra của Môi-se' không có nghĩa là chính tay Môi-se hoàn tất sách. Chúng ta không nghi ngờ tính chất lịch sử của Môi-se, cũng không nghi ngờ tính xác thực của các bài giảng của ông, hay thẩm quyền căn bản của Môi-se phía sau toàn bộ Ngũ Kinh, cũng giống như chúng ta không thắc mắc tính xác thực của các bài giảng của Chúa Giê-xu trong các sách Phúc âm vậy. Những người biên tập các bài giảng cuối cùng của Môi-se và người viết tiểu sử lưu lại cho chúng ta ký thuật về những ngày cuối đời của Môi-se chính là tiên tri theo truyền thống Môi-se. Sách ông viết là Kinh Tô-ra, mà các thầy tế lễ phải dạy và làm gương,[28] các tác giả thi thiên ca ngợi,[29] các tiên tri kêu gọi làm theo,[30] và nhờ đó các vị vua trung thành cai trị[31] và các công dân công chính sống theo (Thi 1). Tóm lại, sách Phục Truyền cung cấp nền tảng thần học cho hầu như toàn bộ Cựu (và Tân) Ước và là khuôn mẫu cho phần lớn văn phong trong Cựu Ước.

Phục Truyền Luật Lệ Ký và Kinh Điển

Các bản sao thành văn những bài giảng cuối cùng của Môi-se trước dân Y-sơ-ra-ên phải được thừa nhận là có thẩm quyền và là kinh điển ngay từ đầu. Không chỉ Môi-se cấm thêm vào hay bỏ bớt lời của ông (4:2; 12:32), mà ông còn truyền lệnh cho người Lê-vi đặt bản Kinh Tô-ra thành văn bên cạnh hòm giao ước (31:9–13). Việc Kinh Tô-ra thành văn được đặt *cạnh* hòm thay vì *trong* hòm không có nghĩa là

---

28. Phục 33:10; 2 Sử 15:3; 19:8; Mal 2:6, 9; so sánh Giê 18:18; Êxê 7:26; Era 7:10.
29. Thi 19:7–14 [8–15]; 119; vv....
30. Ê-sai 1:10; 5:24; 8:20; 30:9; 51:7.
31. 1 Vua 2:2–4; 2 Vua 14:6; 22:11; 23:25.

Kinh Tô-ra ít thẩm quyền hơn Mười Điều Răn *trong hòm*, mà chỉ khác nhau về ý nghĩa và mục đích. Trong khi các bảng Mười Điều Răn tượng trưng cho giao ước (4:13; 10:1–4) và được đặt trong hòm như lời nhắc nhở của Đức Chúa Trời về giao ước của Ngài với Y-sơ-ra-ên, thì Kinh Tô-ra là lời giải thích được linh cảm của Môi-se về giao ước cho con dân Chúa (1:3).

Dấu ấn thần học của Phục Truyền rất rõ ràng suốt Cựu Ước và cả trong Tân Ước. Nếu trong Phục Truyền, từ *Kinh Tô-ra* chỉ để nói đến các bài giảng của Môi-se, thì cuối cùng nó được dùng cho toàn bộ Ngũ Kinh, mà Phục Truyền là phần kết. Dấu ấn của Phục Truyền trên cái gọi là 'Lịch sử Đệ nhị luật' (Giô-suê – Các Vua) rõ ràng không chỉ trong văn phong của những sách này,[32] mà đặc biệt trong cả thần học của sách.[33] Cụ thể, việc Sa-lô-môn nhấn mạnh đền thờ là nơi 'danh' của Đức Gia-vê ngự trong 1 Vua 8 gợi lại Phục Truyền 12 và rất nhiều phần khác. Tổng quát hơn, khi dân tộc Y-sơ-ra-ên bị tiêu diệt và nền quân chủ của Đa-vít bị xóa bỏ, đó là vì họ không giữ mối liên hệ giao ước với Đức Gia-vê như đã được trình bày trong Phục Truyền.

Ảnh hưởng của Phục Truyền trong Sử Ký và E-xơ-ra–Nê-hê-mi không rõ bằng, nhưng trong các sách tiên tri người ta nghe vang vọng các bài giảng của Môi-se từ đầu đến cuối. Đặc biệt trong Ô-sê và Giê-rê-mi, mối liên hệ này rõ ràng đến mức các học giả tranh luận cái nào có trước, Phục Truyền hay sách tiên tri đó. Những lời tiên tri tuyên bố về sự đoán phạt và phục hồi thường dựa trên những lời rủa sả trong giao ước của Phục Truyền 28 và trên những lời hứa về sự phục hồi trong đoạn 30. Thật vậy, bộ sưu tập kinh điển các sách tiên tri nói chung và sách Ma-la-chi nói riêng kết thúc với lời kêu gọi quay lại với 'luật pháp của Môi-se, tôi tớ ta' (Ma 4:4–6 [Hê 3:22–24]), là điều về cơ bản ám chỉ phần Môi-se giải thích về luật pháp, dù có dựa trên sự mặc khải tại Si-nai. Trong Thi Thiên, ảnh hưởng của Phục Truyền rõ rệt nhất là ở trong cái gọi là các thi thiên 'Kinh Tô-ra' (1; 19; 119), nhấn mạnh mục đích của luật pháp là ban sự sống, nhưng ảnh hưởng ấy cũng rõ rệt trong các thi thiên về 'sự khôn ngoan', mà điểm nhấn của chúng là sự kính sợ Đức Gia-vê (111:10; so sánh 34:8–12

---

32. Nhiều bài thuyết giảng được đưa vào có vẻ giống Phục Truyền. Ví dụ: Giôs 23, 24; 1 Sa 12; v. v...

33. So sánh J. G. McConville, *Grace in the End: A Study in Deuteronomic Theology* (Grand Rapids: Zondervan, 1993).

[9–13]). Thi Thiên bám rễ sâu trong Phục Truyền đến nỗi nếu Cơ Đốc nhân không chấp nhận rằng Phục Truyền là sách có thẩm quyền, thì họ cũng không thể tìm thấy sự linh cảm trong Thi Thiên.[34]

Các bản văn Tân Ước như Lu-ca 24:44 cho thấy, đến thời Đấng Christ, cụm từ 'Luật pháp của Môi-se' là tên gọi chuẩn cho phần đầu tiên của kinh điển Do Thái (bên cạnh 'các Tiên Tri' và 'Thi Thiên'). Như đã nói ở phần trước, vị trí của Phục Truyền trong Ngũ Kinh, tức phần cung cấp lời giải thích thần học cho các sự kiện được tường thuật trong các sách trước đó, có lẽ đã ảnh hưởng đến vị trí của Giăng trong kinh điển. Trong các sách Phúc Âm, Giăng trình bày thần học cách thẳng thắn nhất. Dù nhiều nhà giải nghĩa Cơ Đốc nhìn thấy một Môi-se thứ hai trong Chúa Giê-xu, nhưng điều này thật sự phản chiếu một Đấng Christ học tầm thường, vì Tân Ước trình bày Chúa Giê-xu là Đức Gia-vê nhập thể. Nếu có một Môi-se thứ hai trong Tân Ước, thì người đó phải là Phao-lô. Cũng như Môi-se, vị sứ đồ của tự do này được kêu gọi cách đặc biệt không chỉ để dẫn cộng đồng đức tin vào sứ mạng Đức Chúa Trời kêu gọi họ, mà đặc biệt để rút ra ý nghĩa thần học và cứu thực học về hành động cứu rỗi của Đức Chúa Trời và hướng dẫn dân Ngài sống với đức tin giao ước. Khi đó, Phao-lô trả lời cách rõ ràng cho những người khăng khăng cho rằng làm theo luật pháp Môi-se là điều kiện tiên quyết để được cứu rỗi, và ông kêu gọi các thính giả của mình đến với sự cứu rỗi thông qua việc tin vào công tác cứu chuộc của Đấng Christ. Giống sách Phục Truyền, các thư tín của Phao-lô (chẳng hạn Rô-ma) thường chia làm hai phần, phần đầu dành để giải thích thần học (ví dụ: Rô 1–11; so sánh Phục Truyền 1–11), phần thứ hai rút ra các áp dụng thực tế và áp dụng chung về thần học (ví dụ: Rô 12:16; so sánh Phục Truyền 12–26).

Nghe Sứ Điệp Phục Truyền Luật Lệ Ký

Vì nhiều người ngấm ngầm ủng hộ thuyết Marcion và trung thành với hệ thống thần học về cơ bản bỏ qua Cựu Ước nói chung và sách Phục Truyền nói riêng, nên sứ điệp của sách này hầu như biến mất trong hội thánh. Đây là một bi kịch vì có ít sách Cựu Ước hay Tân Ước công bố ân điển và Phúc Âm gần gũi với hội thánh ngày nay như thế.

---

34. Patrick Miller đã đúng khi lập luận rằng khi Tác giả Thi Thiên nhắc đến Kinh Tô-ra trước tiên ông nghĩ đến Phục Truyền. Xem 'Deuteronomy and the Psalms: Evoking a Conversation,' *JBL* 119 (1999): 3–18.

Nhưng làm thế nào độc giả ngày nay có thể tái khám phá sứ điệp của sách? Các bước giải kinh sau đây sẽ giúp ích.

Đọc ▶ Nghe ▶ Học ▶ Kính sợ ▶ Vâng phục ▶ Sống

Mối liên hệ tương tự giữa việc đọc/nghe những lời của 'Kinh Tô-ra này' và lợi ích tương lai của một người được trình bày trong 17:19, trong đó Môi-se yêu cầu các vua tương lai tự đọc Kinh Tô-ra để họ có thể thể hiện lòng trung thành với giao ước mà ông đã cổ súy trong các bài giảng trước dân Y-sơ-ra-ên.

(2) Để nghe sứ điệp Phục Truyền, chúng ta phải nhận biết thể loại và hình thức của nó. Trên một phương diện, Phục Truyền trình bày phần tiểu sử cuối cùng của Môi-se, là phần bắt đầu từ đoạn đầu tiên của Xuất Ê-díp-tô Ký.[35] Theo đó, Phục Truyền có thể được giải nghĩa như thể văn tường thuật với một chuỗi các bài giảng dài được thêm vào. Ở một phương diện khác, cách sắp xếp hai bài giảng đầu gợi lại hình thức các hiệp ước trong thế giới Cận Đông cổ, đặc biệt là các hiệp ước bá chủ Hê-tít của thiên niên kỷ thứ hai. Việc nhận ra đặc thù giao ước cơ bản của Phục Truyền chứa đựng những hàm ý quan trọng đối với sứ điệp chúng ta nghe trong sách. Đức Gia-vê là bá chủ thiên thượng, Đấng nhân từ lựa chọn các tổ phụ và con cháu họ làm đối tác giao ước (4:37; 7:6–8), và Ngài bày tỏ sự tận hiến cho giao ước của mình (, *âhab*, 'love') bằng cách giải cứu họ khỏi Ai Cập (4:32–40), bước vào mối liên hệ giao ước đời đời với họ tại Si-nai (4:9–31), cho họ biết ý muốn Ngài (4:1–8), và chăm sóc họ trong đồng vắng bằng sự quan phòng của Ngài (1:9–3:29), và hiện thời Ngài sắp trao Đất Hứa vào tay họ (1:6–8; 7:1–26).

Là tiên tri thật của Đức Gia-vê, Môi-se thách thức người Y-sơ-ra-ên đáp ứng bằng cách tuyên bố rằng chỉ một mình Gia-vê là Đức Chúa Trời của họ (6:4) và bày tỏ lòng trung thành không chút dao động cũng như lòng yêu mến Ngài tuyệt đối qua hành động vâng phục Ngài (6:5–19; 10:12–11:1; v. v...). Mặc dù Môi-se tiên báo một thực tế đó là tương lai Y-sơ-ra-ên sẽ nổi loạn chống lại bá chủ của mình, dẫn đến việc cuối cùng Y-sơ-ra-ên bị đày khỏi xứ được hứa ban cho Áp-ra-ham, nhưng lòng thương xót của Đức Gia-vê đối với con dân Ngài và bản chất không thể thay đổi của giao ước đồng nghĩa với việc sự

---

35. So sánh R. P. Knierim. *The Task of Old Testament Theology: Substance, Method and Cases* (Grand Rapids: Eerdmans, 1995), 355–59, 372–79.

lưu đày khỏi xứ và tản lạc giữa các dân không thể nào là lời tiên tri cuối cùng; Đức Gia-vê sẽ đem họ trở về với Ngài và với xứ của họ (4:26–31; 30:1–10; 32:26–43). Môi-se nhận biết rằng giao ước với Đức Gia-vê mà họ làm mới lại chính là phần mở rộng của giao ước với Y-sơ-ra-ên tại Si-nai (29:1[28:69]), và về căn bản, là phần mở rộng của giao ước được lập với tổ phụ của họ (29:10–13[9–12]).

(3) Về phương diện thứ ba, sách Phục Truyền là một loạt các bài Môi-se giảng cho Y-sơ-ra-ên ngay trước khi họ bước vào xứ Ca-na-an và trước khi ông qua đời. Phần mở đầu (1:1–5) xác định cách chúng ta nghe sứ điệp của sách. Phần mở đầu gọi lời của Môi-se là *hattôrâ hazzō't* ('Kinh Tô-ra này'). Từ *tôrâ* trong tiếng Hê-bơ-rơ nghĩa là 'sự chỉ dẫn', được lấy từ động từ *hôrâ* ('dạy dỗ'), và *sēper hattôrâ* (ví dụ: Phục 29:21[20]; Giôs 1:8; v. v...) nghĩa là 'sách chỉ dẫn' chứ không phải là 'sách luật pháp'. Mặc dù *tôrâ* được áp dụng cho những chỉ dẫn cụ thể trước đó (ví dụ: Xuất 12:49; 24:12; Lê 7:1; Dân 19:14; v.v...), nhưng ở đây từ này nói đến các bài giảng của Môi-se trong Phục Truyền.[36] Trong Tân Ước, cả sách Phục Truyền lẫn từ này đều được diễn đạt cách chính xác bằng từ *didaskalia* và *didachē* trong tiếng Hy Lạp[37] hơn nhiều so với từ *nomos*.

Vai trò của Môi-se trong Phục Truyền không phải là người ban luật pháp[38] mà là một mục sư (Dân 27:17; Ê-sai 63:11).[39] Giống như Gia-cốp trong Sáng Thế Ký 49 và Chúa Giê-xu trong Giăng 13–16, khi biết

---

36. Mặc dù Phục Truyền kết hợp phần nhiều tài liệu luật pháp lấy từ sự mặc khải tại Si-nai, nhưng bản danh sách luật pháp lại tương tự với hình thức của bộ luật Cận Đông cổ thường được tập hợp chỉ trong bảy đoạn (đoạn 19–25), nhưng những đoạn này lại cũng bị ngắt quãng bởi những lời kêu gọi và mối quan tâm cơ bản về sự công bình chứ không chỉ việc làm theo luật pháp.

37. Từ Hy Lạp *didachē* được dùng để nói đến việc 'dạy dỗ' nói chung (Mác 1:27; Công 17:19; 1 Cô 14:6; 2 Ti 4:2; Tít 1:9; Hê 6:2); lời dạy của Chúa Giê-xu (Mat 7:28; 22:33; Mác 1:22; 4:2; 11:18; 12:38; Lu 4:32; Giăng 7:16–17; 18:19; Khải 2:24); sự dạy dỗ của các sứ đồ (Công 2:42; 5:28; 13:12; Rô 16:17; 1 Cô 14:26; 2 Giăng 9–10); lời dạy của người Pha-ri-si và Sa-đu-sê (Mat 16:12) và lời dạy sai trật (Khải 2:14–15). Từ liệu Hy Lạp *didaskalia* với nghĩa 'chỉ dẫn, giáo lý' được dùng để nói về sự dạy dỗ của con người (Mat 15:9; Mác 7:7; Côl 2:22), về sự dạy dỗ chung hay lời dạy của các sứ đồ (Rô 12:7; Êph 4:14; 1 Ti 1:10; 4:6; 5:17; 6:1, 3; 2 Ti 3:10; 4:3; Tít 1:9; 2:1, 7); về lời dạy về Đức Chúa Trời (Tít 2:10); lời dạy về các quỷ (1 Ti 4:1); về Kinh Thánh Cựu Ước (Rô 15:4; 2 Ti 3:16); và về lời dạy của Ti-mô-thê (1 Ti 4:13, 16).

38. Ê-sai 33:22 gán vai trò này *(měḥōqēq)* cho Gia-vê.

39. Muốn đọc phần trình bày đầy đủ, xem D. I. Block, 'Will the Real Moses Please Rise? An Exploration into the Role and Ministry of Moses in the Book of Deuteronomy, ' trong D. I. Block, *The Gospel According to Moses*, 68–103.

sự chết đang đến, Môi-se tập hợp hội chúng và giảng bài giảng cuối cùng, kêu nài người Y-sơ-ra-ên giữ sự trung thành với Đức Gia-vê. Chúng ta không nên đọc các bản kinh văn ông để lại như bảng luật pháp, mà như những bài giảng giải về ý nghĩa của giao ước đối với một dân sự sắp bước vào xứ mà Chúa hứa ban cho họ dưới giao ước với Áp-ra-ham (so sánh Sáng 15:7–21; 26:3; Xuất 6:2–8).

Vậy thì Cơ Đốc nhân ngày nay phải hiểu và áp dụng sách này như thế nào? Dưới đây là một vài nguyên tắc hướng dẫn.[40] (1) Thay vì bắt đầu với điều Tân Ước nói về Phục Truyền, chúng ta nên đọc sách này như một tài liệu của thế giới Cận Đông cổ bàn đến các vấn đề đang phổ biến vào thời điểm hơn một ngàn năm trước Đấng Christ bằng những thành ngữ bắt nguồn từ thế giới văn hóa đó. Mặc dù hội thánh Tân Ước công nhận sách này cùng với phần còn lại của Cựu Ước, là Kinh Thánh, nhưng sách chủ yếu tìm cách hướng dẫn về phương diện đức tin và đời sống của dân tộc Y-sơ-ra-ên, mà đa phần là hậu tự con cháu của các tổ phụ.

(2) Chúng ta nên coi sách như một 'của cầm' (phần cọc) thành văn của lẽ thật đời đời. Một số chân lý được trình bày dưới hình thức những lời tuyên bố rõ ràng (4:35, 39), trong khi một số khác được phủ bằng lớp vỏ văn hóa riêng của Y-sơ-ra-ên, với những chân lý như vậy chúng ta cần nhận biết nguyên tắc thần học ẩn chứa bên trong lớp vỏ đó (22:8). Nếu Tân Ước nói rõ nghi lễ hay quy định nào đó của Phục Truyền là lỗi thời, thì ít nhất chúng ta phải hiểu rằng nguyên đẳng sau từng mạng lệnh ấy vẫn còn giá trị.

(3) Sau khi đã hiểu được ý nghĩa của phân đoạn Phục Truyền cụ thể nào đó trong ngữ cảnh nguyên thủy của nó, chúng ta phải suy ngẫm về tầm quan trọng của phân đoạn đó dựa trên những mặc khải sau này, sự nhập thể, thập tự giá và sự sống lại của Đấng Christ. Đấng Christ thật sự đã làm trọn luật pháp (và các lời tiên tri, Mat 5:17), nghĩa là Ngài không chỉ là hiện thân hoàn hảo của tất cả những gì luật pháp đòi hỏi và là người giải thích trọn vẹn ý nghĩa của luật pháp, mà Ngài còn là đỉnh điểm của câu chuyện kể bao gồm cả sự tự

---

40. Muốn đọc phần trình bày các vấn đề này, xem D. I. Block, 'Preaching OT Law to NT Christians,' trong D. I. Block, *The Gospel According to Moses*, 104–36; cũng xem, 'The Grace of Torah: The Mosaic Prescription for Life (Deut. 4:1–8; 6:20–25),' *BSac* 162 (2005): 3–22; được in lại trong D. I. Block, *How I Love Your Torah, O LORD*, 1–20.

bày tỏ đầy ân điển của Đức Gia-vê tại núi Si-nai và sự tự bày tỏ qua trung gian là Môi-se tại đồng bằng Mô-áp. Chúng ta cần loại bỏ Đấng Christ học tầm thường, xem Môi-se là hình bóng của Đấng Christ, hay Đấng Christ là Môi-se thứ hai trong các sách Phúc âm, đặc biệt là Ma-thi-ơ 5–7. Sứ điệp của Tân Ước là: Đức Gia-vê, Đấng đã phán trực tiếp tại Si-nai và gián tiếp qua Môi-se, chính là Chúa Giê-xu Christ, tức Đức Gia-vê nhập thể trong hình dáng con người, và Môi-se là tiên tri của Ngài.

Phục Truyền và Thần Học

Mục đích của sách Phục Truyền là kêu gọi mọi thế hệ người Y-sơ-ra-ên trung thành với tình yêu giao ước của mình dành cho Đức Gia-vê để đáp lại sự cứu rỗi đầy ân điển và sự tự mặc khải của Ngài (so sánh 6:20–25) và để chấp nhận vai trò truyền giáo mà Ngài đã kêu gọi họ (26:19). Khi khai triển chủ đề này, Môi-se trình bày một thần học khác biệt cả về chiều sâu lẫn chiều rộng.

(1) Lịch sử Y-sơ-ra-ên bắt đầu và kết thúc với Đức Chúa Trời. Phục Truyền chỉ dạy Y-sơ-ra-ên và mọi độc giả tiếp nối về bản chất độc nhất vô nhị tuyệt đối của Đức Gia-vê (4:32–39; 6:4; 10:17; 32:39; 33:26), bản chất bất diệt (33:27), siêu việt (7:21; 10:17; 32:3), thánh khiết (32:15), công chính và công bình (32:4; so sánh 10:18), nhiệt huyết (sự ghen tuông) dành cho giao ước và mối liên hệ với con dân Ngài (4:24; 5:9; 6:15; 9:3; 32:21), lòng trung thành (7:9), sự hiện diện (1:41; 4:7; 6:15; 7:21; 31:17), lòng thương xót (4:31) và đặc biệt là tình yêu giao ước của Ngài (4:37; 7:7, 8, 13; 10:15, 18; 23:5[6]). Nhưng trong sách này, không điều nào trong các điều đó chỉ là mớ giáo lý trừu tượng. Đức Gia-vê sống trong mối liên hệ với con người. Điều này giải thích lý do Môi-se không ngừng nói về ân điển của Đức Chúa Trời. Ân điển này được bày tỏ trong nhiều hành động cụ thể dành cho Y-sơ-ra-ên: Ngài lựa chọn Áp-ra-ham và con cháu ông (4:37; 7:6), Ngài giải cứu Y-sơ-ra-ên khỏi ách nô lệ Ai Cập (4:32–36), Ngài lập Y-sơ-ra-ên làm dân giao ước của Ngài (4:9–31; 5:1–22; 26:16–19), Ngài chăm sóc quan phòng (1:30–33; 8:15–16), Ngài ban cho họ một quê hương (6:10–15; 8:7–14), Ngài chỉ định người lãnh đạo (16:18–18:22), và Ngài ban chiến thắng trước kẻ thù (7:17–24).

(2) Phục Truyền đưa ra bức tranh toàn diện về cộng đồng đức tin, tức dân được Đức Gia-vê lựa chọn. Trong sách này, giáo lý về sự lựa

chọn thiên thượng đóng vai trò nổi bật. Sách nói về việc lựa chọn (*bâḥar*) một nơi cho danh của Đức Gia-vê ngự (12:5, 11; 14:23–24; 16:6–7; v. v...), lựa chọn vua của Y-sơ-ra-ên (17:15), và lựa chọn thầy tế lễ dòng Lê-vi (18:5; 21:5). Tuy nhiên, việc Đức Gia-vê chọn Y-sơ-ra-ên làm dân giao ước được đặc biệt chú ý. Phục 4:32–40 đặt việc Đức Gia-vê giải cứu dân tộc Y-sơ-ra-ên vào bộ khung lịch sử toàn cầu, tuyên bố sự kiện này là vô song và vô tiền khoáng hậu trong kinh nghiệm của con người. Ở chỗ khác, Môi-se nhấn mạnh việc Đức Gia-vê lựa chọn Y-sơ-ra-ên không phải vì họ tốt lành vượt trội về thuộc linh hay thuộc thể (7:6–8; 9:1–23), mà là một hành động hoàn toàn bởi ân điển, dựa trên tình yêu của Ngài dành cho tổ phụ và con cháu họ (7:6–8). Do vậy, sách Phục Truyền cho thấy Y-sơ-ra-ên là một dân vô cùng vinh dự. Là đối tượng của sự cứu chuộc đầy ân điển và tình yêu giao ước của Đức Gia-vê, họ là một dân thánh của Ngài (7:6; 14:2; 26:19; 28:9), là con nuôi của Ngài (14:1) và sản nghiệp quý giá của Ngài (*sĕgullâ*, 7:6; 14:2; 26:18).

Mặc dù Đức Gia-vê đã kêu gọi toàn dân tộc đến với Ngài trong mối liên hệ giao ước, nhưng cộng đồng đức tin thật bao gồm những người yêu Đức Chúa Trời với tất cả con người, và những người bày tỏ tình yêu đó qua nếp sống đạo đức, đặc biệt là qua đức công chính (*sĕdâcqâ*, 6:25; *ṣedeq*, 16:20), bao gồm việc từ bỏ các thần khác và nhiệt thành theo đuổi công lý và công bằng với người khác (10:16–20). Việc thường xuyên thay đổi cách xưng hô trực tiếp số nhiều và số ít trong sách cho thấy có hai Y-sơ-ra-ên. Y-sơ-ra-ên thuộc thể bao gồm con cháu Áp-ra-ham, còn Y-sơ-ra-ên thuộc linh chỉ bao gồm những người, như Ca-lép và Giô-suê, thể hiện lòng tận hiến tuyệt đối cho Đức Gia-vê bằng cách bước đi trong đường lối Ngài.

(3) Không sách nào khác trong Cựu Ước trình bày trọn vẹn về mối liên hệ giao ước như sách Phục Truyền. Giao ước Đức Gia-vê lập với Y-sơ-ra-ên tại núi Si-nai/Hô-rếp tượng trưng cho sự ứng nghiệm giao ước Ngài lập với Áp-ra-ham và mở rộng thêm cam kết của Ngài với con cháu ông (so sánh Sáng 17:7). Và những lễ nghi giao ước ẩn chứa trong sách Phục Truyền lại tượng trưng cho cam kết của chính thế hệ hiện tại với giao ước đó (26:16–19). Chính trong bối cảnh giao ước này mà chúng ta có thể hiểu được bản chất và vai trò của luật pháp trong Y-sơ-ra-ên khi xưa. Theo Phục Truyền, ngay trong mối liên hệ đó, vâng theo luật pháp:

- Không phải là gánh nặng mà là sự đáp ứng trước đặc ân cao trọng nhất và độc nhất vô nhị ấy là được biết ý muốn Đức Chúa Trời (Phục 4:6–8)
- Không phải là điều kiện tiên quyết để được cứu rỗi, mà là đáp ứng biết ơn của những người đã được cứu (6:20–25).
- Không phải là trách nhiệm do bên này áp đặt lên bên kia, mà là biểu hiện của tình yêu giao ước (26:16–19)
- Không chỉ là hành động bên ngoài, mà là bằng chứng của phép cắt bì trong lòng và sự kính sợ, yêu mến Chúa bên trong (10:12–11:1; 30:6–9)
- Không phải là đáp ứng do bị một bạo chúa áp đặt, mà là cả con người vui lòng lệ thuộc vào bá chủ thiên thượng đầy ân điển (6:4–9; 10:12–13)

Tóm lại, vâng theo luật pháp là bằng chứng rõ ràng của sự công bình, điều kiện tiên quyết để Y-sơ-ra-ên hoàn thành sứ mạng đã được kêu gọi và để được phước (4:24–25; đoạn 11, 28). Sự vâng phục này vừa hợp lý vừa khả thi.

(4) Phục Truyền trình bày một thần học tiến bộ về mảnh đất xứ sở. Nhận thức về vũ trụ của Môi-se được thể hiện qua việc ông bắt trời đất làm chứng cho việc Y-sơ-ra-ên tái xác nhận giao ước (4:26; 30:19; 31:28). Nhưng trong 11:12, Môi-se tuyên bố rằng xứ được dành riêng cho Y-sơ-ra-ên, là đối tượng đặc biệt của sự chăm sóc đời đời của Ngài (*dāraš*). Ngài đang giao xứ vào tay của người Y-sơ-ra-ên làm sản nghiệp đặc biệt (*naḥălâ*, 4:21, và tiếp theo) như một hành động ân điển và để ứng nghiệm lời thề nguyện của Ngài với các tổ phụ của họ (1:8, và tiếp theo). Nhãn quan của Phục Truyền về mối liên hệ giữa dân tộc Y-sơ-ra-ên với xứ trong ngữ cảnh của sự liên kết ba bên thần-xứ-dân được minh họa bằng biểu đồ sau:

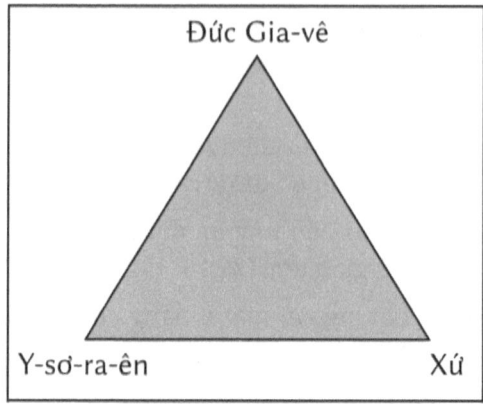

Tại Si-nai, Đức Gia-vê đã chính thức hóa mối liên hệ giao ước của Ngài với Y-sơ-ra-ên. Ở đồng bằng Mô-áp, Môi-se dẫn thế hệ Y-sơ-ra-ên này vào một nghi lễ nhắc lại giao ước mà nhờ đó mối liên hệ của họ với Đức Gia-vê được thắt chặt trước khi họ bước vào xứ. Một khi người Y-sơ-ra-ên đã băng qua sông Giô-đanh, thì công việc đầu tiên họ phải làm là đem xứ vào mối liên hệ này bằng một nghi lễ đặc biệt tại núi Gê-ri-xim và Ê-banh (27:1–26).

Các mối liên hệ trong đó có Đức Gia-vê, dân chúng và xứ được xem là những mối liên hệ năng động, nghĩa là phản ứng của xứ đối với sự cư ngụ trong xứ của Y-sơ-ra-ên hoàn toàn phụ thuộc vào lòng trung thành của dân ấy đối với Đức Gia-vê. Nếu họ trung thành với Ngài, xứ sẽ cho sản vật dồi dào (7:11–16; 11:8–15; 28:1–14); còn nếu họ bất trung và đi theo các thần khác, xứ sẽ không sinh sản vật, và Đức Gia-vê sẽ cắt đứt mối liên hệ của họ với xứ (4:25–28; 8:17–20; 11:16–17; 28:15–26). Tuy nhiên, mặc dù sự bất trung của dân tộc dường như là điều không thể tránh khỏi, nhưng trong tương lai xa, khi dân bị đem ra khỏi xứ vì tội ác của họ, thì đó không phải là sự hủy bỏ hay từ bỏ giao ước mà đó chỉ là việc áp dụng những điều khoản nhỏ của giao ước mà thôi. Vì cam kết giao ước của Đức Gia-vê với Áp-ra-ham và con cháu ông là cam kết không thể thay đổi (4:31), nên Ngài phải và sẽ đem Y-sơ-ra-ên trở về xứ và về với chính Ngài (30:1–10). Theo đó, 'giao ước mới' mà Giê-rê-mi nói đến trong Giê-rê-mi 31:31–34 và giao ước đời đời mà Ê-xê-chi-ên viết trong Ê-xê-chi-ên 16:60 (so sánh Ê-xê 34:25–31) đã tiên liệu sự nhận biết đầy đủ về giao ước ban đầu Đức Chúa Trời lập với Áp-ra-ham, được phê chuẩn và hoàn chỉnh tại

Hô-rếp và được làm mới lại ở đồng bằng Mô-áp, là lúc ranh giới của Y-sơ-ra-ên thuộc linh và thuộc thể cuối cùng đã gặp nhau.

(5) Sách Phục Truyền giới thiệu một phương pháp quản trị cộng đồng giao ước đáng chú ý. Từ đầu đến cuối, rõ ràng Y-sơ-ra-ên đi theo chế độ thần quyền, mà Đức Gia-vê là bá chủ thiên thượng (dù vương quyền của Gia-vê ít khi được chú ý; so sánh 33:5). Kinh Tô-ra giúp trang bị cho các viên thẩm phán do dân chúng chỉ định (1:9–15; 16:18), và các vua, các thầy tế lễ và tiên tri do Đức Gia-vê chỉ định và/ hoặc dấy lên (17:14–18:22). Tuy nhiên, khi cùng dân chúng thực thi trách nhiệm thi hành công lý, chúng ta hình dung ra một cộng đồng giao ước ở dưới thẩm quyền của Kinh Tô-ra và được cai trị bởi 'sự công bình' (ṣĕdâcqâ/ṣedeq).

Kết Luận

Đối với các độc giả hiện đại bị tiêm nhiễm bởi quan điểm tiêu cực về Cựu Ước nói chung và luật pháp Cựu Ước nói riêng, sách Phục Truyền là thuốc giải độc lành mạnh. Qua công tác của Đấng Christ, không chỉ mối liên hệ của Y-sơ-ra-ên trở nên khả thi, mà hội thánh, là Y-sơ-ra-ên mới của Đức Chúa Trời, cũng được tháp vào trong những lời hứa giao ước của Ngài. Cũng như với Y-sơ-ra-ên, con đường đến với những lời hứa này chỉ có được nhờ ân điển, bởi đức tin mà thôi. Tuy nhiên, vì được lựa chọn, được cứu chuộc và được ban cho mối liên hệ giao ước, nên con dân của Đức Gia-vê sẽ vui mừng và mạnh dạn bày tỏ lòng trung thành với Ngài cách hết lòng bằng sự vâng phục hoàn toàn (Rô 12:1–12).

Đối với Cơ Đốc nhân ngày nay, Phục Truyền vẫn là nguồn tài liệu vô giá để hiểu điều Kinh Thánh nói (1) về Đức Chúa Trời, đặc biệt về ân điển của Ngài trong việc cứu chuộc những người bị tội lỗi trói buộc; (2) về đáp ứng đúng đắn với Đức Chúa Trời, đó là dẫn đến lòng yêu mến Chúa và yêu mến tha nhân; và (3) về số phận chắc chắn của người được chuộc. Hơn bất kỳ sách nào khác trong Cựu Ước (nếu không nói là cả Kinh Thánh nói chung), Phục Truyền cụ thể hóa việc sống với đức tin trong đời thực. Trong Tân Ước, Chúa Giê-xu Christ, Đức Chúa Trời nhập thể của sự cứu chuộc Y-sơ-ra-ên, tóm tắt các lời tuyên bố thuộc linh, đạo đức và luân lý của Phục Truyền bằng Mệnh Lệnh Tối Cao: bày tỏ cam kết giao ước với Đức Chúa Trời bằng cả con người (yêu kính) và cam kết giao ước với đồng loại (Mat 22:34–40).

Cơ Đốc nhân sống theo 'luật pháp của Đấng Christ' (Ga 6:2) sẽ vững vàng và chống cự lại cám dỗ đó là rút vào vỏ ốc của những hiểu biết nội tâm chủ quan của đời sống đức tin, là điều rất phổ biến trong Cơ Đốc giáo Tây phương.

Bố cục và Mục đích

Như đã nói ở trên, các bài giảng của Môi-se chiếm phần lớn sách Phục Truyền. Đây là những bài giảng ông nói trước hội chúng tại đồng bằng Mô-áp, rồi sau đó được ghi lại. Một thời gian sau, các bài giảng này được tập hợp, và mỗi bài giảng được đặt vào bộ khung của thể văn tường thuật. Kiểu mẫu của các bài giảng và bộ khung văn tường thuật có thể được minh họa cách khái quát như sau (tỷ lệ không chính xác).

Nghe Lời của Môi-se

Bài giảng đầu tiên của Môi-se	Bài giảng thứ hai của Môi-se	Bài giảng thứ ba của Môi-se	Bài ca của Đức Gia-vê/ của Môi-se	Lời chúc phước của Môi-se
1:1–5	4:44–5:1a	29:2a [29:1a]	31:14–30	32:48–33:2a
1:6–4:40	5:1b-26:19	29:2b-30:20 [29:1b-30:20]	32:1–43	33:2b-29
4:41–43		31:1–13	32:44–47	34:1–12
	27:1–26			
	28:1–68			
	29:1			

Phúc Âm Theo Môi-se

I. Bài giảng đầu tiên của Môi-se: Nhớ đến ân điển của Đức Gia-vê (1:1–4:43)

   A. Lời mở đầu (1:1–5)

   B. Cốt lõi của bài giảng đầu tiên: ân điển của sự kêu gọi (1:6–4:40)

     1. Hồi tưởng về ân điển của Đức Gia-vê đối với thế hệ Xuất hành (1:6–2:1)

       a. Hồi ức tại núi Hô-rếp (1:6–18)

       b. Hồi ức trong hành trình từ Hô-rếp đến Ca-đe Ba-nê-a (1:19)

       c. Hồi ức ở Ca-đe Ba-nê-a (1:20–46)

       d. Hồi ức trong Đồng vắng (2:1)

     2. Hồi tưởng về ân điển của Đức Gia-vê đối với thế hệ mới (2:2–3:29)

       a. Hồi ức về cuộc gặp gỡ của Y-sơ-ra-ên với những người họ hàng bên kia Giô-đanh (2:2–23)

       b. Hồi ức về cuộc gặp gỡ của Y-sơ-ra-ên với các vua A-mô-rít (2:24–3:11)

       c. Hồi ức riêng của Môi-se (3:12–29)

     3. Hồi tưởng về ân điển của Đức Gia-vê khi nghĩ đến tương lai (4:1–40)

       a. Hồi ức về ân điển của Kinh Tô-ra (4:1–8)

       b. Hồi ức về ân điển của giao ước (4:9–31)

       c. Hồi ức về ân điển cứu rỗi (4:32–40)

   C. Lời kết bài giảng đầu tiên của Môi-se (4:41–43)

II. Bài giảng thứ hai của Môi-se: Giải thích ân điển của Gia-vê (4:44–29:1[28:69])

   A. Lời mở đầu bài giảng thứ nhì (4:44–5:1a)

   B. Cốt lõi của bài giảng thứ nhì: ân điển của giao ước (5:1b–26:19)

     1. Mặc khải về các nguyên tắc của mối quan hệ giao ước (5:6–6:3)

a. Bối cảnh mặc khải (5:1b–5)

b. Nội dung mặc khải (5:6–22)

c. Đáp ứng với sự mặc khải (5:23–6:3)

2. Tuyên bố đặc ân của mối quan hệ giao ước (6:4–11:32)

a. Bản chất của mối quan hệ giao ước: Lời kêu gọi đến với tình yêu giao ước (6:4–8:20)

(1) Lời kêu gọi đến với cam kết giao ước (6:4–9)

(2) Thử nghiệm cam kết giao ước (6:10–8:20)

(a) Thử thách đức tin, phần I: những thử nghiệm cam kết giao ước từ bên trong và bên ngoài (6:10–25)

- Bản chất của thử nghiệm (6:10–19)

- Đáp ứng với thử nghiệm (6:20–25)

(b) Thử thách đức tin, phần II: những thử nghiệm cam kết giao ước từ bên ngoài (7:1–26)

- Bản chất của thử nghiệm (7:1–16)

- Đáp ứng với thử nghiệm (7:17–26)

(c) Thử thách đức tin, Phần III: thử nghiệm về cam kết giao ước từ bên trong (8:1–20)

- Bản chất của thử nghiệm (8:1–10)

- Đáp ứng với thử nghiệm (8:11–20)

b. Sự hoàn toàn nhờ ân điển của mối quan hệ giao ước (9:1–10:11)

(1) Bác bỏ những tuyên bố sai lầm về sự ưu ái thiên thượng (9:1–24)

(a) Bản chất của lời tuyên bố (9:1–6)

(b) Phản bác lời tuyên bố (9:7–24)

(2) Cầu xin Chúa nhớ lại ân điển của Ngài (9:25–29)

(a) Bản chất lời cầu xin của Môi-se (9:25–29)

(b) Đáp ứng của Đức Gia-vê với lời cầu xin (10:1–11)

c. Những yêu cầu cơ bản của mối quan hệ giao ước (10:12–11:1)

d. Tầm quan trọng của quan hệ giao ước (11:2–28)

(1) Bài học từ lịch sử: ôn lại những việc phi thường của Đức Gia-vê (11:2–7)

(2) Bài học từ địa lý kinh tế: nhận biết sự chu cấp của Đức Gia-vê (11:8–28)

e. Biết trước việc hoàn thành bộ ba giao ước: Đức Gia-vê – Y-sơ-ra-ên – Xứ (11:29–32)

3. Tuyên bố các phương diện của quan hệ giao ước (12:1–26:19)

a. Kỷ niệm mối quan hệ giao ước với Đức Gia-vê: Phần I (12:2–14:21)

(1) Đáp ứng lời mời thờ phượng trong sự hiện diện của Đức Gia-vê (12:2- 14)

(2) Đáp ứng với lòng nhân từ của Đức Gia-vê tại nhà (12:15–28)

(3) Đáp ứng với lời Đức Gia-vê kêu gọi bước vào mối quan hệ riêng biệt với Ngài (12:29–13:18[19])

(4) Đáp ứng với lời Đức Gia-vê mời gọi ăn tại bàn Ngài (14:1–21)

b. Thể hiện mối quan hệ giao ước với Đức Gia-vê (14:22–15:18)

(1) Tấm lòng mềm mại và đôi tay mở ra, phần I: Rộng rãi trong sự thờ phượng (14:22–29)

(2) Tấm lòng mềm mại và đôi tay mở ra, phần II: rộng rãi trong gia đình (15:1–18)

(a) Nhân từ với người nghèo (15:1–11)

(b) Nhân từ với nô lệ (15:12–18)

c. Kỷ niệm mối quan hệ giao ước với Đức Gia-vê: phần II (15:19–16:17)

(1) Những buổi lễ trong sự hiện diện của Đức Gia-vê và tại nhà không theo lịch chung (15:19–23)

(2) Những lễ hội trong sự hiện diện của Đức Gia-vê theo lịch chung (16:1–17)

(a) Lễ Vượt Qua (16:1–8)

(b) Lễ các Tuần (16:9–12)

(c) Lễ Lều Tạm (16:13–15)

(d) Lời tóm tắt (16:16–17)

d. Mối quan hệ giao ước và việc theo đuổi sự công bình (16:18–18:22)

(1) Bộ máy tư pháp là những người thực thi sự công bình giao ước (16:18–17:13)

(2) Vua là hiện thân của sự công bình giao ước (17:14–20)

(3) Người Lê-vi là những phong vũ biểu cộng đồng cho sự công bình giao ước (18:1–8)

(4) Các tiên tri là tác nhân của sự công bình giao ước (18:9–22)

e. Theo đuổi sự công bình giao ước trong các vấn đề sống còn (19:1–21:9)

(1) Công bình trong trường hợp ngộ sát (và tham lam) (19:1–13)

(2) Công bình tại tòa án (19:15–21)

(3) Công bình trong trận chiến quân sự (20:1–20)

(4) Công bình khi đối diện tội ác chưa được xử (21:1–9)

f. Theo đuổi sự công bình giao ước trong hôn nhân và gia đình: phần I (21:10–23)

(1) Công bình trong cách đối xử với cô dâu thời chiến (21:10–14)

(2) Công bình trong cách đối xử với con đầu lòng (21:15–17)

(3) Công bình trong cách đối xử với đứa con nổi loạn (21:18–21)

(4) Công bình trong cách giải quyết thi hài tội phạm (21:22–23)

g. Theo đuổi sự công bình giao ước trong hôn nhân và gia đình: phần II (22:1–30[23:1])

(1) Công bình trong cách đối xử với súc vật và các vấn đề khác trong gia đình (22:1–12)

(2) Công bình khi đối diện sự phản bội trong hôn nhân (22:13–21)

(3) Công bình khi đối diện sự phóng túng tình dục (22:22–30 [23:1])

h. Dân thánh của Đức Gia-vê theo đuổi sự công bình giao ước (23:1–14 [2–15])

(1) Công bình trong Hội của Đức Gia-vê (23:1–8[2–9])

(2) Công bình trong Trại quân của Y-sơ-ra-ên (23:9–14 [10–15])

i. Theo đuổi sự công bình giao ước trong mối quan hệ kinh tế và xã hội: phần I (23:15–25[16–26])

j. Theo đuổi sự công bình giao ước trong hôn nhân và gia đình: phần III

(1) Công bình khi ly hôn (24:1–4)

(2) Công bình khi nhập ngũ (24:5)

k. Theo đuổi sự công bình trong các mối quan hệ kinh tế và xã hội: phần II (24:6–25:16)

l. Phần chen giữa: Giải quyết việc còn dở dang: vấn đề người A-ma-léc (25:17–19)

m. Kỷ niệm mối liên hệ giao ước với Đức Gia-vê: Phần III (26:1–15)

(1) Kỷ niệm sự thành tín của Đức Chúa Trời (26:1–11)

(2) Xác nhận lòng trung thành với giao ước (26:12–15)

n. Chấp nhận sứ mạng của mối liên hệ giao ước (26:16–19)

C. Phần chen giữa: Lời kêu gọi nhắc lại giao ước trong Đất Hứa (27:1–26)

1. Hoàn tất bộ ba giao ước: Đức Gia-vê – Y-sơ-ra-ên – Xứ (27:1–8)

2. Kêu gọi trung thành với giao ước trong Đất Hứa (27:9–26)

a. Mệnh lệnh của Môi-se và người Lê-vi (27:9–10)

b. Lời nguyền rủa vì bất trung (27:11–26)

o. Hai con đường của giao ước: phước lành và rủa sả (28:1–29:1[28:69])

(1) Đường phước (28:1–14)

(2) Đường rủa sả (28:15–68)

D. Lời kết cho bài giảng thứ hai của Môi-se (29:1[28:69])

III. Bài giảng thứ ba của Môi-se: Tin cậy ân điển của Đức Gia-vê (29:1–30:20)

   A. Lời mở đầu bài giảng thứ ba của Môi-se (29:2a)

   B. Cốt lõi của bài giảng thứ ba: nhắc lại ân điển của giao ước (29:2b[1]-30:20)

      1. Hôm nay: kỷ niệm ân điển giao ước (29:2–13 [1–12])

         a. Hôm nay hãy nhớ đến ân điển trong quá khứ của Đức Gia-vê (29:2- 9[1–8])

         b. Hôm nay hãy nắm giữ ân điển của Đức Gia-vê (29:10–13[9–12])

      2. Ngày mai: Xem thường ân điển giao ước (29:14–28 [13–27])

      3. Hôm nay: Thắc mắc về ân điển giao ước (29:29[28])

      4. Ngày mai: Tin cậy vào ân điển giao ước (30:1–10)

      5. Hôm nay: Đáp ứng với ân điển giao ước (30:11–20)

IV. Môi-se qua đời (31:1–34:12)

   A. Chuẩn bị cho sự qua đời của Môi-se (31:1–32:47)

      1. Lễ nhậm chức của Giô-suê trong vai trò người kế vị Môi-se: Phần I (31:1–8)

      2. Ủy thác Kinh Tô-ra (31:9–13)

      3. Lễ nhậm chức của Giô-suê trong vai trò người kế vị Môi-se: Phần II (31:14–15, 23)

      4. Lời mở đầu bài quốc ca của Y-sơ-ra-ên: Phần I (31:16–22)

      5. Diễn văn kết thúc của Môi-se (31:24–29)

      6. Nhắc lại bài quốc ca của Y-sơ-ra-ên (31:30–32:47)

         a. Lời mở đầu bài quốc ca của Y-sơ-ra-ên: Phần II (31:30)

         b. Lời bài quốc ca của Y-sơ-ra-ên (32:1–43)

         c. Lời kết của bài quốc ca (32:44–47)

   B. Thông báo về sự qua đời của Môi-se (32:48–52)

   C. Lời chúc phước của Môi-se (33:1–29)

   D. Kể lại sự qua đời của Môi-se (34:1–12)

Danh mục tài liệu tham khảo về sách Phục Truyền Luật Lệ Ký

Những tài liệu này có thể hữu ích cho độc giả nào muốn tiếp tục nghiên cứu sâu hơn sách Phục Truyền Luật Lệ Ký. Christensen cung cấp thông tin danh mục đầy đủ hơn bên dưới.

Bergey, R. 'The Song of Moses (Deuteronomy 32. 1–43) and Isaianic Prophecies: A Case of Early Intertextuality?' *Journal for the Study of the Old Testament* 28 (2003): 33–54.

Biddle, Mark E. *Deuteronomy*. Smyth & Helwys Bible Commentary. Macon, GA: Smyth & Helwys, 2003.

Block, Daniel I. *The Gospel According to Moses: Theological and Ethical Reflection on the Book of Deuteronomy*. Eugene, OR: Cascade, 2012.

_____. *How I Love Your Torah, O LORD! Studies in the Book of Deuteronomy*. Eugene, OR: Cascade, 2011.

_____. *The Gods of the Nations: Studies in Ancient Near Eastern National Theology*. Bản chỉnh lý. Evangelical Theological Society Monographs. Grand Rapids: Baker, 2000.

_____. *Judges and Ruth*. New American Commentary 6. Nashville, TN: Broadman & Holman, 1999.

_____. 'Marriage and Family in Ancient Israel. ' Pages 33–102 trong *Marriage and Family in the Biblical World*. Biên tập bởi K. Campbell. Downers Grove, IL: InterVarsity Press, 2003.

_____. 'My Servant David: Ancient Israel's Vision of the Messiah. ' Pages 17–56 in *Israel's Messiah in the Bible and the Dead Sea Scrolls*. Biên tập bởi Richard . S. Hess and M. Daniel Carroll R. Grand Rapids: Baker, 2003.

Braulik, Georg. *The Theology of Deuteronomy: Collected Essays of Georg Braulik, O. S. B*. Biên dịch bởi U. Lindblad. Bibal Collected Essays 2. N. Richmond Hills, TX: Bibal, 1994.

_____. 'Law as Gospel: Justification and Pardon according to the Deuteronomic Torah.' *Interpretation* 38 (1984): 5–14.

Brown, Raymond. *The Message of Deuteronomy*. The Bible Speaks Today. Downers Grove, IL: InterVarsity Press, 1993.

Brueggemann, Walter. *Deuteronomy*. Abingdon Old Testament Commentaries. Nashville: Abingdon, 2001.

Calvin, John. *Commentaries on the Four Last Books of Moses*. Biên dịch bởi Charles William Bingham. Grand Rapids: Eerdmans, 1950.

Christensen, Duane L. *Deuteronomy 1: 1–21:9*. Bản chỉnh lý. Word Biblical Commentary 6A. Nashville, TN: Nelson, 2001.

_____. *Deuteronomy 21:10–34:12*. Word Biblical Commentary 6B. Nashville, TN: Nelson, 2002.

_____, bt. *A Song of Power and the Power of Song: Essays on the Book of Deuteronomy*. Studies in Biblical Theology 3. Winona Lake, IN: Eisenbrauns, 1993.

Clarke, Ernest G. *Targum Pseudo-Jonathan: Deuteronomy*. Aramaic Bible 5B. Collegeville, MN: Liturgical, 1998.

Craigie, Peter C. *The Book of Deuteronomy*. New International Commentary on the Old Testament. Grand Rapids: Eerdmans, 1976.

Crüsemann, F. *The Torah: Theology and Social History of Old Testament Law*. Biên dịch bởi A. W. Mahnke. Minneapolis: Fortress, 1996.

DeRouchie, Jason S. *A Call to Covenant Love: Text Grammar and Literary Structure in Deuteronomy 5–11*. Gorgias Dissertations 30. Piscataway, NJ: Gorgias, 2007.

Driver, S. R. *A Critical and Exegetical Commentary on Deuteronomy*. International Critical Commentary. Edinburgh: T& T Clark, 1902.

Falk, Ze'ev W. *Hebrew Law in Biblical Times*. Phiên bản 2. Provo, UT: Brigham Young University Press, 2001.

Firmage, E. B., cs., bt. *Religion and Law: Biblical-Judaic and Islamic Perspectives*. Winona Lake, IN: Eisenbrauns, 1990.

Fishbane, M. *Biblical Interpretation in Ancient Israel.* Oxford: Clarendon, 1985.

Harrelson, W. *The Ten Commandments and Human Rights.* Bản chỉnh lý. Macon, GA: Mercer Univ. Press, 1997.

Hugenberger, Gordon. *Marriage as a Covenant: Biblical Law and Ethics as Developed from Malachi.* Biblical Studies Library. Winona Lake, Indiana: Eisenbrauns, 1998.

Hwang, Jerry. 'The Rhetoric of Remembrance: An Exegetical and Theological Investigation into the 'Fathers' in Deuteronomy. ' Ph. D. Dissertation, Wheaton College, 2009.

Kaufman, Stephen. 'The Structure of the Deuteronomic Law. ' *Maarav* 1 (1979): 105–58.

King, P. J. , and L. E. Stager. *Life in Biblical Israel.* Library of Ancient Israel. Louisville, KY: Westminster John Knox, 2001.

Kitchen, Kenneth A. *On the Reliability of the Old Testament.* Grand Rapids: Eerdmans, 2003.

Knoppers, Gary. 'Rethinking the Relationship between Deuteronomy and the Deuteronomistic History. ' *Catholic Biblical Quarterly* 63 (2002): 393–415.

———. 'The Deuteronomist and the Deuteronomic Law of the King: A Re-examination of a Relationship. ' *Zeitschrift für die alttestamentliche Wissenschaft* 108 (1996): 329–46.

Levinson, Bernard M. *Deuteronomy and the Hermeneutics of Legal Innovation.* Oxford: Oxford University Press, 1998.

———. 'The Right Chorale': Studies in Biblical Law and Interpretation. Winona Lake, IN: Eisenbrauns, 2011.

Lienhard, S. J. *Exodus, Leviticus, Numbers, Deuteronomy.* Ancient Christian Commentary on Scripture. Old Testament 3. Downers Grove, IL: InterVarsity Press, 2001.

MacDonald, Nathan. *Deuteronomy and the Meaning of 'Monotheism.* ' Forschung zum Alten Testament 2/ 1. Tübingen: Mohr (Siebeck), 2003.

Mayes, A. D. H. *Deuteronomy.* New Century Bible. Grand Rapids: Eerdmans, 1981.

McBride, S. Dean, Jr. 'Polity of the People of God: The Book of Deuteronomy.' *Interpretation* 41 (1987): 229–44.

McCarthy, Carmel , bt. *Deuteronomy*. Biblia Hebraica Quinta 5. Stuttgart : Deutsche Bibelgesellschaft, 2007.

McConville, J. G. Deuteronomy. *Apollos Old Testament Commentary*. Downers Grove, IL: InterVarsity Press, 2002.

———. *Grace in the End: A Study in Deuteronomic Theology*. Grand Rapids: Zondervan, 1993.

———. *Law and Theology in Deuteronomy*. Sheffield: JSOT Press, 1984.

McConville, J. Gordon, và J. G. Millar. *Time and Place in Deuteronomy*. Journal for the Study of the Old Testament Supplement Series 179. Sheffield: Sheffield Academic, 1984.

Merrill, Eugene H. *Deuteronomy*. New American Commentary. Nashville, TN: Broadman & Holman, 1994.

Millar, J. G. *Now Choose Life*. Grand Rapids: Eerdmans, 1998.

Miller, P. D. *Deuteronomy*. Interpretation. Louisville, KY: John Knox, 1990.

———. 'Deuteronomy and the Psalms: Evoking a Biblical Conversation.' *Journal of Biblical Literature* 118 (1999): 3–18.

———. " Moses My Servant': The Deuteronomic Portrait of Moses.' *Interpretation* 41 (1987): 245–55.

———. *The Ten Commandments*. Interpretation. Louisville, KY: Westminster John Knox, 2009.

Nelson, R. *Deuteronomy*. Old Testament Library. Louisville, KY: Westminster John Knox, 2002.

Nicholson, E. W. *Deuteronomy and Tradition: Literary and Historical Problems in the Book of Deuteronomy*. Philadelphia: Fortress, 1967.

Olsen, Dennis T . *Deuteronomy and the Death of Moses: A Theological Reading*. Overtures to Biblical Theology. Minneapolis: Fortress, 1994.

Otto, Eckart. *Das Deuteronomium*. Beihefte zur Zeitschrift für die alttestamentliche Wissenschaft 284. Berlin: de Gruyter, 1999.

Patrick, Dale. *Old Testament Law*. Atlanta: John Knox, 1985.

Phillips, Anthony. *Ancient Israel's Criminal Law: A New Approach to the Decalogue*. Oxford: Blackwood; New York: Schocken, 1970.

Polzin, R. *Moses and the Deuteronomist: A Literary Study of the Deuteronomistic History*. New York: Seabury, 1980.

Pressler, Carolyn. *The View of Women Found in the Deuteronomic Family Laws*. Beihefte zur Zeitschrift für die alttestamentliche Wissenschaft 216. Berlin/ New York: de Gruyter, 1993.

Rad, G. von. *Deuteronomy: A Commentary*. Old Testament Library. Philadelphia: Westminster, 1966.

_____. *The Problem of the Hexateuch and Other Studies*. London: SCM, 1966.

_____. *Studies in Deuteronomy*. Studies in Biblical Theology 9. London: SCM, 1953.

Richter, Sandra. *The Deuteronomistic History and the Name Theology: lešakkēn šemô šām in the Bible and the Ancient Near East*. Beihefte zur Zeitschrift für die alttestamentliche Wissenschaft 318. Berlin: de Gruyter, 2002.

Roth, Martha. T. *Law Collections from Mesopotamia and Asia Minor*. Pb. 2. Society of Biblical Literature Writings from the Ancient World 6. Atlanta: Scholars, 1997.

Sohn, Seock-Tae. *The Divine Election of Israel*. Grand Rapids: Eerdmans, 1991.

Sonnet, Jean-Pierre. *The Book within the Book: Writing in Deuteronomy*. Leiden: Brill, 1997.

Thompson, J. A. *Deuteronomy: An Introduction and Commentary*. Tyndale Old Testament Commentaries. Downers Grove, IL: InterVarsity Press, 1974.

Tigay, J. *Deuteronomy*. Jewish Publication Society Torah Commentary. Philadelphia: Jewish Publication Society, 1996.

_____. *You Shall Have No Other Gods: Israelite Religion in the Light of Hebrew Inscriptions.* Harvard Semitic Monographs 31. Atlanta: Scholars, 1986.

Toorn, K. van der, B. Becking, và P. W. van der Horst, bt. *Dictionary of Deities and Demons in the Bible.* Bản chỉnh lý. Leiden: Brill, 1999.

Turner, Kenneth J. *The Death of Deaths in the Death of Israel: Deuteronomomy's Theology of Exile.* Eugene, OR: Wipf & Stock, 2011.

Vogt, Peter. *Deuteronomic Theology and the Significance of Torah: A Reappraisal.* Winona Lake, IN: Eisenbrauns, 2006.

Watts, James W. *Reading Law: The Rhetorical Shaping of the Pentateuch.* Biblical Seminar 59. Sheffield: Sheffield Academic, 1999.

Weinfeld, M. 'Deuteronomy.' In *Anchor Bible Dictionary.* Biên tập bởi D. N. Freedman, 2: 168–83. Garden City, NY: Doubleday, 1992.

_____. *Deuteronomy 1–11: A New Translation with Introduction and Commentary.* Anchor Bible 5. New York: Doubleday, 1991.

_____. *Deuteronomy and the Deuteronomic School.* 1972; tái bản Winona Lake, IN: Eisenbrauns, 1992.

Wenham, Gordon. J. 'Deuteronomy and the Central Sanctuary.' *Tyndale Bulletin* 22 (1971): 103–18.

Wevers, John W. *Notes on the Greek Text of Deuteronomy.* Septuagint and Cognate Studies 39. Atlanta: Scholars, 1995.

Wilson, Ian. *Out of the Midst of the Fire.* Society of Biblical Literature Dissertation Series 151. Atlanta: Scholars, 1995.

Wright, Christopher J. H. *Deuteronomy.* New International Biblical Commentary. Peabody, MA: Hendrickson, 1996.

_____. *The Mission of God: Unlocking the Bible's Grand Narrative.* Downers Grove, IL: InterVarsity Press, 2006.

_____. *The Mission of God's People: A Biblical Theology of the Church's Mission.* Grand Rapids: Zondervan, 2010.

_____. *Old Testament Ethics for the People of God.* Downers Grove, IL: InterVarsity Press, 2004.

Zehnder, Markus. 'Building on Stone? Deuteronomy and Esarhaddon's Loyalty Oaths (Part 1): Some Preliminary Observations.' *Bulletin for Biblical Research* 19 (2009): 341–74.

_____. 'Building on Stone? Deuteronomy and Esarhaddon's Loyalty Oaths (Part 2): Some Additional Observations.' *Bulletin for Biblical Research* 19 (2009): 511–35.

Phục Truyền Luật Lệ Ký 1:1–5

Ý Nghĩa Nguyên Thủy

Phục Truyền mở đầu bằng lời giới thiệu chính thức của người biên tập, mô tả tính chất và nội dung của sách, và đưa ra một loạt chi tiết mà độc giả phải lưu ý.

Thẩm quyền đằng sau sách. Mặc dù Phục Truyền đa phần được cấu thành từ lẽ thật thiên thượng đã được công bố, nhưng tiếng của Đức Chúa Trời chỉ được trực tiếp nghe thấy năm lần: 31:14b, 16b-21, 23b; 32:49–52; và 34:4b. Phần giới thiệu báo cho độc giả biết tiếng của Môi-se, mà chúng ta sẽ nghe từ đầu đến cuối. Nhưng tiếng của ông không phải tiếng nói độc lập; ông chỉ nói điều Đức Gia-vê 'đã bảo ông' (1:3). Phục vụ trong vai trò người trung gian của giao ước giữa Đức Gia-vê với Y-sơ-ra-ên và như ống dẫn sự mặc khải thiên thượng tại Si-nai, Môi-se nói với tư cách phát ngôn viên đầy thẩm quyền cho Đức Chúa Trời.

Đối tượng người nghe trong sách. Trong nguyên văn, người nghe ở đây là 'toàn dân Y-sơ-ra-ên' trong câu 1 và 'con cháu Y-sơ-ra-ên' trong câu 3 (Bản HĐTT: dân Y-sơ-ra-ên. Hai tên gọi này được dùng xuyên suốt cả sách. Cụm từ đầu gợi ý rằng Môi-se phán với cộng đồng đức tin, từ thứ hai chỉ ra mối liên kết về chủng tộc của dân tộc Y-sơ-ra-ên (họ là con cháu của Gia-cốp/ Y-sơ-ra-ên).

Vị trí các sự kiện được mô tả trong sách. Phần giới thiệu định vị các bài giảng của Môi-se về mặt địa lý là ở 'phía đông Giô-đanh' nói chung và 'trong đất Mô-áp' nói riêng. Dựa vào 32:49 và 34:1, những sự kiện này xảy ra tại biên giới phía bắc của Mô-áp.

Cú pháp của câu 1b tạo ấn tượng rằng Môi-se giảng những bài này trong đồng vắng, đâu đó ở A-ra-ba. Danh sách các địa danh sau đây được cho là để định rõ nơi chốn: 'đối diện với Su-phơ, giữa Pha-ran và Tô-phên, La-ban, Hát-sê-rốt và Đi-xa-háp.' Vì những nơi có thể nhận diện được đó nằm ở miền nam Biển Chết, nên loạt địa danh này dường như ám chỉ một chuỗi những trạm dừng trên con đường Y-sơ-ra-ên đi từ Si-nai/ Hô-rếp đến Ca-đe Ba-nê-a. Câu 2 lưu ý rằng trong điều kiện bình thường, hành trình có thể được hoàn tất trong mười một ngày. Tuy nhiên, vì dân chúng nổi loạn tại Ca-đe Ba-nê-a – cửa ngõ vào Đất Hứa (Dân 13–14) - nên việc vào xứ Ca-na-an đã bị hoãn gần bốn mươi năm.

Thời điểm của các sự kiện được mô tả trong sách. Tác giả định thời gian cho bài giảng của Môi-se là 'vào ngày mồng một tháng mười một năm thứ bốn mươi'. Theo **Xuất 12:2**, sự kiện dân chúng ra khỏi Ai Cập đánh dấu khởi đầu của lịch sử Y-sơ-ra-ên (Sáng 15:7–21; Xuất 3:6–8; 6:2–8).[1] Bây giờ, bốn mươi năm sau, một thế hệ mới của con cháu Gia-cốp đang đứng tại Giô-đanh, sẵn sàng tiến vào Ca-na-an. Câu 4 thêm vào dấu chỉ niên đại thứ nhì: Môi-se giảng các bài giảng sau khi đánh bại hai vua A-mô-rít ở phía đông Giô-đanh. Chiến thắng trước vua Si-hôn và Óc cho thấy bằng chứng cụ thể rằng khi Y-sơ-ra-ên trung thành với Đức Gia-vê, Ngài sẽ chiến đấu cho họ.

Thể văn của sách. Sách mở đầu với 'Đây là những lời Môi-se nói'. Câu 3 nhắc lại rằng Môi-se 'công bố' (*dibber*) trước Y-sơ-ra-ên tất cả những gì Đức Gia-vê đã truyền cho ông. Điều này cho thấy trong sách này, Môi-se không phải đóng vai trò chủ đạo là người ban luật pháp mà là một tiên tri (18:15; 34:10) và là mục sư của dân chúng (so sánh Dân 27:17; Ê-sai 63:11). Ông giảng những bài giảng cuối cùng trước khi rời khỏi sân khấu. Việc tác giả mô tả hoạt động của ông là *hô'îl... be'ēr* (bản NIV dịch là 'ông bắt đầu trình bày'), không chỉ nói đến sự giảng giải bằng lời. Qua việc công bố và thực hiện các nghi thức tái xác nhận giao ước được nói đến trong sách, giao ước Y-sơ-ra-ên được thông qua tại Hô-rếp[2] giờ đây lại được thế hệ này thông qua.[3]

Cách nói 'Kinh Tô-ra này' (*hattôrâ hazzō't*) mô tả những ý tiếp theo là sự chỉ dẫn chứ không phải luật.[4] Lối giải thích này được xác nhận qua cách sách mô tả Môi-se. Ông 'dạy' (*limmēd*) dân chúng (4:5, 14; 5:31; 6:1; 31:19) và họ 'học' kinh Tô-ra (4:10; 5:1; 17:19; 31:12–13).

---

1. Dấu hiệu chỉ niên đại của tác giả khớp với phần còn lại của Ngũ Kinh (so sánh Xuất 16:1; 19:1; 40:17; Dân 1:1; 9:1; 12:11; 33:38).
2. Nhất quán với tên gọi chung của các giao ước khác trong Kinh Thánh (giao ước Áp-ra-ham/ tổ phụ, giao ước Nô-ê/ vũ trụ, giao ước Đa-vít), từ đầu đến cuối tôi sẽ nói đến giao ước này là 'giao ước Y-sơ-ra-ên'. Giao ước tại Si-nai không được lập với Môi-se, mà là *qua* Môi-se; Môi-se không phải là đối tác của giao ước.
3. Từ Hê-bơ-rơ *be'ēr* có cùng gốc với từ Akkad *burru* có nghĩa là 'xác nhận', tức là 'thi hành một tài liệu pháp lý'. So sánh CAD 2 (1965), 127.
4. Danh từ *tôrâ* bắt nguồn từ động từ *hôrâ* ('dạy dỗ') (*HALOT*, 436–37). Từ này xuất hiện hai mươi hai lần trong Phục Truyền: 1:5; 4:8, 44; 17:11, 18, 19; 27:3, 8, 26; 28:58–61; 29:21[20], 29[28]; 30:10; 31:9, 11, 12, 24, 26; 32:46; 33:4, 10.

Phần lớn sách chứa đựng những lời chỉ dẫn và khuyên bảo mục vụ, và ngay cả khi trích dẫn những luật có trước đó, thì chúng cũng đầy những lời kêu gọi khích lệ.

Phục Truyền gồm hai loại Kinh Tô-ra: Tô-ra bằng lời và Tô-ra thành văn. Phục 1:5 và 4:8 rõ ràng xếp bài giảng thứ nhất của Môi-se vào dạng Kinh Tô-ra bằng lời. Tuy nhiên, trong phần tường thuật bài giảng thứ hai (6:6–9; 11:18–21; 17:18–20; 27:1–8; 28:58–61) và thứ ba (29:14–29 [13–28]; 30:8–11), chúng ta thấy vô số những phần tham khảo từ Kinh Tô-ra thành văn, tức bản sao các bài giảng bằng lời của ông. Như thể để xóa tan mọi ngờ vực về thể văn của sách, phần giới thiệu kết thúc bằng động từ chỉ lời nói ('nói' *lēʾmôr*) thay vì luật pháp. Môi-se đứng trước dân chúng như một vị mục sư, giảng các bài giảng cuối theo lệnh của Đức Gia-vê và nài xin dân Y-sơ-ra-ên giữ lòng trung thành với Đức Chúa Trời của họ khi họ băng qua Giô-đanh và định cư trong xứ đã được hứa ban cho tổ phụ họ.

Ngữ Cảnh Bắc Cầu

Hầu hết độc giả Kinh Thánh đều nhận biết tầm quan trọng của Môi-se trong lịch sử Y-sơ-ra-ên. Được nuôi dưỡng trong triều của Pha-ra-ôn, nhưng bị lưu vong bốn mươi năm trong đồng vắng Ma-đi-an, Môi-se miễn cưỡng đáp lại sự kêu gọi của Đức Chúa Trời, dẫn dân chúng ra khỏi Ai Cập. Phần mở đầu phúc âm Giăng diễn tả cách hoàn hảo vai trò của ông trong lịch sử mặc khải:

> Và từ nguồn sung mãn của Ngài, tất cả chúng ta đều nhận được ân điển càng thêm ân điển. Vì luật pháp [được hiểu là 'Kinh Tô-ra'] đã được ban bố bởi Môi-se; còn ân điển và chân lý thì đến từ Đức Chúa Giê-xu Christ [được hiểu là 'xảy ra trong']. (Giăng 1:16–17)

Ở đây, sự tương phản không phải giữa luật pháp và ân điển, mà là giữa ân điển được truyền qua trung gian ('qua Môi-se') và ân điển hiện thân ('trong Chúa Giê-xu Christ'). Giăng hiểu sự mặc khải của Kinh Tô-ra qua Môi-se là thời điểm tột đỉnh của ân điển, mà chỉ sự nhập thể mới thay thế được. Là người giải thích giao ước và giải thích sự mặc khải ở Hô-rếp, Môi-se phục vụ Y-sơ-ra-ên trong vai trò trung gian của ân điển thiên thượng.

Nhưng thẩm quyền của Môi-se bắt nguồn từ chính Đức Chúa Trời. Theo câu 3, Môi-se nói với người Y-sơ-ra-ên tất cả những gì Đức Gia-vê đã truyền cho ông. Đây là cách Cựu Ước mô tả tiến trình linh cảm. Vì Môi-se là loa phát thanh của Đức Gia-vê, nên hễ điều gì ông tuyên bố trước dân Y-sơ-ra-ên thì bắt buộc họ phải nghe theo giống y như sự mặc khải tại Si-nai, mà Xuất Ê-díp-tô Ký – Lê-vi Ký đã trình bày cách nhất quán như lời phán trực tiếp từ thiên thượng. Nhưng tiến trình linh cảm không dừng lại ở sự trình bày bằng lời hay ngay cả ở việc Môi-se tự tay sao chép các bài giảng của mình (so sánh 31:9). Đức Thánh Linh, Đấng đã hướng dẫn Môi-se khi ông công bố Kinh Tô-ra cũng là Đức Thánh Linh đã hướng dẫn cho người sắp xếp và biên tập các bài thuyết giảng rồi may chúng lại với nhau theo các đường may của thể tường thuật, trong đó có cả phần giới thiệu này. Sự linh cảm của Kinh Thánh khiến Kinh Thánh có thẩm quyền đối với tín hữu và bảo đảm rằng Kinh Thánh mang đến sự biến đổi. Trong Phục Truyền, chúng ta bắt gặp trọng tâm của Kinh Thánh, điều Phao-lô mô tả là một nguồn dạy dỗ, bẻ trách, sửa trị và huấn luyện cách hiệu quả con dân Đức Chúa Trời trong sự công bình, để họ có đủ khả năng và được trang bị để làm mọi việc lành (2 Ti 3:16–17).

Thật vậy, sách Phục Truyền trình bày bức tranh đầy đủ về ý nghĩa của từ Kinh Tô-ra. Là 'chỉ dẫn có thẩm quyền', Kinh Tô-ra thật sự bao gồm các luật lệ và mạng lệnh (4:44–45)[5] nhưng các bài giảng tiếp theo cho thấy Kinh Tô-ra không chỉ có thế. Kinh Tô-ra gồm những lời phán thiên thượng (1:6–8); những hồi ức mang tính tự truyện (1:9–18; 3:23–28); phần nhắc lại các sự kiện lịch sử (1:19–3:17); lời hứa ban phước lành là phần thưởng cho lòng trung thành với Đức Gia-vê (7:12–16; 11:18–27; 28:1–14); lời khuyên bảo về luân lý (4:9–24); những lời cảnh báo sự bỏ đạo (7:25–26; 8:11–20; 12:29–13:18[19]), trong đó có lời đe dọa rủa sả vì bất trung (11:28; 27:14–26; 28:15–68); nhắc lại Mười Điều Răn (5:6–21); lời chỉ dẫn dạng vấn đáp (6:4–9, 20–25; 10:12–22; 26:1–15); lời mời thường xuyên tương giao trong sự hiện diện của Đức Gia-vê (2:1–19); đáp ứng những yêu cầu cụ thể (12:20–28; 17:14–20); những chỉ dẫn chi tiết về chuyện ăn uống (14:1–21) và nghi thức thờ phượng (14:22–29; 16:1–17); những chỉ dẫn về việc tổ chức (16:18–18:22); những chỉ dẫn về chính sách quân sự (7:1–11; 20:1–20; 23:9–14[10–15]); chỉ dẫn

---

5. So sánh 4:1; 5:1; 6:1; 11:1; 12:1; 26:17; 30:11. Lưu ý phần áp dụng duy nhất của từ liệu này vào Mười Điều Răn trong Xuất 24:12.

cụ thể liên quan đến việc thực thi sự công bằng (16:18–19; 17:2–13; 19:15–21); những hành vi liên quan đến môi trường, kinh tế và nông nghiệp (19:14; 20:19–20; 22:1–11; 24:19–22; 25:13–16); đạo đức tình dục (22:13–30) và hôn nhân (21:10–14; 24:1–5; 25:5–12); kêu gọi tỏ lòng thương xót với những người thấp kém về mặt xã hội và kinh tế (10:18–19; 15:1–18; 24:17–22); bài quốc ca (32:1–43); và lời chúc phước cuối cùng của Môi-se cho các chi phái (33:1–29).

Tất cả đều nằm dưới đề mục 'Kinh Tô-ra'. Chiều rộng về ngữ nghĩa của thuật ngữ này cũng giải thích cách Kinh Tô-ra có thể dễ dàng được mở rộng cho toàn bộ Ngũ Kinh, trong đó chiếm ưu thế là chuyện kể chứ không phải luật pháp. Chắc chắn khi tác giả Thi thiên mở đầu với ý nói đến sự vui thích về kinh Tô-ra (Thi 1:2), ông không nghĩ đến 'luật lệ' trước tiên, vì nếu không có câu chuyện phúc âm mà qua đó luật pháp được gắn vào, thì luật pháp trở thành gánh nặng chứ không phải niềm vui.

Ý nghĩa đương đại

Đối với nhiều Cơ Đốc nhân, Cựu Ước nói chung và Phục Truyền nói riêng là quyển sách đã chết. Hậu quả là quyển sách Chúa Giê-xu yêu thích nhất lại bị bỏ qua, nguồn tài liệu cho phần lớn thần học của Giăng và Phao-lô bị loại bỏ, và năng quyền mang lại sự sống của Lời Đức Chúa Trời bị mất đi. Nếu không tái khám phá sách này, chúng ta không trân trọng toàn bộ Cựu Ước nói chung. Như chúng ta sẽ thấy trong phần giải nghĩa, sách này trình bày Phúc âm theo Môi-se. Đây là Phúc âm của ân điển thiên thượng dành cho những con người không xứng đáng. Khải tượng của Môi-se cho chính dân của ông là mô hình thu nhỏ của khải tượng thiên thượng cho toàn thể nhân loại. Sách hướng độc giả đến Giê-hô-va Đức Chúa Trời, Đấng đã cứu chuộc dân Ngài và giao cho họ sứ mạng phô bày ân điển của Ngài cho thế giới.

Đồng thời, trong sách chúng ta cũng có cái nhìn thoáng qua về mục vụ chăn bầy. Các bài nói chuyện là những lời răn dạy từ biệt của một người làm mục sư cho một hội chúng suốt bốn mươi năm, hướng dẫn họ lúc phấn khởi và chăm sóc họ khi khó khăn. Chúng ta sẽ nghe lại những thất vọng của Môi-se đối với chính dân mình (1:37; 3:26; 4:21), nghe lời quở trách của Đức Gia-vê vì tội của chính ông (32:48–52), và lời từ chối của Ngài trước yêu cầu cá nhân của ông (3:24–26), nhưng trong nhiều phương diện, Môi-se là một mục sư mẫu mực. Ông biết rõ thính giả của mình; họ nổi loạn từ ngày ông mới biết họ (9:24), và ngay khi ông lìa đời thì họ bội đạo (31:27–29).

Không như nhiều vị mục sư ngày hôm nay, Môi-se cũng biết vai trò của mình là người thầy của họ (Phục 4:1, 5, 10, 14). Ông thách thức họ ghi nhớ những việc làm đầy ân điển của Đức Gia-vê và hướng dẫn họ trong những phương diện của đời sống giao ước. Ông cũng nài nỉ họ giữ chính mình khỏi tình trạng thờ ơ thuộc linh và bội đạo. Nhưng quan trọng nhất, Môi-se giới thiệu họ với Đức Chúa Trời. Làm trọn những lý tưởng của Ma-la-chi, vị tiên tri cuối cùng trong hàng các tiên tri mà ông là người dẫn đầu, Môi-se đã làm việc không mệt mỏi trong tư cách mục sư để đem sự sống và bình an đến cho các tín hữu của mình; ông kính sợ danh của Đức Gia-vê; ông dạy lẽ thật; ông bước đi với Đức Gia-vê trong *sự bình an* và chính trực; và ông khiến nhiều người xây khỏi tội lỗi (Mal 2:5–6).

Nhưng Môi-se cũng biết vai trò của mình trong mối liên hệ với Đức Gia-vê. Ông là tiếng kêu trong đồng vắng 'Hãy dọn đường cho Chúa' (Ê-sai 40:3; Giăng 1:23). Nhưng ông cũng là người cầu thay công bình, mà qua lời cầu nguyện của ông nhiều việc được thành (9:19–20; so sánh Gia-cơ 5:16). Và khi ông đối diện sự chết của chính mình, ông không bận tâm đến di sản cá nhân; sức lực của ông đầu tư vào bầy của mình. Đây là người chăn bầy 'theo Đức Chúa Trời' (*kata theon*), tức là theo cách Chúa sẽ làm nếu Ngài hiện diện trong thân xác (1 Phi 5:2).

Phục Truyền Luật Lệ Ký 1:6–18

Lời mở đầu bài giảng thứ nhất của Môi-se (Phục Truyền 1:6–4:40)

Trước khi nhận xét các phần cụ thể của bài giảng thứ nhất, chúng ta phải xem xét bản chất và thuật hùng biện của đoạn 1–4. Về mặt bố cục, bài nói chuyện được chia làm hai phần: 1:6–3:29 và 4:1–40. Phần chuyển tiếp sang bài thứ hai được báo hiệu cách trang trọng bằng 'Hỡi Y-sơ-ra-ên, bây giờ hãy nghe' (4:1) và bằng sự thay đổi rõ rệt về văn phong và giọng điệu. Trong khi 1:6–3:29 chủ yếu bao gồm những hồi tưởng lịch sử, thì 4:1–40 mang dấu ấn riêng biệt của một bài giảng khi Môi-se kêu gọi con dân Chúa giữ mình kẻo họ quên Đức Gia-vê mà đi theo các thần khác. Dù vậy, đoạn 1–3 và 4 được kết nối bởi ít nhất bốn chủ đề thần học: sự hiện diện của Đức Gia-vê,[1] Đức Gia-vê lựa chọn Y-sơ-ra-ên,[2] vâng phục là đáp ứng xứng hợp với ân điển thiên thượng,[3] và Ca-na-an là xứ được Đức Gia-vê thương xót ban cho con dân được chọn của Ngài.[4]

Khi triển khai những chủ đề này, Môi-se kể ngược câu chuyện của Y-sơ-ra-ên theo bốn chặng đường: (1) Đức Gia-vê chăm sóc và hướng dẫn Y-sơ-ra-ên từ Hô-rếp đến đồng bằng Mô-áp (1:6–3:29); (2) Đức Gia-vê bày tỏ ý muốn Ngài (4:1–8); (3) Mối liên hệ giao ước của Đức Gia-vê với Y-sơ-ra-ên (4:9–31); (4) Đức Gia-vê cứu Y-sơ-ra-ên khỏi ách nô lệ ở Ai Cập (4:32–38). Trong 4:37, Môi-se thật sự nhận ra chặng đường thứ năm và thậm chí là chặng trước đó nữa: Đức Gia-vê yêu

---

1. So sánh 1:30–33, 42; 2:7 và 4:9–14, 36–39.
2. Mặc dù đoạn 2 đưa ra một khải tượng rộng hơn, tuyên bố rằng Đức Gia-vê đã phân chia xứ theo trình tự cho người Ê-đôm, Mô-áp và Am-môn (2:5, 9, 19), nhưng tư cách của Y-sơ-ra-ên trong xứ dựa trên sự lựa chọn của tổ tiên và lời Chúa hứa ban đất cho họ (1:8, 21, 35). Việc giải cứu Y-sơ-ra-ên khỏi Ai Cập là bằng chứng mang tính quyết định về địa vị được chọn của Y-sơ-ra-ên (1:27, 30; 3:24; 4:32–33).
3. Trong 1:19, 26–46, vâng phục nghĩa là thẳng tiến và vào xứ Ca-na-an; trong đoạn 4 vâng phục đòi hỏi lòng trung thành với ý muốn của Đức Gia-vê bày tỏ tại Hô-rếp, đặc biệt là việc cấm thờ thần tượng (c. 1–8, 15–24, 40).
4. So sánh 1:7–8, 20, 36; 2:39; 3:20, 24–28; và 4:1–5, 21–26, 38–40. Chúng ta nên thêm thái độ Môi-se thường thể hiện với dân sự vào những đặc điểm này (1:37; 3:26; 4:21).

thương và lựa chọn tổ phụ của họ. Bằng cách kể lại chi tiết những sự kiện quan trọng mới xảy ra của Y-sơ-ra-ên và kết thúc bằng lời nài xin đầy xúc động, Môi-se kêu gọi dân chúng đừng nổi loạn như tổ phụ họ (1:6–3:29), mà hãy đáp ứng với ân điển lạ lùng của Đức Gia-vê bằng lòng tận hiến hoàn toàn. Chỉ khi đó tương lai của họ mới được bảo đảm (4:39–40).

Trước đây chúng ta thấy rằng bố cục tổng thể của Phục Truyền đi theo thứ tự của các hiệp ước giữa nước bá chủ với nước chư hầu của thế giới Cận Đông cổ. Theo sau phần giới thiệu về nước bá chủ, các hiệp ước Hê-tít thuộc thiên niên kỷ thứ hai TC nói riêng thường bắt đầu bằng phần lịch sử mở đầu, tóm tắt lịch sử mối quan hệ giữa nước bá chủ và nước chư hầu. Trong bài thuyết giảng đầu tiên, Môi-se nhấn mạnh sự thành tín của Đức Gia-vê khi thực hiện lời hứa với các tổ phụ (1:6–8), sự quan phòng chăm sóc Y-sơ-ra-ên trong đồng vắng (1:31; 2:7), và đem lại chiến thắng cho Y-sơ-ra-ên trước kẻ thù (2:24–3:11; đặc biệt lưu ý 2:30; so sánh 1:28). Nhưng ông cũng nhấn mạnh sự bất trung của dân chúng, nhất là khi không chịu từ Ca-đe Ba-nê-a bước vào chinh phục xứ (1:19–46). Bằng cách lưu ý cơn giận của Đức Gia-vê khi dân chúng bất trung (1:34, 42; 4:24, 25), Môi-se nhắc họ rằng họ không được xem mối liên hệ giao ước với Đức Gia-vê là chuyện đương nhiên.

Khi đọc bài giảng đầu tiên, chúng ta nên chú ý thái độ của Môi-se với Đức Chúa Trời, với chính mình, và với con dân Chúa. Khi tuân theo phong cách viết sử Cận Đông cổ, Môi-se nhận biết Đức Chúa Trời là động lực đầu tiên trong mọi sự kiện. Về bản thân, Môi-se thể hiện sự đánh giá cao về chức vụ của chính mình khi thường xuyên nói đến sự chủ động của bản thân,[5] và về vai trò làm trung gian giữa Đức Gia-vê và Y-sơ-ra-ên (1:22, 29, 41; 2:4; 3:18–22). Có lẽ thái độ của Môi-se đối với con dân Chúa là đặc điểm đáng ngạc nhiên nhất trong bài giảng này. Ba lần ông đổ lỗi cho dân chúng về việc Đức Gia-vê nổi giận với ông (1:37; 3:26; 4:21–22). Kết hợp với cách ông phê phán sự nổi loạn của dân chúng và lời lẽ gay gắt trong 1:26–46,[6] chúng ta có

---

5. Lưu ý sự phổ biến của các động từ có chủ ngữ là Môi-se: 'Ta ra lệnh', 'Ta nói', 'Ta truyền lệnh', 'Ta hành động', v. v...: 1:15, 16, 18, 20, 23, 29, 43; 2:26; 3:18, 21, 23 đến việc Đức Gia-vê phán với ông (1:42; 2:2, 31; 3:2; nhưng so sánh 1:6 'chúng ta').

6. Họ không muốn đi lên (1:26); họ nổi loạn chống lại mạng lệnh của Đức Gia-vê (1:26); họ cầu nhàu trong trại mình (1:27); họ buộc tội Đức Gia-vê ghét họ và

ấn tượng đây là một ông già cay đắng, vỡ mộng về dân mình, thất vọng với/vì Đức Chúa Trời và chán nản với nhiệm vụ của mình.

Mười một lần xuất hiện cụm từ 'lúc đó' nhấn mạnh trình tự thời gian của bài giảng đầu tiên.[7] Mối quan hệ giữa thời lượng diễn ra sự kiện và thời lượng kể chuyện trong 1:6–3:29 có thể được thể hiện bằng sơ đồ địa lý như sau:[8]

Bản Văn	Địa Điểm	Thời Gian	%	Số Câu	%
1:6–18	Tại Hô-rếp	2 tháng[9]	.4%	13	22%
1:19	Từ Hô-rếp đến Ca-đe Ba-nê-a	42 tuần[10]	2.2%	1	1%
1:20–46	Tại Ca-đe Ba-nê-a	2 tuần[11]	.1%	27	25%
2:1	Trong đồng vắng phía nam Ca-đe Ba-nê-a	38 năm	97%	1	1%
2:2–23	Gặp gỡ các anh em họ hàng bên kia Giô-đanh	1 tháng	.2%	22	21%
2:24–3:11	Chiến đấu với người A-mô-rít bên kia Giô-đanh	1 tháng	.2%	25	23%
3:12–29	Chuẩn bị chinh phục Ca-na-an	1 tháng[12]	.2%	18	17%

cố tình bày mưu giết họ (1:27); họ thừa nhận bị nhụt chí (1:28); họ sợ người Ca-na-an (1:29); họ không tin cậy Đức Gia-vê (1:32); họ là thế hệ gian ác (1:35); họ không muốn lắng nghe (1:43); họ nổi loạn chống lại mạng lệnh của Đức Gia-vê (1:43); và họ hành động quá tự phụ (1:43).

7. Phục 1:9, 16, 18; 2:34; 3:4, 8, 12, 18, 21, 23; 4:14. Cách diễn đạt cũng xuất hiện trong 5:5; 9:20; 10:1, 8.

8. So sánh N. Lohfink, 'Narrative Analyse von Dtn 1, 6–3, 29,' trong *Mincha: Festgabe für Rolf Rendtorff zum 75. Geburtstag* (bt. E. Blum; Neukirchen— Vluyn: Neukirchener, 2000), 133.

9. Thời gian cần thiết để sắp xếp trại quân sau khi Đức Gia-vê truyền lệnh lên đường. Mạng lệnh có thể được truyền vào dịp kỷ niệm một năm Y-sơ-ra-ên ra khỏi Ai Cập (so sánh Xuất 12: và Dân 10:11).

10. Dựa trên hai tuần dừng chân tại mỗi một nơi đóng trại trong số hai mươi mốt nơi được liệt kê trong Dân 33:16–37.

11. Con số này là tổng cộng một năm từ khi có mạng lệnh rời khỏi Si-nai đến thất bại tại Ca-đe Ba-nê-a. Thêm năm này vào thời điểm từ lúc Xuất Ai Cập cho đến mạng lệnh ra khỏi Si-nai và ba mươi tám năm trong đồng vắng (2:14) tổng cộng là bốn mươi năm (so sánh 2:7).

12. Trước khi trình bày bài giảng và nghi thức tái xác nhận giao ước mà sách Phục Truyền có ý muốn nói đến.

Điều đáng chú ý là ba mươi tám năm đi lòng vòng trong đồng vắng (97 phần trăm thời lượng xảy ra sự kiện được kể lại) được ghi lại chỉ trong 1 câu duy nhất (1 phần trăm thời lượng của kẻ chuyện), trong khi hai tuần bi thảm ở Ca-đe Ba-nê-a chiếm một phần tư sự chú ý.

Ý Nghĩa Nguyên Thủy

Mạng lệnh rời khỏi Hô-rếp (1:6–8)

Môi-se bắt đầu bằng câu trích dẫn nguyên văn lời nói của Đức Gia-vê với người Y-sơ-ra-ên cách đây ba mươi tám năm, hướng dẫn Y-sơ-ra-ên rời khỏi Hô-rếp để tiến vào Ca-na-an (1:6–8; so sánh Dân 10:11–13). Mạng lệnh bao gồm ba phần. (1) Môi-se nhắc lại lời của Đức Gia-vê nói với dân chúng rằng họ cắm trại trong núi đã đủ lâu; mục tiêu của Ngài tại Hô-rếp đã đạt được. (2) Môi-se mô tả điểm đến, vùng đồi núi A-mô-rít, vùng A-ra-ba của các nước láng giềng, vùng duyên hải và vùng đất thấp của người Ca-na-an. (3) Môi-se nhắc lại lời hứa của Đức Gia-vê với các tổ phụ (1:8). Phỏng theo cách thức ban lời hứa thời cổ, bằng ngôn ngữ pháp lý thận trọng, Đức Gia-vê tuyên bố Ngài phó xứ vào tay nước chư hầu Y-sơ-ra-ên. Ám chỉ Sáng Thế Ký 15:7–17, Ngài nói thêm rằng đây là xứ Ngài đã thề ban cho tổ phụ và con cháu họ.

Những Chi Tiết về Hành Chính (1:9–18)

Sau câu 8, chúng ta mong đợi Môi-se tường thuật rằng người Y-sơ-ra-ên ngay tức thì từ Hô-rếp lên đường. Nhưng ông lại nói đến một số công việc hành chính cần phải làm trước khi họ ra đi - sắp xếp lại cơ cấu quân sự của Y-sơ-ra-ên. Xuất Ê-díp-tô Ký 18 trình bày bối cảnh cho bài tường thuật này, nhưng hồi tưởng của Môi-se có một số chi tiết khác với ký thuật trước đó. Tuy nhiên, về cơ bản, những khác biệt này không mâu thuẫn, và không ký thuật nào khẳng định mình kể hết tất những gì đã diễn ra; có thể ký thuật này cô đọng và ký thuật kia mở rộng. Sau gần bốn thập kỷ bị dân này làm phiền, việc hồi ức của Môi-se bộc lộ những đặc tính riêng biệt là điều có thể hiểu được.

Câu 9–18 chia làm ba phần: (1) Lý giải của Môi-se về nhu cầu sắp xếp lại cơ cấu quản lý của Y-sơ-ra-ên (1:9–12); (2) lý giải của Môi-se về cách bổ nhiệm người giúp đỡ (1:13–15); và (3) tường thuật của Môi-se về nhiệm vụ của những người đã được bổ nhiệm (1:16–18).

(1) Trong phần đầu (1:9–12), Môi-se thừa nhận ông không thể chịu nổi gánh nặng về dân Y-sơ-ra-ên (1:9). Đáng chú ý ở đây là nguyên nhân ẩn giấu phía sau chính là sự thành tín của Đức Gia-vê: Ngài đã làm thành lời hứa với các tổ phụ và làm cho Y-sơ-ra-ên từ một thị tộc nhỏ trở thành đám đông vô số (1:10). Đây là câu nói thậm xưng vì thật ra người ta đã đếm số quân (Dân 1:46; 2:32). Lời Môi-se cầu xin Đức Giê-hô-va cho họ gia tăng gấp ngàn lần cho thấy con số không thật sự là vấn đề (1:11). Vấn đề là ở tâm tính và hành vi của dân chúng; đối với Môi-se họ là nỗi đau và gánh nặng, và chuyện họ cãi vã là không thể chịu nổi (1:12).

(2) Để không bị áp lực, Môi-se đề nghị dân chúng chọn những người khôn ngoan, hiểu biết và có kinh nghiệm từ mỗi chi phái để lãnh đạo họ (1:13–15). Với khuôn mẫu bộ ba phẩm chất này (so sánh Truyền Đạo 9:11), Môi-se nhấn mạnh sự trưởng thành và năng lực trí tuệ của người lãnh đạo, tương phản với trọng tâm của Giê-trô là phẩm chất thuộc linh và đạo đức trong Xuất 18:21. Tiếp tục khuôn mẫu bộ ba này, Môi-se nhận diện những viên chức được lựa chọn qua ba tên gọi (1:13, 15): (a) 'người lãnh đạo' (*rā'šîm*) nói đến những người chịu trách nhiệm về phúc lợi của một nhóm xã hội; (b) 'người chỉ huy' (*'sārîm*) ám chỉ người lãnh đạo quân sự trong phạm vi thẩm quyền cụ thể; (c) 'viên chức cho từng bộ tộc' (*šōṭĕrîm lĕšibṭêkem*) nói đến nhóm người có học được yêu cầu ghi lại những phán quyết hay tập hợp quân đội.[13] Tên gọi và khuôn mẫu tổ chức này cho thấy, về mặt xã hội, Y-sơ-ra-ên được sắp xếp như một doanh trại quân đội; họ là 'đạo quân của Đức Giê-hô-va' (Xuất 12:41; nghĩa đen: 'đội quân của Đức Gia-vê').

(3) Môi-se ra lệnh cho các viên chức mà ông đã chọn làm người lãnh đạo Y-sơ-ra-ên (1:16–18), bây giờ được gọi là 'thẩm phán' (*sōpĕṭîm*). Môi-se đưa ra bốn điểm cơ bản trong mệnh lệnh. (a) Những người này phải nghe những mâu thuẫn của dân chúng và

---

13. *Šōṭĕrîm* dường như là từ cổ, sau này được thay bằng từ *sōpĕrîm* ('người chép thuê'). Trong 16:18 từ này được ghép với *šōpĕṭîm* ('thẩm phán') để tạo ra từ ghép 'thẩm phán chép thuê'. Từ này xuất hiện rõ ràng trong ngữ cảnh quân sự ở Phục 20:5 và 1 Sử 27:1 ('trưởng gia tộc'); và 2 Sử 26:11 ('quan giám hị' - BTT). So sánh *HALOT*, 1441.

phân xử 'cách công minh' *(ṣedeq)* (1:16b). Điều này đòi hỏi phải có những quyết định dựa trên tiêu chuẩn công bình thiên thượng và vì *šālôm* giữa các bên đang tranh cãi.[14] Đây phải là nguyên tắc giải quyết tất cả những tranh cãi cho dù là giữa người Y-sơ-ra-ên với nhau hay giữa người Y-sơ-ra-ên và ngoại kiều sống giữa họ. Bằng cách mở rộng cam kết công bình cho 'ngoại kiều', Môi-se ngụ ý nói về tính nhân đạo trong suốt Phục Truyền. Ở Y-sơ-ra-ên, người yếu thế về mặt kinh tế và xã hội phải được đảm bảo như người Y-sơ-ra-ên bản xứ.

(b) Họ không được 'thiên vị' khi phân xử (1:17a); họ phải nghe mọi trường hợp lớn nhỏ (so sánh Lê 19:15).

(c) Các viên chức phải phán xét cách mạnh dạn ('đừng sợ ai cả'); họ không được sợ người bị tố cáo, thành viên trong gia đình người bị tố hay cấp trên, vì 'sự phán xét thuộc về Đức Chúa Trời'. Nghĩa của mệnh đề cuối cùng có vẻ mơ hồ. Nó có thể có nghĩa là: (i) sự phán xét của Chúa sẽ hỗ trợ phán quyết của quan xét; (ii) quan xét phân xử bởi thẩm quyền thiên thượng; (iii) quan xét nhận được sự khôn ngoan để đưa ra quyết định công bình từ Đức Chúa Trời; (iv) luật pháp mà quan xét dựa vào để đưa ra phán quyết phải được thực thi nhân danh Đức Chúa Trời, là nguồn của luật pháp; hoặc (v) cuối cùng quan xét sẽ trả lời trước Chúa về cách người ấy thực thi sự công bình.

(d) Các viên chức phải nhận biết những hạn chế của mình (1:17b). Nghe theo lời khuyên của Giê-trô trong Xuất Ê-díp-tô Ký 18:22, Môi-se yêu cầu các viên chức đem những trường hợp khó giải quyết đến cho ông. Các quan xét không phải là người thông biết hết mọi sự (so sánh Châm 16:33).

Ngữ Cảnh Bắc Cầu

Ý nghĩa thần học trong lời Môi-se nói với Y-sơ-ra-ên tại Hô-rếp rất rõ ràng. (1) Đức Gia-vê thành tín với những lời hứa giao ước của Ngài. Ngài đã hứa với các tổ phụ cho họ con cháu đông như sao trên trời, một mối liên hệ giao ước với đặc ân đặc biệt, và một lãnh thổ nơi

---

14. W. Brueggemann (*Theology of the Old Testament: Testimony, Dispute, Advocacy* [Minneapolis: Fortress, 1997], 130) định nghĩa công bình là 'khả năng Đức Gia-vê sẵn sàng có mặt trong hoàn cảnh khó khăn và can thiệp cách dứt khoát và đầy quyền năng để đem lại sự phục hồi, khôi phục và hạnh phúc.'

họ hoàn thành những mục đích của Ngài, và từ nơi đó họ sẽ thành nguồn phước cho thế gian.¹⁵ Lời hứa đầu tiên được ứng nghiệm ở Ai Cập (so sánh Xuất 1:1–7), và lời hứa thứ hai tại Hô-rếp. Đang ở phía đông Giô-đanh, người Y-sơ-ra-ên sắp sửa chứng kiến sự ứng nghiệm lời hứa thứ ba.

Việc Y-sơ-ra-ên lẽ ra phải cắm trại dưới chân núi Hô-rếp hơn một năm không phải là dấu hiệu của việc Chúa do dự, cũng không phải Ngài đánh mất mục tiêu, vì chính tại đây Đức Gia-vê đã chính thức đem dân tộc này vào giao ước Ngài lập với Áp-ra-ham từ nhiều thế kỷ trước (Sáng 17:7–8), và ở đây họ trở thành tôi tớ Ngài.¹⁶ Tuy nhiên, như Đức Gia-vê đã hứa trong Xuất Ê-díp-tô Ký 6:6–8, việc xác nhận giao ước không phải là kết thúc hành trình; Đức Gia-vê đã đem họ ra khỏi Ai Cập để ban cho họ xứ Ngài đã hứa với tổ phụ họ. Mặc cho gánh nặng của Y-sơ-ra-ên trên vai Môi-se, sự hiện diện của họ trước Đức Gia-vê là lời chứng cho sự thành tín của Ngài trong việc làm thành lời hứa với tổ phụ họ, làm cho con cháu họ đông như sao trên trời (so sánh Sáng 15:5; 22:17; 26:4; Xuất 32:13). (2) Mặc dù việc quản lý một cộng đồng đức tin bao hàm cả những quyết định về kinh tế lẫn pháp lý, nhưng nó phải bắt nguồn từ một thần học đúng đắn. Đức Chúa Trời định rõ và đòi hỏi công bằng; Đức Chúa Trời là hiện thân của sự công bằng trọn vẹn (Phục 10:17); Đức Chúa Trời kêu gọi và ủy quyền cho những lãnh đạo con người nhân danh Chúa phục vụ cộng đồng; Đức Chúa Trời vẫn là thẩm phán cuối cùng mà tất cả sẽ phải trình diện; và như Áp-ra-ham đã biết, vị Thẩm phán của cả trái đất thật sự phán xét cách công bình (Sáng 18:25). Với lời phát biểu này, chúng ta nhận ra khía cạnh siêu việt của hiến pháp Y-sơ-ra-ên. Mặc dù Đức Chúa Trời giao cho con người trách nhiệm thi hành sự công bằng, nhưng đứng sau luật pháp Y-sơ-ra-ên là Đức Chúa Trời, sự công bằng thuộc về Ngài.¹⁷

---

15. So sánh D. J. A. Clines, *The Theme of the Pentateuch* (JSOTSup 10; Sheffield: JSOT, 1978), đặc biệt 31–37.

16. Trong các chuyện kể về cuộc xuất hành (ví dụ: Xuất 3:12; 4:23) động từ *'ābad* mang nghĩa khái quát là 'phục vụ [Đức Gia-vê] là tôi Ngài'. Tại Si-nai những người trước kia là nô lệ (*'ăbādîm*) của người Ai Cập nay trở thành tôi tớ nhận đặc ân của Đức Gia-vê.

17. So sánh C. J. H. Wright, *Deuteronomy* (NIBC; Peabody, MA: Hendrickson, 1996), 27.

Ý Nghĩa Đương Đại

Sứ mạng của Đức Chúa Trời cho Y-sơ-ra-ên. Lời nói của Đức Gia-vê trong câu 6–8 mô tả sứ mạng của Ngài cho Y-sơ-ra-ên. Khi cứu dân sự khỏi ách nô lệ ở Ai Cập, Ngài hứa ban xứ Ca-na-an cho họ. Đây là bối cảnh mà từ đó họ sẽ hoàn thành sứ mạng làm ánh sáng cho các dân tộc (so sánh 26:19). Tuy nhiên, thế hệ này sẽ chết trong đồng vắng, điều đó chứng minh rằng họ không phải là con cái thật của lời hứa, cũng không phải được sinh bởi Thánh Linh (so sánh Ga 4:29). Về mặt vật lý, họ ra đã khỏi Ai Cập và tại Si-nai họ tuyên bố trung thành với Đức Gia-vê, nhưng họ vẫn bị tội lỗi giam cầm.

Quan điểm này là nền tảng cho lập luận của Phao-lô với người Giu-đa trong Ga-la-ti 4:21–31. Những người phỉ báng ông dường như quên rằng luật pháp không phải là mục tiêu cuối cùng, cũng không đại diện cho bản chất lời kêu gọi của Đức Chúa Trời. Mặc dù giao ước và sự bày tỏ ý muốn Đức Chúa Trời phải được đón nhận như ân điển lạ thường, nhưng lời hứa của nó vượt ra khỏi Si-nai, và sứ mạng còn xa hơn thế nữa. Nói như thế không phải là đánh giá thấp tầm quan trọng của luật pháp; mà chỉ đơn giản là nhấn mạnh rằng sở hữu luật pháp không phải mục tiêu cuối cùng. Đức Giê-hô-va kêu gọi chúng ta phải vui thích khi lời hứa được thực hiện, và trong sự ứng nghiệm đó thế gian có thể nhìn thấy điều Ngài làm cho họ.

Kiểu mẫu cho hội thánh. Nhiều đặc điểm trong cách tái tổ chức quản lý Y-sơ-ra-ên của Môi-se trở thành kiểu mẫu cho hội thánh. (1) Việc Môi-se bổ nhiệm và giao trách nhiệm cho những người lãnh đạo nói lên rằng Đức Chúa Trời cung cấp cho cộng đồng đức tin ân tứ và nhân sự cần thiết để hướng dẫn cộng đồng. Như Phao-lô tuyên bố cách thuyết phục trong 1 Cô-rinh-tô 12, Đức Chúa Trời đặt trong thân thể Đấng Christ những thành viên cần cho sự lành mạnh và hoạt động hiệu quả của thân (12:18), và Ngài chỉ định những người sẽ thực thi quyền lãnh đạo trong thân (12:28).

(2) Mặc dù các mục sư thường dễ dàng quên đi rằng sứ mạng họ dự phần là sứ mạng của Đức Chúa Trời và họ thường bị cám dỗ hành động như thể gánh nặng và sự thành công của sứ mạng đều thuộc về chính họ (so sánh 1:9–10), nhưng thành công của sứ mạng phụ thuộc vào việc trao gánh nặng lên đôi vai mạnh mẽ của Đức Chúa Trời và để Ngài tiếp sinh lực cho con dân Ngài.

(3) Những căng thẳng của sự phục vụ trong vương quốc Đức Chúa Trời có thể được vơi đi nhờ vào những nhận thức chung và việc phân chia trách nhiệm cho nhiều người. Giải pháp của Môi-se và Đức Chúa Trời cho những mỏi mệt cá nhân là giao phó trách nhiệm quản lý cho những lãnh đạo khôn ngoan, có kinh nghiệm trong cộng đồng.

(4) Những người lãnh đạo dân của Đức Chúa Trời về cơ bản phải tận hiến cho việc thúc đẩy công lý. Thực thi công lý ṣedeq đòi hỏi sự công bằng dành cho tất cả, bất luận những người liên quan ở địa vị xã hội nào. Lê-vi Ký 19:15 công nhận việc thực thi công lý cách công bằng rất dễ bị trật đường ray khi chiều lòng người giàu có và quyền lực hoặc tỏ ra thiên vị người nghèo (so sánh Phục 10:17; 16:19; 24:17). Việc Môi-se tính cả người ngoại vào nhắc chúng ta rằng những người xét xử các vấn đề liên quan đến giao ước không được phân biệt địa vị, chủng tộc và quốc gia. Có thể việc mong đợi thế gian vận hành theo cách này là quá sức, nhưng bầu không khí thù địch đối với những nhóm người cụ thể hiện nay cho hội thánh cơ hội đặc biệt để bày tỏ lòng thương xóa chính Đức Chúa Trời (10:17).

(5) Khi thực thi quyền hành, những người lãnh đạo phải nhận biết họ nhân danh Chúa làm điều đó nhằm đạt được những mục tiêu của Ngài. Nếu vượt quá năng lực tâm trí của con người, Ngài sẽ ban sự khôn ngoan, và trong những trường hợp liên quan đến những kết luận thiếu công bằng, những người lạm dụng chức vụ phải chịu trách nhiệm trước Ngài.

Phục Truyền Luật Lệ Ký 1:19–2:1

Ý Nghĩa Nguyên Thủy

Trong phần còn lại của đoạn 1, Môi-se kể lại những sự kiện then chốt xảy ra tại Ca-đe Ba-nê-a. Câu 19 tóm tắt đáp ứng của Y-sơ-ra-ên trước lệnh truyền của Đức Gia-vê trong câu 7 tại núi Si-nai và tóm gọn một hai tháng lịch sử của Y-sơ-ra-ên chỉ bằng một câu. Môi-se giới hạn bài tường thuật của mình trong vài sự việc cơ bản. Con đường dẫn họ đi từ Si-nai qua đồng vắng hoang vu (so sánh 8:15) được mô tả là 'mênh mông và gớm ghiếc'. Ông nhấn mạnh trải nghiệm của chính thính giả về sự chăm sóc quan phòng của Đức Gia-vê qua vùng hoang mạc chết người này bằng cách thêm vào 'mà các ngươi đã thấy'. Mặc dù mục tiêu của hành trình là vùng cao nguyên của người A-mô-rít (so sánh 1:7), nhưng họ thẳng tiến đến Ca-đe Ba-nê-a. Từ đầu đến cuối, tiêu chuẩn hành động là 'theo như Giê-hô-va Đức Chúa Trời chúng tôi đã phán dặn'. Đức Gia-vê đã hành động như Tổng Tư Lệnh của đội quân Y-sơ-ra-ên đông đảo đang hành quân này.

Từ câu 20–46, rõ ràng Ca-đe Ba-nê-a là bước ngoặt trong lịch sử Y-sơ-ra-ên. Cuối cùng dân chúng cũng đi đến bờ của số phận, nơi trước mặt là Đất Hứa. Dân chúng phản ứng như thế nào? Môi-se trả lời câu hỏi này hết sức chi tiết. Những hồi tưởng của ông về Ca-đe Ba-nê-a chia làm năm phần: (1) mệnh lệnh chiếm xứ (1:20–21); (2) phản ứng vô tín của nhân dân (1:22–23); (3) phản ứng của Đức Gia-vê (1:34–40); (4) phản ứng quá liều lĩnh của nhân dân (1:41–45); và (5) lời kết (1:46).

Môi-se ra lệnh chiếm xứ (1:20–21)

Phần mở đầu những hồi ức của Môi-se về Ca-đe-Ba-nê-a gồm ba quan sát đầy hứa hẹn: dân Y-sơ-ra-ên đã đến đích (1:7, 19); Đức Gia-vê đã đặt xứ trước mặt họ (so sánh 1:8); và Gia-vê, Đức Chúa Trời của tổ phụ họ, đã giữ lời hứa. Việc Môi-se dùng luân phiên 'Giê-hô-va Đức Chúa Trời của chúng ta' và 'Giê-hô-va Đức Chúa Trời của tổ phụ chúng ta' cho thấy ông tin chắc rằng dân này có sự hiệp một trong giao ước với các tổ phụ. Dựa trên những quan sát này, Môi-se thách thức dân chúng bằng ba động từ: 'chiếm [xứ] làm sản nghiệp', 'chớ ái ngại', và 'chớ kinh khủng'.[1] Lời khích lệ từ các vị thần rằng đừng sợ hãi trước những tình huống kinh khiếp là điều phổ biến trong các ký thuật Cận Đông cổ và thường đi kèm với những lời hứa ban chiến thắng và/ hoặc ban sự bảo vệ từ trời.

Hành động nổi loạn vô tín của dân Y-sơ-ra-ên (1:22–33)

Dân Y-sơ-ra-ên đáp ứng mạng lệnh của Môi-se bằng cách đề nghị gửi một nhóm người đi do thám xứ. Ký thuật này khác nhiều so với Dân Số Ký 13:1–2, nhưng không ký thuật nào khẳng định là mình đã kể toàn bộ chi tiết câu chuyện. Trong ký thuật này, Môi-se đồng ý với yêu cầu của dân Y-sơ-ra-ên, chọn mỗi chi phái một người, rồi sai họ đi (1:23; so sánh Dân 13:4–16). Chi tiết ông kể lại về sự bất trung của dân chúng trong câu 26–45 cho thấy Môi-se có lẽ đã tự ý hành động, và sau ba mươi tám năm ngẫm nghĩ, dường như ông nhận ra đây là bước đi sai lầm. Trong bối cảnh bình thường, do thám là điều phải lẽ (Giôs 2:1; 7:2; Quan 18:2), còn ngay sau lệnh truyền của Đức Chúa Trời thì lời đề nghị dường như biểu lộ sự thiếu đức tin (so sánh 9:23). Kết quả của công tác đó củng cố thêm cho kết luận này.

Câu 24–25 mô tả nhiệm vụ của đoàn do thám và báo cáo của họ. Môi-se lưu ý rằng họ đi lên vùng cao nguyên và do thám xứ đến tận thung lũng Ếch-côn, gần thành Hếp-rôn (so sánh Dân 13:21–24). Hồi tưởng của ông làm sáng tỏ những trớ trêu của tình huống đó. (1) Họ đi ra thu thập thông tin để quyết định chiến lược quân sự, nhưng báo cáo của họ tập trung vào cây trái, bằng chứng cụ thể về sự màu mỡ của đất đai. (2) Họ báo cáo rằng xứ rất tốt, nhưng ngay lập tức lại giải thích họ không nghĩ rằng xứ đáng cho họ liều mình đánh chiếm. (3) Họ nói đến xứ như là 'một xứ tốt tươi mà Giê-hô-va Đức Chúa Trời chúng ta ban cho', nhưng họ từ chối nhận lấy xứ từ tay Ngài. Lời hứa của Đức Chúa Trời về xứ là chân thật, nhưng những trở ngại hiện ra quá lớn trong tâm trí họ.

Trong câu 26–33, Môi-se nhắc lại phản ứng của dân chúng trước báo cáo của nhóm do thám. Bỏ qua nhiều chi tiết có trong Dân Số Ký 13–14, ông tập trung vào thái độ đáng xấu hổ (1:26–27a) và những

---

1. Động từ *ḥāṭat* có nghĩa đen là 'bị vỡ, bị bể thành từng mảnh' (so sánh Ê-sai 7:8; Ma-la-chi 2:5), và theo nghĩa gốc (như trong trường hợp này) là 'phiền muộn'.

hành động đáng chê trách của họ (1:27b–28). Ông mô tả thái độ của họ qua ba ý: họ không sẵn sàng đi lên; họ nổi loạn chống lại mạng lệnh của Đức Gia-vê; và họ lằm bằm/ càu nhàu trong trại. Dân chúng bày tỏ sự chống nghịch và rầu rĩ bằng giọng điệu khó chịu, buộc tội Đức Gia-vê cố tình tiêu diệt họ (1:27b) và tập trung vào kẻ thù (1:28).[2] Họ than phiền rằng việc Đức Gia-vê làm là nhằm mục đích **chống lại** họ và bởi vì Ngài thù ghét họ hơn là hành động vì họ hay vì được thôi thúc bởi cam kết giao ước, tình yêu của Ngài (so sánh 7:8, 13; 10:15–19; 23:5[6]). Họ cũng thất vọng trước bất kỳ chiến lược nào chống lại những người cư ngụ trong xứ.[3]

Môi-se đưa ra ba lý do khiến Y-sơ-ra-ên thoái chí: cư dân trong xứ cao to hơn họ; các thành trong xứ rộng lớn và vững chắc, lại có tường thành cao bao quanh (so sánh Dân 13:28); và cư dân là con cháu của người A-na-kim (so sánh 9:2).[4] Nhìn bề ngoài, mọi điều trong báo cáo của các thám tử đều đúng. Đất đai thật sự màu mỡ và cho năng suất cao, còn cư dân thì dường như không ai địch nổi. Nhưng họ quên rằng Tổng Tư Lệnh thiên thượng của họ đã đánh bại một kẻ thù hùng mạnh hơn rất nhiều trong dân Ai Cập, và họ đổ thừa rằng những người đi do thám xứ đã khiến họ nản lòng (so sánh Dân 13:30–33; 14:36–38).

Cố gắng sửa lại cái nhìn thiếu sót của dân chúng, câu trả lời của Môi-se hoàn toàn tập chú vào Đức Gia-vê. Sau lời kêu gọi bình tĩnh và tin cậy Chúa trong phần mở đầu (1:29), ông cố gắng khích lệ họ bằng ba lập luận (1:30–31): Đức Gia-vê ở với họ và đi trước họ; (2) Đức Gia-vê, Chiến Binh và vị Thánh Tướng của đạo quân này (so sánh Giôs 5:13–15), sẽ chiến đấu cho họ; (3) Đức Gia-vê đã chăm sóc họ trong

---

2. Cụm từ 'anh em...đã làm cho chúng ta nản lòng [nghĩa đen là 'khiến chúng ta nhụt chí']' diễn tả tương tự trên người Ca-na-an khi họ nghe những tiếng đồn về điều Đức Gia-vê đã làm cho người Y-sơ-ra-ên (Giôs 2:11; 5:1).

3. Câu hỏi tu từ 'Chúng ta sẽ đi đâu?' (1:28) đòi hỏi câu trả lời phủ định 'không đâu cả' cho câu 'phải đi lên theo con đường nào' trong 1:22.

4. Theo Giô-suê 15:33 và 21:11, A-nác là con trai A-ra-ba, người đã tìm ra Ki-ri-át A-ra-ba, tức là Hếp-rôn. Dân 13:33 cho rằng người A-na-kim là phân nhóm của người Nephilim, là những người giềnh giàng huyền thoại. Tên gọi này của họ bắt nguồn từ dòng dõi xa xưa của 'con trai Đức Chúa Trời' và con gái loài người trước thời kỳ nước lụt (so sánh Sáng 6:1–4). Dân 13:22 nhận diện tên ba người A-nác mà nhóm trinh thám đã gặp ở Hếp-rôn: A-hi-man, Sê-sai và Thanh-mai. Phục 2:10–11 và 20–21 liên kết người A-na-kim với người Rê-pha-im, mà người Mô-áp và Am-môn gọi là Ê-mim và Xam-xu-mim.

quá khứ bằng cách đánh bại người Ai Cập trước mắt họ[5] và giữ họ sống còn qua sa mạc rộng lớn và kinh khiếp (1:19). Bằng kỹ năng mục vụ nhạy bén, Môi-se đã so sánh sự chăm sóc của Đức Gia-vê với sự chăm sóc của người cha ẵm con mình vượt qua hiểm nguy đến nơi an toàn.

Câu 32–33 cho thấy rõ ràng lời khuyên bảo của Môi-se không có tác dụng. Bằng việc nhắc lại thể nào dân chúng đã ngu dại và vô tín, ông nhắc nhở thế hệ hiện tại rằng sự an toàn và thành công của họ không dựa vào những vị tướng lĩnh hay sự khôn ngoan của con người; Đức Gia-vê luôn luôn hành quân trước họ. Tuy nhiên, thay vì nói đến việc Ngài chiến đấu cho họ (so sánh 1:30), Môi-se lại nói rằng Đức Gia-vê đi trước họ, tìm kiếm[6] nơi đóng quân cho họ và hướng dẫn họ hành động, tức là tấn công kẻ thù. Hình ảnh trụ lửa ban đêm và trụ mây ban ngày càng làm cho sự nổi loạn ban đầu trở nên bi thảm hơn (so sánh Xuất 13:21; Dân 14:14). Nhưng dân chúng phớt lờ cả bằng chứng về trải nghiệm của chính họ lẫn chứng cứ rành rành về sự tận hiến cam kết của Đức Gia-vê dành cho họ. Thách thức thật sự không phải ở phương diện thể xác hay quân sự, mà là phương diện thuộc linh. Họ có tin cậy Đức Chúa Trời không? Câu 32 cho biết là không.

Phản ứng của Đức Gia-vê trước sự vô tín của dân chúng (1:34–40)

Hồi tưởng của Môi-se về phản ứng của Đức Gia-vê rút gọn cách đáng kể trong Dân Số Ký 14. Ông chỉ thông báo sự giận dữ của Đức Gia-vê khi nghe lời lẽ của dân chúng và ngay lập tức đi đến quyết định cuối cùng, được bày tỏ bằng một lời thề. Các điều khoản của lời thề có thể được tóm tắt bằng ba câu. (1) Vì sự bất trung của họ, nên không một người nào trong số 'dòng dõi gian ác này' kinh nghiệm xứ tốt đẹp mà Ngài đã hứa với tổ phụ họ (1:35). (2) Sẽ có hai ngoại lệ cần

---

5. Sự kiện này được chính người Ai Cập thừa nhận trong Xuất 14:25 (so sánh lời hứa của Môi-se trong 1:14). Đề tài Đức Gia-vê tranh chiến cho Y-sơ-ra-ên phổ biến trong Phục Truyền và trong những áng văn chịu ảnh hưởng từ sách này. Xem Phục 3:22; Giôs 10:14, 42; 23:3, 10.

6. Trong Dân 10:33–36 người ta nói rằng hòm giao ước đi trước dân sự để tìm *(tûr)* nơi nghỉ ngơi cho dân sự. Phục Truyền không hề mô tả hòm giao ước là biểu tượng cho sự hiện diện của Đức Gia-vê.

ghi nhận: Ca-lép và Giô-suê (1:36, 38)⁷. Vì họ đã cố gắng khích lệ dân chúng tin cậy Đức Gia-vê (Dân 13:30; 14:5–10), nên Môi-se tuyên bố đặc ân của Đức Gia-vê dành cho hai người này cách rõ ràng bằng lời.⁸ (3) Đức Gia-vê hứa rằng Ngài sẽ ban xứ cho con cháu của thế hệ vô tín này. Những đứa trẻ ngây thơ chưa phân biệt tốt xấu (tức là chưa có trách nhiệm đạo đức)⁹ sẽ thay thế 'dòng dõi gian ác' (1:35) của những người trưởng thành đã ký vào giao ước tại Hô-rếp và được giao nhiệm vụ đi vào chiếm xứ. Con cái sẽ không bị đoán xét vì tội của cha mẹ.

Trong bối cảnh lời thề của Đức Gia-vê, lời phàn nàn riêng tư của Môi-se trong câu 37 khá đường đột. Ông đổ lỗi cho dân Y-sơ-ra-ên về chuyện ông không được vào Đất Hứa với Ca-lép và Giô-suê. Câu này lạ lùng vì một số lý do. (1) Không hề gắn Môi-se với sự nổi loạn của dân chúng, trong phần ký thuật ở Dân Số Ký 13–14, Đức Gia-vê còn đề nghị bắt đầu lại với Môi-se và nói rằng con cháu ông sẽ thay Y-sơ-ra-ên làm dân giao ước của Ngài (Dân 14:12). (2) Lý do Đức Chúa Trời không cho Môi-se vào Đất Hứa trong các câu chuyện trước liên quan đến một sự kiện hoàn toàn khác - ông không xem Đức Gia-vê là thánh bởi ông đập hòn đá thay vì nói với nó tại Mê-ri-ba (Dân 20:2–13; so sánh Phục 32:48–52). Bởi hành động vô tín này, chính Môi-se đã tự làm cho mình không đủ tư cách đoạt phần thưởng. Vậy thì làm sao ông có thể đổ lỗi cho dân Y-sơ-ra-ên về việc ông không

---

7. Trong câu 38, lần đầu tiên chúng ta gặp từ gốc *nḥl*. Mặc dù ở chỗ khác trong Cựu Ước, xứ Y-sơ-ra-ên và Si-ôn được nhắc đến như là *naḥălâ* của Đức Gia-vê, nhưng trong Phục Truyền Môi-se gọi Y-sơ-ra-ên là *naḥălâ* của Đức Gia-vê và xứ Ca-na-an là *naḥălâ* của Y-sơ-ra-ên. Mặc dù Kinh Thánh NIV đi theo truyền thống lâu đời khi dịch từ này theo thuật ngữ về thừa kế, nhưng người ta thích liên hệ nó với điền sản, là cách hiểu phản chiếu 'tập tục cho những đầy tớ trung thành quyền sử dụng đất làm phần thưởng cho sự phục vụ trong quá khứ – bao hàm cả phục vụ trong quân ngũ – và mong đợi được tiếp tục phục vụ trong tương lai' (H. O. Forshey, 'The Hebrew Root *NḤL* and Its Semitic Congnates' [Th. D. diss., Harvard University, 1973], 233).

8. Trong hai ngoại lệ, Ca-lép là trường hợp thú vị hơn. Được nhận diện ở chỗ khác là 'Ca-lép con trai Giê-phu-nê người Kê-nít' (Dân 32:12; Giôs 14:6, 14) và là con cháu của Kê-na, cháu Ê-sau (Sáng 36:11, 15, 42; so sánh 1 Sử 1:36, 53), có vẻ gia đình Ca-lép là dòng dõi người Ê-đôm cải đạo. Nhưng Ca-lép hoàn toàn hiệp nhất vào đức tin và nếp đời của Y-sơ-ra-ên đến nỗi ông đại diện cho chi phái Giu-đa và là một trong chỉ hai người bày tỏ lòng trung thành giao ước cách trọn vẹn với Đức Gia-vê (Dân 14:24; 32:11–12; Giôs 14:8–9, 14).

9. So sánh Giô-na 4:11, câu Kinh Thánh Đức Gia-vê mô tả sự ngô nghê của Ni-ni-ve là 'những người không biết phân biệt tay hữu và tay tả'.

vào được đất hứa? Câu trả lời thật đơn giản. Nếu người Y-sơ-ra-ên tin cậy Đức Gia-vê tại Ca-đe Ba-nê-a và vào xứ theo lệnh của Ngài, thì sự kiện được ghi lại trong Dân Số Ký 20 sẽ không bao giờ xảy ra. Tuy nhiên, vì sự vô tín của dân chúng đã đưa đến một chuỗi các sự kiện đáng tiếc, trong đó có cả sự kiện tại Mê-ri-ba, nên xét một khía cạnh Môi-se đã đúng. Tuy nhiên, như chúng ta sẽ học trong Phục Truyền 3:23–26, Đức Gia-vê không nghe những lập luận như thế.

Trong câu 40 Đức Gia-vê đòi hỏi một bước ngoặt theo nghĩa đen lẫn nghĩa bóng trong lịch sử Y-sơ-ra-ên. Ngài ra lệnh cho dân chúng trở lại con đường ngược về đồng vắng và hướng đến Biển Đỏ. Đồng thời, cuộc xuất hành bị hủy bỏ và lịch sử dân tộc Y-sơ-ra-ên bị đảo ngược. Những người Đức Gia-vê đem ra khỏi Ai Cập không được trở thành người thừa kế lời Chúa hứa với tổ phụ họ.

Hành Động Nổi Loạn Đầy Ngạo Mạn của Dân Chúng (1:41-2:1)

Những từ chính trong đoạn này là 'chống lại mệnh lệnh của Đức Giê-hô-va' và 'bướng bỉnh' (1:43).[10] (1) Dân chúng tỏ vẻ thách thức bằng cách láu lỉnh xưng nhận những tội họ đã phạm nghịch cùng Đức Gia-vê. Bề ngoài, việc xưng tội có vẻ như họ nghiêm túc đáp ứng trước bản án mà Đức Gia-vê đã thề sẽ phạt họ. Nhưng họ không nhận ra rằng với những sự kiện đã xảy ra thì mọi việc đã thay đổi. Điều trước kia được coi như là hành động của đức tin thì bây giờ trở thành hành động nổi loạn.

(2) Họ tự vũ trang để chiến trận và nổi hứng hành quân lên vùng cao nguyên. Vì sợ họ bị tiêu diệt bởi tay người Ca-na-an, Đức Gia-vê sai Môi-se cảnh báo họ không được tiến lên.

(3) Họ không nghe lời Môi-se. Không nghe theo Vị Chỉ Huy thiên thượng của mình (so sánh Dân 14:44) và không hề nhận được sự bảo đảm về sự bảo vệ nào từ Chúa, họ tấn công những người mà cách đó không lâu họ đã khiếp sợ. Ngoài tội kiêu căng nổi loạn, họ còn quên rằng Đức Chúa Trời không chịu trách nhiệm về những người không coi trọng Ngài.

---

10. Từ *zûd* trong tiếng Hê-bơ-rơ ám chỉ 'sự phạm tội cách tự phụ, có kế hoạch chống lại Đức Chúa Trời và trật tự đạo đức cũng như tôn giáo của Ngài' (S. Scharbert, 'זיד,' *TDOT*, 4:48).

Từ quan điểm quân sự, rủi ro này là một thất bại (1:44–45). Người A-mô-rít ở vùng cao nguyên[11] phản ứng như đàn ong rừng bị phá tổ. Người Y-sơ-ra-ên nhận ra rằng xứ 'đượm sữa và mật' cũng sản sinh những đàn ong bu lấy họ mà chích, xua đuổi họ đi, và tấn công họ xuống tận Họt-ma ở Sê-i-rơ. Hậu quả thuộc linh của sự kiện này còn thê thảm hơn thuộc thể. Từ thất vọng chuyển sang tự phụ, dân chúng quay lại trại quân và khóc lóc trước mặt Đức Gia-vê. Nhưng đôi tai của Ngài đã đóng lại; Ngài không muốn nghe. Đức Chúa Trời muốn sự vâng lời, không phải nước mắt.

Câu 46 chính thức kết thúc giai đoạn ở Ca-đe Ba-nê-a, tuyên bố người Y-sơ-ra-ên 'lưu lại Ca-đe nhiều ngày', dù không rõ 'nhiều ngày' là bao lâu. Nhưng vâng phục mạng lệnh của Đức Gia-vê, họ đổi hướng và đi về phía đông nam vào đồng vắng theo hướng Biển Đỏ (2:1). Nhận xét của Môi-se cho rằng họ đi vòng vòng lâu ngày trong vùng lân cận Sê-i-rơ là đặc trưng cho cách nói giảm kinh điển, vì khoảng thời gian đó thật ra là 13.880 ngày. Trong ba mươi tám năm này (so sánh 2:14), người Y-sơ-ra-ên không hề có bất kỳ tiến triển nào trong việc hoàn tất sứ mạng mà họ đã bắt đầu từ khi ra khỏi Ai Cập.

Mục tiêu chính của Đức Gia-vê khi để họ lang thang trong đồng vắng là giữ sạch thế hệ nổi loạn (2:14–16). Trong gần bốn thập kỷ, Y-sơ-ra-ên là một trại tử thần, một nhà xác sống, trong đó âm thanh nổi bật là tiếng than van chết chóc. Thật đáng mỉa mai! Ngày còn là nô lệ ở Ai Cập, dân số của Y-sơ-ra-ên tăng lên như nấm; nhưng ngay khi được tự do, họ co rúm lại.

Ngữ Cảnh Bắc Cầu

Một số bài học thần học cố định rút ra từ phần hồi tưởng của Môi-se tại Ca-đe Ba-nê-a thật rõ ràng; một số khác thì khó thấy hơn. Có lẽ sẽ hữu ích khi phân loại những bài học này bằng cách đặt hai câu hỏi: bản văn này dạy chúng ta điều gì về Đức Chúa Trời? Về dân của Đức Chúa Trời?

DẠY VỀ ĐỨC CHÚA TRỜI. Câu hỏi đầu tiên được trả lời bằng ba ẩn dụ có tác động mạnh mẽ: Đức Chúa Trời là Chiến Binh thiên thượng,

---

11. Thuật ngữ chỉ chủng tộc *người A-mô-rít* được dùng theo nghĩa rộng để chỉ dân cư ở Ca-na-an. Dân 14:45 gọi họ cách chính xác hơn là người A-ma-léc và Ca-na-an.

Người Chỉ Đường thiên thượng và người Cha thiên thượng. (1) *Đức Chúa Trời là Chiến Binh thiên thượng.* Nếu việc xét đoán các vấn đề nội bộ của Y-sơ-ra-ên thuộc về Đức Chúa Trời (1:17), thì những trận chiến của dân chống ngoại xâm cũng thuộc về Ngài (2 Sử 20:15). Cho dù là người Ai Cập hay người A-mô-rít, bất kỳ ai cản trở Y-sơ-ra-ên là cản đường Đức Chúa Trời.

(2) *Đức Chúa Trời là Đấng Chỉ Đường thiên thượng.* Trong suốt hành trình của Y-sơ-ra-ên, Đức Gia-vê đi trước họ trong đám mây và trụ lửa, tìm kiếm nơi cắm trại cho Y-sơ-ra-ên và chỉ đường cho họ (1:33). Đức Chúa Trời, Đấng đã đem Y-sơ-ra-ên đến với Ngài tại Hô-rếp, đã thành tín đem Y-sơ-ra-ên đến biên giới Đất Hứa. Chúng ta nghe những ám chỉ về khái niệm này trong lời Xa-cha-ri ca ngợi lòng thương xót của Đức Chúa Trời khi Ngài hướng dẫn "bước chúng ta vào nẻo bình an" (Lu 1:78–79), và Khải Huyền 7:15–17, nói về việc Chiên Con dẫn chiên mình đến suối nước sống.

(3) *Đức Chúa Trời là Cha thiên thượng.* Câu 31 cho thấy hình ảnh dịu dàng của Đức Chúa Trời trong vai trò người cha yêu thương, ẵm chặt mình đi qua đồng vắng mênh mông và đáng sợ (8:15). Tuy nhiên, người Y-sơ-ra-ên hiểu rằng vai trò làm cha của Đức Chúa Trời có hai phương diện. Ngài ban ân huệ dư dật cho con nhưng cũng nổi giận khi con không vâng lời và không tin cậy mình (1:34). Đức Gia-vê sửa phạt con cái Ngài (so sánh 8:5; Châm 3:12), nhưng khi sự sửa phạt không hiệu quả, Cha trên trời sẽ không nghe tiếng than khóc của đứa con nổi loạn (1:45). Trong Tân Ước, Chúa Giê-xu mời gọi các môn đồ xưng Đức Chúa Trời là Cha khi họ cầu nguyện và khẩn xin Ngài dẫn dắt họ (dù không phải vào trong sa mạc cám dỗ), đánh trận cho họ ('giải cứu chúng con khỏi điều ác'), và ban cho họ bánh ăn mỗi ngày (Mat 6:9–13). Nhưng Hê-bơ-rơ 12:6 nhắc chúng ta rằng vai trò làm cha của Đức Chúa Trời còn một phương diện nữa: 'Vì Chúa sửa phạt kẻ Ngài yêu, hễ ai mà Ngài nhận làm con, thì cho roi cho vọt.'

DẠY VỀ CON DÂN ĐỨC CHÚA TRỜI. Ít phân đoạn trong Kinh Thánh trình bày đầy đủ về sự bất trung của con người. (1) Sự bất trung là hậu quả của và được thể hiện qua cái nhìn sai lầm. Ở đây, Môi-se nhấn mạnh chủ đề xuyên suốt là 'nhìn thấy' (1:19, 22–23, 25, 28, 30, 31, 33), nhưng 'con mắt' bất trung chọn lọc điều nó muốn ghi vào lòng. Những người này mù lòa trước những sự quan phòng đầy ân điển của Đức Chúa Trời, và họ chỉ nhìn thấy những ngăn trở trên đường đi. Vì mù lòa trước Đấng vĩ đại hơn ở giữa họ (1 Giăng 4:4), nên họ không 'nhìn thấy' phần thưởng (1:35–36).

(2) Phân đoạn này dạy chúng ta nhiều phương diện của sự vô tín. Theo câu 19–33, vô tín che lấp sự thật (1:32) và biểu lộ qua sự cứng đầu và chống nghịch mạng lệnh của Đức Chúa Trời (1:26), lằm bằm sau lưng người lãnh đạo và sau lưng Đức Chúa Trời, cay đắng, hiểu sai tấm lòng của Đức Chúa Trời, buộc tội những người khác trong cộng đồng (1:28), sợ hãi và mất can đảm (1:29), và có lẽ bi thảm nhất là mất trí nhớ (1:30–33). Trong sách này, Môi-se nhiều lần quay lại với 'thần học ghi nhớ', nhấn mạnh rằng nhiều định chế về sự thờ phượng và hiến pháp được thiết lập nhằm làm sống động ký ức về nhiều lần Đức Chúa Trời can thiệp vì quyền lợi của họ (6:20–25; 26:5–11).

(3) Sự vô tín cho rằng chỉ cần giả bộ nói những lời ăn năn thôi cũng đã được Đức Chúa Trời ban ân huệ rồi (1:41), và quên đi chứng cứ của lòng trung thành đó là vâng phục ý muốn Chúa. Sự vô tín cho rằng Đức Chúa Trời hay thay đổi (1:26–40) và mặc định rằng lúc nào Ngài cũng hiện diện với mình. Sự vô tín tạo sự xa cách trầm trọng đến mức Đức Chúa Trời không đáp lời van nài của những người vô tín, cho dù họ có nài nỉ Ngài đến đâu đi nữa.

Thế nhưng, cho dù sự vô tín lan tràn khắp Y-sơ-ra-ên, thời đại nào cũng đều có một nhóm người trung tín sót lại. Chúng ta có thể đối chiếu Ca-lép và những người Y-sơ-ra-ên còn lại bằng cách đặt đáp ứng của ông được ghi lại trong Dân Số Ký 13–14 cạnh những đặc điểm của Y-sơ-ra-ên được minh họa trong hồi tưởng của Môi-se:

Đặc điểm của dân Y-sơ-ra-en nói chung	Đặc điểm của Ca-lép
Không muốn đi lên (1:26)	Hăm hở đi lên (so sánh Dân 13:30)
Chống nghịch mạng lệnh của Đức Gia-vê (1:26)	Khuyên dân chúng không nên chống đối Đức Gia-vê
Lằm bằm trong trại mình (1:27; Thi 106:25)	Khuyên dân chúng bình tĩnh (so sánh Dân 13:30)
Cho rằng Đức Gia-vê căm ghét và phản bội họ (1:27)	Quả quyết với dân chúng về ân huệ và sự hiện diện của Đức Gia-vê (Dân 14:9)
Nản lòng nhụt chí (1:28)	

Kinh khiếp và sợ hãi (1:29)	Thách thức dân chúng đừng sợ (so sánh Dân 14:9)
Không chịu tin cậy Đức Gia-vê là Đức Chúa Trời của họ (1:32)	Hoàn toàn tin cậy Đức Gia-vê (so sánh Dân 13:30; 14:8–9)

Trường hợp của Ca-lép cho thấy ngay buổi đầu của lịch sử dân tộc đã có hai Y-sơ-ra-ên: (a) người Y-sơ-ra-ên về mặt chủng tộc, tham gia vào cuộc xuất hành khỏi Ai Cập, nhận mình là con cháu của các tổ phụ đức tin và xem mình là người thừa kế tất yếu của lời hứa; (b) người Y-sơ-ra-ên thật, là con cháu hay không phải là con cháu của các tổ phụ về phương diện thể xác, nhưng là những người có Thần Linh của Đức Chúa Trời giống như các tổ phụ và do đó, là những người thừa kế di sản thuộc linh thật. Trong Dân Số Ký 14:24 Đức Gia-vê nhận thấy một tinh thần khác (còn có nghĩa là 'một thần linh khác'-ND) ở Ca-lép, thể hiện trong việc ông toàn tâm toàn ý đi theo Đức Gia-vê. Mặc dù có thể điều này chỉ có nghĩa là cách cư xử của Ca-lép khác với nhóm người còn lại, nhưng rất có thể 'có Thần khác đi cùng' có nghĩa là người đó được cắt bì trong lòng (Phục 30:6), kinh nghiệm được cấy vào một tấm lòng thiên thượng, hay được Đức Gia-vê đặt 'thần linh' vào (Ê-xê 36:26–27). Thánh Linh ngự trị sản sinh một đời sống hoàn toàn vâng phục Đức Gia-vê. Ca-lép, người ngoại bang cải đạo, minh họa cho cách ngôn của Phao-lô:

> Vì một người chỉ bề ngoài là người Do Thái thì không phải là người Do Thái thật, còn sự cắt bì về mặt thể xác bên ngoài thì không phải là sự cắt bì thật. Nhưng một người bên trong là người Do Thái mới thực là người Do Thái; sự cắt bì thật phát xuất từ tấm lòng, bởi Thánh Linh, chứ không theo chữ nghĩa. Một người như vậy sẽ được khen ngợi, không phải từ loài người, mà từ Đức Chúa Trời.(Rô-ma 2:28–29)

Ít ai được chính Đức Chúa Trời khen ngợi nhiệt thành như Ca-lép.

Ý Nghĩa Đương Đại

Sau khi người Y-sơ-ra-ên rời Ai Cập, họ đối diện với hàng loạt những thử thách cho lòng trung thành và đức tin nơi Đức Gia-vê. Ngài luôn luôn tỏ mình thành tín với họ; tại Ca-đe Ba-nê-a họ bị thử thách xem thử họ có tin rằng Chúa sẽ hoàn thành sứ mạng của Ngài và phó người Ca-na-an vô cùng mạnh sức vào tay họ hay không. Cơ Đốc nhân mọi thời thại đều phải đối diện với việc những kẻ đại diện của vương quốc tối tăm đứng chặn đường, ngăn trở việc hoàn thành sứ mệnh Đức Chúa Trời kêu gọi. Phải thừa nhận rằng kẻ thù của chúng ta không phải là những nhóm sắc hay chủng nào đó, và phần thưởng của cuộc chiến không thuộc về phương diện thuộc thể, nhưng thách thức đó không hề kém chân thật. Phao-lô vẽ bức tranh về cuộc chiến của chúng ta bằng những đường nét sinh động trong Ê-phê-sô 6:10–13:

> Cuối cùng, anh em phải mạnh mẽ trong Chúa và nhờ sức toàn năng của Ngài. Hãy trang bị mọi khí giới của Đức Chúa Trời để anh em có thể đứng vững chống lại các mưu kế của ma quỷ. Vì chúng ta chiến đấu, không phải chống lại thịt và máu, nhưng chống lại các quyền thống trị, các thế lực, các kẻ nắm quyền bá chủ thế giới mờ tối này, và các thần dữ ở các nơi trên trời. Vì vậy, hãy trang bị mọi khí giới của Đức Chúa Trời, để trong ngày tai họa, anh em có thể chống cự lại; và khi chiến thắng mọi sự rồi, anh em được đứng vững vàng.

Cũng như Y-sơ-ra-ên, điều đáng buồn là hội thánh nói chung và Cơ Đốc nhân nói riêng thường tỏ ra vô tín, bị ấn tượng bởi sức mạnh của kẻ thù hơn sức mạnh của Đức Chúa Trời và những nguồn lực Ngài sắm sẵn cho con dân Ngài. Nhưng tấm gương của Ca-lép truyền cho chúng ta cảm hứng để tìm kiếm Đức Chúa Trời và cung cấp cho chúng ta bí quyết để vượt qua thử thách mà chúng ta đối diện: được một Thần Linh khác, là Thánh Linh của Đức Chúa Trời, chiếm hữu và hết lòng cam kết với Đức Chúa Trời cùng sứ mạng của Ngài. Đối với những ai kiên trì, Chúa hứa ban không chỉ một khoảnh đất nhỏ mà là phần thưởng về cơ nghiệp đời đời với Ngài (Ê-phê-sô 1:3–14).

Phục Truyền Luật Lệ Ký 2:2–23

Ý Nghĩa Nguyên Thủy

Trong Phục Truyền 2–3, Môi-se đối diện với một thế hệ mới: trước mặt ông là con cái của thế hệ vô tín đã ra khỏi Ai Cập. Ở đây, ông nhắc lại sáu sự kiện trong đó vị Tổng Tư Lệnh thiên thượng đã lãnh đạo quân đội Y-sơ-ra-ên từ đâu đó trong vùng phụ cận Sê-i-rơ đến phía đông Giô-đanh, để từ đó họ bước vào Đất Hứa (2:2–3:29). Câu 1, 8 và 13b-15 trình bày ý chính của câu chuyện từ 2:2–23. Phần lớn phần còn lại là những lời Đức Gia-vê phán với Môi-se (2:2–7, 9, 13a, 17–19) và phần chú thích được thêm vào để nhận diện những cư dân nguyên thủy trong xứ Mô-áp, Am-môn và Ê-đôm (2:10–12, 20–23).

Ngoài bộ khung của câu chuyện này, một lần nữa chúng ta thấy sở thích sử dụng ba khía cạnh của Môi-se khi ông lần lượt nói đến sự giao thiệp của Y-sơ-ra-ên với người Ê-đôm (2:2–8a), người Mô-áp (2:8b-15), và người Am-môn (2:16–24a). Những từ khóa của bản văn này rõ ràng là 'đi ngang qua' (*ābar*, 8l; 2:4, 8, 13, 14, 18, 24) và 'chiếm đoạt, tước quyền sở hữu'/'sản nghiệp' (*yāraš*/ *yěruššâ*, 9l; 2:5, 9, 12, 19, 21, 22). Sau ba mươi tám năm đi lòng vòng không mục đích trong sa mạc, giờ đây Y-sơ-ra-ên lại lên đường, lần lượt đi qua lãnh thổ của người Ê-đôm, Mô-áp và Am-môn.

Môi-se không giải thích tại sao Đức Gia-vê cho người Y-sơ-ra-ên tiến vào Ca-na-an từ phía đông đối diện Giô-đanh, thay vì bắt đầu chiến dịch từ Ca-đe Ba-nê-a ở phía nam. Nhưng để đến bờ biển phía đông Giô-đanh, người Y-sơ-ra-ên cần cẩn thận sắp xếp đường đi của mình qua nhiều nước, mà tất cả các nước đó đều có liên hệ huyết thống với người Y-sơ-ra-ên và đều đang tự lập quốc. Người Ê-đôm đang sống tại Sê-i-rơ là bà con gần nhất vì là con cháu Ê-sau, là anh Gia-cốp (so sánh Sáng 36). Người Mô-áp và Am-môn là con cháu ra từ Lót, cháu Áp-ra-ham, với hai cô con gái của ông (Sáng 19:30–38; so sánh Phục 2:9, 19).

Hồi Tưởng của Môi-se về Sê-i-rơ/Ê-đôm (2:2–8a)

Trong sự kiện mở đầu này, Môi-se nhớ lại cuộc gặp gỡ của Y-sơ-ra-ên với người Ê-đôm. Sau nhiều ngày đi vòng quanh núi Sê-i-rơ, Đức Gia-vê không im lặng nữa,[1] Ngài phán với Môi-se rằng họ đã lang thang đủ lâu rồi và đã đến lúc tiến về phía bắc. Nhưng trước hết họ phải xin phép đi băng qua lãnh thổ của con cháu Ê-sau. Môi-se không thuật lại người Y-sơ-ra-ên đã thương lượng với người Ê-đôm như thế nào (so sánh Dân 20:14–21). Trong câu 2–7, ông chỉ nhắc lại nguyên văn chính sách đối xử với Ê-đôm của Chúa: người Y-sơ-ra-ên chỉ đi băng qua, họ phải tôn trọng người Ê-đôm và không được chọc dân đó bằng bất kỳ hình thức nào.

Chính sách này dường như dựa trên năm lý do. (1) Người Ê-đôm là bà con của Y-sơ-ra-ên (từ *'āḥîm* tiếng Hê-bơ-rơ nghĩa là 'anh em', 2:4a)

(2) Người Ê-đôm sợ người Y-sơ-ra-ên (2:4); có vẻ như câu chuyện Y-sơ-ra-ên thoát khỏi Ai Cập và đánh bại người A-ma-léc (Xuất 17:8–16) cách đó bốn mươi năm đã đến tai người Ê-đôm (so sánh Dân 22:3–4).

(3) Đức Gia-vê đã ban xứ Ca-na-an cho Y-sơ-ra-ên thế nào, thì Ngài cũng ban Sê-i-rơ cho Ê-sau và con cháu ông làm sản nghiệp hợp pháp thể ấy. Trong khi người Cận Đông cổ thường xem những vị thần hộ mạng chỉ có quyền trên lãnh thổ của chính họ, thì Gia-vê, Đức Chúa Trời của Y-sơ-ra-ên, thực thi thẩm quyền trên nhiều quốc gia và thể hiện sự chăm sóc quan phòng trên các dân khác.[2] Là đầy tớ của Đức Gia-vê, Y-sơ-ra-ên không được chiếm lãnh thổ Ngài đã ban cho dân khác.

(4) Đức Gia-vê nghiêm cấm người Y-sơ-ra-ên không được cướp hay ăn trộm của người Ê-đôm; ngược lại họ phải trả bạc cho phần thức ăn và nước uống họ cần.

(5) Y-sơ-ra-ên phải tiếp tục hoàn toàn lệ thuộc vào sự chu cấp trực tiếp từ Đức Gia-vê (2:7). Trong cách nói tiêu biểu của Môi-se, ông đề

---

1. Các chuyện kể trong Dân Số Ký cho thấy Đức Gia-vê đã phán với Môi-se rất nhiều lần, ban hành những chỉ dẫn về hiến pháp, cố vấn Môi-se trong vấn đề hành chính, và vấn đề về các đáp ứng trung thành của dân chúng.

2. Để xem phần thảo luận những quan điểm Cận Đông cổ về mối liên hệ giữa các thần hộ mệnh và lãnh thổ quốc gia, xem Daniel I. Block, *The Gods of the Nations* (Grand Rapids: Baker, 2000), 75–111.

cập đến vấn đề này dựa trên ba sự kiện. (a) Đức Gia-vê đã ban phước cho mọi công việc tay họ làm. (b) Đức Gia-vê đã chăm sóc[3] Y-sơ-ra-ên trong suốt hành trình của họ qua sa mạc mênh mông và kinh khủng (so sánh 8:3–5). (c) Đức Gia-vê đã ở cùng dân Ngài trong bốn mươi năm qua,[4] chu cấp mọi điều họ cần. Trong câu 8a, Môi-se lưu ý rằng thay vì liều lĩnh vi phạm nguyên tắc ấy, người Y-sơ-ra-ên đã đi vòng quanh lãnh thổ của người Ê-đôm về phía đông, dường như để tránh Đường Cái của Vua đi qua vùng trung tâm của người Ê-đôm.[5] Vì câu 8a khá mơ hồ, nên tuyến đường họ đi cũng không rõ ràng.[6] Nhưng lời Đức Gia-vê bày tỏ một thử thách đức tin đối với thế hệ mới. Những gì xảy ra tiếp theo cho thấy rõ ràng họ đã vượt qua được thử nghiệm này.

Vì câu 12 và 22 cũng liên quan đến người Ê-đôm, nên chúng ta có thể xem xét một thể tại đây. Câu 10–12 và câu 20–23 ôn lại cách các dân tộc ở bên kia Giô-đanh chiếm lấy xứ họ hiện đang sống. Những câu này nêu lên bối cảnh cho cuộc chinh phục Ca-na-an của Y-sơ-ra-ên. Những người cư ngụ ở Sê-i-rơ trước Ê-đôm/ Ê-sau được biết đến là người Hô-rít (so sánh Sáng 36:20–30). Lời nhận xét trong câu 22 'Ngài [Đức Giê-hô-va] đã làm như vậy cho con cháu Ê-sau' cho thấy chúng ta nên xem việc người Ê-đôm thay thế người Hô-rít là điều mang tính kiểu mẫu. Đức Gia-vê đã tiêu diệt người Hô-rít và ban xứ họ cho người Ê-đôm như thế nào, thì Ngài cũng làm như vậy cho người A-mô-rít, và cũng làm cho Y-sơ-ra-ên. Mặc dù câu 12 nói người Ê-đôm tiêu diệt người Hô-rít, nhưng câu 22 cho biết Đức Chúa Trời đã làm việc đó.

---

3. Động từ *yādaʻ* ('biết') thường mang nghĩa 'chăm sóc, bảo vệ'. So sánh Sáng 39:6, 8; Gióp 9:21; 35:15; Thi 1:6; 31:8[9]; Châm 27:3.

4. 'Bốn mươi' là con số được làm tròn, bao gồm thời gian di chuyển từ Ai Cập đến Si-nai, thời gian tại Hô-rếp và lang thang trong sa mạc. Dân 14:27–35 lưu ý rằng bốn mươi năm tương ứng với số ngày các thám tử do thám xứ Ca-na-an, một năm thay cho một ngày; như vậy bốn mươi ngày tương đương bốn mươi năm. Đây là khoảng thời gian dài phải mất để thay thế thế hệ vô tín bằng một thế hệ mới.

5. Barry J. Beitzel, *Moody Atlas of Bible Lands* (Chicago: Moody Press, 2009), 33 cũng nói như vậy.

6. Theo nghĩa đen là 'Rồi chúng ta đi băng qua cách xa anh em chúng ta, là con cháu của Ê-sau sống tại Sê-i-rơ, tránh xa con đường A-ra-ba, tránh xa Ê-lát, và tránh xa Ê-xi-ôn Ghê-be.'

Hồi Ức của Môi-se về Mô-áp (2:8b-15)

Phần mở đầu hồi ức của Môi-se về giai đoạn thứ hai của hành trình giống với giai đoạn đầu tiên, nhưng phần ký thuật ngắn gọn hơn. Tường thuật về cuộc gặp gỡ này chỉ vỏn vẹn trong câu 8b-9 và 13, phần lớn là lặp lại nguyên văn lời phán của Đức Gia-vê với Môi-se lúc đó. Những điểm giống nhau giữa câu 9 và câu 5 cho thấy nhận xét Môi-se về con cháu Ê-sau cũng áp dụng cho con cháu của Lót, người Mô-áp (2:9) và người Am-môn (2:18).

Khi người Y-sơ-ra-ên tiến đến biên giới Mô-áp (2:8b), Đức Gia-vê truyền dạy rằng cách họ đối xử với Ê-đôm cũng áp dụng cho Mô-áp. Họ không được quấy rầy người Mô-áp hay gây chuyện đánh nhau với họ (so sánh 2:5). Đức Gia-vê đã ban Sê-i-rơ cho Ê-đôm thể nào, thì Ngài cũng ban A-rơ cho người Mô-áp làm sản nghiệp thể ấy. Điều đáng chú ý là Đức Gia-vê đã thể hiện Ngài là vị thần hộ mạng của Mô-áp và khẳng định vai trò thường được gán cho Kê-mốt, thần của Mô-áp.[7] Việc nhắc đến dữ kiện Mô-áp là một trong những con trai của Lót ám chỉ Sáng Thế Ký 19:30–38. Mặc dù không rõ A-rơ nằm ở đâu, nhưng có lẽ đó là thủ phủ tọa lạc đâu đó trong khu vực trung tâm Mô-áp chứ không phải tại một khu vực rộng lớn hơn (Dân 22:36; Ê-sai 15:1). Dân Số Ký 21:28 ghi lại Si-hôn vua của Óc đã đốt A-rơ của Mô-áp, đây là một lối hành xử phổ biến vùng Cận Đông cổ đối với các thành phố bị chinh phục. Sau phần chú thích thêm vào (2:10–12), trong câu 2:13, Đức Gia-vê ra lệnh cho Y-sơ-ra-ên đứng dậy băng qua khe Xê-rết, biên giới tự nhiên giữa lãnh thổ của Ê-đôm và Mô-áp. Vì người Y-sơ-ra-ên không thật sự đi qua lãnh thổ Mô-áp, nên việc băng qua này ắt hẳn xảy ra ở khoảng 32 hoặc 48 ki-lô-mét ngược về phía đông.[8]

Câu 10–12 là chú thích (so sánh 2:20–22; 3:9, 11, 13) nhằm làm sáng tỏ các vấn đề về dân và địa lý liên hệ đến điều Môi-se nói. Như đã lưu ý trước đó, họ hàng của người Y-sơ-ra-ên ở bên kia sông Giô-đanh (Ê-đôm, Mô-áp, con cháu Am-môn) không phải dân bản địa. Dù chúng ta không rõ họ đã thay thế dân bản địa trong hoàn cảnh nào, nhưng trong câu 21 Môi-se tin rằng Đức Gia-vê đã tiêu diệt họ và

---

7. Về Kê-mốt, thần của Mô-áp, xem 1 Vua 11:33 và 2 Vua 23:13; về người Mô-áp là 'dân sự của Kê-mốt', xem Dân 21:29.

8. Khe Xê-rết thường được xem là Wadi Ḥasa ngày nay. Vào mùa mưa, khe chảy vào thung lũng A-ra-ba ở đầu phía nam của Biển Chết.

phó lãnh thổ vào tay những người mới đến này, giống như Ngài sẽ làm điều đó cho Y-sơ-ra-ên trong xứ Ca-na-an. Câu 10 cho biết các cư dân trước kia của Mô-áp, người Ê-mim, cũng đáng sợ như người A-na-kim, đối thủ của họ ở về phía tây Biển Chết, vì người Ê-mim cũng to cao và đông đảo. Trong khi người Mô-áp xem những giống dân khổng lồ này là người Ê-mim, thì dân Y-sơ-ra-ên gọi là Rê-pha-im (so sánh 2:20–21).[9]

Về mặt cú pháp, câu 14–15 cũng là phần chú thích thêm vào. Có vẻ như đối với Môi-se, việc băng khe Xê–rết là một sự kiện quan trọng. Hồi tưởng lại mạng lệnh của Đức Gia-vê băng qua Xê-rết (2:13) gợi nhớ lại quá khứ. Thế hệ lạc mất trong sa mạc bỏ mạng không phải vì thiếu thức ăn hay nước uống, mà vì Đức Gia-vê đã trở thành kẻ thù của họ và hành động chống lại họ, như Ngài đã thề. Sách Dân Số Ký ghi lại nhiều sự kiện cụ thể là nguyên nhân làm cho Đức Gia-vê bộc lộ cơn thịnh nộ của Ngài, nhưng những sự kiện này chỉ giải thích một phần nhỏ những tổn hại của cơn thịnh nộ mà thôi. Bàn tay của Đức Gia-vê đã chiến đấu chống người Ai Cập cách khải hoàn[10] giờ đây chống lại Y-sơ-ra-ên và sẽ không dừng công tác hủy diệt cho đến khi từng thành viên của thế hệ đó bị loại trừ.

Hồi Ức của Môi-se về con cháu Am-môn (2:16–23)

Vì Môi-se tập chú vào việc đưa dân Y-sơ-ra-ên đến Đất Hứa thay vì tường thuật những lần chạm trán với người Mô-áp, nên ông đi ngay vào giai đoạn tiếp theo trong cuộc phiêu lưu của quốc gia này.[11] Giống đoạn trước đó, đoạn này bao gồm phần giới thiệu câu chuyện (2:16–17), phần trích dẫn lời phán của Đức Gia-vê (2:18–19), và phần ghi chú thêm về lịch sử (2:20–23).

Một khi những chiến binh cuối cùng của thế hệ vô tín đã chết, Đức Gia-vê liền ra lệnh cho người Y-sơ-ra-ên đi đến chặng cuối cuộc hành trình dài của họ, qua lãnh thổ của người Am-môn. Cũng như

---

9. Xem Gióp 26:5; Thi 88:10[11]; Châm 2:18; Ê-sai 14:9; 26:14, 19. Về người Rê-pha-im, xem H. Rouillard, 'Rephaim,' *DDD* 692–700.

10. So sánh Xuất 3:20; 7:4–5; 9:3, 15; 13:3, 9, 14, 16; 15:6, 9, 12; 18:10; 32:11. Trớ trêu thay, đây chính là số phận mà người Y-sơ-ra-ên muốn trong Xuất 16:3.

11. Dân 21:13 tóm tắt chuyến đi vòng quanh Mô-áp bằng một câu đơn giản. Người Y-sơ-ra-ên có nhiều cuộc chạm trán mang tính quyết định với người Mô-áp, nhưng tất cả đều diễn ra sau khi họ đánh bại các vua A-mô-rít lúc vẫn còn cắm trại tại Si-tim, trên đồng bằng Mô-áp, đối diện Giê-ri-cô (Dân 22–25).

người Mô-áp, người Am-môn là con cháu của Lót với con gái ông (con út). Tên quốc gia theo tục lệ là *benê 'ammôn*, gợi lại mối quan hệ loạn luân trong cái hang bên ngoài Sô-đôm một cách rõ ràng hơn tên 'Mô-áp'. Những chỉ dẫn của Đức Gia-vê liên quan đến Bene Am-môn trong câu 19 gần giống với lời Ngài nói về Mô-áp trong câu 9. Ngài cấm người Y-sơ-ra-ên quấy rối người Am-môn hay cố gắng chiếm bất cứ phần lãnh thổ nào của họ, vì Ngài đã ban cho họ xứ này làm sản nghiệp. Tại đây Ngài xác nhận thẩm quyền thường được gán cho Milkom, thần hộ mạng mà Bene Am-môn công nhận. [12]

Phần còn lại của bản tường thuật về Bene Am-môn là phần chú thích thêm về những cư dân trong xứ mà họ thay thế (2:20–23). Lãnh thổ của họ bao gồm vùng không có hình dạng nhất định về phía tây bắc Mô-áp (ngày nay là Amman, Jordan) dưới sự cai trị của Si-hôn, vua Hết-bôn. Nhưng cũng như người Mô-áp, người Am-môn cũng có tên gọi riêng dành cho người bản xứ đáng sợ mà họ đã thế chỗ; người Am-môn gọi họ là Xam-xu-mim (Sáng 14:5). Tất cả những tên gọi này phản ánh ấn tượng kinh khiếp mà những người khổng lồ này tạo ra cho người ngoài: Rê-pha-im ('ma'), Ê-mim ('kinh khiếp'), A-na-kim ('giềng giàng'), và Xam-xu-mim ('âm thanh lộn xộn/ đe dọa'). Đức Gia-vê đã làm cho con cháu Ê-sau có thể trục xuất và tiêu diệt người Hô-rít ở Sê-i-rơ và chiếm xứ thế nào (2:22), thì Ngài cũng tiêu diệt người Xam-xu-mim và cho phép người Am-môn trục xuất và chiếm xứ họ thể ấy (2:21).

Câu 23 thêm vào một ám chỉ khó hiểu về những sự kiện lịch sử tít vùng Philistia ở miền duyên hải tây nam Pa-lét-tin, nơi dân A-vim bị tiêu diệt và trục xuất bởi người Cáp-tô-rim hay Phi-li-tin (so sánh Giôs 13:3–4). Mặc dù các học giả tranh cãi về việc người Phi-li-tin đến Pa-lét-tin bằng cách nào, nhưng mục tiêu ban đầu của họ dường như là định cư ở Ai Cập. Tuy nhiên, Rameses III đánh bại họ vào khoảng 1190 TC và bố trí những người bại trận sống trong các thành ven biển miền nam Ca-na-an. Vào giữa thế kỷ mười hai, người Phi-li-tin đuổi lãnh chúa Ai Cập của mình ra khỏi xứ, thành lập Philistine Pentapolis, liên bang gồm năm thành bang chính: Ách-đốt, Ách-kê-lôn, Éc-rôn, Gát và Ga-xa. Trong sự quan phòng của Chúa, người Phi-li-tin từ phía tây đến được Pa-lét-tin (được đặt theo tên của họ), cùng

---

12. Về Milkom, thần hộ mệnh của con cháu Am-môn, xem E. Puech, 'Milcom', *DDD*, 575–76.

lúc người Y-sơ-ra-ên đang từ phía đông chuyển đến và đang cố gắng thiết lập thẩm quyền khắp xứ. Cho nên, xung đột là điều khó tránh khỏi.[13]

Ngữ Cảnh Bắc Cầu

Những bài học thần học cố định rút ra từ phần này trong bài giảng đầu tiên của Môi-se liên quan đặc biệt đến hành động quan phòng của Đức Chúa Trời đối với dân sự Ngài lẫn nhân loại nói chung.

Chúa trung thành với lời Ngài hứa. Nhiều thế kỷ trước đó, Đức Gia-vê đã hứa với Áp-ra-ham, Y-sác và Gia-cốp rằng sẽ có ngày con cháu họ nhận được xứ này. Trong khi kế hoạch này dường như bị lãng quên ba mươi tám năm, thì việc Y-sơ-ra-ên từ Ca-đe Ba-nê-a tiến đến Vịnh Aqaba, vòng qua Sê-i-rơ đến khe Xê-rét, và băng qua xứ Mô-áp cho thấy Đức Gia-vê không hề quên lời thề của Ngài. Ngài đang chuẩn bị cho họ tiến vào Đất Hứa cách hoan hỉ từ bên kia Giô-đanh đối diện Giê-ri-cô.

Chúa trung thành với lời Ngài hăm dọa. Phần này trong bài giảng của Môi-se cũng cho thấy Đức Chúa Trời thành tín với những lời hăm dọa của Ngài. Vì dân Y-sơ-ra-ên vô tín không chịu vào Đất Hứa từ Ca-đe Ba-nê-a, nên Đức Gia-vê thề tiêu diệt thế hệ đó trong đồng vắng và bắt đầu lại với một dân Y-sơ-ra-ên mới. Hình ảnh hai triệu thi hài người Y-sơ-ra-ên (nếu tính theo phần tu bộ ở Dân 2 và 26) bị chôn trong sa mạc không chỉ bi thảm mà có vẻ còn thật phí hoài đối với độc giả hiện đại. Chẳng lẽ Đức Chúa Trời không thể bớt nghiêm khắc một chút trước sự bất trung của họ sao? Và chẳng phải nhiều người trong số họ là nạn nhân của cả một hệ thống và cụ thể là của hệ thống lãnh đạo vô tín sao?

Nhưng hành động của Đức Gia-vê không bị chi phối bởi tình cảm; Ngài hành động theo nguyên tắc. Đối với một dân vô ơn trước ân điển thiên thượng mà họ kinh nghiệm hết lần này đến lần khác và nhiều lần kêu ca đòi quay lại Ai Cập, thì hình phạt đó thật ra còn chưa tương xứng với tội của họ. Đức Chúa Trời không chịu trách nhiệm về những người không xem trọng đặc ân lựa chọn, cứu rỗi, giao ước và chăm sóc của Chúa.

---

13. Xem Các Quan Xét 13–16; 1 Sa 4–6, v. v....

Đức Chúa Trời tham gia vào công việc của con người. Bản văn này cũng dạy một bài học sâu sắc về việc Đức Chúa Trời tham gia vào mọi công việc của con người. Sau này, người Y-sơ-ra-ên kiêu hãnh vì họ được đặc biệt lựa chọn cho mối liên hệ giao ước với Đức Chúa Trời. Tuy nhiên, như A-mốt sẽ nhắc độc giả của ông trong A-mốt 9:7, nếu không tin cậy và trung thành với giao ước, thì cuộc di cư từ Ai Cập của Y-sơ-ra-ên cũng giống cuộc di cư của bất kỳ dân tộc nào. Và như Phao-lô tuyên bố với người A-thên hơn một ngàn năm sau: 'Từ một người, Ngài đã làm nên mọi dân tộc và khiến họ sống trên khắp mặt đất. Ngài ấn định thời kỳ và ranh giới cho họ cư trú (Công 17:26).

Đức Chúa Trời đã tham dự vào việc di cư của các dân ngay từ đầu. Mặc dù họ không tuyên bố trung thành với Đức Chúa Trời của Y-sơ-ra-ên, nhưng đằng sau việc con cháu thế chỗ người Hô-rít, người Mô-áp thay thế người Ê-mim, con cháu Am-môn thế người Xam-xu-mim và người Phi-li-tin thế chỗ người A-vim, Môi-se nhận biết bàn tay kín giấu của Đức Chúa Trời. Gia-vê, Đức Chúa Trời của Y-sơ-ra-ên, thực thi quyền tể trị trên khắp các dân tộc ở mọi thời đại. Như những con cờ trên bàn cờ, Ngài di chuyển chúng; Ngài rút một số con cờ ra và thay thế bằng những con khác, rồi Ngài định đoạt chỗ của chúng.

Khi câu chuyện của Y-sơ-ra-ên trong xứ được hé mở, chúng ta thấy phản ứng của Đức Gia-vê trước sự chống nghịch liên tục của họ đó là làm cho họ có cùng số phận với người Hô-rít, Ê-mim, Xam-xu-mim và A-vim. Một loạt những cuộc xâm chiếm đã làm cho lịch sử của Y-sơ-ra-ên trong thiên niên kỷ đầu tiên trước công nguyên bị đứt quãng, nhưng mỗi cuộc xâm chiếm đó đều xảy ra theo thời điểm và theo mạng lệnh của Chúa. Cuối cùng, Đức Gia-vê dùng người A-si-ri để sửa phạt vương quốc phía bắc, trục xuất cư dân của họ và thay vào đó là người ngoại quốc.

Nhưng đây hoàn toàn không phải là chiến lược cuối cùng của Đức Chúa Trời, vì Ngài đã có lời hứa đời đời với Áp-ra-ham rằng con cháu ông sẽ là con dân Ngài và được ở trong xứ của Ngài mãi mãi. Vì vậy, để trừng phạt Giu-đa và Giê-ru-sa-lem, Ngài đã đem người Ba-by-lôn tới. Người Ba-by-lôn đã để cho người Giu-đa sống trong điều kiện thuận lợi bên dòng sông Kê-ba, nơi người Giu-đa có thể duy trì những định chế chung và được bảo toàn cho cuộc khôi phục trong tương lai. Khi thời điểm khôi phục đã đến, Đức Chúa Trời đưa vào một quân cờ mới, là người Ba Tư. Những người Ba Tư này cho rằng khi các vị thần vui vẻ thì các vị thần ấy sẽ có thiện cảm với mình. Do đó, các hoàng đế Ba Tư cho phép các dân bị trị trở về quê hương, khuyến khích họ tái thiết đền thờ các thần và thiết lập lại các tôn giáo bản địa.[14] Là những người được hưởng ích lợi từ chính sách chung này của hoàng đế, người Giu-đa quay về Giê-ru-sa-lem vào năm 538 TC. để xây lại cộng đồng đức tin trong quê hương mình.

Ý Nghĩa Đương Đại

Thoạt nhìn, bản văn này có vẻ khác với thế giới chúng ta đang sống. Các tên ngoại lai như Hô-rít, Xam-xu-mim, Ê-mim, A-vim và A-na-kim là những thứ thuộc thần thoại và truyền thuyết. Tuy nhiên, phân đoạn này nhắc chúng ta rằng lịch sử con người là lịch sử của những cuộc di cư, những xung đột, và tranh giành đất đai. Nhưng đằng sau những hoạt động của con người là bàn tay của Đức Chúa Trời - bàn tay hướng dẫn người Mô-áp, người Ê-đôm, và người Y-sơ-ra-ên, cũng chỉ dẫn người bản địa Bắc Mỹ trong cuộc di cư của họ băng qua eo biển Bering (phân cách Châu Á và Bắc Mỹ- ND) và những cuộc di dân của người Châu Âu đến Bắc Mỹ trong bốn năm thế kỷ qua. Những chuyến đi của người Châu Á và Châu Mỹ La-tinh đến những vùng Bắc Mỹ chủ yếu nói tiếng Anh trước kia (Anglo North America) cũng không nằm ngoài sự tể trị của Chúa. Điều này không có nghĩa là những dân di cư có lý do chính đáng để ngược đãi dân bản địa, mà chỉ có nghĩa không điều gì xảy ra là tình cờ cả. Việc nhận biết người Ê-đôm trục xuất người Hô-rít (2:12) rồi sau đó Đức Gia-vê tiêu diệt người Hô-rít trước mặt họ (2:22) chỉ ra sự hiệp lực giữa con người tự do và sự tể trị thiên thượng.

Bản văn này có ý nghĩa đặc biệt trong khủng hoảng hiện tại ở Trung Đông, nhắc chúng ta rằng con mắt Đức Chúa Trời không chỉ ở trên tuyển dân của Ngài. Ngài cũng nhìn các xứ bên kia Giô-đanh, hiện bị chiếm giữ bởi vương quốc Hashemite ở Giô-đanh, và bán đảo Si-nai, một phần của Ai Cập. Đức Chúa Trời, Đấng đã bảo vệ xứ này cho người Mô-áp và người Am-môn, cũng là Đức Chúa Trời ban xứ này cho người Giooc-đa-ni (Jordanians) và người Ai Cập. Thật phải lẽ khi hội thánh khuyến khích người Y-sơ-ra-ên ngày nay đối xử với

---

14. Xem câu khắc trên di vật khảo cổ nổi tiếng 'Trụ Si-ru' trong *ANET*, 315–16; COS, 2:314–316.

láng giềng bằng sự tôn trọng mà Đức Gia-vê đòi hỏi nơi tổ tiên của họ cách đây ba ngàn năm. Địa vị của người Y-sơ-ra-ên trong xứ không phải là vô điều kiện. Nếu không bởi đức tin, việc di cư của người Y-sơ-ra-ên hoàn toàn chỉ là một trong số nhiều cuộc di dân khác (A-mốt 9:7). Đối với những người không chịu tin cậy và phục vụ Đức Chúa Trời, thì không hề có cái gọi là tư cách hay địa vị đương nhiên thuộc về họ. Điều này đúng đối với con cháu thuộc thể của Gia-cốp cũng như với những người khẳng định mình là những người kế tự về mặt thuộc linh của ông.

Cuối cùng, từ quan điểm về mặt lãnh thổ, bản văn này dạy Y-sơ-ra-ên và tất cả những người đọc bản văn rằng đất đai là quà tặng từ chính Đức Gia-vê. Những câu Kinh Thánh nhắc đến các sắc dân đáng kinh sợ nhấn mạnh lẽ thật rằng khi Đức Chúa Trời bắt đầu thực hiện công tác ân điển của Ngài thì không một ai có thể cản đường Ngài. Có thể kẻ thù dường như to lớn, đông đảo và mạnh mẽ nhưng hội thánh phải nhớ rằng Gia-vê, Đức Chúa Trời của Y-sơ-ra-ên, mạnh sức hơn tất cả. Đấng ở trong các con là lớn hơn kẻ ở trong thế gian (1 Giăng 4:4).

Phục Truyền Luật Lệ Ký 2:24–3:11

Ý Nghĩa Nguyên Thủy

Tiếp tục trong phần ôn lại lịch sử, những hồi tưởng của Môi-se trở nên chi tiết hơn. Đoạn bao gồm ba phần: hai phần tường thuật về chiến trận, tường thuật đầu tiên mô tả việc Y-sơ-ra-ên đánh bại Si-hôn vua Hết-bôn (2:24–37), và tường thuật thứ hai kể lại chiến thắng trước Óc, vua Ba-san (3:1–7), sau đó là câu tóm tắt và phần chú thích (3:8–11).

Chinh phục Vua Si-hôn của Hết-bôn (2:24–37)

Nếu tạm thời bỏ qua câu 20–23, tức phần chú thích, thì chúng ta thấy rằng câu 24 nối với câu 19 cách mượt mà. Việc không nhắc đến Đức Gia-vê là Đấng đang phán và việc dùng câu mệnh lệnh ở ngôi thứ hai trong câu 24 khẳng định các câu 24–25 tiếp tục lời phán của Ngài từ câu 18–19. Phần này bắt đầu với chỉ thị từ Vị Chỉ Huy thiên thượng hãy đi ngang qua khe Ạt-nôn (ngày nay là Wadi el-Mujib), là biên giới giữa người Mô-áp và người A-mô-rít bên kia sông Giô-đanh (Dân 21:13). Sau những chỉ dẫn về cách đối xử với người Am-môn trong câu 18–19, chúng ta nghĩ rằng sẽ có cuộc chạm trán với những người này, nhưng điều đó đã không xảy ra. Ngược lại, con mắt Đức Gia-vê tập trung vào một thách thức khác. Một khi Y-sơ-ra-ên đã băng qua khe Ạt-nôn, thì người A-mô-rít là trở ngại duy nhất ngăn cách họ với Đất Hứa.

Từ thủ phủ tại Hết-bôn, ngày nay là Tell Heshan, vua Si-hôn đã cai trị người A-mô-rít ở phía nam.[1] Lãnh thổ của ông trải dài từ Giô-đanh ở phía tây đến vùng đất của con cháu Am-môn và sa mạc phía đông, và từ rạch Gia-bốc ở phía bắc đến khe Ạt-nôn ở phía nam. Lời hứa Đức Chúa Trời ban xứ cho các trưởng không hề bao hàm lãnh thổ phía đông Giô-đanh. Các ký thuật trong Dân Số Ký cho thấy việc Y-sơ-ra-ên tuyên bố quyền sở hữu vùng này là lời giải thích có sau nhằm lấp khoảng trống xuất hiện khi người Y-sơ-ra-ên loại trừ người A-mô-rít. Trong hồi tưởng của Môi-se, sự thất bại của người A-mô-rít lẫn

---

1. Về Hết-bôn, xem L. T. Geraty, 'Heshbon,' *ABD*, 3:181–84.

lời tuyên bố sở hữu của Y-sơ-ra-ên với vùng đất này dường như là những kết thúc đã được tính trước.[2]

Đức Gia-vê truyền cho Y-sơ-ra-ên sáu mệnh lệnh: 'Hãy đứng dậy", 'Tiếp tục hành trình', 'Vượt qua sông Ạt-nôn', 'Hãy bắt đầu', 'Chiếm đất', 'Tranh chiến với vua ấy'.[3] Đi cùng mệnh lệnh này là hai lời hứa quan trọng: Đức Gia-vê đã phó Si-hôn vào tay người Y-sơ-ra-ên,[4] và từ đây trở đi, Ngài sẽ làm cho khắp đất chấn động, khiến mọi người khiếp sợ khi nghe đến chiến thắng của Y-sơ-ra-ên. Điều đáng chú ý ở đây đó là câu này nhấn mạnh hành động của Y-sơ-ra-ên và Đức Gia-vê lui về hậu cảnh. Các dân trên khắp thế gian (nghĩa đen là 'các dân ở dưới trời') sẽ run rẩy và dằn vặt (trong đau đớn) *trước mặt Y-sơ-ra-ên* khi nghe những tường thuật *về họ* vì chúng khiếp đảm và kinh sợ họ.[5] Lời chứng của Ra-háp trong Giô-suê 2:9–11 và nhận xét giả trong Dân Số Ký 22:3 cho thấy điều này thật đã xảy ra giữa vòng người Ca-na-an và Mô-áp.

Môi-se tường thuật rằng từ Kê-đê-mốt[6] ông sai sứ thần[7] đến với Si-hôn với nhã ý đưa ra đề nghị hòa bình và xin phép đi qua lãnh thổ của Si-hôn. Mặc dù bản văn không nói rằng Môi-se làm điều này theo lệnh truyền của Đức Gia-vê, vì hành động đó phù hợp với những chính sách liên quan đến xung đột với các dân ngoại quốc được bàn đến sau này trong Phục Truyền 20:10–15, nhưng dĩ nhiên người A-mô-rít không phải là mục tiêu cho cuộc chinh phục của Y-sơ-ra-ên. Yêu cầu của Môi-se xin đi qua lãnh thổ của Si-hôn cách an toàn nhắc lại những chỉ dẫn trước đó của Đức Gia-vê trong cách đối đãi với người Ê-đôm (2:4–6) và ký thuật thật sự về lời đề nghị với Ê-đôm được ghi lại trong Dân Số Ký 20:14–17. Môi-se hứa đi trên đường cái;

---

2. Cách giải nghĩa thần học thẳng thắn của Môi-se về những sự kiện này hoàn toàn trái ngược với ký thuật ở Dân Số Ký (Dân 21:21–32) không hề nhắc đến tên Đức Gia-vê.
3. Y-sơ-ra-ên được lệnh đối xử với Si-hôn theo cách họ không được phép đối xử với người Ê-đôm, người Mô-áp và người Am-môn. Lưu ý cách dùng cùng động từ *hitgārâ* ('khiêu khích, giao chiến') như trong 2:5, 9, 19.
4. Lời hứa này đảo ngược sự rủa sả của Y-sơ-ra-ên trong 1:27 rằng Đức Gia-vê phó họ vào tay người A-mô-rít.
5. So sánh Xuất 23:27, câu Kinh Thánh nói Đức Gia-vê sai 'sự kinh khiếp ta' đi như thế đó là đối tượng cụ thể đi trước Y-sơ-ra-ên.
6. Giôs 13:18 xác định Kê-đê-mốt nằm trong lãnh thổ của Ru-bên, cho thấy Môi-se đã băng qua Ạt-nôn trước khi ông sai sứ giả đi.
7. Một *mal'ăk*, bất kể là người hay thiên sứ, cũng là sứ giả chính thức được thượng cấp ủy thác để nhân danh thượng cấp thực hiện công việc.

lực lượng của ông sẽ không rời khỏi đường cái đặng đi vào miền quê cướp bóc như đội quân xâm lược thường làm. Nhưng họ sẽ cần lương thực, vì vậy ông yêu cầu Si-hôn cung cấp cho họ thức ăn và nước uống, và người Y-sơ-ra-ên sẽ sẵn lòng trả tiền; họ chỉ đi ngang qua thôi (so sánh với Dân 20:19).

Dựa trên hình ảnh đầy tiêu cực từ câu trả lời của người Ê-đôm trong Dân Số Ký 20:14–21 và sự thù địch của người Mô-áp trong Dân Số Ký 22–24, thật ngạc nhiên trước chân dung đầy tích cực mà Môi-se vẽ về những quốc gia này trong câu 29. Ông nhanh quên đến vậy sao? Chắc chắn là không, vì sau này ông đã loại người Am-môn và người Mô-áp ra vì đã không cung cấp bánh và nước cho dân Y-sơ-ra-ên. Những lời nhận xét này của Môi-se có vẻ chỉ là lối nói hoa mỹ kiểu ngoại giao, thổi phồng sự thật để lập luận, vốn là đặc điểm phổ biến trong kỹ năng đàm phán chính trị (so sánh với lời nói của Giép-thê trong Quan 11).

Phần mô tả phản ứng của Si-hôn trước lời đề nghị của Môi-se gợi lại sự cứng lòng của Pha-ra-ôn trong Xuất Ê-díp-tô Ký 5–11. Dù giống như Pha-ra-ôn, thái độ của Si-hôn là không thể tha thứ được, nhưng Môi-se quy phản ứng của ông là do Đức Gia-vê, Đấng 'đã khiến cho tâm tính vua ấy ương ngạnh' và 'lòng dạ cứng cỏi'. Ông cũng tuyên bố rõ ràng mục đích của Chúa khi làm cứng lòng Si-hôn: 'để phó vua ấy vào tay anh em'. Với cụm từ kết thúc, (nghĩa đen là) 'như hôm nay [anh em đã thấy]', ông thu hút sự chú ý vào thực tế hiện tại mà gốc rễ của nó là bởi những hành động trong quá khứ.

Trong câu 31–37, Môi-se mô tả trận chiến với Si-hôn. Phần ký thuật cung cấp khá ít chi tiết, nhưng trong bố cục tổng quát, nó đưa ra kiểu mẫu về cách người Y-sơ-ra-ên làm cho người Ca-na-an phải tham gia vào cuộc chiến giành lấy Đất Hứa. Là Tổng Tư Lệnh, Đức Gia-vê ra lệnh tấn công, đưa ra những lời khích lệ và lời hứa ban chiến thắng. Y-sơ-ra-ên đáp ứng bằng cách đánh bại lực lượng của kẻ thù, hoàn toàn tiêu diệt dân cư và giành lấy lãnh thổ đã được hứa. Bảy lần lặp lại từ 'tất cả' ('toàn', 'mọi thứ' trong bản dịch tiếng Việt - ND) trong câu 32–37 nhấn mạnh sự vâng phục trọn vẹn và chiến thắng hoàn toàn của Y-sơ-ra-ên. Khuôn mẫu này tiếp tục được sử dụng trong đoạn tiếp theo (3:3–10).[8]

Câu 32 mô tả phản ứng của Si-hôn như thể ông tưởng rằng mình là người có mọi quyền tự quyết về mặt đạo đức. Rõ ràng nghĩ rằng đám Y-sơ-ra-ên nhốn nháo này dễ tóm gọn, vua A-mô-rít đem quân ra khỏi thành và đưa tất cả họ vào trận chiến tại Gia-hát.[9] Trong câu 33–34 Môi-se tóm tắt kết quả của trận đánh. Mô tả của ông phản ánh hai nguyên tắc chính theo quan điểm Kinh Thánh về các sự kiện lịch sử. (1) Là Đấng tể trị trên mọi dân và mọi sự kiện lịch sử, Đức Gia-vê phó Si-hôn vào tay Y-sơ-ra-ên. Điều đó có nghĩa là các thần của Si-hôn không thể bảo vệ ông. (2) Chiến thắng có được nhờ hợp lực của con người. Môi-se lưu ý ba hành động cụ thể: họ chiếm lấy từng công sự của Si-hôn,[10] họ tiêu diệt hoàn toàn dân cư trong từng công sự,[11] nhưng họ tha cho súc vật và tài sản theo luật ḥērem và tuyên bố chúng là chiến lợi phẩm.[12]

Câu 36–37 mô tả phạm vi chiến thắng của Y-sơ-ra-ên. Từ A-rô-e[13] trên khe Ạt-nôn ở miền nam cho đến vùng cao nguyên Ga-la-át ở phía bắc, không có thành nào của A-mô-rít mà người Y-sơ-ra-ên

---

8. Theo đó Môi-se đối chiếu lòng trung thành của dân Y-sơ-ra-ên trong sự kiện này với sự bất trung và vô tín của thế hệ trước tại Ca-đe Ba-nê-a. Tigay, *Deuteronomy*, 32 cũng cùng ý như vậy.

9. Cũng như Kê-đê-mốt, địa điểm này nằm trong phần đất được chia cho chi phái Ru-bên (Giôs 13:18) và sau này được chọn làm thành của người Lê-vi (Giôs 21:37), dù các tiên tri sau này (Ê-sai 15:4; Giê 48:21, 34) đồng ý với câu khắc của người Mesha bản xứ định vị Gia-hát thuộc lãnh thổ Mô-áp. Vị trí của Gia-hát không được biết rõ, nhưng về những nơi đã được gợi ý thì Khirbet Medeiniyeh trên khe Wadi al Themed có vẻ phù hợp nhất. Xem J. A. Dearman, 'Jahaz', *ABD*, 3:612.

10. Bản NIV ghi là 'các thành'. Xem chú giải ở 1:22 phía trên.

11. Động từ *heḥěrîm* (động từ chỉ xuất hiện trong từ gốc Hiphil và Hophal thể cầu khiến) được dịch là 'bị tiêu diệt hoàn toàn' trong bản NIV, liên quan đến hành động thiêng liêng không được phép huỷ bỏ đó là biệt riêng cho Đức Chúa Trời và con người tuyệt đối không được sử dụng. Muốn biết thêm về khái niệm của *ḥērem* và những hàm ý đạo đức của từ này, xem chú giải ở 7:2.

12. Việc thêm vào 'không để một ai sống sót' đặc biệt xuất hiện trong các ký thuật về những cuộc chiến với người Ca-na-an. So sánh với Phục 3:3; Giôs 8:22; 10:28–40; 11:8; nhưng xem thêm 2 Vua 10:11.

13. A-rô-e được cho là Khirbet Ara'ir, một pháo đài chiến lược trên đồi cao 1, 6 ki-lô-mét tính từ con sông canh giữ Đường Cái của Vua tại trạm kiểm soát trên biên giới lãnh thổ. 'Cái thành ở trong trũng' có lẽ ám chỉ pháo đài thứ nhì dưới thung lũng, có lẽ canh giữ nguồn cung cấp nước cho A-rô-e. Về mặt ngữ nghĩa, tên Ga-la-át bắt nguồn từ dãy núi chạy song song với sông Giô-đanh từ khe Hesban cho đến khe Yarmuk.

không thể xâm chiếm. Mặc dù phần mô tả thừa nhận sông Giô-đanh đánh dấu điểm xa nhất ở phía tây lãnh thổ bị Y-sơ-ra-ên chiếm đóng, nhưng về mặt chủng tộc Môi-se xác định là rìa phía đông hình dạng không xác định trong lãnh thổ của vua Si-hôn. Vâng theo chỉ dẫn của Đức Gia-vê (2:18–19), người Y-sơ-ra-ên không xâm lấn lãnh thổ của Bene Am-môn, là dân đã chiếm cho đến phía tây của xứ, bên kia Gia-bốc (ngày này là khe Zerqa).[14]

Chinh Phục Óc vua Ba-san (3:1–11)

Sắp bước vào Đất Hứa, người Y-sơ-ra-ên còn một trận chiến nữa - chống lại Óc, vua của Ba-san. Tên Ba-san nói đến dãy núi về phía bắc rạch Gia-bốc, phía tây Biển Ga-li-lê, đến tận núi Hẹt-môn ở tây nam Đa-mách (Phục 32:14; Thi 22:12 [13]; A-mốt 4:1). Câu 10 cho biết vương quốc của vua Óc trải dài từ miền nam đến Sanh-ca và Ết-rê-i (so sánh với 1:4). Nằm ở vị trí chiến lược trên dòng sông nhánh Yarmuk, biên giới phía nam lãnh thổ của vua Óc, và trên Đường Cái của Vua, Ết-rê-i đối với vua Óc giống như A-rô-e đối với vua Si-hôn (so sánh với câu 36 ở trên).[15] Ách-ta-rốt (ngày nay là Tell Ashterah) tọa lạc khoảng mười sáu ki-lô-mét phía trên Đường Cái của Vua, ba mươi hai ki-lô-mét về phía đông Biển Ga-li-lê.

Bỏ qua mạng lệnh của Đức Gia-vê là tiếp tục chiến dịch về hướng bắc (so sánh với 2:24), Môi-se thản nhiên nhắc lại rằng người Y-sơ-ra-ên 'chuyển hướng đi lên dọc theo con đường đến Ba-san' như thể đây chỉ là một giai đoạn nữa trong hành trình 'quay lại' (2:1), 'đi ngang' (2:8), 'vượt qua' (2:13), và 'tiếp tục hành trình, vượt qua' (2:24) xứ này đến xứ khác của Y-sơ-ra-ên. Vua Óc xem hành động của Y-sơ-ra-ên là thủ đoạn quân sự mang tính thù địch. Giống vua Si-hôn (2:32), ông huy động quân đội của mình và thách thức Y-sơ-ra-ên giao chiến tại Ết-rê-i.

Rồi tiếng của Đức Gia-vê khích lệ và thách thức qua Môi-se (3:2). Đức Gia-vê khích lệ ông và dân sự đừng sợ, vì Ngài đã phó vua Óc, toàn thể dân của vua Óc, và xứ của ông ta vào tay họ. Nhưng cũng

---

14. Mặc dù phần lớn dòng chảy của rạch Gia-bốc là từ đông sang tây, nhưng rạch bắt đầu phía đông bắc Rabbath Ammon và tạo hình cung từ nam ra bắc với khoảng cách đáng kể gần nguồn trong vùng cao nguyên phía đông.

15. Các nhà khảo cổ học xác định địa điểm này ngày nay là Dar'a ở miền nam Sy-ri, gần biên giới Gioóc-đa-ni.

như chỗ khác trong Kinh Thánh, mỗi lời hứa từ Chúa đều đòi hỏi đáp ứng của con người. Đức Gia-vê thách thức Môi-se đối xử với vua Óc y như cách ông đối với vua Si-hôn ở Hết-bôn.

Trong câu 3–7, Môi-se mô tả diễn biến của trận chiến. Bằng ngôn ngữ rập khuôn, ông bắt đầu bằng lời tóm tắt thuật lại sự liên đới của Chúa ('Giê-hô-va Đức Chúa Trời chúng ta cũng đã phó vào tay chúng ta Óc, vua Ba-san, và toàn quân của vua') và đáp ứng của con người ('chúng ta đã tận diệt'). Trong phần hồi tưởng tiếp theo, Môi-se nhấn mạnh phạm vi chiến thắng của Y-sơ-ra-ên: (1) Đức Gia-vê phó vua Óc và toàn bộ dân của ông cho Y-sơ-ra-ên; (2) họ chiếm lấy tất cả các thành của vua; (3) họ chiếm toàn bộ miền Ạt-gốp; (4) tất cả những thành này đều kiên cố vững chắc; (5) họ áp đặt luật *ḥerem* lên tất cả những thành này; và (6) họ lấy toàn bộ súc vật và đồ đạc làm chiến lợi phẩm. Ngoài ra, họ còn đánh chúng cho đến chừng không còn lại một ai (3:3).

Nhằm làm rõ nghĩa cụm từ 'quá kiên cố' trong 2:36, câu 5 nói thêm rằng các thành đều vững chãi, kín cổng cao tường. Vì các thành kiên cố còn không thể chịu được sự tấn công của dân Y-sơ-ra-ên, nên không có gì ngạc nhiên khi họ cũng chiếm lấy các làng mạc không có thành bao bọc. Tiến vào các thành, người Y-sơ-ra-ên tận diệt toàn bộ dân theo luật *ḥerem*, chiếm tất cả gia súc và của cải làm chiến lợi phẩm (3:6–7).

Môi-se kết thúc phần hồi tưởng về các trận chiến chống lại vua Si-hôn và vua Óc bằng câu tóm tắt những cuộc chinh phục của Y-sơ-ra-ên (3:8). Họ chiếm vùng A-mô-rít phía đông Giô-đanh, từ khe Ạt-nôn ở phía nam đến núi Hẹt-môn ở phía bắc (so sánh với Giôs 12:5; 13:11).[16] Câu 9 làm gián đoạn phần ôn lại các cuộc chiến bằng một lời nhận xét như phần chú thích, lần này là để nói rõ về núi Hẹt-môn. Dường như núi Hẹt-môn là tên người Y-sơ-ra-ên gọi ngọn núi mà người Si-đôn (đại diện cho người Phê-ni-xi) gọi là Hẹt-môn Si-ri-ôn, và núi mà người A-mô-rít (trước đây kiểm soát) gọi là Sê-ni-rơ.[17]

---

16. Jebel al-Sheikh ngày nay, 'núi của tù trưởng', cao đến khoảng 2800m ở đầu phía nam của rặng Anti-Lebanon. Tên Hẹt-môn *(ḥermôn)* có cùng từ gốc *ḥerem* có lẽ vì nó được xem là 'nơi được cung hiến'. Xem thêm R. Arav, 'Hermon, Mount', *ABD*, 3:158–60.

17. Cả hai tên gọi đều được lặp lại nhiều lần trong Cựu Ước (1 Sử 5:23; Thi 29:6; Nhã 4:8; Êxê 27:5–6) và được chứng thực trong các tác phẩm ngoại Kinh.

Trong câu 10, Môi-se nhắc lại phạm vi các cuộc chinh phục của người Y-sơ-ra-ên, tập trung vào vùng cao nguyên. Ông liệt kê các miền bị chinh phục[18] từ nam ra bắc.

Lời chú thích cuối cùng ở cuối phần hồi tưởng về việc đánh bại vua Si-hôn và vua Óc lưu ý rằng là dân Rê-pha-im, vua Óc là một trong những người cuối cùng còn sót lại của dân bản địa giềnh giàng trước khi người A-mô-rít đến vùng này.[19] Môi-se nhắc đến chiếc giường của Óc như là bằng chứng cụ thể về mức độ cao to của vua Óc. Rõ ràng nó được trưng bày ở thành Ráp-ba của Bene Am-môn (thủ phủ của Am-môn) lúc ghi chú này được viết ra. Giường của Óc thật ấn tượng. Đó là chiếc giường khổng lồ dài 412 cm và rộng 180 cm. Giường được làm bằng sắt. Vì sắt là kim loại quý trong Thời Đại Đồ Đồng Muộn, nên có lẽ giường được làm bằng gỗ và được trang hoàng bằng sắt, tương tự với chiếc ngai ấn tượng của Sa-lô-môn mà 1 Các Vua mô tả (theo nghĩa đen) là 'ngai bằng ngà'.[20] Ghi chú này mời gọi độc giả cổ xưa kiểm tra tính xác thực của tác giả và xác nhận tầm quan trọng trong chiến thắng của Y-sơ-ra-ên.[21]

---

18. 'Các thành của đồng bằng' nói đến các thành kiên cố trên cao nguyên giữa Ạt-nôn và khe Hết-bôn và Gia-bốc (so sánh với 4:43; Giôs 13:9, 16, 17, 21; v. v...); 'toàn vùng Ga-la-át' nói đến vùng cao giữa khe Hết-bôn và sông Yarmuk; được chia đôi bởi rạch Gia-bốc; và 'toàn vùng...Ba-san' chỉ về cao nguyên phía bắc và phía đông Yarmuk, biên giới phía nam được đánh dấu bởi Sanh-ca và Ết-rê-i. Về Ết rê i, xem chú giải 3:1 ở trên. Sanh-ca thường được cho là Salkhad ngày nay, một thành ở phía tây nam chân núi Hauron.
19. Về người Rê-pha-im, xem chú giải 2:10–11 ở trên.
20. Tương tự 'thiết xa' trong Giôs 17:16 và Quan 1:19; 4:3, 13. Muốn biết thêm, xem A. R. Millard, 'King Og's Bed and Other Ancient Ironmongery', trong *Ascribe to the Lord: Biblical and Other Studies in Memory of Peter C. Craigie* (bt. L. Eslinger and G. Taylor; JSOTSup 67; Sheffield: Sheffield Academic, 1988), 481–92. Cách giải thích này được ưa chuộng hơn quan điểm cũ cho rằng chiếc giường sắt được mô tả thật ra là một cái quách làm bằng đá ba-zan, mà màu sắc và hình dáng như kim loại của nó khiến người xem nghĩ đến sắt. Xem A. D. H. Mayes, *Deuteronomy* (NCB; Grand Rapids: Eerdmans, 1981), 144.
21. Chúng ta chỉ có thể phỏng đoán cách chiếc giường được đem đến Ráp-ba, là vùng thuộc Bene Am-môn (Amman ngày nay). Có lẽ người Am-môn khẳng định đó là chiến lợi phẩm lấy được từ người Y-sơ-ra-ên trong thời của Giép-thê (Quan 10–12).

> ### Ngữ Cảnh Bắc Cầu

Điều dân đức tin có thể đạt được.

Hồi tưởng của Môi-se về các cuộc chinh phục các vương quốc của người A-mô-rít bên kia sông Giô-đanh dạy chúng ta điều con dân đức tin có thể đạt được. Trái ngược với thế hệ trước đó, là thế hệ tự loại mình ra khỏi Đất Hứa tại Ca-đe Ba-nê-a vì nổi loạn và vô tín, ký thuật này cho thấy Đức Chúa Trời có thể làm bất kỳ điều gì cho và qua con dân Ngài nếu họ tin cậy Ngài. Vua Si-hôn và Óc, những người khổng lồ bên kia Giô-đanh, tượng trưng cho tất cả những gì chống nghịch Đức Gia-vê. Trong khi trước đó ở Hếp-rôn, các thám tử chỉ tình cờ thấy sự có mặt của những người khổng lồ (1:28), thì ở đây những người khổng lồ đang hành động. Khi sai dân Y-sơ-ra-ên vào trung tâm Rê-pha-im, Đức Gia-vê đã gửi đi trước một dấu hiệu đó là nếu con dân Ngài giao chiến bằng đức tin và lòng can đảm thì không ai có thể cản đường họ. Điều này tạo cho Y-sơ-ra-ên một tiền lệ quan trọng khi họ tiến vào Đất Hứa.

Những nguyên tắc cho thần học về chiến tranh

Ký thuật câu chuyện này minh họa nhiều nguyên tắc làm nền tảng cho thần học của Môi-se về chiến trận.[22] Những cuộc giao chiến của Y-sơ-ra-ên với người ngoài luôn được cho là công việc mang tính thần học. Mặc dù các yếu tố kinh tế (vd: nhu cầu về *Lebensraum*, 'mảnh đất để sinh sống') và tham vọng chính trị (khao khát sở hữu quyền lực lớn hơn của các vua) thường góp phần vào việc khởi xướng và tiến hành chiến tranh, như các láng giềng của họ ở vùng Cận Đông cổ, nhưng người Y-sơ-ra-ên tin rằng cuối cùng Đức Chúa Trời quyết định kết quả của mọi cuộc giao chiến. Các cuộc chinh phục của Y-sơ-ra-ên, đặc biệt việc chiếm xứ Ca-na-an, thường được nói đến với tên gọi 'những cuộc thánh chiến'.[23] Mặc dù tên gọi này

---

22. Sẽ nói nhiều hơn về đề tài này trong phần chú giải Phục 7 và 20.
23. Cụ thể, G. von Rad đã phổ biến khái niệm 'thánh chiến'. Ông viết: 'Những cuộc chiến này là thánh chiến, trong đó chính Đức Gia-vê đã chiến đấu để bảo vệ con dân Ngài; chúng là những cuộc hành quân thánh, mà trước khi hành quân những người nam biệt riêng chính mình - thuận phục, tức là tránh giao hợp - và kết thúc cuộc hành quân là lệnh cấm *(ḥrm)*, mọi chiến lợi phẩm thuộc về Đức Gia-vê. G. von Rad, *Old Testament Theology*, quyển 1, *The Theology of Israel's Historical Traditions* (biên dịch bởi D. M. G. Stalker; New York: Harper & Row, 1962), 17. So sánh với cũng tác giả đó, *Studies in Deuteronomy* (bd. David Stalker;

xác định đúng đắn bản chất thánh của những cuộc chiến trong Cựu Ước, nhưng vì tên gọi này không hề có trong Kinh Thánh và vì ngày nay tên gọi này chứa đựng nghĩa tiêu cực, nên người ta tránh dùng và thay thế bằng tên 'những cuộc chiến của Đức Gia-vê'.[24]

Mặc dù thần học chiến tranh được phản chiếu trong Phục Truyền Luật Lệ Ký có nhiều điểm giống với quan điểm về chiến tranh của các dân tộc xung quanh,[25] nhưng nó cũng đưa ra cách nhìn riêng của Y-sơ-ra-ên.

1. Là Tổng Tư Lệnh thiên thượng, Đức Gia-vê nhận diện các mục tiêu quân sự. Ngài loại bỏ người Ê-đôm, người Mô-áp và người Am-môn, và Ngài tập trung vào các vua A-mô-rít cùng dân của họ bên kia sông Giô-đanh, có lẽ vì họ cản trở số phận hiển nhiên của dân Ngài.

2. Đức Gia-vê khởi xướng chiến tranh, cho dân Y-sơ-ra-ên biết khi nào phải giao chiến với kẻ thù.

3. Đức Gia-vê quyết định chiến lược cho trận chiến - trong trường hợp này, là bảo Y-sơ-ra-ên băng qua Giô-đanh, chiếm lấy xứ, và giao chiến cùng dân ấy (2:24), chiếm các thành, tiêu diệt dân chúng, và thu tài sản làm chiến lợi phẩm.

4. Đức Gia-vê đi cùng Y-sơ-ra-ên trong chiến trận. Mặc dù ở đây sự hiện diện của Đức Gia-vê trong trại quân Y-sơ-ra-ên không được nói đến rõ ràng, nhưng đọc trong 1:42 chúng ta có thể kết luận trường hợp này cũng tương tự như vậy.

5. Đức Gia-vê tham gia vào trận chiến tâm lý, điều khiển thái độ của kẻ thù đối với chính Ngài và đối với Y-sơ-ra-ên, để cuối cùng đạt được mục tiêu của Ngài. Cụ thể, Đức Gia-vê làm cứng lòng vua của kẻ thù để ông từ chối lời đề nghị hòa bình (2:30), và Ngài làm cho các dân tộc ở khắp nơi sợ hãi,

---

SBT 9; London: SCM, 1953), 45–59; cùng tác giả, *Holy War in Ancient Israel* (bd. M. J. Dawn; Grand Rapids: Eerdmans, 1991), 115–27.

24. Cũng theo quan điểm này là T. Longman III, 'Warfare', *New Dictionary of Biblical Theology* (bt. T. D. Alexander và cs.; Downers Grove, IL: InterVarsity Press, 2000), 836.

25. Muốn biết thêm, xem M. Weinfeld, 'Divine Intervention in War in Ancient Israel and in the Ancient Near East', trong *History, Historiography and Interpretation: Studies in Biblical and Cuneiform Literature* (bt. H. Tadmor and M. Weinfeld; Jerusalem: Magnes and Hebrew Univ. Press, 1983), 124–31.

khiếp đảm Y-sơ-ra-ên, khiến chúng hoàn toàn mất tinh thần (2:25).

6. Đức Gia-vê phó kẻ thù và xứ của họ vào tay Y-sơ-ra-ên (2:30–31, 33, 36; 3:3).

Trong bức tranh này, Y-sơ-ra-ên thực hiện chức năng là đạo quân của Đức Gia-vê. Nhưng Môi-se không nói gì về những hành động quân sự cụ thể mà Y-sơ-ra-ên thực hiện. Ông chỉ nói rằng họ chiếm các thành, áp đặt *ḥērem* trên dân chúng, và tịch thu súc vật cùng của cải làm chiến lợi phẩm, nhưng ông dường như không quan tâm đến công tác hậu cần của chiến dịch – đám lính thường dân khó trị này hành quân từ thành này đến thành khác bằng cách nào, vũ khí họ dùng, trận chiến thật sự được chỉ huy ra sao, phương cách họ áp dụng để chiếm lấy các thành vô cùng kiên cố với tường thành và tháp cao chọc trời cùng hệ thống cổng thành phức tạp, hay làm thế nào họ bắt giữ được vua Si-hôn và Óc. Sự im lặng của Môi-se trong những vấn đề này làm nổi bật quan điểm của ông, đó là: những trang bị chính yếu dân chúng cần cho những cuộc chiến trước mắt là lòng can đảm và sự tin cậy Đức Gia-vê, Đấng sẽ chiến đấu cho họ.

Khi mô tả các trận chiến của Y-sơ-ra-ên theo cách này, đặc biệt cách đối xử với vua Si-hôn, thì bài giảng của Môi-se buộc độc giả phải suy ngẫm về mối liên hệ giữa quyền tể trị của Chúa và quyền tự do của con người. Bốn mươi năm trước, Đức Gia-vê đã làm cho Pha-ra-ôn thể nào thì Ngài cũng làm cứng lòng vua Si-hôn thể ấy để hoàn thành mục đích của Ngài. Nhưng điều này không lấy đi tự do cá nhân của vua Si-hôn, cũng không miễn trừ ông khỏi trách nhiệm về hành động của mình. Hành động thiên thượng không biến ông thành con rối trên sợi dây, cũng không khiến Đức Chúa Trời thành người điều khiển con rối. Phục Truyền và các sách khác của Kinh Thánh đều khẳng định quyền tể trị của Chúa trên các việc thế gian và tự do cùng trách nhiệm của con người đối với hành vi của chính họ là ngang bằng nhau. Làm sao cả hai yếu tố này cùng lúc đều đúng đắn cho được là điều làm cho con người cảm thấy khó lý giải. Những người của đức tin chỉ có thể đứng lặng trong sự kinh sợ và ngạc nhiên.

Ý Nghĩa Đương Đại

Cách đây vài năm, vợ chồng con trai tôi tham dự lớp học Kinh Thánh sách Giô-suê. Cả nhóm đều bối rối trước cách người Y-sơ-ra-ên đối đãi người Ca-na-an. Thật ra, trong việc giải nghĩa Cựu Ước ít vấn đề nào khó cắt nghĩa bằng lệnh truyền của Đức Giê-hô-va rằng người Y-sơ-ra-ên phải tước quyền sở hữu của người Ca-na-an và chiếm lấy xứ của họ, cùng với mạng lệnh quét sạch người A-mô-rít ra khỏi phía đông Giô-đanh. Làm sao một Đức Chúa Trời nhân từ có thể ra lệnh tiêu trừ cả một chủng tộc trong đó có cả đàn ông, đàn bà và trẻ con? Chẳng phải đây là tội diệt chủng kinh khiếp nhất sao? Và điều gì sẽ ngăn chúng ta không nhân danh Đức Chúa Trời thực hiện những hành động tương tự chống lại toàn thể các dân tộc trong thời đại của chúng ta ngày nay?

Những phân đoạn này làm người ta rối trí đến nỗi nhiều người bác bỏ Cựu Ước và Đức Chúa Trời của Cựu Ước chỉ vì vấn đề này, và nhiều người từ chối Phúc âm của Tân Ước vì cớ mối liên kết của nó với Cựu Ước, bởi Cựu Ước là một phần của Kinh Thánh Cơ Đốc. Chúng ta trả lời những câu hỏi này như thế nào? Mặc dù không câu trả lời nào trong những câu dưới đây tự thân nó đem lại sự thỏa mãn, nhưng tất cả đều trình bày những yếu tố cần được xem xét để hiểu về vấn đề này.[26]

1. Là Đấng dựng nên muôn vật và con người cũng tể trị trên tất cả, Đức Chúa Trời có thể làm bất cứ điều gì Ngài muốn với bất kỳ ai và Ngài có quyền làm như vậy. Ngài là Tổng Tư Lệnh của Y-sơ-ra-ên. Ngài không buộc người nào phải chịu trách nhiệm cho hành động hay mạng lệnh của Ngài, và dĩ nhiên Ngài chỉ làm điều đúng. Nếu Ngài quyết định ra lệnh cho Y-sơ-ra-ên tiêu trừ người Ca-na-an, thì Ngài hoàn toàn có quyền làm điều đó. Rõ ràng, sẽ có ít người hài lòng với câu trả lời này, ngoại trừ những người trung thành với quan điểm Calvin.

---

26. Xem thêm C. J. H. Wright, *Old Testament Ethics for the People of God* (Downers Grove: InterVarsity, 2004), 472–80; cùng tác giả, *The God I Don't Understand: Reflections on Tough Qustions of Faith* (Grand Rapids: Zondervan, 2008), 76–108.

2. Đường lối của Chúa là điều mầu nhiệm. Vì chúng ta không bao giờ hiểu hết về Ngài, nên chúng ta cũng không nên quá bận tâm về những câu hỏi này. Ê-sai 55:8–9 đem đến sự an ủi nào đó cho chúng ta.

3. Theo Kinh Thánh, người Ca-na-an vô cùng gian ác, và việc tiêu diệt họ là sự đoán phạt của Đức Chúa Trời vì tội của họ. Đây không phải lần đầu tiên cũng không phải lần cuối cùng Đức Chúa Trời tiêu diệt người Ca-na-an. Sự khác biệt giữa số phận người Ca-na-an với số phận của nhân loại (ngoại trừ gia đình Nô-ê) được mô tả trong Sáng 6–9 liên hệ đến phạm vi và phương tiện. Với người Ca-na-an, cũng như với nhiều dân tộc khác trong lịch sử, Đức Gia-vê dùng con người thay vì thiên tai hay dịch bệnh (Lê 26; Phục 28).

4. Đức Chúa Trời không bao giờ muốn người Y-sơ-ra-ên xem chính sách ḥērem là chính sách chung đối với người ngoài. Phục Truyền 7:1 xác định rõ ràng và bởi đó phân định các dân là mục tiêu cho Y-sơ-ra-ên chinh phục. Người Y-sơ-ra-ên không được áp dụng những chính sách này cho người A-ram hay người Ê-đôm hay người Ai Cập, hoặc bất kỳ dân nào khác (so sánh với Phục 20:10–18). Trái ngược với cách các Cơ Đốc nhân thường dùng những bản văn này trong lịch sử, chính sách này không hề bào chữa cho sự hung bạo mà người Cơ Đốc dùng để đối xử với người Do Thái và người Hồi giáo trong bối cảnh của Cuộc Thập Tự Chinh, hay bào chữa cho tuyên bố của người Châu Âu về 'số phận hiển nhiên' nào đó khi họ diệt trừ và tàn sát người Bắc Mỹ bản xứ.

5. Người Ca-na-an chịu số phận mà cuối cùng mọi tội nhân đều sẽ phải đối diện: sự đoán phạt của Đức Chúa Trời. Sự khác biệt giữa họ và những dân tộc hư mất khác đó là họ (đặc biệt là trẻ con) bị diệt vong sớm hơn đa số những người khác. Nhưng xét cho cùng, nếu không nhờ ân điển của Đức Chúa Trời thì chúng ta đều là người Ca-na-an, và chỉ bởi ân điển thiên thượng mà các dân tộc ngày nay mới không bị chết mất như người Ca-na-an.

6. Trong thời Kinh Thánh, con người thừa nhận ý thức về nhân thân cộng đồng, là điều mà người Tây phương ngày nay cảm

thấy khó hiểu. Theo lý tưởng Cận Đông cổ, người ta tìm thấy ý nghĩa và nhân thân của mình trong mối liên hệ với cộng đồng. Khi một thành viên bị đau, tất cả đều đau; khi một người thịnh vượng, tất cả đều thịnh vượng (1 Cô 12–14). Cho nên, ít người La Mã và Hy Lạp cổ đại phản đối sự thật rằng dân chúng nói chung có cùng số phận với vua và trẻ con chung số phận với cha mẹ chúng.

7. Việc Đức Chúa Trời tiêu diệt người Ca-na-an là bước cần thiết trong lịch sử cứu rỗi. Để Y-sơ-ra-ên đạt được mục tiêu Đức Chúa Trời lập ra cho họ - tức là cho thế giới biết về ân điển và vinh quang của Ngài - họ cần một khởi đầu mới và một xứ thánh. Vì phản đối dân Y-sơ-ra-ên đi qua lãnh thổ của họ, nên cuộc chiến tiêu diệt người Ca-na-an được mở rộng cho Si-hôn và Óc.

8. Mặc dù toàn bộ người Ca-na-an là mục tiêu đoán phạt của Đức Chúa Trời, nhưng ít ra họ đã được cảnh báo trước đó bốn mươi năm (xem lời thú nhận của Ra-háp trong Giôs 2:8–11). Cuộc chinh phục Ca-na-an không khiến nhiều người ngạc nhiên. Ra-háp minh họa cho lẽ thật đầy ân điển rằng bất kỳ ai tuyên xưng đức tin nơi Đức Gia-vê đều được sống. Ra-háp liên hiệp với cộng đồng đức tin cách trọn vẹn đến nỗi bà trở thành tổ mẫu của Chúa Giê-xu! (Mat 1).

9. Đức Chúa Trời thật sự không thiên vị. Phải, Ngài đã chọn Áp-ra-ham và con cháu ông làm dân giao ước của Ngài, nhưng Phục Truyền cảnh báo người Y-sơ-ra-ên nhiều lần rằng nếu họ quên Đức Chúa Trời và cư xử như người Ca-na-an, họ sẽ phải đối mặt với cùng một số phận như người Ca-na-an (4:25–28; 7:25–26; 8:19–20; 28:15–68).

Không có câu nào trong những câu trả lời này làm hài lòng mọi người, và cũng không nên lấy một câu nào ra xem xét cách đơn lẻ. Nhưng khi đem tất cả những điều này ra cân nhắc, chúng ta có thể không còn quá bận tâm, vì biết rằng Đức Chúa Trời nhân lành và luôn luôn đúng. Thách thức cho chúng ta đó là chúng ta phải biết quý trọng ân điển của Ngài trong chính đời sống mình và cầu xin Ngài gia thêm ân điển đó cho người khác. Giống như Ra-háp, có lẽ khi thấy điều Chúa làm cho chúng ta, những người chưa tin sẽ tuyên xưng đức tin nơi Đức Chúa Trời.

Phục Truyền Luật Lệ Ký 3:12–29

Ý Nghĩa Nguyên Thủy

Mặc dù câu 12–17 nối tiếp cách hợp lý ký thuật về chiến thắng trước vua Si-hôn và Óc, nhưng dòng mở đầu 'chúng ta chiếm xứ nầy' báo hiệu sự thay đổi trong cốt truyện, chuyển hướng chú ý từ hành động liên quan đến dân tộc Y-sơ-ra-ên sang hành động của Môi-se. Những hồi tưởng của Môi-se ở đây chia thành bốn phần, mỗi phần được báo hiệu bằng cụm từ chỉ trình tự thời gian 'lúc/lúc đó/lúc ấy'[1] và được diễn tả bằng một động từ cụ thể ở ngôi thứ nhất.[2] Trong phân đoạn này, trọng tâm của Môi-se thay đổi từ xứ đã được chinh phục (3:12–17) sang hai chi phái rưỡi của Y-sơ-ra-ên (3:18–22), sang Giô-suê (3:21–22), rồi đến bản thân ông (3:23–28). Câu 29 là câu kết.

Môi-se phân chia xứ bên kia Giô-đanh (3:12–17)

Hồi tưởng của Môi-se về việc phân chia xứ của người A-mô-rít cho các chi phái Ru-bên, Gát và một nửa chi phái Ma-na-se khác với cách Đức Gia-vê quy định về việc phân chia xứ phía tây Giô-đanh (Dân 26:52–56), và khác với tiến trình thật sự đã diễn ra (Giôs 14–19). Môi-se không nhắc đến Đức Gia-vê, vì vậy có thể kết luận ông đang tự mình hành động. Tuy nhiên, vì ký ức về sự kiện vẫn còn sống động trong tâm trí dân Y-sơ-ra-ên, nên không cần kể ra mọi chi tiết.

Dân Số Ký 32 kể lại toàn bộ câu chuyện. Nhận thấy vùng đồi núi Ga-la-át và Ba-san lý tưởng cho việc chăn nuôi gia súc, nên chi phái Ru-bên và Gát đã đến gặp Môi-se xin phép nhận vùng đất đó làm sản nghiệp (32:5). Lúc đầu, Môi-se nghĩ lời cầu xin này là hành động chống nghịch Đức Gia-vê (32:14–15), nhưng khi họ cam đoan với ông rằng họ sẽ qua Giô-đanh với các chi phái còn lại để giúp chinh phục Ca-na-an, thì ông chấp thuận yêu cầu của họ.[3]

---

1. Cụm từ này nói đến thời điểm phân chia xứ cho hai chi phái rưỡi.
2. Câu 12–17: 'Tôi giao cho' (3:12, 13, 15, 16); câu 18–20: 'Tôi có truyền lệnh' (3:18); câu 21–22: 'Tôi cũng truyền lệnh' (3:21); câu 23–28: 'Tôi cầu khẩn' (3:23).
3. Mặc dù Dân Số Ký 32 không nhắc đến việc Môi-se hỏi ý Đức Gia-vê, nhưng người Ru-bên và người Gát giải thích sự cho phép của ông chính là lời của Đức Gia-vê (32:32).

Phần Môi-se mô tả về việc phân chia xứ bên kia Giô-đanh có vẻ rời rạc và lặp đi lặp lại, nhưng ký thuật thể hiện cấu trúc đối (hoán chuyển) A B C B' A':

    A Chia phần cho chi phái Ru-bên và Gát (3:12)
        B Chia phần cho nửa chi phái Ma-na-se (3:13a)
            C Ghi chú địa lý/ lịch sử (3:13b–14)
        B' Chia phần cho nửa chi phái Ma-na-se: Ma-ki (3:15)
    A' Chia phần cho chi phái Ru-bên và Gát (3:16–17)

Môi-se xem chi phái Ru-bên và Gát là một đơn vị, có lẽ vì họ xin phép nhận xứ chung với nhau (Dân Số Ký 32:1–5). Lãnh thổ ông định cho họ trải từ Ki-nê-rết (biển Ti-bê-ri-át/ Ga-li-lê; so sánh với Giôs 12:3; 13:27) đến triền núi Phích-ga[4] và Biển Mặn (Biển Chết); mảnh đất này đại khái tương đương với lãnh thổ của Si-hôn.[5] Gia-bốc là biên giới giữa Ma-na-se và Ru-bên-Gát trên vùng cao nguyên Ga-la-át, dù phần phía đông Thung lũng Giô-đanh (ở đây là A-ra-ba), trong đó có cả thung lũng phía bắc Gia-bốc, thật sự sau này mới được phân chia. Lãnh thổ được chia cho nửa chi phái Ma-na-se bao gồm phần còn lại của Ga-la-át, tức là vùng đồi núi phía bắc Gia-bốc cho đến tận sông Yarmuk, và toàn bộ vùng Ba-san (3:13a, 15). Cụ thể Môi-se chia Ga-la-át cho Ma-ki, hậu tự của cháu nội Giô-sép (so sánh với Dân 32:39).

Thêm một ghi chú lịch sử/ địa lý nữa làm gián đoạn phần tường thuật của Môi-se về phần đất được chia cho chi phái Ma-na-se (3:13b–14).[6] Sau khi nhắc độc giả nhớ rằng Ba-san theo truyền thống được gọi là xứ của người Rê-pha-im, thì phần ghi chú đưa ra nhận xét rằng thị tộc ra từ Giai-rơ, cháu chắt của Ma-na-se (1 Sử 2:21–22), đã lấy vùng Ạt-gốp (tức là Ba-san), kế bên Ghê-su-rít và Ma-ca-thít,

---

4. Vì Phích-ga luôn xuất hiện cùng với mạo từ, nên có thể đây thật sự là một danh từ chung, mang ý nghĩa giống như 'rặng núi', có lẽ rặng núi mà Nê-bô là đỉnh. Một số người lập luận rằng Phích-ga là đỉnh thấp hơn trong hai đỉnh của Jebel Shayhan, ngày nay là Ras es-Siyagha (G. Mattingly, 'Pisgah', *ABD*, 5:373–74).
5. Bản dịch NIV che đậy sự vụng về của tiếng Hê-bơ-rơ. Chúng ta nghĩ rằng phải viết là 'từ A-rô-e dọc theo khe Ạt-nôn đến khe Gia-bốc' (so sánh với 3:16), nhưng ngược lại tiếng Hê-bơ-rơ đọc theo từng chữ là 'từ A-rô-e dọc theo khe Ạt-nôn và một nửa vùng cao nguyên Ga-la-át cùng các thành của nó.'
6. So sánh với 2:10–12, 20–23.

và đặt lại theo tên mình là Havvoth Jair ('nơi định cư/ làng mạc của Giai-rơ').⁷

Lệnh Truyền của Môi-se Cho Các Chi Phái Bên Kia Giô-đanh (3:18–20)

Sau khi cho phép hai chi phái rưỡi định cư ở phía đông Giô-đanh, Môi-se ra lệnh cho họ giúp những người Y-sơ-ra-ên còn lại trong cuộc chinh phục Đất Hứa thật sự (so sánh với Giô 1:12–15). Lệnh truyền gồm bốn phần. (1) Môi-se tin rằng Đức Gia-vê ban xứ cho hai chi phái rưỡi. Đây là điểm nổi bật vì Đức Gia-vê không hề được nhắc đến trong các câu 12–17 và đặc biệt vì Ngài không đóng vai trò tích cực trong ký thuật đầy đủ hơn ở Dân 32. Nhưng Môi-se thừa nhận vai trò của Đức Chúa Trời trong các sự vụ của Y-sơ-ra-ên; quyết định của Ngài dĩ nhiên là quyết định thiên thượng.

(2) Môi-se ban hai mạng lệnh cụ thể: hai chi phái rưỡi phải đưa tất cả 'dũng sĩ' của họ ra chiến dịch để 'các anh em', là 'người Y-sơ-ra-ên', có thể tiến hành cuộc chiến ở bên kia sông Giô-đanh. Băng qua sông trước các anh em của họ với vũ khí được trang bị đầy đủ, họ phải như đội quân tiên phong của Y-sơ-ra-ên.

(3) Môi-se cho phép phụ nữ, trẻ con và súc vật thuộc hai chi phái rưỡi ở lại phía đông Giô-đanh trong các thành ông đã ban cho họ.⁸

(4) Môi-se định thời điểm hai chi phái rưỡi phải tận hiến cho mối quan tâm lớn hơn của dân tộc- tức là cho đến chừng nào 'Đức Giê-hô-va cho các anh em ngươi sự an nghỉ', như Ngài đã cho các chi phái bên kia sông Giô-đanh vậy. Ở đây, lần đầu tiên Môi-se giới thiệu khái niệm 'an nghỉ, nơi yên nghỉ'. Trong sách này, 'yên nghỉ' là khi loại bỏ xong tất cả những mối đe dọa bên ngoài, sở hữu đất được ban cho

---

7. Ghê-su-rơ là một vương quốc nhỏ của người A-ram, tọa lạc về phía đông Biển Ga-li-lê trên sườn phía tây ở miền nam Golan Heights. Dường như vương quốc này chống lại quyền lực của Óc vua Ba-san (Giôs 12:5) và vẫn giữ được độc lập trước dân Y-sơ-ra-ên mới đến (Giôs 13:13). Sau này Đa-vít kết hôn với Ma-a-ca, con gái của Thanh-mai, vua Ghê-su-rơ, và Áp-sa-lôm được sinh ra từ cuộc hôn nhân này (2 Sa 3:3). Về người Ghê-su-rơ, xem Z. Ma'oz, 'Geshur', *ABD*, 2:996. Ma-a-ca là một vương quốc khác của người A-ram, tọa lạc ở phía bắc Ghê-su-rơ giữa Biển Ga-li-lê và Núi Hẹt-môn. Sau này, người Ma-ca-thít kết hợp với người Am-môn và các vùng tiểu lãnh thổ của người A-ram là Bết Rê-hốt, Xô-ba và Tóp nhằm chống lại việc Đa-vít mở rộng vùng bên kia Giô-đanh (2 Sa 10:6–8).

8. Ghi chú thêm vào cho thấy đến thời điểm đó những chi phái này nổi bật nhờ sự giàu có về gia súc.

(*naḥălâ*) làm 'nơi yên nghỉ' (*hamměnûḥâ*), và sống trong sự an ninh (*beṭaḥ*, 12:9–10). 'Sự yên nghỉ' này luôn được mô tả là món quà của Đức Gia-vê (3:20; 12:10; 25:19; so sánh với Giôs 1:13; 11:23), và là điều kiện tiên quyết để Đức Gia-vê chọn một nơi cho danh Ngài ngự đời đời (12:10).

Môi-se Công Khai Ủy Thác Cho Giô-suê (3:21–22)

Sau khi nhắc hai chi phái rưỡi nhớ đến nghĩa vụ của họ đối với bà con của mình, Môi-se cũng nhắc lại sự ủy thác của ông dành cho Giô-suê. Vì ông dùng cùng động từ 'truyền lệnh' (*ṣiwwâ*) và thêm vào 'lúc đó', nên hai lệnh truyền này dường như được ban ra rất gần nhau sau khi đánh bại vua Si-hôn và Óc. Trong khi Dân Số Ký 27–32 thêm vào nhiều chi tiết và đặt việc Môi-se ủy thác cho Giô-suê (27:18–23) trước khi Môi-se cho phép hai chi phái rưỡi định cư bên kia sông Giô-đanh (chương 32), thì ở đây Môi-se có vẻ không bận tâm đến trình tự thời gian của các sự kiện. Tuy nhiên, ký thuật về sự ủy thác này được nối bằng động từ 'ra lệnh/ truyền lệnh' (*ṣiwwâ*, so sánh với Dân 27:19, 23), cho thấy Môi-se nhắc lại đúng những từ ông đã dùng trong ngữ cảnh ban đầu.

Lời ủy thác của Môi-se dành cho Giô-suê gồm ba yếu tố. (1) Ông nhắc Giô-suê nhớ kinh nghiệm trong quá khứ được Đức Gia-vê can thiệp vì cớ Y-sơ-ra-ên mà Giô-suê đã tận mắt chứng kiến. (2) Môi-se tuyên bố chiến thắng của Đức Gia-vê trước vua Si-hôn và Óc là kiểu mẫu cho điều Ngài sẽ làm cho các vương quốc bên kia sông Giô-đanh. (3) Môi-se hứa Đức Gia-vê tiếp tục hiện diện, vì Ngài là Chiến Binh thiên thượng chiến đấu cho họ.

Sự thay đổi từ số ít ('Anh đã thấy tận mắt') sang số nhiều ('mọi việc Giê-hô-va Đức Chúa Trời chúng ta đã làm cho hai vua này') cho thấy mặc dù Môi-se ban lệnh cho Giô-suê, nhưng ông cũng muốn nói với đối tượng thính giả rộng hơn. Kết luận này được củng cố bởi động từ số nhiều trong lời huấn thị '[Anh em (số nhiều)] đừng sợ', và bởi đặt lòng tin vào sự hiện diện của Đức Gia-vê, Đấng chiến đấu cho *anh em*. Lệnh truyền cá nhân trở thành thách thức chung và giờ đây được nhắc lại để phục hồi lòng can đảm và đức tin cho hội chúng này.

Lời Cầu Nguyện Riêng của Môi-se (3:23–29)

Phân đoạn này khiến độc giả ngạc nhiên vì nhiều lý do. Trước tiên, lời cầu nguyện của Môi-se dường như hơi vị kỷ. Từ các phân đoạn khác, chúng ta biết rằng ông có cầu nguyện cho người khác, thậm chí đến mức hy sinh chính mạng sống mình vì họ (Xuất Ê-díp-tô Ký 32:30–34; so sánh với Phục 9:19–20, 25–26). Nhưng không phải chỉ kể từ khi được kêu gọi trong Xuất Ê-díp-tô Ký 3–5 chúng ta mới thấy ông quá bận tâm đến số phận của chính mình.[9] Mặc dù Dân Số Ký 20:1–12 cung cấp bối cảnh cho lời cầu nguyện này và Dân Số Ký 27:12–14 có lẽ mô tả ngữ cảnh, nhưng manh mối duy nhất Môi-se đưa ra ở đây về lý do của lời cầu nguyện này là cụm từ 'lúc ấy' (3:23), tức là sau khi đánh bại các vua A-mô-rít. Chiến thắng vang dội của Y-sơ-ra-ên trước kẻ thù ắt hẳn làm ông già 120 tuổi phấn khích, và chúng ta nên hiểu mong ước mãnh liệt của ông là thấy giấc mơ được vào Đất Hứa của mình thành hiện thực. Từ nơi ông đứng, ông có thể nhìn thấy xứ bên kia Giô-đanh. Trong lời cầu nguyện, Môi-se nài xin Đức Gia-vê hãy nhân từ cho ông băng qua sông. Lời cầu xin chỉ vỏn vẹn trong câu 24 và 25, nhưng lại chứa đựng nhiều đặc trưng của lời cầu nguyện theo thể văn xuôi trong Kinh Thánh.[10]

1. Lời xưng hô cầu khẩn: 'Lạy Giê-hô-va Đức Chúa Trời'. Lời cầu khẩn kép thiết lập mối liên hệ với Đức Chúa Trời (so sánh với 9:26). Bằng cách mở đầu với *ădônây* ('chúa, chủ, bá chủ'), Môi-se thể hiện sự lệ thuộc của mình nơi Đức Chúa Trời, điều này được ông củng cố thêm khi gọi chính mình là 'đầy tớ Ngài'.[11] Nhưng Môi-se cũng xưng Đức Chúa Trời bằng tên, là điều chỉ có được khi Đức Chúa Trời đã khải thị điều đó cho ông trong ân điển của Ngài (so sánh với Xuất 3:13–15; 34:6–7). Thật vậy, Môi-se can đảm kêu cầu Đức Gia-vê vì ông có mối liên hệ cá nhân với Bá chủ đầy nhân từ của Y-sơ-ra-ên.

---

9. Cùng với việc khiển trách dân chúng vì không được phép vào Đất Hứa (1:37; 3:26; 4:21), hình ảnh tiêu cực của Môi-se chứng minh cho tính xác thực của phân đoạn này.

10. Để đọc bài nghiên cứu hữu ích về lời cầu nguyện trong các câu chuyện kể Kinh Thánh, xem M. Greenberg, *Biblical Prose Prayer as a Window to the Popular Religion of Ancient Israel* (Berkeley: University of California Press, 1983).

11. Trong các lời cầu nguyện, 'tôi tớ Chúa' không chỉ là cách nói lịch sự; nó còn thể hiện sự hạ mình và khuất phục cho dù nó cũng phản ánh hy vọng rằng 'tôi tớ' sẽ nhận được một chút thiện chí từ 'chủ, chúa' của mình. Xem thêm H. Ringgren, 'עבד,' TDOT, 10:392.

2. Mô tả. '...Ngài đã bắt đầu cho đầy tớ Ngài thấy sự oai nghiêm và cánh tay quyền năng của Ngài. Vì có thần nào trên trời dưới đất có thể làm được những công việc và hành động quyền năng như Ngài không?' Trong những lời cầu nguyện được gắn vào các câu chuyện Cựu Ước, sau lời kêu xưng mở đầu thường là phần mô tả về Đấng mà lời cầu khẩn đó được dâng lên, công bố quyền năng và tính độc nhất vô nhị của Đấng đó.[12] Lời tuyên bố cụ thể này bao gồm lời tuyên xưng theo sau là câu hỏi tu từ. Lời tuyên xưng nói đến hành động quyền năng của Đức Gia-vê; đây là khởi đầu của minh chứng về sự vĩ đại và 'cánh tay quyền năng'[13] của Đức Gia-vê. Trong thực tế, Môi-se than vãn rằng ông chỉ được chứng kiến phần mở đầu công trình vĩ đại của Đức Gia-vê. Câu hỏi tu từ hỏi liệu có thần nào khác trên trời hay dưới đất có thể sánh với điều Đức Gia-vê đã làm cho Y-sơ-ra-ên chăng. Câu hỏi rõ ràng định trước câu trả lời phủ định: 'Không có thần nào giống như Đức Gia-vê!' Môi-se sẽ giải thích đầy đủ khái niệm này trong đoạn tiếp theo (4:32–40).

3. Lời cầu xin. Tiếp theo là lời cầu xin của Môi-se: 'Con xin Chúa cho con được phép đi qua và ngắm nhìn miền đất tốt tươi, vùng núi đồi xinh đẹp và dãy Li-ban ở bên kia sông Giô-đanh'. Môi-se bày tỏ ước muốn của mình cách thẳng thắn và mãnh liệt. Nỗi đau to lớn trước viễn cảnh đánh mất cơ hội này được phản chiếu qua cách ông không ngớt dùng tính từ để mô tả điều ông hướng đến: 'miền đất tốt tươi [tức là màu mỡ]', 'núi đồi xinh đẹp [tức là màu mỡ]', 'và dãy Li-ban'. Đây là những ẩn dụ để chỉ cảnh tươi tốt sum suê.

Thật khó để những du khách viếng thăm Pa-lét-tin ngày nay cảm nhận đây là xứ tươi tốt quá sức tưởng tượng như được mô tả tại đây. Để hiểu điều Môi-se nói, chúng ta nên ghi nhớ ba điều.

(1) Các nhà khảo cổ học và khí hậu học đồng ý rằng vào Thời Đại Đồ Đồng Muộn và Thời Đại Đồ Sắt Sớm, phong cảnh ở Pa-lét-tin rất khác so với những gì chúng ta thấy ở đó ngày nay. Việc phát minh và chế tạo ra các công cụ nông nghiệp cho năng suất cao vào Thời Đại Đồ Sắt Sớm (1200–900 TC) đã giúp dọn sạch những vùng đất rộng lớn

---

12. Mặc dù đối với độc giả hiện đại, những lời này nghe có vẻ như tâng bốc nhằm được lắng nghe, nhưng chúng ta nên hiểu đây là cách thể hiện sự kính trọng.

13. Cụm từ 'tay quyền năng' *(yād ḥăzāqâ)* cũng xuất hiện trong 4:34; 5:15; 6:21; 7:8, 19; 9:26; 11:2; 26:8; 34:12.

để có chỗ cho con người sinh sống và canh tác, chính điều này theo thời gian đã phá hỏng cảnh quan và làm cho đất sớm bị xói mòn kiệt quệ.[14]

(2) Phần mô tả này có lẽ đã được cường điệu hóa. Đối với một người lang thang trong sa mạc Si-na-i bốn mươi năm, thì với người đó phong cảnh bên kia sông Giô-đanh chẳng khác gì vườn địa đàng.

(3) Đối với Môi-se, xứ Ca-na-an không chỉ là một địa danh; đó là một khái niệm thần học. Dưới đôi mắt thuộc linh, xứ tốt tươi không phải vì nó màu mỡ, mà vì đó là xứ Đức Gia-vê dành riêng cho con dân Ngài; đây là đích đến mà Đức Gia-vê đặt ra cho Môi-se khi kêu gọi ông dẫn dân sự ra khỏi Ai Cập (Xuất 3:8).

Với nỗi đau lớn, trong các câu 26–28, Môi-se diễn tả câu trả lời của Đức Gia-vê cho lời cầu xin của ông. (1) Tức giận Môi-se vì ông không chấp nhận lời tuyên bố trước đó của Ngài là quyết định cuối cùng (Dân 20:9–11), nên Đức Gia-vê từ chối đáp ứng yêu cầu của ông bằng một mệnh lệnh dứt khoát để Môi-se không cầu xin như vậy nữa;[15] Ngài không muốn nghe thêm về vấn đề này. Như đã làm trong 1:37, Môi-se lại đổ lỗi cho dân Y-sơ-ra-ên về việc Đức Gia-vê nổi giận với ông, rõ ràng ông lờ đi tội của chính mình trong sự kiện ở Mê-ri-ba (Dân 20:1–13). Xét về lý thì ông nói đúng. Nếu Y-sơ-ra-ên tin cậy Đức Gia-vê ở Ca-đe Ba-nê-a và tiến vào xứ, thì những sự kiện tại Mê-ri-ba đã không hề xảy ra. Nhưng hình ảnh vị lãnh đạo vĩ đại này đùn đẩy trách nhiệm quả là điều đáng thất vọng.

(2) Đức Gia-vê cho ông một giải an ủi: ông có thể leo lên núi Phích-ga để ngắm nhìn Đất Hứa, từ mọi phương hướng bên kia Biển Chết và Sông Giô-đanh.[16]

(3) Tệ hơn nữa, Đức Gia-vê ra lệnh cho Môi-se chuẩn bị để cộng sự của ông là Giô-suê thế chỗ ông, dẫn dắt dân chúng băng qua Giô-đanh, và giao xứ vào tay dân chúng.[17] Vì người Ca-na-an lúc đó ghê

---

14. Muốn biết thêm, xem Beitzel, *Moody Atlas of Bible Lands*, 53–54.
15. Ở đây, cách nói thật sự mạnh 'Im đi!'
16. Nếu Phích-ga ngày nay là Ras es-Siyagha, cao khoảng 777m so với mặt nước biển và nhô ra theo hướng tây từ cao nguyên, thì nó cho phép ta ngắm nhìn quang cảnh hùng vĩ từ Nê-ghép ở miền nam đến Hẹt-môn ở miền bắc.
17. Về ý nghĩa của gốc *nḥl*, 'nhận lãnh/ ban phát như một cách ban cho', xem ở 1:38.

gớm hơn bao giờ hết (so sánh với 1:28), nên Môi-se phải 'khích lệ' và 'củng cố tinh thần' Giô-suê.[18]

Môi-se đột ngột kết thúc phần hồi tưởng về sự kiện đau buồn này bằng lời chú thích đơn giản rằng ông và dân Y-sơ-ra-ên ở lại thung lũng đối diện Bết Phê-ô trên đồng bằng Mô-áp (34:1), nơi ông giảng bài giảng này. Thung lũng đang nói đến có lẽ là khe Wadi 'Ayn Musa 'Thung lũng Giếng Môi-se' dưới chân núi Phích-ga. Bết Phê-ô có lẽ là cách viết tắt từ tên đầy đủ Bết Ba-anh Phê-ô, 'nhà của Ba-anh ở Phê-ô', nói lên vị trí của đền thờ Ba-anh (so sánh với 4:3).[19] Người Y-sơ-ra-ên hiện vẫn ở tại nơi họ vừa mới dính vào sự thông dâm và đĩ điếm thuộc linh (Dân 25:1–9).

Ngữ Cảnh Bắc Cầu

Các chi phái bên kia sông Giô-đanh.

Mỗi một phần trong bốn phần của bản văn đều mang ý nghĩa thần học vượt thời gian của riêng nó. Về phương diện ngắn hạn, yêu cầu của hai chi phái rưỡi muốn ở lại trong xứ đó có vẻ hợp tình hợp lý. Đây là vùng đất màu mỡ, đặc biệt thích hợp cho chăn nuôi gia súc và chăn chiên, như cả hai chi phái đã thấy. Ngoài ra, việc Y-sơ-ra-ên tiêu diệt người A-mô-rít đã tạo khoảng trống về sức mạnh trong vùng. Tuy nhiên, vùng đất này trước đây chưa hề được xem là một phần của Đất Hứa, và ta có thể nghĩ rằng hơn ba mươi tám năm trước nếu dân Y-sơ-ra-ên đi vào Đất Hứa từ hướng nam sớm, thì vùng đất này sẽ chẳng bao giờ thuộc về đất của Y-sơ-ra-ên. Mặc dù Môi-se tuyên bố rằng vùng đất này là món quà Đức Gia-vê dành cho hai chi phái rưỡi đó (3:18), nhưng các ký thuật ở đây và cả trong Dân Số Ký đều im lặng cách lạ thường về việc Đức Chúa Trời có dự phần vào quyết định này. Giả sử Môi-se biết ý muốn Chúa về vấn đề này, chúng ta vẫn ngạc nhiên khi Đức Chúa Trời cho phép mở rộng lãnh thổ Y-sơ-ra-ên nhằm thỏa mãn ước muốn của dân chúng.

---

18. Trong 2:30, cũng từ này được dùng để chỉ Đức Gia-vê làm cứng lòng vua Si-hôn, và trong 10:12 nó được dùng cho những người tự làm cứng lòng mình.

19. Địa danh được đặt nhiều tên khác nhau như là 'Ba-anh Phê-ô' (Dân 25:3, 5; Phục 4:3; Thi 106:28; Ô-sê 9:10), 'Bết Phê-ô' (Phục 3:29; 4:46; 34:6; Giôs 13:20), hoặc chỉ là 'Phê-ô' (Dân 25:18; 31:16; Giôs 22:17). Phê-ô là ngọn núi gần Núi Nê-bô mà Ba-lác đã dẫn Ba-la-am đến để rủa sả Y-sơ-ra-ên (Dân 23:28).

Tuy nhiên, về lâu về dài, việc đáp ứng yêu cầu của dân chúng gây hậu quả tai hại. Trong khi kế hoạch ban đầu của Đức Chúa Trời coi Giô-đanh là ranh giới giữa Y-sơ-ra-ên và các dân tộc bên kia sông Giô-đanh, thì chỉ trong vài tháng thôi, nó đã chia cách chính dân Y-sơ-ra-ên. Những hàm ý thần học trong yêu cầu của họ hiển lộ ngay tức thì sau khi cột trụ của cuộc kháng chiến chống lại người Ca-na-an sụp đổ (Giôs 22). Sợ người Y-sơ-ra-ên ở phía tây sẽ đối đãi với con cháu họ như công dân hạng hai, không được kể vào hàng con dân của Đức Gia-vê, nên họ xây một bàn thờ ở phía bờ tây sông Giô-đanh để ghi nhớ rằng họ là thành viên trong dân sự của Đức Gia-vê (22:24–25). Nếu những cái đầu lạnh không thắng thế, thì quyết định này đã dẫn đến một cuộc nội chiến ngay trong thời của Giô-suê.

Với việc xã hội Y-sơ-ra-ên thời kỳ hậu chinh phục ngày càng bị Ca-na-an hóa, nhiều lần đông và tây đã đánh nhau, để lại những hậu quả thảm khốc.[20] Nhiều thế kỷ sau, các chi phái này trở thành những chi phái đầu tiên chịu thiệt hại từ ngoại xâm. Điều đáng chú ý là vào thế kỷ thứ sáu TC, khải tượng của Ê-xê-chi-ên về một đất nước được khôi phục đã loại phần của những vùng lãnh thổ bên kia sông Giô-đanh giữa khe Ạt-nôn và sông Yarmuk ra khỏi bức tranh của Đất Hứa (Êxê 47:15–20). Việc biên giới của xứ được chia ra từng phần cho các chi phái còn lại phù hợp với lãnh thổ được hứa với Áp-ra-ham (Sáng 15)[21] đã đặt ra câu hỏi Đức Gia-vê thật sự nghĩ gì về vấn đề này.

Lệnh truyền của Môi-se cho hai chi phái rưỡi (3:18–20) nêu bật sự hiệp nhất và đoàn kết của dân Đức Gia-vê. Đất Hứa không chỉ là quà tặng của Đức Gia-vê cho hết thảy Y-sơ-ra-ên, mà cuộc chinh phục Ca-na-an cũng là công việc chung của quốc gia; không chi phái nào được miễn trừ cho đến khi đạt được mục tiêu và Đức Chúa Trời ban sự yên nghỉ cho tất cả. Đáng tiếc thay, trong lịch sử sau đó, nguyên tắc này đã bị vi phạm nhiều hơn là được vâng giữ. Các câu chuyện trong Các Quan Xét cho thấy sự hiệp nhất này nhanh chóng mất đi. Tác giả của Các Quan Xét than thở rằng thay vì làm cho ký ức về hành động cứu chuộc đầy ân điển của Đức Gia-vê vì lợi ích của toàn dân tộc trở nên sống động, thì người Y-sơ-ra-ên đã quên Đức Gia-vê và cư xử ngày

---

20. Xem Các Quan Xét 8 và 12.
21. Lãnh thổ bao gồm vùng cao nguyên Ba-san và chạy đến tận miền bắc Đa-mách, nhưng trừ miền nam bên kia Giô-đanh ra. Muốn biết thêm xem Block, *Ezekiel Chapters 25–48* (NICOT; Grand Rapids: Eerdmans, 1998), 703–24.

càng giống người Ca-na-an (Quan 2:10–23). Những kình địch dân tộc của các dân sống trong các thành mà họ thế chỗ²² đã phải nhượng bộ cho chủ nghĩa địa phương hẹp hòi và lòng ghen tị giữa các chi phái.

Môi-se ủy thác cho Giô-suê.

Sự uỷ thác của Môi-se cho Giô-suê (3:21–22, 28) cho thấy nếu lòng can đảm và đức tin là điều kiện tiên quyết để phục vụ trong quân đội của Đức Gia-vê, thì đối với những người lãnh đạo công tác của vương quốc Đức Chúa Trời lại càng phải hơn thế nữa. Lòng tin cậy của Giô-suê có thể không đặt trên kinh nghiệm, phẩm chất, hay sự trang bị của cá nhân ông, mà phải đặt trên Đức Chúa Trời, và chỉ một mình Đức Chúa Trời mà thôi. Đức tin sẽ được củng cố bằng cách ghi nhớ những việc Đức Chúa Trời đã làm trong quá khứ, bằng cách được nhắc nhở về những lời hứa chắc chắn của Ngài cho tương lai, và bằng thỏa vui trong sự hiện diện của Ngài khi gặp xung đột.

Môi-se xin được vào Ca-na-an.

Đây là lần đầu tiên và cuối cùng chúng ta nghe thấy cuộc đối thoại thẳng thắn của Môi-se với Đức Chúa Trời cầu xin cho mình được vào Đất Hứa. Tuy nhiên, dù sách có chép lại tình tiết này, nhưng việc Môi-se qua đời bên ngoài Đất Hứa vẫn lơ lửng như tấm vải liệm bao trùm cả sách. Thật vậy, các bài giảng tiếp theo đóng vai trò là chúc thư và nguyện vọng cuối cùng hay bài điếu văn trước tang lễ. Trong 31:2, Môi-se thừa nhận rằng kết cuộc của đời ông đã đến, và ông thực hiện công việc sắp xếp nhà cửa trước khi qua đời. Đức Gia-vê sẽ nhắc ông một lần nữa trong 32:48–52 về lý do Ngài từ chối ông, và trong 34:1–4, Môi-se nhận được phần thưởng an ủi - nhìn thấy Đất Hứa từ đầu này qua đầu kia. Tuy nhiên, không nơi nào khác của sách hay của cả Cựu Ước nhắc dù chỉ là lời cầu xin của Môi-se và sự từ chối của Đức Chúa Trời. Theo thời gian, hình ảnh của Môi-se ngày càng được lý tưởng hóa. Trong truyền thống Do Thái, những thầy dạy luật tranh luận liệu Môi-se thật đã chết hay được đem thẳng lên thiên đàng.²³

---

22. Như được xác nhận qua thư từ giao dịch Amarna. Xem *ANET*, 483–90.
23. Muốn xem danh mục tài liệu tham khảo và muốn biết thêm, xem A. J. Heschel, *Heavenly Torah: As Refracted through the Generations* (bd. và bt. G. Tucker; New York: Continuum, 2007), 353–54.

> ### Ý Nghĩa Đương Đại

Những việc ở trên trời

Việc phân chia xứ ở phía đông Giô-đanh cho hai chi phái rưỡi (3:12-17) minh họa cho những điều mơ hồ đặc trưng của đời sống đức tin. Cũng như Lót trong Sáng Thế Ký 13, những chi phái này ao ước có được vùng đất tốt phía đông Giô-đanh, và Đức Chúa Trời ban cho họ điều họ ước ao. Mặc dù lời cầu xin của họ có vẻ hợp lý, nhưng về lâu về dài đó là một tai họa. Sự kiện này nhắc độc giả ngày nay hãy yêu mến những việc ở trên trời, đừng yêu mến những việc ở dưới đất (Côl 3:2). Không phải điều gì có vẻ hấp dẫn với chúng ta là điều sai trái; thậm chí nó có thể là điều hợp tình hợp lý và khôn ngoan về mặt kinh tế. Nhưng nếu những điều thuộc về đất che khuất chương trình của Chúa, thì chúng ta có nguy cơ đánh mất địa vị của mình cả dưới đất lẫn trên trời.

Mạng lệnh của Môi-se dành cho hai chi phái rưỡi này nhắc độc giả ngày nay rằng đạo đức Kinh Thánh không chỉ được thúc đẩy bởi những giá trị trên trời thay vì dưới đất, mà nó còn tìm kiếm phúc lợi của người bên cạnh trước phúc lợi của chính mình. Phấn khích trước chiến thắng đối với người Ca-na-an, trong Giô-suê 22 những chi phái này nhận mình là bà con thân thích với những người ở phía bờ tây. Nhưng mới được một thế hệ, dân tộc này đã bắt đầu chia rẽ. Khi người ta không thấy di sản thuộc linh và sứ mạng chung, thì ý thức cộng đồng của họ cũng tan biến.

Bản chất và mục đích của sự cầu nguyện

Câu 23-29 cho biết nhiều về bản chất và mục đích của sự cầu nguyện. Một số bài học từ cuộc đối thoại giữa Môi-se với Đức Chúa Trời khá rõ ràng; một số khác thì không được như vậy.

(1) *Cầu nguyện là hành động thờ phượng.* Thờ phượng thật chứa đựng hành động tôn kính thuận phục và quý trọng Đấng bề trên nhằm đáp lại sự mặc khải đầy ân điển về chính Ngài và theo ý muốn Ngài. Khi Môi-se xưng Đức Chúa Trời là 'Giê-hô-va Đức Chúa Trời' và gọi mình là 'đầy tớ Ngài', ông bày tỏ một tâm thế thuộc linh và tinh thần cần thiết để được Chúa nghe.

(2) *Lời cầu xin phải dựa trên thần học đúng đắn*, mà theo những lời cầu nguyện trong Kinh Thánh điều này thường được thể hiện qua việc hết lòng tôn thờ Đức Chúa Trời vinh hiển, vĩ đại và khen ngợi những việc làm đầy ân điển mà vẫn cụ thể của Ngài vì cớ con dân Ngài (4:32–40). Đa-vít đưa bài chúc tụng của Môi-se lên một tầm mức mới trong 1 Sử Ký 29:10–13:

> Lạy Giê-hô-va Đức Chúa Trời của tổ phụ chúng con là Y-sơ-ra-ên! Đáng chúc tụng Ngài cho đến đời đời vô cùng! Lạy Đức Giê-hô-va! Sự cao cả, quyền năng, vinh quang, toàn thắng, và oai nghi đáng quy về Ngài; vì muôn vật trên các tầng trời và dưới đất đều thuộc về Ngài. Đức Giê-hô-va ôi! Vương quốc thuộc về Ngài; Ngài được tôn làm Chúa Tể của muôn vật. Cả sự giàu có và vinh quang đều do Chúa mà đến. Chúa quản trị trên muôn vật, quyền năng và thế lực ở trong tay Ngài. Tay Chúa ban sự tôn trọng và sức mạnh cho mọi người. Bây giờ, Đức Chúa Trời chúng con ôi! Chúng con cảm tạ Chúa và ca ngợi danh vinh quang của Ngài.

Nhưng đây là lời cầu nguyện ngợi khen. Mặc dù dài hơn và chi tiết hơn, nhưng lời cầu nguyện của Phi-e-rơ và Giăng trong Công Vụ 4:24–30 đi theo khuôn mẫu lời cầu xin của Môi-se:

Kêu cầu: 'Lạy Chúa',

Mô tả: 'là Đấng dựng nên trời, đất, biển, cùng muôn vật trong đó, Ngài đã dùng Đức Thánh Linh phán qua miệng của tổ phụ Đa-vít chúng tôi, là đầy tớ Ngài, rằng...'

Cầu xin: 'Bây giờ, xin Chúa xem xét lời hăm dọa của họ và cho các đầy tớ Ngài dạn dĩ rao giảng lời Ngài. Xin giơ tay Ngài ra để chữa lành và làm những phép mầu, dấu lạ qua danh Đầy Tớ thánh của Ngài là Đức Chúa Jêsus.'

Giống như lời cầu nguyện Chúa Giê-xu đã dạy các môn đồ (Mat 6:9–13), đây là một khuôn mẫu rất hữu ích cho chúng ta, nhắc chúng ta nhớ chúng ta là ai trong mối liên hệ với Đức Chúa Trời và Ngài là ai trong mối liên hệ với vũ trụ. Lời cầu nguyện vững vàng dựa trên mối liên hệ mà Đức Chúa Trời thiết lập trong ân điển với dân sự Ngài.

(3) *Cầu nguyện là đặc ân quá tuyệt vời*. Như Môi-se sẽ khẳng định trong đoạn tiếp theo (4:8), trong số các dân, chỉ Y-sơ-ra-ên có một Đức Chúa Trời ở gần đến nỗi Ngài nghe họ mỗi khi họ kêu cầu cùng Ngài. Nhưng ngay cả trong sự cầu nguyện, Đức Chúa Trời vẫn là Đấng Tể Trị, và Ngài vẫn có quyền nói 'được' hoặc 'không' trước yêu cầu của

người van nài Ngài, là con người. Xem xét quan điểm chung của cả Kinh Thánh, tác động của lời cầu nguyện có thể khác nhau. Như Môi-se kinh nghiệm trong Xuất Ê-díp-tô Ký 32 và Dân Số Ký 14, qua sự cầu nguyện sốt sắng và linh nghiệm của người công bình, Đức Chúa Trời có thể thay đổi thái độ của Ngài, và Ngài có thể rút lại những ngăm dọa mà Ngài đã tuyên bố trước đó trên con dân Ngài (so sánh với Giô-na 3–4). Trong các ngữ cảnh khác, Đức Chúa Trời có thể nhậm lời cầu xin theo hướng khẳng định bằng cách đem lại sự thay đổi trong hoàn cảnh bên ngoài của người đó, như chúng ta chứng kiến trong trường hợp của Phi-e-rơ ở Công Vụ 12:5–17.

(4) Cuối cùng, *qua sự cầu nguyện chính những người cầu xin được thay đổi*. Thay vì là phương cách mà qua đó người cầu xin mong muốn Đức Chúa Trời làm thành điều họ ao ước, thì đôi khi sự cầu nguyện trở thành tiến trình mà qua đó Đức Chúa Trời làm cho ý muốn của người cầu nguyện phù hợp với ý muốn của Ngài. Như trường hợp của Môi-se, đức tin của chúng ta không hẳn được đo lường theo mức độ chúng ta làm Đức Chúa Trời cảm động. Đức tin mạnh mẽ cũng có thể đòi hỏi chúng ta chấp nhận chữ 'không' của Đức Chúa Trời và tiếp tục với những công việc Ngài kêu gọi chúng ta làm. Đôi khi 'không' là câu trả lời cuối cùng của Ngài.

Cách đây vài thập kỷ, tôi hầu việc Chúa trong vai trò diễn giả tạm thời trong vòng chín tháng ở một hội thánh rất tuyệt vời. Tuần đầu tiên đến đây, chúng tôi hay tin một phụ nữ ba mươi hai tuổi, là mẹ của hai đứa con đáng yêu, được chẩn đoán bị ung thư giai đoạn cuối. Bạn bè tề tựu xung quanh chị, tổ chức những dây chuyền cầu nguyện suốt ngày đêm. Điều đáng buồn là tám tháng sau, một trong những việc cuối cùng của tôi trong vai trò mục sư tạm thời là cử hành tang lễ cho chị. Khi đó, hầu hết những bạn bè thân nhất của chị đã rời bỏ hội thánh đó, thất vọng và tức giận với hội chúng vì đã không hết lòng cầu nguyện và đức tin không đủ mạnh để xin cho chị được chữa lành. Đức Chúa Trời có thể ban cho Môi-se điều ông cầu xin. Đức Chúa Trời có thể chữa lành cách diệu kỳ. Nhưng, dù đau đớn, gia đình và hội thánh này phải chấp nhận chữ 'không' của Đức Chúa Trời. Thước đo đức tin không hẳn dựa trên điều chúng ta muốn Chúa làm cho mình; đôi khi đức tin mạnh mẽ đồng nghĩa với việc phó thác chính mình trong vòng tay yêu thương đầy ân điển của Ngài, tin cậy Ngài vẫn ở với chúng ta ngay cả trong đớn đau.

Người lãnh đạo Cơ Đốc có trách nhiệm

Cuối cùng, qua hành động của Môi-se trong những sự kiện này, chúng ta học được một loạt bài học về bản chất và kiểu mẫu lãnh đạo Cơ Đốc có trách nhiệm.

(1) Là người lãnh đạo hội chúng đông đảo, Môi-se nhạy bén với những mong muốn và nhu cầu của con dân Chúa. Ông lắng nghe yêu cầu xin đất của hai chi phái rưỡi và đáp ứng lời cầu xin đó. Nhưng đây không chỉ là sự chấp thuận theo cảm tính; Môi-se cũng nhận ra những hàm ý trong quyết định của mình đối với hội chúng nói chung. Cho nên, dù ông cho họ đặc ân sở hữu xứ ở phía đông Giô-đanh, nhưng ông cũng nhấn mạnh bổn phận của họ đối với cộng đồng đức tin nói chung.

(2) Những người lãnh đạo Cơ Đốc có trách nhiệm luôn nghĩ đến phúc lợi của mọi thành viên trong hội chúng (3:19). Cho dù Môi-se ghi khắc những bổn phận đối với cộng đồng lớn hơn trên những người nam của các chi phái phía đông, nhưng ông cũng chu cấp vì phúc lợi của những người yếu đuối – tức vợ con họ, chưa nói đến vật nuôi. Làm như vậy, ông vừa đảm bảo cho họ sự an toàn lẫn giúp họ không phải đối mặt với những kinh khiếp và sự tàn bạo của những cuộc chiến sắp nổ ra.

(3) Người lãnh đạo có trách nhiệm nhận biết mối liên hệ cộng sinh trong các hành động giữa trời và người (3:20). Môi-se biết rằng những người đàn ông phải băng qua Giô-đanh để chiến đấu chống kẻ thù cùng với những người dân khác, nhưng họ sẽ ra đi với lòng tin nơi lời hứa của Đức Chúa Trời rằng Ngài sẽ ban sự yên nghỉ cho các chiến binh nói riêng và cho toàn dân nói chung. Sau đó, họ có thể quay về nhà và vui hưởng sự nghỉ ngơi Chúa ban cho.

(4) Những người lãnh đạo Cơ Đốc có trách nhiệm thể hiện sự kính trọng Đức Chúa Trời trước con dân Chúa (3:22–24). Môi-se biết rằng không ai giống như Đức Chúa Trời của Y-sơ-ra-ên, và ông nhận biết tầm quan trọng của việc ghi nhớ hành động cứu chuộc của Ngài vì cớ dân Y-sơ-ra-ên. Với thần học cao quý này, dân Y-sơ-ra-ên có thể tự tin tiến ra chiến trường, nhận biết rằng các thần của kẻ thù mà họ đối diện chỉ là những điều ngu dại từ trí tưởng tượng hư hoại của con người mà thôi.

(5) Người lãnh đạo Cơ Đốc có trách nhiệm đặt phúc lợi của hội chúng trên lợi ích bản thân. Môi-se đã lãnh đạo dân Y-sơ-ra-ên gần bốn thập kỷ, qua những hoàn cảnh kinh khiếp và nhiều trải nghiệm cay đắng, biết rõ rằng đến cuối cùng ông sẽ không nhận được chiến tích. Nhưng qua những năm tháng đó, ông liên tục đại diện cho dân Y-sơ-ra-ên trước mặt Đức Chúa Trời và đại diện cho Đức Chúa Trời trước dân đó.

(6) Ngay cả người lãnh đạo Cơ Đốc có trách nhiệm cũng không được miễn trừ khỏi những áp lực của chức vụ, là điều thường khiến họ trút đổ những cay đắng của bản thân ra trước mặt Đức Chúa Trời. Nhiều lần trong bài giảng đầu tiên này, Môi-se trở nên thẳng đến mức khiến người khác bối rối, công khai bộc lộ những thất vọng và bực tức đối với dân Y-sơ-ra-ên. Nhiều vị lãnh đạo có thể đồng cảm với ông trong thời khắc then chốt này và thấy sự an ủi nào đó khi biết rằng ngay cả những người lãnh đạo vĩ đại nhất cũng chỉ là bụi đất yếu mềm.

(7) Người lãnh đạo có trách nhiệm luôn duy trì đường dây truyền thông cởi mở với Đức Chúa Trời. Môi-se không chỉ luôn mở lòng với sự chỉ giáo và hướng dẫn của Đức Gia-vê, mà ông còn học cách giao phó những lắng lo của mình cho Đức Gia-vê vì biết rằng Ngài chăm sóc ông. Xuất Ê-díp-tô 33 mô tả đặc điểm của mối liên hệ giữa Môi-se với Đức Chúa Trời là mối liên hệ tình bạn - Đức Gia-vê thường phán với ông mặt đối mặt (tức là cách trực tiếp) như một người nói với một người bạn thiết của mình. Trong lời nài xin được vào xứ, Môi-se thật sự nhận biết địa vị thấp kém của mình trong mối quan hệ này, nhưng kiểu cầu xin và trả lời của Đức Gia-vê chính là kiểu chuyện trò giữa hai người bạn: trực tiếp, thẳng thắn, và không lập lờ, mơ hồ hay lẩn tránh. Môi-se bỏ đi sau cuộc trò chuyện với Đức Chúa Trời cách thất vọng cay đắng, nhưng ông vẫn là bạn của Đức Chúa Trời.

(8) Người lãnh đạo Cơ Đốc có trách nhiệm nhận biết khi nào cần chuyển giao thẩm quyền cho người kế nhiệm và chuyển giao cách lịch sự với lòng tự trọng. Mặc dù rõ ràng Môi-se đang cay đắng vì bị khước từ và ông chỉ trích dân Y-sơ-ra-ên vì điều đó, nhưng đối với Giô-suê thì ông hỗ trợ hết lòng. Mặc cho thất vọng vì những giấc mơ của mình không thành, ông vẫn chuyển giao vai trò quan trọng cho người cộng sự và trung tín chuẩn bị để Giô-suê nắm lấy quyền lãnh đạo.

Phục Truyền Luật Lệ Ký 4:1–8

Lời Chú Giải Giới Thiệu về Phục Truyền 4:1–40

Cao trào trong bài giảng đầu tiên của Môi-se là ở chương 4. Mặc dù chương này bộc lộ nhiều liên kết với các chương trước,[1] nhưng về mặt văn chương, rõ ràng tự thân nó đã là một phần trong tổng thể. (1) Câu 1 mở đầu bằng (nghĩa đen) 'bây giờ' (*wĕ'attâ*), báo hiệu một bước ngoặt trong bài giảng.[2] (2) Lần đầu tiên Môi-se khẩn khoản yêu cầu thính giả cụ thể của mình 'hãy nghe'.[3] (3) Chương này trình bày sự thay đổi quan trọng trong văn phong - từ những hồi tưởng cơ bản về lịch sử sang lời tuyên bố có tính khích lệ rõ ràng. (4) Đồng thời, trong chương này Môi-se nhắc thêm nhiều sự kiện: sự đoán phạt tại Ba-anh Phê-ô, sự khải thị Tô-ra, việc thiết lập giao ước tại Hô-rếp và cuộc xuất hành khỏi Ai Cập. Mỗi nơi tượng trưng cho thực tại tâm linh lớn hơn. (5) Đặc điểm tiêu biểu của chương này là sự đan xen khó hiểu giữa các hình thức ngôi thứ hai số ít và số nhiều.[4] Sự luân phiên này vì mục đích hùng biện/thuyết giảng. Khi Môi-se xem Y-sơ-ra-ên là một tập thể ông dùng số ít; khi ông dùng số nhiều, ông thừa nhận các vấn đề về đạo đức và niềm tin phải được áp dụng cho từng cá nhân.[5] Bằng cách đổi sang văn phong thuyết giảng rõ ràng hơn,

---

1. Xem ở trên, phần giới thiệu Phục 1:6–18.
2. Về *wĕ'attâ* 'bây giờ', báo hiệu một bước ngoặt, xem thêm 10:12 và 1 Sa 12:13.
3. Ở chỗ khác trong sách, mệnh lệnh 'hãy nghe' (*šĕma*) luôn mở đầu một phần mới (5:1; 6:4; 9:1; 20:3; 27:9), mặc dù cụm từ *wĕ'attâ šĕma'* (theo nghĩa đen) 'bây giờ hãy nghe' không bao giờ xuất hiện ngay phần đầu bài nói chuyện.
4. Vấn đề này không thấy rõ trong bản dịch tiếng Việt (và cả bản tiếng Anh) khi dùng từ "anh em" (you) cho cả số ít lẫn số nhiều: 4:1–8 số nhiều, ngoại trừ từ 'hãy nghe' (4:1), cuối 4:3, bắt đầu 4:5; 4:9–10 số ít; 4:11–16 số nhiều; 4:19 số ít; 4:20–28 số nhiều ngoại trừ 4:21, 23, 24 và 25; 4:29–40 số ít ngoại trừ phần mở đầu 4:29 và hai ngoại lệ trong 4:34.
5. Về vấn đề này, đặc biệt xem J. G. McConville: 'Singular Address in the Deuteronomic Law and the Politics of Legal Administration', *JSOT* 97 (2002): 19–36. Dựa trên sự thay đổi luân phiên của hình thức số ít và số nhiều, nhiều học giả lý luận rằng 4:1–40 là sự chắp vá các mảnh nhỏ hơn lại với nhau và lồng vào đây trong thời lưu đày để tạo hy vọng cho cộng đồng đang thất vọng thuộc linh. Việc nhắc đến cuộc lưu đày trong 4:27–30 là điều thiết yếu để xác định niên đại hậu lưu đày cho đoạn này. Ví dụ: xem Jon D. Levenson, 'Who Inserted the Book of the Torah,' *HTR* 68 (1975): 222. Tuy nhiên, bỏ đi phần 4:1–40 thì bước chuyển tiếp từ 3:29 sang 4:41 sẽ thô thiển cách khó chịu và không thấy được chức năng hùng biện lên đến đỉnh điểm của đoạn này.

Môi-se cố gắng tái tạo nên trong thính giả của mình tác động y như lần đầu tiên Đức Chúa Trời hiện ra tại Hô-rếp đã tác động trên thế hệ trước - đó là sự tận hiến hết lòng với Đức Gia-vê.

Mặc dù Môi-se tiếp tục hồi tưởng trong chương 4, nhưng ông thật sự hướng về tương lai, chuẩn bị dân Y-sơ-ra-ên cho cuộc sống trong xứ. Đức Gia-vê thật sự đã ban cho Y-sơ-ra-ên tư cách đời đời trong xứ (4:40), nhưng để thật sự sở hữu và trải nghiệm sự sung túc trong xứ phụ thuộc vào việc dân chúng có vâng theo ý muốn đã được Đức Chúa Trời bày tỏ hay không (4:1, 5, 14, 40). Môi-se nhấn mạnh sự cấp bách cần có một đáp ứng đúng đắn ngay bây giờ bằng cách nhiều lần thêm vào từ 'ngày nay' (*yôm*, vd: 4:4, 8, 26, 38), mà qua đó nó trở thành từ 'ngày nay' bất hủ. Mỗi lần nghe hay đọc phân đoạn này thì người ta phải đáp ứng.[6] Hành trình hữu hình của người Y-sơ-ra-ên có thể chấm dứt khi họ băng qua Giô-đanh, nhưng hành trình thuộc linh không bao giờ kết thúc.

Nhưng chương 4 cũng hướng đến tương lai ở chỗ tại đây Môi-se giới thiệu nhiều vấn đề thần học sẽ đưa ông đến chỗ giảng những bài giảng tiếp theo.[7] Như thế, chương này tạo nên phong thái của một bài giảng (hơn là một tài liệu pháp lý) cho phần còn lại của sách và tuyên bố mối quan tâm chính của Môi-se trong sách: kêu gọi dân Y-

---

6. So sánh J. Gordon Mcconville và J. G. Millar, *Time and Place in Deutoronomy* (JSOTSup 179; Sheffield: Sheffield Academic, 1984), 42–43; J. G. Millar, *Now Choose Life: Theology and Ethics in Deutoronomy* (Grand Rapids: Eerdmans, 1998), 77–78. Muốn biết về cách dùng sâu sắc của *yôm*, xem S. J. de Vries, *Yesterday, Today and Tomorrow: Time and History in the Old Testament* (Grand Rapids: Eerdmans, 1975), 45.

7. (1) Tình yêu của Đức Gia-vê đối với tổ phụ/Y-sơ-ra-ên (4:37; so sánh với 7:7, 8, 13; 10:15, 18; 23:5[6]); (2) Đức Gia-vê lựa chọn tổ phụ/Y-sơ-ra-ên bởi ân điển (4:20; so sánh 7:6, 7; 10:15; 14:2; 26:18); (3) Đức Gia-vê lập Y-sơ-ra-ên làm dân sự của riêng Ngài (4:20; so sánh với 7:6; 14:2; 26:18; 27:9; 28:9; 29:13 [12]); (4) Mối liên hệ giao ước của Đức Gia-vê với Y-sơ-ra-ên (4:13, 23, 31; chẳng hạn so sánh với 5:2, 3; 7:2, 9, 12; 8:18); (5) Đức Gia-vê giải cứu Y-sơ-ra-ên khỏi nanh vuốt của dân tộc khác (4:20, 32–39; chẳng hạn so sánh với 5:6, 15; 6:21–23; 7:8, 19; 8:14; 24:18; 26:6–8; 33:29); (6) Sự hiện diện đầy ân điển của Đức Gia-vê (4:7, 10, 36; so sánh 5:22–27; 7:21; 18:16; 23:14 [15]; 31:6, 8, 23; 33:2–3, 5; ngược với 31:16–18); (7) Yêu cầu của Đức Gia-vê là Y-sơ-ra-ên phải nhận biết Ngài là Đức Chúa Trời duy nhất và yêu mến/ kính sợ một mình Ngài mà thôi (4:15–24, 35, 39; so sánh với 5:7–8; 6:4–5; 10:12, 20; 11:1, 22; 13:2–5 [3–6]; và (8) Yêu cầu của Đức Gia-vê là Y-sơ-ra-ên thể hiện lòng trung thành giao ước qua sự vâng theo ý muốn mà Ngài đã bày tỏ (4:1, 5, 8, 14, 40; chẳng hạn so sánh với 4:45; 5:1, 31; 6:1, 20, 25; 7:11; 10:12–13; 11:1, 31–32; 12:1; 26:16–18; 27:1, 10; 28:1, 15).

sơ-ra-ên đến với tình yêu giao ước được bày tỏ thông qua hành động làm Đấng Cứu Chuộc họ vui lòng.

Chương này gồm ba phần chính, với phần cốt lõi khá dài mang tính quy tắc (4:9–31), bao bọc bởi phần mở đầu mang tính chất suy ngẫm, hồi tưởng (4:1–8) và phần kết đầy những lời thách thức (4:32–40). Nối tiếp chủ đề bao trùm 1–3, mỗi phần tập trung vào những cách cụ thể bày tỏ ân điển thiên thượng: ân điển của Tô-ra (4:1–8), ân điển của giao ước (4:9–31), và ân điển của sự cứu rỗi (4:32–40). Nhưng với hiệu quả của thuật hùng biện đầy ấn tượng, Môi-se đảo ngược thứ tự lịch sử của các ân điển. Ông bắt đầu với quá khứ gần nhất (chương 1–3), và từ đó đi ngược về Hô-rếp (4:1–31), kết thúc với khoảnh khắc đầy kịch tính đó là một dân tộc được khai sinh (4:32–40), và xa hơn nữa là tình yêu giao ước của Đức Gia-vê đối với tổ phụ (4:37). Qua đó, Môi-se nhắc dân Y-sơ-ra-ên rằng họ phải không ngừng nhớ lại cuộc giải cứu ngoạn mục ra khỏi Ai Cập, thời khắc quyết định trong lịch sử của họ (4:32–40).

Ý Nghĩa Nguyên Thủy

Hỡi Y-sơ-ra-ên, bây giờ hãy nghe (4:1)

Trên một phương diện, tám câu này tóm tắt toàn bộ chương 4, nhấn mạnh tầm quan trọng của sự vâng phục trong vai trò là cách đáp ứng đúng đắn đối với ân điển của Đức Gia-vê, là ân điển được thể hiện qua sự bày tỏ ý muốn Ngài. Môi-se mở đầu bằng việc kêu gọi sự chú ý của dân sự: 'Hỡi Y-sơ-ra-ên, bây giờ hãy nghe những mệnh lệnh và luật lệ mà tôi dạy anh em.'[8] Từ ngữ Hê-bơ-rơ có nghĩa là 'mệnh lệnh' (*ḥōq*) ám chỉ luật pháp được đưa ra từ bề trên và 'được khắc' bằng một vật nhọn trên loại chất liệu dùng để viết nào đó (đất sét, đá, v.v...). Từ gốc chỉ 'luật lệ' (*mišpāt*), nghĩa đen là 'những phán quyết', có thể ngụ ý những luật dựa trên tiền lệ, tức là trên những quyết định từ thẩm phán, dù có vẻ như trong ngữ cảnh này nó mang nghĩa 'những quyết định thiên thượng về đường lối của sự công bình theo giao ước'. Trong Phục Truyền, cặp từ 'mệnh lệnh và luật lệ' là cách

---

8. Cặp từ 'mệnh lệnh và luật lệ' (*ḥuqqîm* và *mišpāṭîm*) xuất hiện nhiều lần trong đoạn này (4:1, 5, 8, 14, 45) và chín lần từ đây trở đi – đặc biệt ở những mối nối quan trọng về cấu trúc (5:1; 11:32; 12:1; 26:16). Chúng cũng xuất hiện khi kết hợp với các từ khác: '[các] điều răn (*miṣwâ/ miṣwôt*, 5:31; 6:1; 7:11) và 'chứng cớ' (*ʿēdôt*, 4:45; 6:20).

viết tắt cho toàn bộ sự mặc khải nhận được trước đó tại Hô-rếp và suốt quãng đường từ Ai Cập đến Ca-đe Ba-nê-a.[9]

Qua việc 'dạy' (*limmēd*) 'mệnh lệnh và luật lệ', Môi-se đóng vai trò là mục sư - giáo sư (Êph 4:11), nhắc lại sự mặc khải trước đó, áp dụng sự mặc khải đó cách cụ thể vào cuộc sống trong xứ, tuyên bố điều cốt lõi của mối liên hệ giao ước, và nhấn mạnh tầm quan trọng của đáp ứng đúng đắn với ý muốn đã được bày tỏ của Đức Chúa Trời. Môi-se không xem mình là người ban luật pháp. Chức vụ duy nhất mà ông và người biên tập sách này khẳng định về ông đó là chức tiên tri (18:15; so sánh với 34:10). Môi-se là người truyền đạt và người giải thích sự mặc khải thiên thượng. Ông không phải nguồn của sự mặc khải. Tuy vậy, trong vai trò phát ngôn viên chính thức của Đức Chúa Trời, mọi điều ông nói về 'mệnh lệnh và luật lệ' cũng mang tính bắt buộc như chính luật pháp nguyên thủy, như ông sẽ tuyên bố trong câu 2.

Môi-se tuyên bố mục tiêu giáo dục của mình trong câu 1b (so sánh 30:11–14). Mục tiêu trước mắt của ông là truyền cho Y-sơ-ra-êm cảm hứng để 'đi theo', tức là 'thực hiện' (*'āśâ*) các mệnh lệnh và luật lệ. Điều ông đưa ra không phải mớ lý thuyết suông mà là những chỉ dẫn thực tế cho cuộc sống được thể hiện qua hành động vâng phục. Môi-se bày tỏ niềm hy vọng trong tầm nhìn xa của mình dựa theo sự kêu gọi cao quý của Y-sơ-ra-ên: sự sống, bước vào và sở hữu xứ Đức Gia-vê ban cho. Sự sống nói đến ở đây không phải sự sống đời đời, mà là vui hưởng trọn vẹn những ơn phước của Đức Gia-vê trong xứ được hứa với các tổ phụ.[10]

Tại sao vâng theo Tô-ra là điều vô cùng cần thiết (4:2–8)?

Từ câu 2–8, Môi-se giải thích lý do vâng theo Tô-ra là điều hết sức quan trọng. (1) Chính Tô-ra về định nghĩa đã là chuẩn mực (4:2). Bằng cách cảnh báo độc giả không được thêm gì vào lời ông truyền,

---

9. Một số người hiểu cặp từ này nói đến toàn bộ việc truyền bá tại Mô-áp, kể cả những lời khuyên bảo của Môi-se. Xem J. G. Millar, 'Living at the Place of Decision', trong *Time and Place in Deuteronomy* (bt. J. G. McConville và J. G. Millar; JSOTSup 179; Sheffield: Sheffield Academic, 1984), 35- 42; cùng tác giả, *Now Choose Life*, 75–80.

10. Để biết phần trình bày rõ ràng về những vấn đề này, xem Millar, Now Choose Life, 55–66; C. J. H. Wright, Knowing Jesus through the Old Testament (Downers Grove: IL: InterVarsity Press, 1992), 64–102.

Môi-se tuyên bố rằng *chỉ* điều gì ông (đại diện cho Đức Gia-vê) truyền ra mới là chuẩn mực, và bằng cách cảnh báo họ không được bớt gì trong lời ông nói, ông tuyên bố rằng *tất cả* những điều ông (đại diện cho Đức Gia-vê) truyền ra đều là chuẩn mực.[11]

(2) Vâng theo Tô-ra là chìa khóa mở ra sự sống (4:3–4); thật vậy, như Môi-se sẽ nhắc lại vào cuối bài giảng cuối cùng (30:15–20), vâng phục Đức Gia-vê là vấn đề sống còn. Điều này mới được minh chứng trong việc thờ phượng Ba-anh tại Phê-ô,[12] mà Môi-se coi là đại diện. Trong khi Đức Gia-vê tiêu diệt tất cả những người 'đi theo' Ba-anh Phê-ô, thì những người đứng trước mặt Môi-se ngày nay vẫn sống vì họ 'đi theo/tríu mến' Đức Gia-vê.[13] Họ là lời chứng sống cho tầm quan trọng của việc vâng theo ý muốn thiên thượng. Cụm từ nhấn mạnh 'nầy đây' trong câu 5 cho thấy thách thức sẽ càng gia tăng thay vì giảm đi một khi Y-sơ-ra-ên băng qua Giô-đanh. Nói đến Ba-anh Phê-ô, Môi-se nhắc dân Y-sơ-ra-ên rằng ông không nhìn về quá khứ nhiều bằng hướng đến việc dân sự sẽ sở hữu xứ. Giống như tại Ca-đe Ba-nê-a ba mươi tám năm trước, và gần đây hơn là tại Ba-anh Phê-ô, lòng trung thành của dân Y-sơ-ra-ên sẽ được thử nghiệm mỗi ngày khi họ đã vào Đất Hứa.

(3) Vâng lời Tô-ra là đặc ân cao quý nhất mà một người có thể hình dung được (4:6–8). Dựa theo câu 2–5, chúng ta gần như có thể dự đoán được hai động từ đầu tiên trong câu 6: 'phải giữ các điều răn [mệnh lệnh và luật lệ]', tức là 'giữ bằng cách làm theo'. Tuy nhiên, lời tuyên bố tiếp theo nhấn mạnh rằng làm theo luật pháp không phải là gánh nặng áp đặt trên dân Y-sơ-ra-ên; đó là đặc ân sẽ khiến các dân tộc khác ganh tỵ với họ. Môi-se nhấn mạnh ý này bằng cách đưa vào những người trả lời giả định, là những người quan sát dân Y-sơ-

---

11. Những cảnh báo này bắt chước theo truyền thống những lời cảnh báo phổ biến ở Cận Đông cổ (thường là lời rủa sả) để phòng việc sửa đổi tài liệu. Khải 22:18–19 nhắc lại lời của Phục 4:2 (so sánh với 1 Macc 8:30). Xem thêm, Weinfeld, DDS, 262.

12. Xem Dân 25:1–9. 'Ba-anh Phê-ô' là sự thể hiện mang tính địa phương của Ba-anh được người Mô-áp thờ phượng tại nơi gọi là Phê-ô. So sánh với chú giải ở 3:29.

13. Động từ *dbq* biểu thị cam kết dứt khoát và không thể thay đổi được (so sánh Sáng 2:24; Ru 1:14). Động từ được lặp lại nhiều lần trong 10:20; 11:22; 13:4 [5]; và 30:20. Đây là cách diễn đạt ý nghĩa 'dính vào nhau' mạnh nhất trong Kinh Thánh (so sánh với Gióp 29:10) và giải thích cho hành động của những người thờ hình tượng 'đã ràng buộc mình' với Ba-anh Phê-ô (Dân 25:3)

ra-ên, biết những quy định hướng dẫn đời sống của người Y-sơ-ra-ên mà lấy làm kinh ngạc và ghen tỵ. Sự nghi ngờ của người ngoài trước đặc ân của Y-sơ-ra-ên được phản chiếu trong từ mở đầu *raq* (chỉ có, thật vậy), có thể hiểu tương đương với từ 'Ồ!'[14] Quan sát sự 'khôn ngoan' và 'hiểu biết' của Y-sơ-ra-ên, họ sẽ cho Y-sơ-ra-ên là 'dân tộc vĩ đại', nhờ đó làm ứng nghiệm lời hứa của Đức Chúa Trời với Áp-ra-ham.[15]

(4) Y-sơ-ra-ên thật sự lớn. Nhưng điều gì khiến họ trở nên lớn, khôn ngoan và thông sáng trong mắt các dân khác? Từ câu 7–8, Môi-se tuyên bố sự lớn mạnh của dân tộc này không bắt nguồn từ chính phẩm chất của họ, mà từ Đức Gia-vê là Đức Chúa Trời của họ. Câu hỏi được nêu lên hai lần 'có dân tộc vĩ đại [Y-sơ-ra-ên] nào?' Câu trả lời được hiểu ngầm là 'không!' vì hai lý do. (a) Người Y-sơ-ra-ên có được đặc ân độc nhất vô nhị vì Đức Chúa Trời ở gần họ và Ngài nhậm lời cầu xin của họ. Khi các dân khác cầu nguyện với thần của họ, những thần đó vẫn xa cách và im lặng. Thợ đúc có thể đúc cho họ đôi tai to, nhưng họ không nghe được (so sánh 4:28; Thi 115:4–8). Lạ lùng thay, mặc dù không có hình ảnh nào đại diện cho Đức Chúa Trời của Y-sơ-ra-ên để họ có thể đặt ở trong nhà hay bất kỳ nơi đâu, nhưng Ngài lại ở gần; và dẫu Ngài không có tai, nhưng Ngài nghe tiếng kêu của họ mỗi khi họ kêu cầu Ngài.[16] (b) Người Y-sơ-ra-ên có được đặc ân độc nhất vô nhị vì họ biết điều Đức Chúa Trời mong đợi ở họ, và điều Ngài mong đợi là tuyệt đối công bình. Người Y-sơ-ra-ên không phải dân tộc đầu tiên sở hữu bộ luật,[17] và không chỉ luật pháp của họ mới được cho là công bằng. Thế nhưng, mặc dù ở chỗ khác, do bị hư hoại bởi tư lợi, những người phổ biến luật pháp là những người tự cho rằng mình công bình, thì chính những người bên ngoài lại là người

---

14. So sánh với Phục 33:26–29, đáp ứng của người ngoài trước địa vị đặc ân của Y-sơ-ra-ên được diễn đạt bằng từ *'ašrêykā*, thường được dịch là 'phước cho các ngươi' nhưng tốt hơn nên dịch là 'Các ngươi được đặc ân thật lớn!' (bản tiếng Việt: "người có phước biết bao") hoặc thậm chí 'Chúc mừng các ngươi!'
15. Sáng 12:2; 18:18; 46:3.
16. Cũng so sánh với Thi 22:11, 19–20 [12, 20–22]; 34:15–18 [16–19]; 145:18.
17. Luật pháp cổ đại được tóm lược rất nhẹ nhàng bởi M. Roth, *Law collections from Mesopotamia and Asia Minor* (SBLWAW; Atlanta: Scholars, 1997), và *COS*, 2:332–68, 408–14.

nhìn vào Y-sơ-ra-ên và kết luận rằng toàn bộ Tô-ra (bao gồm cả luật pháp và phần diễn giải của Môi-se về luật pháp) là 'công bình'.[18]

Đối với Môi-se, 'sự công bình' không phải một khái niệm trừu tượng mà nó gắn liền với tiêu chuẩn khách quan, được thể hiện bằng những hành vi đạo đức cụ thể, tìm kiếm lợi ích của người khác và dẫn đến sự hòa hợp trọn vẹn giữa họ với Đấng Cai Trị họ. Trong 16:20, Môi-se tuyên bố khẩu hiệu của Tô-ra: 'công lý, và chỉ công lý mà thôi' (ṣedeq, 16:20, diễn ý cá nhân). Luật pháp của Y-sơ-ra-ên là công bình vì chúng bắt nguồn từ Đức Chúa Trời, Đấng tuyệt đối công bình và ngay thẳng (32:4), và vì trung thành với luật pháp ấy luôn đem lại kết quả công bình. Y-sơ-ra-ên có thể là dân tộc tầm thường nhất trên đất xét về quy mô và số lượng (7:7), nhưng xét về địa vị, Đức Gia-vê đã nâng họ lên cao để Ngài được 'khen ngợi, danh tiếng và tôn trọng' (26:19; 28:1, 9–10). Mục đích của Ngài là để họ trở thành nguồn phước (Sáng 12:2–3; 18:18; 22:18; 26:4; 28:14) và ánh sáng (Ê-sai 42:6; 49:6; 51:4) cho muôn dân.

Ngữ Cảnh Bắc Cầu

Cái nhìn tích cực về luật pháp của Y-sơ-ra-ên và Tô-ra của Môi-se được phản chiếu ở đây đã được tôn ngợi bằng sự vui thích tột bậc trong Thi Thiên 19:7–11[8–12] và Thi Thiên 119, là thi thiên được sáng tác như một 'bài thơ ca ngợi Tô-ra'. Những Thi Thiên này là cách sửa đổi đáng hoan nghênh và cần thiết nhận thức chung cho rằng luật pháp Cựu Ước là gánh nặng, là thòng lọng đeo quanh cổ Y-sơ-ra-ên để kéo họ đến chỗ chết. Việc Môi-se đề cập những quan sát viên ngoại quốc nhắc chúng ta rằng chúng ta phải đánh giá luật pháp của Y-sơ-ra-ên trước nhất bằng ngữ cảnh của thế giới mà luật pháp đó được ban ra.

Sau khi giải cứu dân sự khỏi Ai Cập, Đức Gia-vê có thể để họ tự tìm ra đáp ứng thích hợp với sự cứu chuộc đầy ân điển của Ngài. Đây là cái khó của tất cả những người không hiểu tâm tư và ý muốn Đức Chúa Trời. Trong khi người Y-sơ-ra-ên biết ý muốn của Đức Chúa Trời họ vì Ngài đã bày tỏ cho họ, thì phương cách các dân tộc khác liên hệ với thần của họ luôn luôn dựa vào thực nghiệm. Cách tốt

---

18. Đây là chỗ duy nhất trong Cựu Ước mà hình thức *ṣaddîq/ ṣaddîqîm* không mô tả con người (như trong 16:19).

nhất họ có thể làm là đoán xem điều gì làm các thần của họ hài lòng, nhưng ngay cả khi đó họ cũng không bao giờ biết phỏng đoán của mình có đúng không, liệu kết luận của họ có đạt đến tiêu chuẩn 'công lý' và liệu lòng trung thành có làm cho họ chiếm được thiện cảm của các thần hay không. Nỗi khổ của họ được minh họa qua lời cầu nguyện của người Sumer cổ đại được lưu giữ trong thư viện Ashurbanipal (thế kỷ thứ bảy TC) ở Ni-ni-ve:

Lời cầu nguyện với vị thần bất kỳ[19]

Cầu xin lòng giận dữ của chúa (tôi) được giải hòa
Cầu xin thần mà tôi không biết được giải hòa,
Cầu xin nữ thần tôi không biết được giải hòa.
Cầu xin thần, dù là thần nào, được giải hòa,
Cầu xin nữ thần, dù là nữ thần nào, được giải hòa,
Cầu xin tấm lòng của vị thần của (cá nhân) tôi được giải hòa,
Cầu xin tấm lòng của vị nữ thần của (cá nhân) tôi được giải hòa,
Cầu xin thần (của tôi) và nữ thần (của tôi) được giải hòa (với tôi)!
Cầu xin thần [đã quay lưng] khỏi tôi [vì tức giận] được giải hòa,
Cầu xin nữ thần [đã quay lưng khỏi tôi vì tức giận được giải hòa],
[tôi không biết mình đã làm] gì sai,
[ ] điều sai [ ] ....
Tôi không thể ăn cho bản thân bánh tôi tìm được,[20]
Tôi không thể uống cho bản thân nước tôi tìm được.
Tôi đã vi phạm cách không [cố ý] điều thần tôi ghê tởm,
Tôi đã vô tình vi phạm điều cấm kỵ của nữ thần tôi,
Ôi chúa (của tôi), sự sai lầm của tôi nhiều lắm, tội lỗi của tôi lớn lắm,
Ôi thần của tôi, sai lầm của tôi nhiều lắm, tội lỗi của tôi lớn lắm,
Ôi nữ thần của tôi, sai lầm của tôi nhiều lắm, tội lỗi của tôi lớn lắm,
Ôi thần linh ơi, dù là thần nào đi nữa, sai lầm của tôi nhiều lắm, tội lỗi của tôi lớn lắm,

---

19. Theo bản dịch của B. R. Foster, *From Distant Days: Myths, Tales, and Poetry of Ancient Mesopotamia* (Bethseda, MD: CDL Press, 1995), 269–71. Dù 'lời cầu nguyện, xưng tội, than van, và lời thỉnh cầu kết thúc này có thể được dùng cho bất kỳ thần nào' (tr. 269), nhưng nó cũng phơi bày vấn đề cơ bản của bất kỳ tôn giáo nào không dựa trên sự mặc khải.

20. Tức là anh ta dâng hết cho các thần của mình cách vô ích.

Ôi nữ thần ơi, dù là nữ thần nào đi nữa, sai lầm của tôi nhiều lắm, tội lỗi của tôi lớn lắm!
Tôi không biết tôi đã làm điều gì sai,
Tôi không biết tôi đã phạm tội gì,
Tôi không biết mình đã phạm sự ghê tởm nào
Tôi không biết đã vi phạm điều cấm kỵ gì!
Chúa đã trừng mắt nhìn tôi cách tức giận
Thần linh đã khiến tôi phải chịu cơn thịnh nộ trong lòng thần,
Nữ thần đã nổi giận với tôi và làm cho tôi bệnh,
Thần linh, dù là thần nào, đã chỉ trích tôi,
Nữ thần, dù là nữ thần nào, đã chất đau khổ trên tôi!...
Khi tôi khóc, họ không đến gần tôi.
Khi tôi than thở, chẳng ai lắng nghe.
Tôi đau khổ, đui mù, không thể nhìn thấy!
Hỡi thần hay thương xót, hãy quay về phía tôi, vì tôi cầu khẩn.
Tôi tôn kính ngài, nữ thần của tôi, vì tôi vẫn phủ phục trước ngài,
Ôi dù là thần nào, [tôi nài xin ngài hãy quay về phía tôi],
Ôi dù là nữ thần nào của tôi [tôi nài xin ngài hãy quay về phía tôi],
Ôi lạy chúa, [tôi nài xin chúa hãy quay hướng về tôi].
Ôi nữ thần, [tôi nài xin hãy nhìn xem tôi],
Ôi dù là thần nào, tôi nài xin ngài hãy quay về phía tôi,
Ôi dù là nữ thần nào của tôi, [tôi nài xin ngài hãy quay về phía tôi]!...
Cho đến chừng nào lòng giận dữ của ngài dịu lại?
Ôi nữ thần, khi nào tấm lòng xa cách của ngài được giải hòa?
Con người đần độn không biết gì,
Cho dù họ có đi qua bao nhiêu tên, thì họ biết được gì?
Họ không hề biết mình làm điều tốt hay xấu!...
Ôi thần của tôi, dù tôi vi phạm bảy lần bảy, xin tha cho tôi,
Ôi nữ thần của tôi, dù tôi vi phạm bảy lần bảy, xin hãy xá tội cho tôi...
Xin tha cho tôi, để tôi ca ngợi ngài!
Như thể ngài là mẹ ruột của tôi, hãy để lòng ngài được giải hòa,
Như thể ngài là mẹ ruột của tôi, cha ruột của tôi.

Bài thơ thống thiết này mở ra cánh cửa nhìn vào tâm hồn người cổ đại. Người này chắc chắn về ba điều: các thần đang tức giận anh; tội lỗi của anh đã gây ra cơn giận này; và anh phải làm gì đó đối với tội lỗi để xoa dịu cơn thịnh nộ của các thần. Nhưng có ba điều anh không biết: anh không biết thần nào tức giận mình; anh không biết mình đã phạm tội gì khiến các thần nổi giận; và anh không biết phải làm gì để làm nguôi cơn thịnh nộ của các thần.

Tô-ra của Môi-se chiếu ánh vinh quang và ân điển vào thế giới tăm tối này. Đức Chúa Trời của Y-sơ-ra-ên đã bày tỏ chính Ngài; Đức Chúa Trời của Y-sơ-ra-ên đã tuyên bố những giới hạn cho những hành vi có thể và không thể chấp nhận; và Đức Chúa Trời của Y-sơ-ra-ên đã cung ứng một phương cách tha thứ thật sự giải quyết được vấn đề tội lỗi của con người. Chẳng những thế mà tác giả Thi Thiên vui mừng ca ngợi sự sống được tìm thấy trong Tô-ra (Thi 119). Ngay cả khi Môi-se nhận ra đặc ân lạ thường của Y-sơ-ra-ên trong vai trò người mang lấy ý chỉ được Đức Chúa Trời mặc khải, thì ông cũng tuyên bố nhiệm vụ truyền giáo của dân tộc. Trong kế hoạch của Đức Chúa Trời thông qua sự vâng lời của con dân Ngài, họ sẽ bày tỏ sự cao trọng của mình cho các dân và nhờ đó, làm thành lời hứa với tổ phụ và đóng vai trò làm những sứ giả đem ơn phước đến cho toàn thế giới. Nói theo ngôn ngữ của Phao-lô trong 2 Cô-rinh-tô 3:3, Y-sơ-ra-ên phải là lá thư của Đức Chúa Trời gửi cho thế gian, không được viết bằng mực mà bằng Thánh Linh của Đức Chúa Trời hằng sống, không phải viết trên bảng đá mà là trên bia lòng.

Đáng buồn là cả dân tộc này đã thất bại trong sứ mạng này, và những cá nhân giữa vòng dân tộc hoàn thành sự kêu gọi này rất hiếm hoi như một thiểu số còn sót lại. Nhưng thất bại của Y-sơ-ra-ên không vô hiệu hóa cả ân điển điển lẫn quyền năng sản sinh sự sống của Tô-ra khi Tô-ra được gìn giữ bằng một nhãn quan đúng đắn. Thất bại của Y-sơ-ra-ên minh chứng sự cứng cỏi của lòng người.

Ý Nghĩa Đương Đại

Biết Đức Chúa Trời và ý muốn Ngài là đặc ân cao nhất của Y-sơ-ra-ên

Phân đoạn này nhấn mạnh hai thực tại mà Cơ Đốc nhân thường lãng quên hay cố tình lãng quên. Nó nhắc chúng ta rằng, cùng với chính kinh nghiệm cứu rỗi, sự hiện diện của Đức Chúa Trời và việc hiểu biết ý muốn Ngài sẽ là đặc ân cao cả nhất của con dân Ngài. Môi-se sẽ kết thúc bài thuyết giảng cuối cùng của ông bằng cách tuyên bố rằng lời, tức là ý muốn được mặc khải của Đức Chúa Trời, ở gần Y-sơ-ra-ên, bày ra trước họ cơ hội để chọn sống hoặc chết (30:11–20, đặc biệt 30:14).

Với bước giải nghĩa khá lạ, Phao-lô trích dẫn cách rõ ràng câu nói trong Phục Truyền 30:12–14 và áp dụng cho Đấng Christ, Đấng minh chứng cao nhất về sự gần gũi và cả sự mặc khải của Đức Chúa Trời (Rô 10:7–11). Tuy nhiên, ý nghĩa về Đấng Christ học của phân đoạn hiện tại được diễn đạt cách tự nhiên và đầy đủ hơn trong phần mở đầu của Phúc âm Giăng, mà đỉnh điểm là 1:14 'Ngôi Lời đã trở nên xác thể, sống giữa chúng ta, đầy ân điển và chân lý. Chúng ta đã chiêm ngưỡng vinh quang Ngài, thật là vinh quang của Con Một đến từ nơi Cha". Rồi Giăng kêu lên: 'Và từ nguồn sung mãn của Ngài, tất cả chúng ta đều nhận được ân điển càng thêm ân điển. Vì luật pháp đã được ban bố bởi Môi-se, còn ân điển và chân lý thì đến từ Đức Chúa Jêsus Christ (Giăng 1:16–17). Sự tương phản ở đây không phải giữa luật pháp và ân điển, mà là giữa hai cách bày tỏ ân điển: qua trung gian và hiện thân. Giăng đang nói đến hai thời điểm mặc khải ân điển đỉnh điểm trong lịch sử. Đối với người Y-sơ-ra-ên, sở hữu Tô-ra là ân điển quan trọng nhất (Rô 9:4), ân điển mà chỉ có Đấng Christ mới vượt qua và thay thế được, vì Ngài là Em-ma-nu-ên, 'Đức Chúa Trời ở cùng chúng ta'.

Tầm quan trọng của ý muốn đã được Đức Chúa Trời khải thị trong tín hữu.

Đồng thời, đoạn này cũng nhắc chúng ta về tầm quan trọng của ý muốn đã được Đức Chúa Trời khải thị trong đời sống tín hữu. Tô-ra và tất cả các sách còn lại của Kinh Thánh không phải để chúng ta trưng bày trong khu vực dành cho các quyển Kinh Thánh gia đình được trang trí đẹp đẽ trên bàn khách, hay để là chủ đề cho những tín điều sáo rỗng về tính vô ngộ và không thể sai trật của Kinh Thánh. Thái độ xem trọng ý muốn Đức Chúa Trời được thể hiện qua đời sống làm theo ý muốn mà Chúa đã bày tỏ ra cho chúng ta. Môi-se dành nhiều thời gian hơn để kêu gọi dân Y-sơ-ra-ên đến với phương cách chính thống (orthopraxy) thay vì đến với quan điểm chính thống.

Mục tiêu truyền giáo của con dân Đức Chúa Trời không được hoàn thành bằng những công thức thần học chính xác, nhưng bằng năng lực biến đổi và ban sự sống của Lời Thiên Thượng.

Trong bối cảnh văn hóa Tây phương, Cơ Đốc nhân trong tư cách cá nhân và hội thánh ngày càng bị người ngoài xua đuổi vì cho là ăn cơm dưới đất nói chuyện trên trời, đạo đức giả và vị kỷ. Nhưng ngay trong bài nói chuyện từ biệt các môn đồ, Chúa Giê-xu nhắc họ về mối liên hệ giữa những lời tuyên xưng đức tin và việc làm:

- Nếu các con yêu mến ta thì sẽ vâng theo mạng lệnh ta (diễn ý cá nhân, Giăng 14:15)
- Nếu các con vâng theo mạng lệnh ta, các con sẽ ở trong sự yêu thương của ta, cũng như ta đã vâng theo mạng lệnh của Cha và ở trong sự yêu thương Ngài (Giăng 15:10).

Ở đây, 'giữ/ vâng theo mạng lệnh ta' không chỉ có nghĩa là 'Làm như Ta bảo các con từ đây trở đi'. Cách nói 'mạng lệnh ta' hàm ý những mạng lệnh đã được bày tỏ từ lâu. Khi các môn đồ nghe những lời này từ miệng Chúa Giê-xu, họ đang nghe tiếng của Đấng bày tỏ 'những mệnh lệnh và luật lệ' của Ngài tại Hô-rếp cách đây đã lâu. Chúa Giê-xu đang nói với họ trên phòng cao cũng là Đấng đã phán trực tiếp với dân Y-sơ-ra-ên tại núi Si-na-i qua tiên tri của Ngài là Môi-se. Bằng sự vâng phục Chúa Giê-xu Christ, chúng ta thể hiện cam kết giao ước của mình với Ngài ('yêu mến'), nhưng chúng ta cũng phô bày cho thế gian đặc ân cứu rỗi, sự hiện diện của Chúa, sự hiểu biết ý muốn và phước lành của Ngài. Vui thỏa trong việc vâng theo ý muốn đã được bày tỏ của Đức Chúa Trời là chìa khóa để hoàn thành sứ mạng thiên thượng, đem ân điển của Ngài đến với thế gian.

Phục Truyền Luật Lệ Ký 4:9–31

Ý Nghĩa Nguyên Thủy

Trong những hồi tưởng này, Môi-se bỏ qua hơn ba mươi tám năm lang thang trong sa mạc từ Ba-anh Phê-ô quay trở về Hô-rếp. Là mục sư, ông đan xen những hồi tưởng của mình với việc lặp đi lặp lại những lời kêu gọi hãy 'canh giữ' để không quên những điều trong quá khứ (4:9, 15, 23) và không có hành vi sai lạc (4:16, 19, 23).[1] Từ 'giao ước' (*bĕrît*), xuất hiện ba lần trong phần này (4:13, 23, 31), là chìa khóa nhận biết ý chính và cấu trúc văn chương của những câu này. Mỗi lần 'giao ước' xuất hiện đều gắn liền với thời điểm đặc biệt trong câu chuyện giao ước: (1) ân điển của giao ước trong quá khứ: nguồn gốc của giao ước (4:9–14); (2) ân điển của giao ước trong hiện tại: cốt lõi của giao ước (4:15–24); (3) ân điển của giao ước trong tương lai: tính vĩnh cửu của giao ước (4:25–31).

Ân điển của giao ước trong quá khứ: Nguồn gốc giao ước của Đức Gia-vê với Y-sơ-ra-ên (4:9–14)

Câu 9–14 chứa đựng một câu dài với lời kêu gọi gồm hai phương diện phải tuyệt đối đề phòng trong câu 9a,[2] và lời cảnh báo hai mặt (nghĩa đen) 'đừng quên' và (nghĩa đen) 'đừng để những điều đó lìa khỏi lòng anh em'.[3] Động từ 'quên' không có nghĩa chỉ là không nhớ, mà là không quan tâm đến điều mình nhớ – tức mối liên hệ đặc biệt Đức Gia-vê thiết lập với con dân Ngài. Xuyên suốt các bài giảng của mình, Môi-se nói đến những điều không được quên,[4] củng cố thêm

---

1. Trong mỗi trường hợp, lời kêu gọi giữ mình được theo sau bởi mệnh đề chỉ lý do, cả tiêu cực (được giới thiệu bằng 'để mà...không', *pen*, 4:9b, 16, 19, 23) lẫn tích cực (được giới thiệu bằng 'để', *kî*, 4:15, 24, 25[?]).
2. Lời kêu gọi kép được tạo thành bởi hai trạng từ mạnh mẽ *raq* 'chỉ, trên hết', và *mĕ'ōd* 'cẩn thận, sốt sắng'.
3. Trong tiếng Hê-bơ-rơ, từ *lēb* mô tả tấm lòng lẫn tâm trí.
4. Gia-vê, Đức Chúa Trời của họ (8:11, 19); Đức Gia-vê tạo lập Y-sơ-ra-ên (32:18); cách Đức Gia-vê giải cứu Y-sơ-ra-ên khỏi cảnh nô lệ ở Ai Cập (5:15; 6:12; 7:18; 8:14; 15:15; 16:3, 12; 24:18, 22); sự mặc khải của Đức Gia-vê tại Hô-rếp (4:9); giao ước tại Hô-rếp (4:23); sự chu cấp của Đức Gia-vê trong đồng vắng (8:2); điều A-ma-léc làm cho Y-sơ-ra-ên (25:17) và chiến thắng của Đức Gia-vê trên A-ma-léc (25:19); các mạng lệnh (26:13); điều Đức Gia-vê đã làm cho Mi-ri-am (24:9); Đức

ấn tượng ở đây đó là tâm trí của Y-sơ-ra-ên không phải chỉ có những ý niệm trừu tượng về Đức Chúa Trời, mà cả những hành động cụ thể Ngài làm vì cớ họ trong lịch sử. Với lệnh truyền 'phải dạy cho con và cháu anh em' (4:9b), Môi-se nhấn mạnh cả tầm quan trọng của sự mặc khải của Đức Gia-vê lẫn thuốc trị bệnh mất trí của họ (so sánh 4:25). Kẻ thù lớn nhất của Y-sơ-ra-ên không phải là người Ca-na-an ngoài kia, mà là chính tâm trí và tấm lòng bên trong họ (Quan 2:10; Ô-sê 4:6).

Như thường thấy ở những người giảng đạo ngày nay, nhiệt huyết của Môi-se được phản ánh qua cách nói rất vụng về của câu 9–14.[5] Bổ ngữ của 'đừng quên' trong câu 9 khá rõ ràng: 'những điều [những sự kiện]' mà chính mắt dân Y-sơ-ra-ên đã thấy. Câu 10–14 được hiểu đúng nhất là lời chú thích về 'những điều' đó, nhấn mạnh đặc biệt vào những 'ngày' (4:10) quan trọng nhất trong lịch sử Y-sơ-ra-ên. Môi-se khơi lại không khí của những sự kiện đã xảy ra bằng mấy từ cuối trong câu 11, là những từ vọng ra từ ý của Xuất 19:16 và 20:21: đó là một ngày có 'sấm chớp và một đám mây dày đặc' (bản NIV chép 'có những đám mây đen và bóng tối dày đặc').

Hồi tưởng của Môi-se về Hô-rếp tập trung vào hành động, trước tiên là của Y-sơ-ra-ên (4:10–11) rồi sau đó là của Đức Gia-vê (4:12–14). Ngày đó, dân chúng đứng trước mặt Gia-vê Đức Chúa Trời của họ; họ đến gần và đứng dưới chân ngọn núi đang chói lòa ánh sáng. Đây là ngôn ngữ trang trọng dùng trong triều đình. Trong phút chốc, Hô-rếp biến thành một nơi thiêng liêng, chỗ ngự của Đức Gia-vê, và các thần dân Ngài được mời đến gặp Đấng Chủ Tể thiên thượng (so sánh 18:7). Đôi khi Cựu Ước liên tưởng lửa trời với chiến binh Gia-vê,[6] nhưng trong Phục Truyền lửa thường được liên kết với sự kiện Chúa hiện ra tại Hô-rếp.[7] Sự kết hợp của một mặt là lửa và ánh sáng, một mặt là đám mây và tối tăm, khai mở cho dân Y-sơ-ra-ên ánh sáng chói lọi của vinh quang thiên thượng lẫn sức mạnh chết người của nó.

Gia-vê là nguồn sức mạnh và sự thịnh vượng của Y-sơ-ra-ên (8:18); quốc ca của dân tộc (31:21); tội lỗi của chính Y-sơ-ra-ên trong đồng vắng (9:7); và quá khứ nói chung (32:7). Trong 24:19, Môi-se nói đến việc nhớ chừa lại gié lúa trong ruộng.

    5. Bản NIV giải quyết vấn đề bằng cách thêm vào 'Hãy nhớ' trong 4:10, là chữ mà bản văn Hê-bơ-rơ không có.

    6. Phục 9:3, nhưng đặc biệt xem 2 Sa 22:8–16.

    7. Phục 4:11–12, 15, 33, 36; 5:4–5, 22, 26; 9:10, 15, 21; 10:4; 18:16.

Hành động của con người cung cấp khung cú pháp cho các câu 10–11, nhưng những hành động này chỉ khả thi nhờ lời mời ân điển của Đấng Chủ Tể thiên thượng. Mặc dù lệnh truyền 'Hãy tập trung dân chúng' (4:10) nhắc lại lời tóm tắt của chính Đức Gia-vê về những sự kiện trong Xuất Ê-díp-tô Ký 19:4 (so sánh Xuất 3:12), nhưng ở đây Đức Gia-vê tóm tắt mục tiêu của cuộc gặp gỡ đó: Ngài sẽ để cho họ nghe tiếng Ngài, để họ biết 'tôn kính' Ngài và luôn luôn 'tôn kính' Ngài. Trong Cựu Ước, từ 'tôn kính' trong tiếng Hê-bơ-rơ *(yârē')* mang nhiều nghĩa. Tùy thuộc vào mối liên hệ giữa chủ ngữ (người kính sợ) và bổ ngữ (người được kính sợ), mà từ này có thể ám chỉ hoặc sự sợ hãi (Xuất 20:18) hoặc tôn kính và kinh sợ trong sự hiện diện của Đấng bề trên.[8] Trong trường hợp này rõ ràng là nghĩa thứ hai. Đối với Y-sơ-ra-ên, kiểu 'sợ' này sẽ là điều kiện tiên quyết để tuyệt đối vâng phục, và chính nó cũng sẽ trở thành điều kiện tiên quyết để dẫn đến sự sống và sự thịnh vượng trong xứ. Thế hệ ra khỏi Ai Cập học biết về kiểu kính sợ này qua việc nhìn thấy vinh hiển của Đức Gia-vê. Trong suốt các bài giảng của mình, Môi-se cho rằng thế hệ này và thế hệ tương lai phải được dạy về kiểu kính sợ này (Phục 4:10; 14:23; 17:19. 31:12–13) bằng cách lắng nghe lời của Đức Gia-vê (4:10), tham dự vào sự thờ phượng chính thức (14:23), và lắng nghe lời Tô-ra (17:19; 31:12–13).

Nhận lời mời, dân Y-sơ-ra-ên đứng dưới chân núi, hăm hở lắng nghe điều vua trời sẽ chỉ bảo (4:11).[9] Khi Đức Gia-vê phán, Ngài giới thiệu cho họ giao ước của Ngài *(berît)*. Bản chất giao ước trong Phục Truyền thật rõ ràng trong cả cấu trúc lẫn giọng điệu của sách, nhưng đây là lần đầu tiên xuất hiện từ này. Trong Cựu Ước, từ *berît* thường nói đến mối liên hệ được thiết lập hoặc được xác nhận và thường mang sắc thái về bổn phận.[10] Từ này thường được dùng trong hợp đồng, công ước, và hiệp ước thuộc mọi thể loại, từ hợp đồng hôn nhân cho đến những bản tuyên bố pháp lý về lời hứa và bổn phận.

Môi-se lưu ý hai chi tiết quan trọng về giao ước này. (1) Ông nhận biết giao ước này là giao ước của Đức Gia-vê. Như tất cả các giao ước

---

8. Phục 4:10; 5:29; 6:2, 13, 24; 8:6; 10:12–13, 20; 13:4[5]; 14:23; 17:19; 28:58; 31:12–13.

9. Ngược với quan điểm của một số người, quan điểm của Môi-se về sự có mặt và đáp ứng của Y-sơ-ra-ên trước Đức Gia-vê là hoàn toàn tích cực.

10. So sánh với W. J. Dumbrell, *Creation and Covenant: A Theology of Old Testament Covenants* (Nashville: Nelson, 1984), 16.

liên quan đến Đức Gia-vê trong Cựu Ước, đây là giao ước một chiều, tức là Đức Gia-vê khởi xướng, nhận diện đối tác của giao ước, xác định điều khoản, và quyết định kết quả khi tuân thủ hay không tuân thủ các điều khoản đó. Tuy nhiên, không giống các hiệp ước bá chủ của người Hê-tít hay người A-si-ri, giao ước này không do một vị chúa tể áp đặt lên nước chư hầu thua trận. Bối cảnh giao ước là việc Đức Gia-vê giải cứu Y-sơ-ra-ên khỏi sự kiểm soát của vị chúa tể hay áp bức một cách kỳ diệu mà Y-sơ-ra-ên thì không đáng được giải cứu như vậy. Ngài muốn thiết lập mối liên hệ với họ - một mối liên hệ hoàn toàn vì lợi ích và phúc lợi của họ.

(2) Môi-se liên kết giao ước với (nghĩa đen) 'Mười Điều Răn'[11] (4:13). Ngược với hầu hết các bản dịch và với cách dùng phổ biến khắp nơi, Cựu Ước không hề gọi tài liệu này là 'Mười Điều Răn'; chúng là 'Mười Điều (ten words)' (so sánh 10:4; Xuất 34:28). Dựa trên phạm vi ngữ nghĩa của thuật ngữ *dĕbārîm*, chúng ta nên theo bản dịch Hy Lạp ban đầu và gọi tài liệu này là Decalogue, tức là 'mười điều/ mười lời tuyên bố', hay thậm chí là 'mười nguyên tắc của mối quan hệ giao ước'. Mặc dù Cựu Ước không hề giải thích tại sao có mười điều cũng không đánh số cách rõ ràng,[12] nhưng con số mười dường như được chọn cho phù hợp với số ngón tay trên bàn tay và để cho dễ nhớ.

Sau khi tuyên bố các nguyên tắc nền tảng của giao ước,[13] Đức Gia-vê tạo ra hai bản tài liệu này trên bảng đá (so sánh Xuất 24:12; 31:18; 32:15–16). Việc cung cấp hai bản sao giống nhau là theo phong tục Cận Đông cổ, đưa cho mỗi bên giao ước một bản.[14] Trong khi các

---

11. Ở đây Bản Bảy Mươi dịch là *ta deka rhēmata*; trong 10:4 và Xuất 34:28 Bản Bảy Mươi dịch là *tous deka logous*. Muốn biết thêm, xem D.I. Block, 'Reading the Decalogue Right to Left: The Ten Principles of Covenant Relationship in the Hebrew Bible', trong *How I Love Your Torah, O LORD*, 24–25.
12. Dựa vào ngôn từ và đặc điểm cú pháp của Mười Điều Răn, tôi theo cách đánh số của Công giáo và Lutheran, thay vì của Cải Chánh. Xem Block, như trên, 56–60.
13. NIV dịch 'Mười Điều Răn' là phần giải nghĩa 'giao ước', nhưng câu 13 gồm hai mệnh đề. Mệnh đề đầu tiên trình bày ý chủ đạo và mệnh đề thứ hai làm sáng tỏ: 'Ngài công bố cho anh em giao ước mà Ngài truyền cho anh em phải tuân giữ, tức là Mười Điều Răn'. Về mặt ngữ pháp, 'Mười Điều Răn' là bổ ngữ của động từ 'gìn giữ'. Muốn biết thêm, xem tác phẩm mới nhất J. Hwang, 'The Rhetoric of Remembrance: An Exegetical and Theological Investigation into the 'Fathers' in Deutoronomy' (Ph.D. Dissertation, Wheaton College, 2009), 292- 98. Cụm từ 'công bố *[higgîd]* giao ước' không xuất hiện chỗ nào khác trong Cựu Ước.
14. Truyền thống Do Thái lâu đời cho rằng Mười Điều Răn được phân bố trên hai bảng, mỗi bên năm điều (Josephus, Ant. 3.5.8) nhưng điều này có nghĩa là

nguồn tài liệu Hê-tít ở thiên niên kỷ thứ hai TC cho rằng bản phụ được giữ trong đền thờ vị thần quan trọng nhất,[15] thì Phục Truyền 10:5 lưu ý rằng hai bản Mười Điều của Y-sơ-ra-ên và Đức Gia-vê đều phải được lưu giữ trong hòm giao ước.

Môi-se kết thúc phần tường thuật về các sự kiện tại Hô-rếp bằng cách nói thêm rằng Đức Gia-vê bảo ông dạy người Y-sơ-ra-ên 'các mệnh lệnh và luật lệ' mà họ phải thi hành khi họ ở trong xứ mà họ sắp vào nhận lấy (4:14). Câu nói củng cố thêm vai trò của ông đó là người được ủy quyền giải thích giao ước. Sách Phục Truyền chứng minh ông đã trung thành với trách nhiệm này.

Ân điển của giao ước trong hiện tại: Cốt lõi của giao ước giữa Đức Gia-vê và Y-sơ-ra-ên (4:15–24)

Phần này được chia nhỏ thành ba phần chính. Môi-se bắt đầu phần đầu tiên (4:15–19) và phần cuối cùng (4:23–24) bằng lời yêu cầu mạnh mẽ rằng Y-sơ-ra-ên phải 'canh giữ' mình, tránh cách ăn ở đáng ghê tởm, trong khi phần giữa (4:20) đóng vai trò là điểm tựa cho thuật hùng biện. Trong các câu 21–22, Môi-se thêm vào ghi chú cá nhân, chia phần này thành hai nửa gần bằng nhau và nối đoạn này với những hồi tưởng trước đó (so sánh 1:37–38; 3:26).[16] Mặc dù phần này (cũng như phần còn lại từ 4:9–31) rõ ràng là lời cảnh cáo về việc thờ hình tượng, nhưng trật tự từ đảo ngược trong câu 20 đặt lời cảnh cáo này trong ngữ cảnh rộng hơn của ân điển của Đức Gia-vê khi giải cứu Y-sơ-ra-ên khỏi Ai Cập và xem họ là dân giao ước của Ngài. Môi-se làm mạnh thêm phần kết bằng lời yêu cầu lên đến đỉnh điểm đừng quên giao ước (4:23–24), nhắc dân Y-sơ-ra-ên về tình yêu cháy bỏng/ sự ghen tương của Đức Gia-vê và sử dụng cách diễn đạt từ phần mở đầu và điều răn thứ nhất trong Mười Điều: Đức Gia-vê sẽ không chấp nhận đối thủ.

---

bảng thứ nhất có 146 từ và bảng thứ hai chỉ có 26 từ. Trong truyền thống Cơ Đốc, bảng thứ nhất gắn liền với những mạng lệnh theo chiều thẳng đứng (số 1–4 theo cách đánh số của Calvin), và bảng thứ hai theo chiều ngang (số 5–10). Tuy nhiên, phương pháp này không có giá trị về ngữ cảnh. Xem thêm Block, 'Reading the Decalogue Right to Left', 35–36.

15. Tương tự với ý của Gary M. Bcekman, *Hittite Diplomatic Texts* (Atlanta: Scholars, 1996), 3, trích dẫn ví dụ cụ thể ở trang 46–47 và 91.

16. Không tính *'et*, dấu chỉ bổ ngữ trực tiếp xác định, 4:15–19 có 75 từ trong bản gốc tiếng Hê-bơ-rơ, 4:20-24 có 74.

Môi-se giải thích chi tiết việc cấm thờ hình tượng nói chung qua việc kể ra bốn loài sinh vật bị cấm làm tượng để thay mặt thần: loài vật lớn trên đất, loài vật biết bay, loài côn trùng bò trên đất và loài vật dưới biển, phân loại theo đúng Sáng Thế Ký 1. Khi thờ phượng chúng, con người vi phạm tính chất vô hình của Đức Gia-vê (4:15) và dùng tạo vật để thay thế Ngài, và họ cũng thách thức quyền tể trị của Ngài khi thuận phục loài vật mà lẽ ra họ phải cai trị.[17] Trong khi những người thờ hình tượng thờ phượng những hình dạng có miệng mà không nói, thì người Y-sơ-ra-ên thờ Đấng không có hình dạng nhưng có thể chuyện trò và kêu gọi Y-sơ-ra-ên phục vụ trong vai trò những người đại diện cho Ngài.

Rồi Môi-se chuyển sang hình thức thờ phượng sai lạc thứ nhì: thờ phượng mặt trời, mặt trăng và các ngôi sao (4:19; so sánh 2 Vua 21:3; 23:5). Người Cận Đông cổ đại thường xem đây là đại diện cho hữu thể thần linh điều khiển sự hiện hữu trên đất. Môi-se mô tả mối liên hệ giữa người thờ phượng với những hình tượng này bằng năm hành động: họ ngước mắt lên trời; họ nhìn chăm chăm vào 'toàn thể thiên binh'; họ bị quyến dụ; họ phủ phục trước chúng; và họ thuận phục các thần như những tôi tớ.

Về mặt thần học, mệnh đề cuối trong câu 19 có lẽ khó hiểu nhất trong cả sách Phục Truyền. Nhiều người cho rằng câu này có nghĩa là Đức Gia-vê phân chia những thiên thể này cho các nước khác để họ dùng làm đối tượng thờ phượng, nhưng Ngài dành riêng chính mình cho Y-sơ-ra-ên. Tuy nhiên cách giải thích này nghịch lại ác cảm trước sau như một của Cựu Ước đối với mọi loại hình tượng[18] và suy diễn quá nhiều vào bản kinh văn. Bản kinh văn không hề nói đến việc phân chia, còn mục đích mà người ta tự gán cho nó đó là 'làm đối tượng thờ phượng' phải được vay mượn từ bên ngoài bản kinh văn.

---

17. Lời cảnh cáo này nhấn mạnh điểm khác biệt cơ bản giữa sự thờ phượng không có ảnh tượng trong niềm tin của Y-sơ-ra-ên và những hình thức thờ phượng phổ biến giữa vòng các nước láng giềng của Y-sơ-ra-ên. Về tính chất và lịch sử của sự thờ phượng không ảnh tượng trong Y-sơ-ra-ên tương phản với bối cảnh văn hóa Cận Đông cổ, xem T. Mettinger, *No Graven Image? Israelite Aniconism in Its Ancient Near Eastern Context* (ConBOT 42; Stockholm: Almqvist & Wiksell, 1995).

18. Xem thêm D. I. Block, 'Other Religions in Old Testament Theology', in *Biblical Faith and Other Religions: An Evangelical Assessment* (bt. D. W. Baker; Grand Rapids: Baker, 2004), 60- 74; tái bản trong *The Gospel According to Moses*, 200- 236.

Ngoài ra, cách giải thích này loại Y-sơ-ra-ên ra khỏi 'mọi dân thiên hạ' và cho rằng dân tộc này không có mối liên hệ gì với các thiên thể.

Cuối cùng, cách giải thích này bỏ qua những liên hệ giữa chương này với Sáng Thế Ký 1. Dựa theo phân loại các loài vật trong Sáng Thế Ký 1:20–23, Môi-se quay trở lại ngày tạo dựng thứ tư khi Đức Chúa Trời dựng nên các thiên thể này. Việc ông nói rằng chúng được phân chia 'cho mọi dân thiên hạ' là cách giải thích xác thực Sáng 1:14–19. Những vật thể này không được tạo dựng để làm đối tượng thờ phượng mà là phương tiện của sự quan phòng thiên thượng, điều khiển thế giới, và bảo đảm nhịp sống quanh năm cho toàn thể cư dân của nó. Ngay cả khi những vật thể này chỉ là những vật tầm thường đối với các hữu thể thần linh, thì phân đoạn này cũng không xem chúng là những đối tượng thờ phượng hợp pháp cho bất kỳ ai.[19] Nếu Y-sơ-ra-ên đi sai trật mà thờ phượng chúng, họ đã phủ nhận đặc ân được Chúa lựa chọn và địa vị giao ước đặc biệt của họ với Đức Gia-vê.

Câu 20 trình bày trọng điểm của phân đoạn, nhấn mạnh sự phản bội và sự lầm lạc của việc thờ hình tượng. Môi-se nhấn mạnh mối liên hệ đặc biệt của Y-sơ-ra-ên với Đức Gia-vê qua ba lời tuyên bố: (1) họ là kết quả của hành động cứu rỗi đầy ân điển của Đức Gia-vê;[20] (2) họ được giải cứu từ lò lửa để đặc biệt trở thành đối tác giao ước của Đức Gia-vê;[21] (3) Đức Gia-vê khẳng định họ là 'sản nghiệp' của Ngài. Khi nói đến Y-sơ-ra-ên là *naḥalâ* của Ngài, Môi-se nhấn mạnh mối liên hệ yêu thương và chăm sóc của Đức Gia-vê với dân tộc này.

Trong câu 21–22, Môi-se đi ra ngoài lề một chút để bày tỏ nỗi thất vọng vì Đức Gia-vê không cho ông vào xứ. Như trong 1:37 và 3:26,

---

19. So sánh 32:8. Động từ ở đây được dùng để nói đến việc phân chia xứ Ca-na-an cho các chi phái Y-sơ-ra-ên (Giôs 14:1; 18:2) hoặc chia chiến lợi phẩm (Giôs 22:8). Xem thêm M. Heiser, 'Deuteronomy 32:8 and the Sons of God', *BSac* 158 (2001): 71; cùng tác giả, 'Monotheism, Polytheism, Monolatry, or Henotheism? Toward an Assessment of Divine Plurality in the Hebrew Bible,' *BBR* 18/1 (2008): 4–13.

20. Bằng cách chuyển đổi bổ ngữ và chọn động từ để tạo hiệu ứng trùng âm, Môi-se đối chiếu giữa việc Đức Gia-vê gián tiếp điều khiển phần thế giới còn lại và sự tham gia trực tiếp của Ngài với Y-sơ-ra-ên. Lưu ý cách chơi chữ: động từ *lāqaḥ*, 'Ngài đã chọn' ở đây, và *ḥālaq* 'Ngài đã phân chia' ở cuối câu 19, có cùng nguyên âm và phụ âm.

21. Mệnh đề chỉ mục đích cuối câu 20 phỏng theo công thức giao ước 'Ta sẽ là Đức Chúa Trời các ngươi, còn các ngươi sẽ là dân Ta'. Xem Phục 29:10–13[9–12]. Cũng xem Xuất 6:7; Lê 26:12; Giê 7:23; 11:4; 30:22; Êxê 36:28.

ông thừa nhận lệnh cấm ông vào xứ của Chúa là do Chúa giận ông, nhưng ông lại đổ lỗi cho dân Y-sa-ra-ên gây ra cơn giận đó. Sự cay đắng của ông được thể hiện trong lời phàn nàn rằng ông sẽ chết bên ngoài Đất Hứa, xứ 'tốt tươi' mà Đức Gia-vê ban cho người Y-sơ-ra-ên làm 'sản nghiệp' đặc biệt *naḥălâ*.[22]

Nếu câu 20 là đòn bẩy của đoạn này, thì các câu 23–24 là cao trào. Một lần nữa, Môi-se truyền lệnh cho dân Y-sơ-ra-ên phải giữ lấy mình kẻo họ quên giao ước của 'Giê-hô-va Đức Chúa Trời ' mà Ngài đã lập với họ, và kẻo họ làm ra các hình tượng thay thế Đức Gia-vê. Ông đặt lời cảnh cáo này trên hai mệnh đề, mỗi mệnh đề góp phần quan trọng vào khải tượng về Đức Gia-vê trong Phục Truyền: Đức Gia-vê là 'Đám Lửa Thiêu Đốt; Ngài là Đức Chúa Trời (El) yêu đương mãnh liệt (diễn ý cá nhân).[23] Nhìn bên ngoài, cách gọi đầu tiên mở rộng ẩn dụ ở Hô-rếp (Xuất 3:2–3; 24:17), ngoại trừ một điều đáng chú ý là ngọn lửa tại đó không tàn. Ở đây, ngọn lửa không chỉ tượng trưng sự hiện diện cá nhân của Đức Gia-vê, mà còn là cơn giận phừng phừng của Ngài trước sự bất trung với giao ước được thể hiện cụ thể qua việc thờ hình tượng.[24]

Môi-se mô tả đặc điểm của Đức Gia-vê là El Qanna' (Đức Chúa Trời yêu đương mãnh liệt) cũng là điều đáng chú ý. Cách dịch thông thường của *qn'* là 'ghen tương' khiến chúng ta hiểu sai vì chúng ta thường xem sự ghen tuông là tính xấu, giống như ganh tỵ hay tham lam vậy.[25] Tuy nhiên, trong Cựu Ước, thuật ngữ này thường nói đến cảm xúc chính đáng bị đánh thức khi bên thứ ba xen vào đe dọa mối

---

22. Việc Môi-se không được vào Đất Hứa là chủ đề u ám xuyên suốt Phục Truyền (so sánh Millar, *Now Choose Life*, 97). Lời giải thích của D. T. Olsen về Môi-se như một 'kiểu mẫu cho chức vụ tế lễ' (*Deutoronomy and the Death of Moses: A Theological Reading* [OBT; Minneapolis: Fortress, 1994], 17–22) không hẳn là quá lý tưởng.

23. Giống như hầu hết các bản dịch, bản NIV xem cả hai vị ngữ là tính từ. Tuy nhiên kiểu mệnh đề không có động từ trong Ngũ Kinh cho thấy yếu tố thứ nhì trong cả hai vị ngữ đều là danh từ riêng. Xem F. I. Andersen, *The Hebrew Verbless Clause in the Pentateuch* (SBLMS 14; Nashville/New York, Abingdon, 1970). Ở chỗ khác *'ēl qannā'* có thể có nghĩa là 'một Đức Chúa Trời hay ghen tỵ/yêu đương mãnh liệt' (Xuất 34:14b; Phục 6:15; Giôs 24:19; Na 1:2), nhưng Xuất 34:14a rõ ràng xem Qanna' là danh hiệu thích hợp cho Đức Chúa Trời. Cũng cùng quan điểm này là J. Hoftijzer, 'The Nominal Clause Reconsidered', *VT* 23 (1973): 494.

24. Xem P. a. Kruger, 'A Cognitive Interpretation of the Emotion of Anger in the Hebrew Bible,' *JNWSL* 26 (2000): 181–93, nhất là 189.

25. Dù từ gốc Hê-bơ-rơ có thể được dùng để chỉ sự ghen tỵ (Sáng 26:14; Êxê 31:9).

quan hệ đúng đắn, đặc biệt mối quan hệ hôn nhân khi có 'người yêu' khác xuất hiện. Gia-vê là Đức Chúa Trời yêu đương mãnh liệt, Đấng trân trọng Y-sơ-ra-ên là dân giao ước của Ngài. Tình yêu này được nuôi dưỡng không phải bởi nhu cầu lợi dụng để thống trị, mà bởi lòng hăng hái vì phúc lợi của đối tượng Ngài yêu.

Ân Điển Của Giao Ước Tương Lai: Sự Vĩnh Cửu Của Giao Ước (4:25–31)

Bây giờ, Môi-se chuyển sang vai trò của giao ước trong tương lai xa. Mặc dù tâm trạng buồn bã chi phối đoạn đầu của phần này (4:25–28), nhưng phần thứ hai mở ra cánh cửa hy vọng (4:29–31). Ở đây, mục sư Môi-se mô tả hậu quả của việc từ bỏ Đức Gia-vê và mối liên hệ giao ước: mối liên hệ giao ước ba bên bao gồm Đức Gia-vê, Y-sơ-ra-ên và xứ sẽ tan rã. Dù tâm trạng bi quan, nhưng Môi-se kết thúc với lời ghi chép đầy lạc quan.

Môi-se mường tượng dòng dõi của Y-sơ-ra-ên đi vào sự thờ hình tượng khi họ yên ổn trong xứ. Ông nhắc lại gần như nguyên văn lời cảnh báo của chính mình trong câu 15a: họ sẽ cư xử bại hoại, làm các hình tượng đủ loại, và làm 'điều ác dưới mắt Giê-hô-va Đức Chúa Trời các ngươi'. Việc từ 'điều ác' ở đây thường đi kèm với mạo từ ('the evil' theo bản Anh ngữ- ND) nói lên một loại tội ác cụ thể; vi phạm điều răn quan trọng nhất ('Trước mặt Ta ngươi chớ có các thần khác' 5:7) khi nặn tượng để thờ,[26] 'khiêu khích' cơn giận của Đức Gia-vê. Trước khi Môi-se nói chi tiết về cơn thịnh nộ từ trời, ông kêu gọi trời đất làm chứng nghịch cùng Y-sơ-ra-ên (so sánh với 31:28).[27] Rồi ông kể ra năm hậu quả của sự bất trung chờ đợi dân Y-sơ-ra-ên: (1) họ sẽ chắc chắn và mau chóng bị đuổi khỏi xứ; (2) họ sẽ bị tiêu diệt hoàn toàn, chấm dứt giấc mơ ở trong xứ suốt đời; (3) Đức Gia-vê sẽ làm cho họ tản lạc giữa các dân tộc, đưa họ đến một nơi khác như người chăn

---

26. 'Điều ác' được lấy từ điệp khúc được lặp lại bảy lần trong sách Các Quan Xét: 3:7, 12 [2x]; 4:1; 6:1; 10:6; 13:1.

27. Hành động kêu gọi làm chứng được lấy từ phong tục Cận Đông cổ đại, thường bao gồm danh sách dài những nhân chứng thần linh trong các tài liệu hiệp ước. Ví dụ, xem hiệp ước kế vị của Esaehaddon, *ANET*, 534–41. Muốn biết thêm, xem S. Parpola and K. Watanabe, *Neo-Assyrian Treaties and Loyalty Oaths* (Helsinki: Helsinki Univ. Press, 1988), xxxvii. Dựa trên chủ nghĩa tuyệt đối đơn thần của Môi-se và tính chất lời cảnh báo của ông, 'trời và đất' là cách diễn đạt hàm ý 'toàn công trình sáng tạo' (Sáng 1:1; Phục 32:1; Ê-sai 1:2; so sánh Giê 6:19; Mi-chê 1:2) thay cho các thần.

xua đuổi bầy của mình; (4) chỉ một số ít sống nổi trong xứ mà Đức Gia-vê đã đuổi họ đến; (5) khi ở trong xứ nơi sự thờ phượng các thần vô nghĩa là chuyện bình thường, họ cũng sẽ thờ hình tượng (4:28).

Lời đe dọa cuối cùng của Môi-se thấm đẫm lời mỉa mai và sự trừng phạt tương xứng khi ông hứa với dân Y-sơ-ra-ên đúng theo những điều lòng tham muốn vô độ của họ thèm thuồng. Phơi bày hành động nực cười của sự thờ hình tượng, Môi-se mỉa mai nhận xét các vai trò đã bị đảo ngược ra sao. (1) Thay vì tạo vật thờ phượng Đấng Tạo Hóa, thì con người tạo thờ phượng vật tạo nên: thần tượng là công việc bởi tay người làm ra. (2) Thờ hình tượng hoàn toàn đi ngược lại sự tự mặc khải của Đức Gia-vê (4:12, 15): vật liệu tự nhiên không có sự sống thay thế cho Đấng vô hình dạng nhưng có sự sống và tâm linh. (3) Những ảnh tượng này có các cơ quan cảm nhận và truyền thông, nhưng lại mù, điếc và câm. Thực ra, Đức Gia-vê phán qua Môi-se: 'Nếu thờ hình tượng là điều các ngươi muốn, được thôi, nhưng các ngươi không được thờ trong xứ của ta!' Vì tội của mình, người Y-sơ-ra-ên đối mặt với sự phá vỡ hoàn toàn mối liên hệ Chúa-dân tộc-xứ mà Đức Gia-vê đã thiết lập vì sứ mạng của Ngài cho thế giới và vì lợi ích của Y-sơ-ra-ên.

Nhưng đột nhiên giọng văn thay đổi (4:29). Bên cạnh sự đoán phạt, Môi-se cũng nhìn thấy sự thay đổi trong hành vi của dân Y-sơ-ra-ên. Từ xứ lưu đày và từ nơi họ thờ những hình tượng vô giá trị, họ sẽ trở lại tìm kiếm Đức Gia-vê, và Ngài sẽ cho họ gặp được Ngài cách lạ lùng. Không giống các thần của các dân khác, Ngài không phải vị thần lãnh thổ; ngược lại Ngài là Đức Chúa Trời cá nhân của Y-sơ-ra-ên. Mệnh đề mở đầu câu 30 ghi rõ bối cảnh của sự trở lại này: khi dân Y-sơ-ra-ên 'trong cảnh gian truân', khi tất cả những lời đe dọa được ứng nghiệm,[28] và 'trong những ngày cuối cùng'.[29]

Môi-se bắt đầu câu 29 bằng cách loại bỏ tất cả những nguồn hy vọng dựa trên con người, rồi ông tuyên bố nền tảng thiêng liêng cho niềm hy vọng thật. Ông mô tả đáp ứng mà Y-sơ-ra-ên cần có bằng

---

28. Như trong câu 9, *haddĕbārîm* có thể ám chỉ những sự kiện hoặc lời của Môi-se. 'Các việc' trong bản Truyền Thống làm cho ý nhấn mạnh trong lời nói của Môi-se và sự ứng nghiệm chắc chắn của những lời báo trước của ông bị che mờ.

29. Cụm từ này không có nghĩa là thời kỳ cuối cùng (như trong Ê-sai 2:2) mà là một thời điểm trong tương lai xa, tức là 'rốt cuộc'. Cùng quan điểm này là Tigay, *Deutoronomy*, 54; Peter C. Craigie, *Deutoronomy* (NICOT; Grand Rapids: Eerdmans, 1976), 141.

bốn động từ được sắp theo trình tự hợp lý. (1) Từ xứ lưu đày, người Y-sơ-ra-ên sẽ tìm kiếm Gia-vê Đức Chúa Trời của họ.³⁰ (2) Họ sẽ tìm được Ngài nếu từ bỏ tất cả những cuộc tìm kiếm khác và chỉ tìm kiếm một mình Đức Gia-vê mà thôi (cách hết lòng). (3) Họ sẽ xoay hướng *(šûb)* và đến với Đức Gia-vê thay vì với các thần khác. (4) Họ sẽ lắng nghe tiếng của Đức Gia-vê. Ở đây 'tiếng' nói đến những lời giao ước mà Đức Gia-vê đã phán tại Si-nai và những lời đang được Môi-se, phát ngôn viên của Ngài, rao giảng.

Mặc dù những lời rủa sả ghi trong giao ước của Phục Truyền kết thúc bằng sự đoán phạt,³¹ nhưng có lẽ do được truyền cảm hứng bởi chính lời của Đức Gia-vê trong Lê-vi Ký 26, nên ở đây Môi-se tuyên bố rằng câu chuyện của Y-sơ-ra-ên không thể kết thúc bằng sự đoán phạt. Đến cuối cùng, thái độ và bản tính của Đức Gia-vê bảo đảm cho niềm vui hy vọng của họ: 'Giê-hô-va Đức Chúa Trời ngươi là Đức Chúa Trời hay thương xót (4:31). Từ *raḥûm* nói đến tình cảm ấm áp dịu dàng như tình mẹ đối với con (Êxê 34:6–7).³² Đức Gia-vê thật sự bừng bừng tức giận vì sự bất trung của Y-sơ-ra-ên, nhưng lòng thương xót của Ngài đối với họ, là con cái Ngài, cũng rừng rực (so sánh Ô-sê 11:8–9).

Rồi Môi-se đưa ra ba bằng chứng về lòng thương xót của Đức Gia-vê (4:31): Đức Gia-vê sẽ không 'bỏ' hay phó mặc Y-sơ-ra-ên, Ngài sẽ không tiêu diệt Y-sơ-ra-ên, và Ngài sẽ không quên giao ước của Ngài với tổ phụ của Y-sơ-ra-ên. Mặc dù những động từ mạnh mẽ trong câu 26 dường như ám chỉ rằng Đức Gia-vê sẽ đáp ứng trước sự bội đạo của Y-sơ-ra-ên bằng cách tận diệt họ hoàn toàn, nhưng việc nhắc đến dân sót lại trong câu 27 đã nhẹ nhàng mở ra cánh cửa ân điển. Giờ đây, Đức Gia-vê tuyên bố rõ ràng bằng lời rằng vì Ngài nhân từ nên Ngài sẽ không tiêu diệt Y-sơ-ra-ên, cũng không để cho họ tự tiêu diệt mình. Y-sơ-ra-ên có thể quên giao ước của Đức Gia-vê (4:23), nhưng Ngài sẽ không bao giờ quên giao ước của 'tổ phụ' họ. Tương lai của Y-sơ-ra-ên được bảo đảm y như giao ước đời đời và như bản tính thương xót không đổi của Đức Chúa Trời.

---

30. 'Tìm kiếm' *(bqš)* Đức Gia-vê không có nghĩa là tìm Ngài như thể Ngài bị lạc, mà là tìm thấy Ngài, đến gần Ngài cách khiêm nhường với sự tận hiến tươi mới, và nài xin Ngài ban ân huệ.

31. Chương 28 giải thích và khai triển Phục 4:26–28.

32. Từ này có chung gốc *reḥem*, có nghĩa là 'tử cung' (Ê-sai 49:15; Giê 20:17). Xem thêm trong *HALOT*, 1216–18.

> ### Ngữ Cảnh Bắc Cầu

Chúng ta phải hiểu 'giao ước mà Ngài đã thề với tổ phụ anh em' như thế nào? Nó nói đến giao ước với các tổ phụ được mô tả trong Sáng Thế Ký, giao ước được lập với thế hệ ra khỏi Ai Cập ở Si-na-i (như trong 4:23), hay giao ước được nhắc lại ở đây trong đồng bằng Mô-áp? Mặc dù một số người lập luận ủng hộ ý đầu tiên,[33] nhưng phần lớn bằng chứng lại không xác nhận điều đó.

1. Cách phân biệt mà nhiều người đưa ra đó là giao ước với Áp-ra-ham là giao ước vô điều kiện và giao ước với Y-sơ-ra-ên là giao ước có điều kiện là không đúng. Tất cả các giao ước đều chứa đựng các mối liên hệ, tính lành mạnh của nó lệ thuộc vào hành động của mỗi bên. Như được dự ngôn trong Sáng 17:7, giao ước của Y-sơ-ra-ên được phê chuẩn tại Si-nai là phương tiện mà bởi đó lời hứa được lập trong giao ước Áp-ra-ham được ứng nghiệm.

2. Mặc dù chúng ta đọc về giao ước của Đức Chúa Trời với Áp-ra-ham, Y-sác và Gia-cốp, nhưng giao ước này không bao giờ được đề cập đến ở chỗ nào khác là 'giao ước với tổ tiên anh em'.

3. Lê-vi Ký 26:45 công khai liên kết 'giao ước của tổ tiên' (*bĕrît ri'šonîm*), được dùng ở đây, với giao ước của những người 'mà Ta đã đem ra khỏi Ai Cập trước mắt các dân để làm Đức Chúa Trời của chúng'.

4. Trong chương này (đặc biệt câu 9-31), vấn đề trọng tâm là giao ước mà Đức Gia-vê đã lập với Y-sơ-ra-ên tại Hô-rếp và nó được thể hiện trong Mười Điều Răn.

---

33. (1) Trong những lần xuất hiện trước đây của cụm từ này, 'mà Ngài đã thề cùng X', trong Phục Truyền, mệnh đề ám chỉ lời Đức Gia-vê hứa ban xứ cho các tổ phụ (1:8, 35). Điều này tương phản với những truyện kể về nghi lễ phê chuẩn giao ước tại Si-na-i, không hề nói đến việc Đức Gia-vê 'thề' với Y-sơ-ra-ên sẽ giữ giao ước. (2) Các truyện kể Kinh Thánh thường nói đến giao ước với các tổ phụ là giao ước của Đức Chúa Trời với Áp-ra-ham, Y-sác và Gia-cốp (Xuất 2:24; so sánh với 6:4; Lê 26:42; 2 Vua 13:23; 1 Sử 16:15–18 = Thi 105:8–11). (3) Những lời rủa sả trong giao ước ở Lê-vi Ký 26 đặt hy vọng Y-sơ-ra-ên được khôi phục dựa trên giao ước của Đức Chúa Trời với các tổ phụ. Xem thêm Eugene Merrill, *Deutoronomy* (NAC; Nashville: Broadman & Holman, 1994), 129.

5. Việc Môi-se nói đến sự kiện Đức Gia-vê nhớ lại giao ước Ngài đã lập với các tổ phụ đã đặt ký ức cố định của ông đối lập với dòng ký ức đứt quãng của Y-sơ-ra-ên (so sánh 4:23)

6. Vì Môi-se nói về tương lai xa (4:30) và đặc biệt nói đến khi 'anh em đã sinh con đẻ cháu' (4:25), 'tổ tiên anh em' có thể nói về thế hệ xuất hành hoặc thậm chí thế hệ hiện tại.

7. Trong khi một số người trích dẫn việc không nhắc đến lời hứa tại Hô-rếp như một bằng chứng để chứng minh đây là giao ước của Áp-ra-ham, nhưng chúng ta nên ghi nhận trước hết đó là tại vùng Cận Đông cổ, giao ước hiếm khi được lập ra mà không có lời thề.[34] Thêm vào đó, truyền thống tiên tri sau này thật sự nói về cam kết bằng lời thề của Đức Gia-vê đối với giao ước này.[35]

8. Cuối cùng, vay mượn chủ yếu từ Phục Truyền, Giê-rê-mi đã nhận diện rõ ràng thế hệ xuất hành là tổ tiên mà Đức Gia-vê đã lập giao ước (34:13).

Cuối cùng, việc chọn giữa giao ước với các tổ phụ và với Y-sơ-ra-ên là điều không cần thiết. Thay vì tập trung vào xứ —như đã hứa cho các tổ phụ—trong câu 31, Môi-se tập chú vào mối liên hệ của Đức Gia-vê với dân Ngài: 'Ngài sẽ không bỏ *anh em*, không tiêu diệt *anh em*' [diễn ý cá nhân]. Hơn nữa, sự 'trở về' được nói đến trong câu 29–31 không phải trở về với xứ mà là với Đức Gia-vê.[36] Vấn đề trong đoạn này rộng lớn hơn xứ. Không giống các thần của các dân tộc chủ yếu quan tâm đến lãnh thổ và sau đó mới đến dân cư, mối quan tâm chính của Đức Gia-vê là dân Ngài và mối quan hệ với họ (so sánh Sáng 17:7).[37] Giao ước ông nhớ đến là giao ước với Áp-ra-ham, được

---

34. Weinfeld đã ghi nhận (*TDOT*, 2:256) rằng lời thề là cần thiết để cho giao ước có tính ràng buộc.
35. Xin xem Êxê 16:8 và 20:5. So sánh Daniel I. Block, *Ezekiel Chapters 1-24* (NICOT; Grand Rapids: Eerdmans, 1997), 625-26.
36. So sánh những lần nhắc đến 'xứ' với ý nghĩa xứ Ngài đã thề cùng tổ phụ trong 1:8, 35; 6:10; 7:13; 10:11; 11:9, 21; 26:3; 28:11; 30:20; 31:20.
37. Trong 4:37a, Môi-se lưu ý Đức Gia-vê đã chọn con cháu 'vì ...các tổ phụ'. Cụm từ này xuất hiện năm lần trong Sáng 17:7–10.

mở rộng ra cho con cháu ông tại Hô-rếp, và sắp được tái xác quyết với thế hệ này trong đồng bằng Mô-áp.[38]

Trong Phục Truyền Luật Lệ Ký, giao ước với tổ phụ chỉ là một.[39] Trong tương lai, Đức Gia-vê có thể tạm giữ lại những phúc lợi của giao ước (4:25–28; so sánh với Lê 26:14–39; Phục 28:15–68), nhưng điều này không ảnh hưởng đến chính giao ước.[40] Ngược lại, những đoán phạt được ghi trong giao ước, thì sự phục hồi cũng được ghi trong đó như vậy; đoán phạt không thể là lời cuối. Rốt cuộc, khi Đức Chúa Trời cắt bì lòng cho người Y-sơ-ra-ên và họ ăn năn sám hối về sự nổi loạn của mình (Lê 26:41; Phục 4:30; 30:6–10), Ngài sẽ làm mới lại mối liên hệ giao ước với họ và đem họ trở về xứ Ngài đã hứa ban cho tổ phụ họ.

Trong phân đoạn này, Môi-se tiếp tục tấn công vào tội thờ hình tượng, mô tả việc Y-sơ-ra-ên thờ các thần khác không chỉ chống nghịch Đức Gia-vê, mà còn là việc làm ngu dại và vô ích. Cuối cùng, Đức Gia-vê phó mặc họ cho sự điên rồ của chính tâm trí họ. Nếu người Y-sơ-ra-ên muốn thờ phượng các vật bằng gỗ đá do tay con người làm ra, có mắt mà không thấy, có tai mà không nghe, có miệng mà không ăn huống hồ gì nói, thì hãy cứ để mặc họ—nhưng họ không được phép làm vậy trong xứ của Đức Gia-vê! Âm thanh vang vọng của cuộc luận chiến không chỉ được nghe qua những lời mỉa mai về thần tượng trong Ê-sai 44:9–20, mà đặc biệt trong Thi Thiên 115:3–11:

> Đức Chúa Trời chúng ta ở trên các tầng trời;
>
> Ngài làm bất cứ điều gì vừa ý Ngài.
>
> Còn hình tượng của chúng làm bằng bạc bằng vàng,
>
> Là công việc tay người ta làm ra.
>
> Hình tượng có miệng mà không nói;
>
> Có mắt mà chẳng thấy;
>
> Có tai mà không nghe;

---

38. Những lần nhắc đến giao ước 'mà Đức Gia-vê đã thề hứa cùng tổ phụ' (diễn ý cá nhân) xuất hiện trong Phục 7:12 và 8:18. Việc nhận diện tổ phụ trong từng trường hợp phải được xác định dựa theo bằng chứng của từng ngữ cảnh.

39. Theo cách lập luận thuyết phục của Hwang, 'Rhetoric of Remembrance', 302–8.

40. Về tính vĩnh viễn của giao ước Đức Chúa Trời với Y-sơ-ra-ên, xem Xuất 31:16–17; Lê 24:8; Quan 2:1; Thi 111:2–9; Ê-sai 54:4–10.

Có mũi mà chẳng ngửi;
Có tay nhưng không thể sờ;
Có chân mà không biết đi;
Có cổ họng mà chẳng phát ra tiếng nào.
Kẻ nào làm hình tượng và nhờ cậy chúng
Đều giống như chúng.
Hỡi Y-sơ-ra-ên, hãy tin cậy Đức Giê-hô-va;
Ngài là sự cứu giúp và cái khiên của họ.
Hỡi nhà A-rôn, hãy tin cậy Đức Giê-hô-va:
Ngài là sự cứu giúp và cái khiên của họ.
Hỡi các người kính sợ Đức Giê-hô-va, hãy tin cậy Đức Giê-hô-va:
Ngài là sự cứu giúp và cái khiên của họ.

Ý Nghĩa Đương Đại

Giao ước tại Si-na-i là sự bày tỏ đặc biệt về ân điển của Đức Chúa Trời. Phục Truyền 4:9–31 góp phần quan trọng vào khải tượng về ân điển và vinh quang của Đức Chúa Trời trong Phục Truyền. Trước hết, giao ước lập tại Si-na-i là sự bày tỏ đặc biệt ân điển của Đức Chúa Trời. Trong lịch sử cứu chuộc đầy ân điển của Đức Chúa Trời, giao ước của Ngài với Y-sơ-ra-ên đóng vai trò quan trọng. Nó thể hiện bản chất thật của mọi giao ước thiên thượng: đặc ân trong mối quan hệ với Đức Chúa Trời chỉ dành cho những ai được Ngài chọn qua quyền tể trị đầy ân điển của Ngài và phải được đáp ứng với lòng biết ơn bằng sự vâng phục ý muốn Chúa được bày tỏ trong bối cảnh của giao ước đó.

Tuy vậy, mọi giao ước đều dựa trên và trở nên khả thi nhờ công tác đã được hoàn tất của Đấng Christ (1 Phi 1:13–21). Khi Chúa Giê-xu thiết lập lễ chúng ta gọi là 'Tiệc Thánh', Ngài tuyên bố với các môn đồ 'Vì đây là huyết Ta, huyết của giao ước đã đổ ra cho nhiều người được tha tội' (Mat 26:28).[41] Câu nói này ngân vang lời của Môi-se khi giao ước được phê chuẩn tại Si-nai: 'Đây là huyết giao ước của Đức Giê-hô-va đã lập cùng anh em' (Xuất 24:8 [diễn ý cá nhân]). Qua

---

41. So sánh Hê 13:20–21.

Đấng Christ, hố sâu thăm thẳm ngăn cách giữa Đức Chúa Trời thánh khiết nhưng nhân từ với con người tội lỗi được lấp đầy. Nhờ công việc của Ngài, những phước hạnh trong giao ước với Y-sơ-ra-ên mới được ban cho những tín hữu giữa vòng người Y-sơ-ra-ên và cũng trở thành phước hạnh của chúng ta: (1) Tô-ra được viết trong lòng chúng ta; (2) có được mối liên hệ giao ước với Đức Chúa Trời; (3) hiểu biết Đức Chúa Trời; (4) được tha thứ tội lỗi.[42]

Giao ước lập tại Si-na-i là sự bày tỏ đặc biệt vinh quang của Đức Chúa Trời

Đức Chúa Trời thật sự đã hạ cố chuyện trò với con người, nhưng Ngài không hề hy sinh vinh hiển của mình chút nào. Thật vậy, chỉ đám mây và sự tối tăm mù mịt mới cứu người Y-sơ-ra-ên khỏi hào quang chết người của Đức Chúa Trời. Và mãi cho đến hiện tại, những ai đến với Đức Chúa Trời trong mối quan hệ giao ước đều sẽ bày tỏ lòng biết ơn Ngài, dù đơn sơ. Năm 1867 W. Chalmers Smith cố gắng nắm bắt sự khó hiểu về vinh hiển của Đức Chúa Trời được bày tỏ tại Si-nai trong bài thánh ca nổi tiếng:

> Chỉ Đức Chúa Trời là bất tử, vô hình và khôn ngoan
>
> Trong ánh sáng không thể đến gần bị che khuất khỏi mắt chúng con,
>
> Phước hạnh nhất, vinh quang nhất là Đức Chúa Trời,
>
> Chúng con ngợi khen danh vĩ đại quyền năng, chiến thắng của Ngài.
>
> Cha vinh hiển tuyệt vời, Cha của sự sáng
>
> Các thiên sứ tôn thờ Ngài, tất cả đều che mắt lại;
>
> Mọi lời tán dương chúng con dâng lên Ngài: Xin giúp chúng con thấy-
>
> Ánh sáng huy hoàng duy nhất ẩn giấu trong Ngài.[43]

Gần đây hơn, bằng ngôn từ đẹp đẽ và đầy sức mạnh, một bài giảng dễ dàng tìm thấy trên mạng Internet đã cố gắng diễn tả sự vinh hiển và ân điển không thể nào tả hết của Đức Chúa Trời:[44]

> Ngài là Đầu Tiên và Cuối Cùng, là Khởi Nguyên và Kết Thúc!

---

42. Giê 31:33–34; so sánh Hê 8:8–13; 9:15.

43. Lời bài hát phổ biến rộng rãi trên Internet; ví dụ: www.worshipmap.com/lyrics/immortal.html.

44. Một số người cho rằng bài giảng này là của nhà truyền đạo vĩ đại người Mỹ gốc Phi S.M. Lockeridge. Xem http://blessingforlife.com/favforwards/everydayisablessing.htm (được truy cập ngày 4 tháng Hai năm 2009).

Ngài là Đấng gìn giữ Công Trình Sáng Tạo và Đấng Tạo Dựng tất cả!

Ngài là Kiến trúc sư của vũ trụ và Đấng Quản lý xuất sắc của mọi thời đại.

Ngài đã có, đang có và sẽ còn có...

Đấng không thể đổi, không thay dời, không bị đánh bại và không bao giờ dang dở!

Chính Ngài chịu đau khổ nhưng Ngài đem đến sự chữa lành! Ngài bị đâm nhưng Ngài lại xoa dịu nỗi đau!

Ngài bị bắt bớ nhưng Ngài lại đem đến tự do! Ngài chết nhưng Ngài đem lại sự sống!

Ngài sống lại và mang đến sức mạnh! Ngài cai trị và đem đến hòa bình!

Thế giới không thể hiểu Ngài, kẻ thù không thể đánh bại Ngài,

Trường học không thể giải thích về Ngài, và các nhà lãnh đạo không thể phớt lờ Ngài.

Hê-rốt không thể giết Ngài, người Pha-ri-si không thể làm Ngài bối rối, và dân Y-sơ-ra-ên không giữ được Ngài!

Nê-rô không thể tiêu diệt Ngài, Hít-le không thể khiến Ngài nín lặng,

Thời Đại Mới (The New Age) không thể thay thế Ngài, và Donahue không thể giải thích Ngài khác đi!

Ngài là ánh sáng, là tình yêu, là sự trường thọ và là Chúa.

Ngài nhân lành, tử tế, dịu dàng và là Đức Chúa Trời.

Ngài thánh khiết, công bình, quyền năng, mạnh mẽ và tinh khiết.

Đường lối Ngài đúng đắn, lời Ngài còn đến đời đời,

Ý muốn Ngài không thay đổi, và Ngài để ý đến tôi...

Ngài là tất cả cho mọi người, mọi nơi, mọi thời đại, và mọi cách.

Ngài là Đức Chúa Trời, Ngài thành tín. Tôi thuộc về Ngài và Ngài thuộc về tôi!

Cha tôi trên trời có thể đánh bại cha đời này.

Vậy nếu bạn thắc mắc tại sao tôi bình yên, thì hãy hiểu điều này...

Ngài đã phán và mọi thứ đều theo vậy.

Đức Chúa Trời đang tể trị, tôi đứng về phía Ngài, và điều đó làm tâm linh tôi được yên ninh.

Mỗi ngày là một phước hạnh vì Đức Chúa Trời là phước hạnh!

Giao ước ở Si-na-i chứng nhận Đức Chúa Trời có quyền nhận được sự tận hiến dành riêng cho Ngài

Calvin khẳng định bản chất con người là 'nhà máy không ngừng sản xuất thần tượng'.[45] Tính cấp bách trong lời cảnh cáo của Môi-se chứng thực chân lý của lời khẳng định này. Mặc dù chúng ta, những người đọc bản văn này ngày hôm nay, có thể sốc khi thấy Y-sơ-ra-ên thật mau từ bỏ Đức Gia-vê, đi theo các thần khác, nhưng đây là nan đề chung của toàn nhân loại. Phao-lô có lẽ đã nhớ đến Phục Truyền 4:15–24 khi ông viết Rô-ma 1:18–23. Khi dân chúng quên ân điển của Đức Chúa Trời trong sự cứu chuộc, sự mặc khải và trong giao ước, họ trở nên vô ơn, không kính sợ Đức Chúa Trời (*asebeia*, được bản NIV dịch là 'không tin kính') và hành động cách bại hoại (*adikia*, được dịch là 'không công bình' theo NIV).

Trong bản văn của chúng ta, thờ hình tượng bao gồm hành động kính trọng và phục tùng cách tôn kính những đối tượng khác ngoài Đức Chúa Trời—những đối tượng do bàn tay con người hoặc chính Đức Chúa Trời làm ra. Mặc dù người Tây phương ngày này thường không tạo nên những vật cụ thể để thờ phượng, nhưng chúng ta không ngừng tạo ra những vật mới thay thế Đức Chúa Trời. Thật vậy, thần tượng có thể được định nghĩa là bất cứ điều gì (dù là cụ thể hay trừu tượng) cạnh tranh với Đức Chúa Trời—bất cứ điều gì chúng ta phục tùng và phục vụ thay vì Đức Chúa Trời. Những vật tạo nên thần tượng không nhất thiết là xấu. Mặt trời, mặt trăng và các ngôi sao đều tốt; chúng điều khiển vũ trụ. Gỗ và đá cũng tốt và hữu ích cho vô số công trình và công việc. Nhưng khi chúng ta dùng sai chức năng của chúng và xem chúng như những vật tối thượng điều khiển số phận và hạnh phúc của chúng ta, thì chúng cạnh tranh với Đức Chúa Trời - và điều đó khiến chúng trở thành thần tượng.

Hãy hỏi Gióp. Ông hiểu rõ về hình dạng và sức mạnh quyến rũ của thần tượng (Gióp 31:24–26). Thần tượng không nhất thiết là vật chất. Nhiều người coi tiền bạc, tình dục và quyền lực là những thần tượng lan tràn trong thời đại chúng ta.[46] Tuy nhiên, người phối ngẫu,

---

45. John Calvin, *Institutes of the Christian Religion* (bt. J. T. McNeill and trans. F. L. Battles (LCC 20; London: SCM, 1960), 1:108.

46. Muốn biết thêm về vấn đề này, xem Tim Keller, *Counterfeit Gods: The Empty Promises of Money, Sex, and Power, and the Only Hope That Matters* (New York: Penguin, 2009).

con cái, sở thích và sách báo cũng có thể trở thành thần tượng. Nếu chúng ta không sẵn sàng từ bỏ chúng vì cớ Vương quốc, thì chúng trở thành thần tượng và Đức Chúa Trời bị cướp đi sự thờ phượng mà chỉ Ngài mới xứng đáng được nhận.

Giao ước ở Si-na-i là lời mời thờ phượng

Đặc ân của mối quan hệ giao ước với Đức Chúa Trời đòi hỏi sự khiêm nhường phục tùng và tôn kính vị Bá chủ thiên thượng, được thể hiện bằng sự vâng phục với lòng biết ơn hoàn toàn. Lời Đức Chúa Trời mời gọi Y-sơ-ra-ên lên núi là lời mời thờ phượng—với sự kính sợ và run rẩy. Có thể chúng ta sống sau sự kiện nhập thể, nhưng khi nhắc lại cảnh tượng và âm thanh tại Hô-rếp, tác giả thư Hê-bơ-rơ nhắc chúng ta rằng Đức Chúa Trời vẫn tìm kiếm những người thờ phượng Ngài với lòng kính sợ (Hê 12:18–29).

Phục Truyền Luật Lệ Ký 4:32–40

Ý Nghĩa Nguyên Thủy

Bài giảng đầu tiên của Môi-se đạt đến đỉnh cao chói lọi trong 4:32–40.[1] Đức Chúa Trời mà ông công bố là nhân từ không ai sánh bằng trong việc bày tỏ ý muốn Ngài (4:1–8) và trong lời mời gọi đến với mối quan hệ giao ước (4:9–31) cũng là Đấng có một không hai trong sự cứu rỗi đầy ân điển mà Ngài đã làm trọn cho con dân Ngài. Trong phần ngắn ngủi này, Môi-se chứng minh giữa tất cả những ơn mà bài giảng đầu tiên này nhắc đến, đây là ơn vượt trội hơn hết.

Dựa vào văn phong và nội dung, có thể chia phân đoạn này làm năm phần:

A Bài học lịch sử phần I (4:32–34)

    B Bài học thần học phần I (4:35)

A' Bài học lịch sử phần II (4:36–38)

    B' Bài học thần học phần II (4:39)

        C Bài thực hành (4:40)

Ba mệnh lệnh chủ đạo chỉ ra tính lô-gic của phân đoạn: 'hỏi' (4:32); 'biết' (4:39); 'giữ' (4:40). Với năng lực giảng dạy sắc bén, Môi-se thách thức thính giả ngẫm nghĩ về những sự kiện lịch sử (4:32–34) để từ đó rút ra những kết luận thần học đúng đắn (4:35–39), và để tổ chức đời sống theo hiểu biết thần học rút ra từ những sự kiện đó (4:40).

Bài Học Lịch Sử, Phần I (4:32–34)

Sự kiện lịch sử trọng tâm dẫn dắt phân đoạn đầu tiên: kinh nghiệm cứu rỗi của Y-sơ-ra-ên là độc nhất vô nhị trong toàn lịch sử nhân loại. Với mệnh lệnh mở đầu 'Hãy hỏi', Môi-se mời thính giả tham gia vào cuộc nghiên cứu lịch sử cách thấu đáo[2] nhằm tìm câu trả lời cho bốn

---

[1]. Về ý nghĩa của *kî* (từ đầu tiên trong câu 32), xem C. M. Follingstad, *Deictic Viewpoint in Biblical Hebrew Text: A Syntagmatic and Paradigmatic Analysis of the Particle kî* (Dallas: SIL International, 2001).

[2]. 'Từ ngày Đức Chúa Trời tạo dựng loài người trên đất' chỉ rõ phạm vi theo niên đại; 'từ chân trời này đến cuối trời kia' chỉ rõ phạm vi địa lý.

câu hỏi. Hai câu hỏi đầu tiên có vẻ chung chung; nhưng câu thứ ba và thứ tư cụ thể hơn. (1) Có sự kiện lớn nào giống như sự kiện này xảy ra trước đây chưa?³ (2) Có ai đã từng nghe về việc nào giống như vậy chưa? (3) Có dân tộc nào từng được nghe tiếng Đức Chúa Trời chưa? Và sau khi nghe họ còn được sống để kể lại không?⁴ Có thần nào dám làm điều Đức Chúa Trời của Y-sơ-ra-ên đã làm đó là chọn cho mình một dân tộc giữa một dân khác không?'

Dĩ nhiên, câu hỏi cuối cùng hoàn toàn là giả thuyết, vì không có thần nào khác (4:35). Mà nếu có đi chăng nữa, thì đây cũng không phải cách các vị thần Cận Đông cổ đại thường làm. Vì tư lợi, thật ra các thần sẽ chiến đấu với các dân khác và thần của họ chứ không giải cứu người dân; mục tiêu của các thần là mở rộng phạm vi của chính mình. Với hành động có một không hai, Đức Gia-vê đã kéo Y-sơ-ra-ên ra khỏi nanh vuốt Pha-ra-ôn và các thần của Ai Cập, rồi đem họ đến với Ngài (Xuất 19:4). Động từ *nissâ* ('thử') diễn đạt bản chất và ý nghĩa việc làm của Đức Gia-vê (4:34):⁵ Chúng thách thức thế lực con người lẫn các thần của xứ nơi dân Y-sơ-ra-ên bị làm nô lệ.

Môi-se mô tả hành động anh hùng của Đức Gia-vê bằng bảy cụm từ: 'hành động liều lĩnh' (bản TTHĐ là 'thử thách'), 'dấu lạ phép mầu', 'chiến tranh', 'cánh tay uy quyền dang rộng', và 'những việc kinh thiên động địa'. Với bốn câu hỏi này và hàng loạt những hành động thiên thượng, Môi-se tuyên bố rằng việc Đức Gia-vê giải cứu Y-sơ-ra-ên khỏi Ai Cập là chưa từng có tiền lệ dù trong ký thuật lịch sử hay trong tiểu thuyết; khái niệm này chưa từng được nghe đến, trải nghiệm này là quá sức chịu đựng, và sức mạnh thiên thượng được bày tỏ ở đây cũng vô cùng đáng kinh.

---

3. Ngược với bản NIV, câu hỏi đặt ra không phải là liệu có sự kiện nào lớn bằng sự kiện này xảy ra hay chưa, mà là có sự kiện lớn nào như thế (nói về bản chất) xảy ra trước đây chưa. Xem thêm Wright, Deutoronomy, 55.
4. Ẩn dưới câu hỏi này là quan điểm Kinh Thánh không ai có thể nhìn thấy Đức Chúa Trời mà sống sót; bức xạ của vinh quang thiên thượng gây chết người. So sánh với Xuất 3:6; 24:10–11; 33:20–23; Quan 6:22–23; 13:22; Ê-sai 6:5.
5. Cụm từ 'tried to take' trong bản NIV ('bỏ công đi chọn' trong Bản TTHĐ, 4:34) khiến hành động này bị hiểu sai như là một sự cố gắng. Xin so sánh với cách nói "những thử thách lớn lao" trong 7:19 và 29:3[2], mà theo ngữ cảnh đó có nghĩa là những việc 'táo bạo'.

Bài Học Thần Học, Phần I (4:35)

Một thực tế thần học trọng tâm dẫn dắt phân đoạn này: Đức Chúa Trời của Y-sơ-ra-ên là độc nhất— chỉ có một mình Ngài. Sau khi kết thúc câu 34 bằng lời nhắc nhở rằng những việc làm này đều vì ích lợi của Y-sơ-ra-ên, ông lặp lại ý này trong câu 35: 'Anh em đã chứng kiến...để anh em nhận biết".[6] Mục đích của những hành động đáng kinh sợ của Đức Gia-vê thật tỏ tường: những việc này cho thấy chỉ một mình Ngài xứng đáng với danh hiệu Đức Chúa Trời ('*ĕlōhîm*) và không có một thần nào khác nữa. Ngài thật là 'Chúa của các chúa' (10:17).

Bài Học Lịch Sử, Phần II (4:36–38)

Môi-se bắt đầu nói đến cặp câu hỏi tu từ thứ nhì từ câu 33 đến 34 bằng cách xác nhận rằng Đức Gia-vê vừa ở trên trời là nơi ở thật sự của Ngài, vừa ở dưới đất từ trong đám lửa (so sánh 4:11–15). Thật vậy, lửa là hình ảnh thấy được về sự hiện diện của Ngài.[7] Mặc dù không được nói ở đây (so sánh 8:5), nhưng dựa trên câu 10 và 35, rõ ràng mục tiêu của ông là thúc đẩy sự kính sợ Đức Gia-vê và cho thấy rằng chỉ một mình Gia-vê là Đức Chúa Trời.

Trong câu 37b-38, Môi-se đề cập câu hỏi thứ tư, tóm tắt lại những việc làm lớn lao của Đức Gia-vê trong quá khứ và tiên liệu những hành động tương lai vì cớ Y-sơ-ra-ên: (1) Ngài đã chọn Y-sơ-ra-ên; (2) chính Ngài đã đem dân này ra khỏi Ai Cập bằng chính sức mạnh lớn của Ngài; (3) Ngài sẽ đuổi những dân tộc mạnh hơn và lớn hơn Y-sơ-ra-ên đi; (4) Ngài sẽ phó xứ của họ cho người Y-sơ-ra-ên như một sự 'ban cho đặc biệt' (*naḥălâ*, Bản TTHĐ dịch là 'sản nghiệp'). Đây là lần đầu tiên Phục Truyền nói đến việc Đức Gia-vê đã chọn Y-sơ-ra-ên từ trước. Đối tượng của sự lựa chọn là 'con cháu' của tổ phụ, tức là dân tộc Y-sơ-ra-ên (so sánh với Sáng 17:7).

Lời Môi-se tuyên bố Đức Gia-vê đã chọn Y-sơ-ra-ên và hành động vì cớ dân tộc này 'vì Ngài yêu thương các tổ phụ của anh em' lần đầu tiên giới thiệu cho chúng ta chủ đề thần học xuyên suốt trong

---

6. Cách nói 'anh em đã chứng kiến' vừa nhấn mạnh (lưu ý phần thêm vào chủ ngữ với một động từ thể bị động) vừa khó hiểu (chứng kiến gì?).

7. Muốn biết đầy đủ về sự hiện diện thật sự của Đức Gia-vê trong Phục Truyền, xem I. Wilson, *Out of the Midst of the Fire: Divine Presence in Deuteronomy* (SBLDS 151; Atlanta: Scholars, 1995), đặc biệt 66–73.

Phục Truyền Luật Lệ Ký. Mặc dù trong Cựu Ước, thuật ngữ *'āhab* ('yêu mến') có thể mang nhiều ý nghĩa,[8] nhưng trong Phục Truyền 'yêu mến' nghĩa là 'cam kết giao ước được thể hiện bằng hành động vì lợi ích của người kia'.[9] Lời định nghĩa này quả là cách mạng, vì khái niệm tình yêu hầu như không có trong từ vựng về mối quan hệ thần linh-con người ở đông phương cổ đại.

Bài Học Thần Học, Phần II (4:39)

Nhắc lại lời khẳng định ở câu 35, Môi-se nhấn mạnh tính cấp bách và thích hợp của việc nhận biết Đức Gia-vê bởi Y-sơ-ra-ên đã sẵn sàng băng qua Giô-đanh bằng cách thêm vào 'ngày nay' (*hayyôm*). Điều dân chúng đã chứng kiến tại Si-na-i có ý nghĩa lâu dài. Dân Y-sơ-ra-ên có thể tự tin vượt sông Giô-đanh vì biết rằng dù Đức Gia-vê là tối thượng trên trời cao kia, nhưng Ngài cũng hiện diện với họ trên đất.

Bài Thực Hành (4:40)

Một thực tế dẫn tới câu cuối cùng: Việc ý thức lịch sử những điều Đức Gia-vê làm vì Y-sơ-ra-ên và nhận biết địa vị vượt trội hơn tất cả của Ngài phải dẫn đến cách hành xử hợp với ý muốn của Đức Chúa Trời nhân từ này. Môi-se kêu gọi dân chúng vâng theo ý muốn của Đức Gia-vê vì lợi ích của chính họ và của con cháu họ. Nếu họ ghi nhớ những việc làm nhân từ của Đức Gia-vê, nếu thần học của họ vẫn thuần khiết, và nếu đáp ứng của họ là đúng đắn, thì sứ mạng của Đức Chúa Trời cho họ sẽ được hoàn tất. Xứ thật sự đã được hứa để họ làm cơ nghiệp đời đời, nhưng việc vui hưởng lời hứa đó thì có điều kiện.[10] Mỗi thế hệ đều phải tái cam kết trở thành dân của Đức Chúa Trời trong xứ của Đức Chúa Trời vì vinh hiển của Đức Chúa Trời.

---

8. Xem P. J. J. S. Els, 'אהב', *NIDOTTE*, 1:277–99.

9. Muốn biết khái niệm 'yêu mến', nền tảng của mối quan hệ hiệp ước Cận Đông cổ đại, xem William L. Moran, 'Ancient Near Eastern Background of the Love of God in Deutoronomy', *CBQ* 25 (1965): 77–87. Các thư từ ở Amarna nói đến các hoàng tử đồng minh 'yêu mến' lẫn nhau, đến các nước chư hầu yêu mến Pha-ra-ôn và Pha-ra-ôn yêu mến nước chư hầu. So sánh A. O. Haldar, 'אהב', *TDOT*, 1:101.

10. So sánh Phục 5:29; 6:24; 11:1; 14:23; 18:5; 19:9; 28:29–33.

Ngữ Cảnh Bắc Cầu

Ít có bản văn nào trong Kinh Thánh sâu sắc bằng hay phấn khích bằng câu 32–40 này. Chúng ta nghe vang vọng những hồi tưởng của Môi-se về việc làm quyền năng của Đức Gia-vê được nhắc đi nhắc lại trong Phục Truyền[11] và trong suốt Kinh Thánh. Mặc dù sau này các nhà thơ chọn chủ đề 'dấu kỳ và điềm lạ' rồi bổ sung những hồi tưởng về số phận của Pha-ra-ôn cùng lực lượng của ông,[12] nhưng Giê-rê-mi 32:20–22 là tiếng vọng rõ nhất của phân đoạn này:

> Ngài đã thực hiện các dấu kỳ phép lạ trong đất Ai Cập, và cho đến ngày nay Ngài vẫn tiếp tục trong Y-sơ-ra-ên cũng như trong mọi nơi khác; Ngài đã làm cho danh Ngài nổi tiếng như hiện nay. Ngài đã dùng những dấu kỳ phép lạ, đưa bàn tay mạnh mẽ và cánh tay dang ra, gây bao nỗi kinh hoàng mà đem dân Y-sơ-ra-ên của Ngài ra khỏi Ai Cập. Ngài ban cho chúng đất này, một miền đất đượm sữa và mật, mà Ngài đã thề ban cho tổ phụ của chúng.

Trong văn cảnh, Giê-rê-mi nhận thấy Y-sơ-ra-ên đã lãng phí ký ức về những công việc quyền năng của Đức Gia-vê khi họ không rút ra được những kết luận thần học và hàm ý thực tế được giải thích rõ trong Phục Truyền 4:40 và không sống theo ý muốn Ngài. Những dấu kỳ phép lạ của Đức Gia-vê trong quá khứ tạo tiền đề để trả lời câu hỏi 'Có việc gì khó quá cho Ta [Đức Gia-vê] chăng?' (Giê 32:27). Đối với Giê-rê-mi, vấn đề cụ thể đó là sự phục hồi cuối cùng để Y-sơ-ra-ên trở lại trong xứ, niềm hy vọng được diễn đạt qua việc tiên tri mua mảnh đất ở Anathoth. Tương tự với phương pháp lập luận từ cái lớn suy ra cái bé của học giả Do Thái sau này, ông tuyên bố rằng nếu ban đầu Đức Gia-vê đã giải cứu người Y-sơ-ra-ên khỏi Ai Cập và phó Ca-na-an vào tay họ, thì chắc chắn Ngài có thể giải cứu dân Ngài ra khỏi phận lưu đày và phục hồi tương lai của họ trong xứ mà Ngài đã hứa với tổ phụ họ.

Nhưng những lời ám chỉ đến chủ đề xuyên suốt Phục Truyền 4:32–40 cũng xuất hiện ở chỗ khác trong Cựu Ước. Việc liên kết ý niệm về cuộc xuất hành với cuộc luận chiến chống lại việc thờ hình tượng đặc biệt nổi bật trong Ê-sai 40. Ngoài ra, chủ đề những dấu kỳ phép lạ cũng tiếp nối sang Tân Ước. Ngày càng có nhiều học giả

---

11. Phục 6:22; 7:19; 11:3; 13:2[3]; 26:8; 29:3[2]; 34:11.
12. Xem Nê 9:9–11; các Thi Thiên 78:43–53; 105:26–45; 135:8–9; 136:10–15.

nhận ra rằng một trong những nội dung cơ bản của Phúc Âm đó là giới thiệu Chúa Giê-xu là Đức Gia-vê, Đấng mở ra vương quốc của Đức Chúa Trời bằng những dấu kỳ phép lạ mà đỉnh điểm là sự sống lại của Ngài.[13] Chủ đề dấu kỳ phép lạ xuất hiện nhiều lần trong sách Công Vụ Các Sứ Đồ như là dấu hiệu cho buổi bình minh của thời kỳ lai thế học mới,[14] làm cho công việc của các sứ đồ trở thành sự tiếp nối cho công việc của Chúa Giê-xu. Mặc dù cách Ê-sai và các tiên tri khác dùng ngôn ngữ Xuất Ai Cập để mô tả việc Y-sơ-ra-ên trở về từ chốn lưu đày tại Ba-by-lôn và việc Y-sơ-ra-ên được trở về lại Đất Hứa rõ ràng đã truyền cảm hứng cho các tác giả Tân Ước, nhưng thật ra những khái niệm này bắt nguồn từ chính các truyện kể Xuất Ai Cập, từ hồi tưởng của Môi-se về những câu chuyện đó, như chúng ta thấy trong phân đoạn này.

Ý Nghĩa Đương Đại

Những bản văn như Phục Truyền 4:32–40 truyền cảm hứng cho độc giả Cơ Đốc ngày nay như đã truyền cảm hứng cho những thính giả ban đầu của Môi-se, không phải chỉ vì văn phong sống động, mà đặc biệt là vì những bài học cho mọi thời đại của chúng.

(1) **Sự cứu rỗi của Đức Chúa Trời có được bằng cái giá của muôn vàn sức lực và quyền năng thiên thượng.** Đối với Y-sơ-ra-ên, hành động cứu rỗi của Đức Chúa Trời bao hàm cả các tai vạ ở Ai Cập, mà qua đó Ngài không chỉ tuyên bố Y-sơ-ra-ên là tuyển dân, mà còn cho cả thế giới đang theo dõi thấy được vinh hiển cùng ân điển của Ngài. Nhưng điều Ngài đã làm cho dân tộc nô lệ này là kiểu mẫu cho điều Ngài làm cho tội nhân, những người ở dưới ách nô lệ của tội lỗi chứ không phải nô lệ cho đế quốc gian ác trên đất. Thật vậy, trong sự chết và sống lại của Đấng Christ, chúng ta chứng kiến quyền năng và vinh hiển lạ thường, mà bởi đó Ngài chứng tỏ mình thật sự vượt trội hơn tất cả. Trong 2 Phi-e-rơ 1:16–17, Phi-e-rơ tập hợp các chủ đề về truyện kể và quyền năng, sự oai nghiêm thiên thượng, sự tôn kính, vinh hiển và tiếng nói mặc khải từ trời trên núi thánh. Nhưng trong

---

13. Đặc biệt dựa trên Ê-sai. Xem R. Watts, *Isaiah's New Exodus and Mark* (WUNT 2/ 88; Tübingen: Mohr-Siebeck, 1997); cùng Tác giả, Isaiah's New Exodus in Mark (Grand Rapids: Baker, 2000); D. W. Pao, *Acts and the Isaianic New Exodus*, (WUNT 2/ 130; Tübingen: Mohr-Siebeck, 2000); cùng Tác giả, *Acts and the Isaianic New Exodus* (Grand Rapids: Baker, 2002).

14. Công 2:19, 22, 43; 4:30; 5:12; 6:8; 7:36; 14:3; 15:12.

Đấng Christ, vinh quang và ân điển của Đức Chúa Trời được bày tỏ còn nổi trội hơn nữa. Phao-lô thêm vào trong sự hiểu biết của ông về quyền năng phi thường được tỏ ra qua Phúc Âm của Đấng Christ trong Rô-ma 1:16–17:

> Thật vậy, tôi không hổ thẹn về Tin Lành đâu, vì đây là quyền năng của Đức Chúa Trời để cứu mọi người tin, trước là người Do Thái, sau là người Hi Lạp. Vì trong Tin Lành này, sự công chính của Đức Chúa Trời được bày tỏ từ đức tin đến đức tin, như có lời chép: 'Người công chính sẽ sống bởi đức tin.'

Nếu cuộc xuất Ai Cập là thời khắc quan trọng nhất của sự mặc khải thiên thượng và sự kiện sáng lập lịch sử Y-sơ-ra-ên, thì đây là điều mà thập tự giá làm cho các tín hữu thời Tân Ước.

(2) **Trong bài giảng ngắn gọn về 'ân điển cứu rỗi', Môi-se minh họa cách ân điển cứu rỗi luôn có hiệu lực.** Do quyền tự do lựa chọn và bởi quyền năng của chính Ngài, Đức Chúa Trời đã giải cứu những người bị giam cầm khỏi ách nô lệ và đưa họ vào đời sống mới tự do và vui thỏa. Tuy nhiên, mặc dù lời kêu gọi đến với sự cứu rỗi không hề có điều kiện tiên quyết nào cả, nhưng việc làm trọn lời kêu gọi đó đối với con dân Ngài phụ thuộc vào việc vâng phục ý muốn Ngài với lòng biết ơn. Không giống người Ai Cập cổ và người vùng Lưỡng Hà, đáp ứng mà Đấng Cứu Thế đòi hỏi không chủ yếu dựa trên những trách nhiệm theo nghi thức tế lễ và thờ phượng (như 'việc cung phụng và cúng cho các thần' chẳng hạn), nhưng qua sự vâng lời về đạo đức. Đây là cách dân Đức Chúa Trời dâng cho Ngài của lễ ngợi khen và công bố ân điển của Ngài cho một thế giới đang nhìn xem họ.

(3) **Phân đoạn này cung cấp cho các mục sư một khuôn mẫu cho việc giảng dạy, không chỉ về khía cạnh nội dung, mà cả về tính cân xứng.** Trong bản văn gốc có 163 từ, Môi-se dùng 109 từ để kể về kinh nghiệm ân điển trong lịch sử của Y-sơ-ra-ên; 26 từ để suy ngẫm những sự kiện này trên phương diện thần học; rồi kết luận bằng 26 từ áp dụng. Khuôn mẫu này tương phản với lối giảng dạy của giới Tin Lành thuần túy hiện đại, là cách giảng mà, vì muốn trở nên thực tế nên đã không phát triển câu chuyện cứu chuộc nhờ ân điển của Đức Chúa Trời (hay kể với kiểu hấp tấp và không mấy hào hứng) và hậu quả là cũng không thể hiện được những hàm ý thần học của câu

chuyện đó. Vì thế, chúng ta dành thời gian đưa ra áp dụng rõ ràng, nhưng lại nhàm chán và hời hợt.

Bản văn này nhắc chúng ta rằng đạo đức phải bắt nguồn từ thần học, mà thần học bắt nguồn từ ký ức về sự can thiệp đầy ân điển của Đức Chúa Trời trong lịch sử nhân loại. Đáng buồn thay, hội thánh tin lành không chỉ đánh mất nền thần học mà còn đánh mất câu chuyện. Vì lý do đó, chúng ta phải tiếp tục dạn dĩ công bố công việc cứu chuộc lạ lùng của Đức Chúa Trời. Đó là lý do chúng ta phải rao giảng Đấng Christ và sự đóng đinh của Ngài. Chỉ thập tự giá mới có thể đem lại hy vọng về sự cứu rỗi cho mọi người.

Nhưng sự đóng đinh của Đấng Christ không chỉ là một sự kiện thú vị và có một không hai trong lịch sử. Nó còn là sự kiện thần học sâu sắc, vì qua sự chết và sống lại của Chúa Giê-xu, thần tính tối cao của Ngài được công bố (Rô 1:2–6). Về Chúa Giê-xu Christ, Phao-lô viết trong Phi-líp 2:7–11:

Ngài đã từ bỏ chính mình,

Mang lấy hình đầy tớ,

Và trở nên giống như loài người.

Ngài đã hiện ra như một người,

Tự hạ mình xuống, vâng phục cho đến chết,

Thậm chí chết trên cây thập tự.

Chính vì thế mà Đức Chúa Trời đã tôn Ngài lên rất cao,

Và ban cho Ngài danh trên hết mọi danh,

Để khi nghe đến danh Đức Chúa Jêsus,

Mọi đầu gối trên trời, dưới đất, bên dưới đất

Đều phải quỳ xuống,

Và mọi lưỡi đều phải xưng nhận

Đức Chúa Jêsus Christ là Chúa,

Mà tôn vinh Đức Chúa Trời là Đức Chúa Cha.

Qua sự chết và sự sống lại, Chúa Giê-xu chứng tỏ nhân thân của Ngài là Đức Gia-vê, Đấng Cứu Chuộc của Y-sơ-ra-ên. Nếu việc giải cứu Y-sơ-ra-ên khỏi ách nô lệ của Pha-ra-ôn và khỏi Ai Cập đòi hỏi hành động lớn lao của quyền năng thiên thượng, thì giải cứu chúng ta khỏi tội lỗi và quyền thống trị của sự tối tăm còn đòi hỏi nhiều đến dường nào. Nhưng đây là điều Chúa Giê-xu đã thực hiện cho chúng ta, và vì thế tỏ ra rằng chỉ mình Ngài là Đức Chúa Trời; không có Chúa nào khác.

Những hàm ý của hành động giải cứu đầy ân điển dành cho Y-sơ-ra-ên và cho chúng ta đều như nhau. Đã được cứu chuộc, tại sao chúng ta không hứa nguyện vui lòng vâng phục? Đây hiện là, và mãi là, bí quyết đón nhận phước hạnh của Chúa vào đời sống. Chính Chúa Giê-xu dạy chúng ta: 'Nếu các ngươi yêu mến Ta (tức là nếu các ngươi trung thành với Ta theo như giao ước), thì các ngươi gìn giữ điều răn Ta' (Giăng 14:15 [diễn ý cá nhân]). Diễn giải lời của Chúa Giê-xu trong Giăng 14:21 đó là: 'Ai có các điều răn của Ta và vâng giữ, ấy là người yêu mến Ta. Người nào yêu mến Ta sẽ được Cha Ta yêu thương, Ta cũng sẽ yêu thương người, và bày tỏ chính Ta cho người.' Một lần nữa, 'nếu ai tận hiến cho Ta theo như giao ước, thì sẽ giữ lời Ta, và Cha Ta sẽ chứng tỏ cam kết giao ước của Ngài với họ. Chúng ta sẽ đến cùng họ và ở với họ. Ai không tận hiến cho Ta theo giao ước thì không vâng giữ lời Ta' (Giăng 14:23–24; so sánh với 15:10–11). Tất cả đều nằm trong cùng một bức tranh tuyệt vời. Thật vậy, chúng ta có thể làm nổi bật mối tương quan giữa Phục Truyền 4:32–40 với chúng ta là những người trải nghiệm ân điển của Đức Chúa Trời trong Đấng Christ bằng cách viết lại toàn bộ phần này của Phục Truyền bằng ngôn ngữ Cơ Đốc:

Bây giờ, hãy hỏi về ngày xưa, là những ngày có trước anh em, kể từ khi Đức Chúa Trời dựng nên loài người trên đất, và hãy hỏi từ phương trời này đến phương trời kia, liệu có việc lớn như thế này từng xảy ra hay được nghe đến không. Có dân tộc nào trực tiếp gặp mặt thần của họ như anh em đã gặp Ngài, mà vẫn còn sống không? Hay có thần nào dám xâm chiếm vương quốc tối tăm và chọn cho chính mình một dân ở giữa vương quốc đó bằng những thử thách, dấu kỳ, phép lạ và chiến tranh, bằng tay quyền năng và cánh tay giơ thẳng ra, và bằng những việc làm đáng khiếp sợ, mà Chúa Giê-xu Christ đã làm tất cả cho anh em trên thập tự giá trước mắt anh em không?

Anh em đã được tỏ cho thấy để anh em biết rằng Giê-xu Christ là Gia-vê Đức Chúa Trời; ngoài Ngài không có thần nào khác. Ngài đã đến từ trời trong tư cách Ngôi Lời để bày tỏ Cha cho anh em, và trên đất Ngài bày tỏ vinh hiển Ngài, là vinh hiển từ con Một của Cha, đầy ân điển và lẽ thật (Giăng 1:14).

Và Ngài yêu mến các tổ phụ nên vì họ mà chọn lựa con cháu thuộc linh của họ, đem anh em ra khỏi vương quốc tối tăm bởi quyền năng lớn của Ngài, tước vũ khí những kẻ cai trị và bậc cầm quyền và làm cho họ xấu hổ cách tỏ tường bằng cách chiến thắng họ (Cô 2:15), để cho chúng ta cơ nghiệp, vì chúng ta đã được định trước theo mục đích của Đấng làm mọi sự hiệp với ý muốn Ngài (Êph 1:11).

Cho nên, ngày nay hãy biết và ghi khắc trong lòng rằng Giê-xu Christ là Đức Gia-vê; Ngài là Đức Chúa Trời trên trời cao kia và dưới đất thấp này; không có thần nào khác.

Vậy thì hãy bước đi cách xứng đáng cho Cứu Chúa Giê-xu Christ, hết sức làm vui lòng Ngài, kết quả trong mọi việc lành và ngày càng hiểu biết Đức Chúa Trời, được mạnh mẽ nhờ quyền năng vinh quang của Ngài, kiên trì chịu đựng mọi sự cách vui vẻ, dâng lời cảm tạ Đức Chúa Cha, Đấng đã làm cho anh em xứng đáng được dự phần cơ nghiệp của các thánh trong sự sáng (Côl 1:10–12).

Phục Truyền Luật Lệ Ký 4:41–43

Ý Nghĩa Nguyên Thủy

Từ góc độ văn chương, phân đoạn ngắn này kết thúc phần tường thuật của bài giảng đầu tiên của Môi-se. Qua việc để riêng ba thành[1] ẩn náu phía đông Giô-đanh, Môi-se đã hoàn thành một phần chỉ dẫn của Đức Gia-vê trong Dân Số Ký 35:9–34 (so sánh Giô-suê 20). Tác giả hài lòng khi ghi lại những việc làm của ông và đưa ra lời tóm tắt về chức năng của những thành này (so sánh 19:1–13).

Các nguyên tắc nằm dưới những thành ẩn náu phù hợp với lợi ích nhân văn của sách Phục Truyền nói chung. Mặc dù Dân Số Ký 35:6–34 kết hợp hoàn toàn luật pháp này vào hệ thống tư pháp của Y-sơ-ra-ên, nhưng bất kỳ hệ thống nào trao trách nhiệm thực thi công lý cho thân nhân của nạn nhân của một tội ác thì đều dễ bị lạm dụng. Để bảo vệ người có thể là nạn nhân thứ hai, Đức Gia-vê yêu cầu người Y-sơ-ra-ên chọn ra sáu thành ẩn náu mà người nào vô tình gây ra cái chết cho người khác có thể chạy đến ẩn nấp. Điều này cho phép cộng đồng bị ảnh hưởng bởi thảm kịch có thời gian điều tra sự việc. Các thành Môi-se chọn được phân bố sao cho mọi người sống ở phía đông Giô-đanh đều có thể dễ dàng đến được: Bết-se trong vùng đất của chi phái Ru-bên; Ra-mốt trong vùng Ga-la-át của người Gát, và Gô-lan ở Ba-san dành cho nửa chi phái Ma-na-se ở phía đông.[2]

Ngữ Cảnh Bắc Cầu

Không rõ lý do tại sao người biên tập các bài giảng của Môi-se lại kết thúc bài thứ nhất bằng phần ký thuật này. Tuy nhiên, với vị trí hiện tại, chi tiết này nhắc độc giả rằng khi đến thời điểm người Y-sơ-ra-ên

---

1. Cách dịch từ ʿîr trong tiếng Hê-bơ-rơ là 'thành' (Bản Truyền Thống và Bản Hiệu Đính) thay vì 'thành phố' theo bản NIV là cách dịch được ưa chuộng hơn. Trong tiếng Anh, 'thành phố' thường khiến người ta liên tưởng cách sai trật đến các trung tâm dân cư đông đúc. Trong Cựu Ước, ʿîr về bản chất là nơi định cư có tường bảo vệ và cổng - bất kể kích cỡ ra sao. Đây là những đặc điểm cần thiết để một địa điểm được xem là nơi ẩn náu.

2. Về tính chất và chức năng của thành ẩn náu, xem J. R. Spencer, 'Refuge, Cities of', *ABD*, 5:657–58.

băng qua Giô-đanh, thì các chi phái ở lại phía đông Giô-đanh cũng phải đi theo những tiêu chuẩn đạo đức này y như những người băng qua sông tiến vào Đất Hứa thật sự. Hơn nữa, các thành ẩn náu là để kỷ niệm sự thành tín của Đức Gia-vê. Nếu người Y-sơ-ra-ên thực hiện chiến dịch về phía tây Giô-đanh theo cách họ đánh Si-hôn và Óc ở phía đông, thì họ sẽ nhanh chóng có được các thành ẩn náu để kỷ niệm sự thành tín của Đức Chúa Trời.

Ý Nghĩa Đương Đại

Chúng ta sẽ suy ngẫm những hàm ý thần học của chính sách này kỹ hơn khi quay lại chủ đề về các thành ẩn náu trong 19:1–3. Còn bây giờ, chúng ta lưu ý rằng ngoại trừ các ghi chú trong tài liệu lưu trữ ở 1 Sử Ký 6, sau khi Giô-suê phân định các thành ẩn náu phía tây Giô-đanh trong Giô-suê 20, thì đề tài này không bao giờ xuất hiện trở lại trong Cựu Ước nữa. Vậy các Cơ Đốc nhân hiện đại phải làm gì với chi tiết lỗi thời về văn chương và pháp luật như thế này? Mặc dù khó 'thuần hóa' bức tranh về sự công bằng ở đây và làm cho phù hợp với nhu cầu của cuộc sống thế kỷ hai mươi mốt, nhưng phân đoạn này đưa ra một vài hiểu biết sâu sắc về tính đặc biệt thích hợp của nó đối với thời đại chúng ta.

(1) Trong khi việc cung cấp thành ẩn náu này hàm ý người Y-sơ-ra-ên sẽ xử tử kẻ giết người, nhưng nó cũng nhận ra nguy cơ leo thang của vòng báo thù. Nó cũng nhìn nhận rằng hễ khi nào một người vô tình hay không cố ý gây ra cái chết cho người khác, thì sẽ có hai nạn nhân thật sự: người bị cất mạng sống thuộc thể và người bị tước đoạt đời sống xã hội. Chính sách này cho thấy mọi hệ thống tư pháp cần phải xét đến cuộc sống của người có thể là nạn nhân thứ hai. Ngay cả khi đau đớn vì vô tình mất đi một sinh mạng, một xã hội công bằng vẫn sẽ đề phòng phản ứng bạo lực tùy tiện đối với hành vi vô tội.

(2) Như Môi-se thường nhắc chúng ta, con dân Đức Chúa Trời cần những vật kỷ niệm để ghi nhớ những việc Đức Chúa Trời làm vì họ và để nhắc chúng ta mở lòng với điều Ngài tiếp tục làm vì chúng ta. Khi Y-sơ-ra-ên tin cậy Đức Gia-vê và đánh đuổi kẻ thù theo chỉ dẫn của Ngài, chiến thắng là điều chắc chắn. Hội thánh chống lại vương quốc tối tăm theo chỉ dẫn của Ngài thì cũng như vậy.

Phục Truyền Luật Lệ Ký 4:44–5:5

Ý Nghĩa Nguyên Thủy

Lời mở đầu bài giảng thứ hai (4:44–5:1a)

Ranh giới bài nói chuyện thứ hai của Môi-se (4:44–26:19; 28:1–29:1[28:69]) được xác định bởi phần tường thuật mở đầu (4:44–5:1a) và lời cuối câu chuyện trong 29:1[28:69]).[1] Phần mở đầu (4:44–5:1a) bắt đầu bằng một tiêu đề kép, gồm 4:44–45 theo thứ tự. Bản TTHĐ dịch *tôrâ* trong phần tiêu đề là 'luật pháp' làm cho người đọc hiểu sai cả từ ngữ lẫn nội dung của bài giảng thứ hai, vì chỉ một phần nhỏ của các chương 5–11 và 12–18 thật sự phù hợp với thể văn 'pháp lý'. Như Môi-se đã tuyên bố trong 4:1 và sẽ nhắc lại trong 5:1 và 6:1, ông đứng trước dân chúng như một mục sư-giáo sư, tìm cách truyền cho thính giả cảm hứng về một khải tượng đặc biệt của Đức Chúa Trời và thuyết phục họ tổ chức đời sống cho phù hợp. Thoạt nhìn, câu 45 dường như là phần giới thiệu tự nhiên cho bài giảng thứ nhì (so sánh 4:1, 5, 8, 14) hơn câu 44, vì cụm từ 'mệnh lệnh và luật lệ' xuất hiện ngay tại điểm kết nối nhau quan trọng trong bài nói chuyện.[2] Nhưng ở đây, có một cụm từ thứ ba đi trước cặp từ này, đó là 'quy tắc'. Mạo từ (trong bản Anh ngữ) đứng trước những từ này chỉ về những quy tắc của giao ước được ban ra tại Si-na-i và các luật khác được công bố trước các bài giảng hiện tại (so sánh Dân 36:13).

Giống phần giới thiệu của bài giảng thứ nhất, phần mở đầu của bài thứ nhì mô tả bối cảnh lịch sử của bài nói chuyện. Tự thân nó, câu 45 dường như cho biết Môi-se trình bày bài giảng này khi dân Y-sơ-ra-ên ra khỏi Ai Cập. Tuy nhiên, trong câu 46 ông nói rõ tình huống, liên kết bài giảng với việc đánh bại các vua A-mô-rít và mô tả phạm vi địa lý của những chiến dịch này. Như vậy, ông rút gọn bốn mươi năm đầu của lịch sử Y-sơ-ra-ên trong tư cách một dân tộc thành một

---

1. Tôi xem 29:1[28:69] là phần kết cho bài giảng này, chứ không phải là lời giới thiệu cho bài giảng thứ ba. Xem thêm bên dưới. Chương 27 làm gián đoạn mạch văn từ 26:19 đến 28:1.

2. Phục 5:1, 31; 6:1, 20; 7:11; 11:32; 12:1; 26:16, 17.

câu ngắn.³ Câu 5:1a kết thúc bằng thông báo về lệnh triệu tập dân chúng của Môi-se. Từ ngữ 'nói' nhắc độc giả nhớ rằng cần phải hiểu những điều ở phía sau là bài giảng của một mục sư chứ không phải là bảng luật pháp được nhà lập pháp ban hành.

Bối cảnh của sự khải thị mối quan hệ giao ước (5:1b-5)

Bài giảng thứ hai chia thành hai phần. Phần thứ nhất (5:1b-32) chủ yếu là thuyết giảng, còn phần thứ hai (12:1–29:1[28:69]) thì trang trọng hơn, trực tiếp nói đến những mệnh lệnh được bày tỏ trước đó, và kết thúc bằng những phước lành và sự rủa sả của giao ước. Tuy nhiên, trong suốt bài giảng, chúng ta nghe thấy tiếng nói của mục sư Môi-se.⁴ Trong phần đầu, chúng ta nghe lời cổ vũ của vị mục sư về đức tin giao ước, còn phần hai là áp dụng chi tiết đức tin giao ước đó vào đời sống.

Chương 5–11 được chia nhỏ thành ba phần, mỗi phần bắt đầu với 'Hỡi Y-sơ-ra-ên, hãy nghe' (5:1b; 6:4; 9:1).⁵ Về mặt tuyên đạo pháp, ba phần này là yếu tố cấu thành lời giảng có thẩm quyền: (1) bài học từ Kinh Thánh (5:1b-6:3), nhấn mạnh nền tảng của mối quan hệ giao ước; (2) nền thần học bắt nguồn từ Kinh Thánh (6:4–8:20), tập trung vào cốt lõi của mối quan hệ giao ước; (3) đáp ứng đúng đắn bắt nguồn từ thần học đó (9:1–11:32), minh họa tình yêu đối với Đức Gia-vê làm bằng chứng cho mối quan hệ giao ước.⁶

Thật thích hợp khi Môi-se bắt đầu bài giảng bằng mối quan hệ của Đức Gia-vê với Y-sơ-ra-ên thông qua việc nhắc lại tư liệu giao ước ban đầu, tức Mười Điều Răn (so sánh 4:13). Đây là bằng chứng chính

---

3. Câu 46–49 chứa đựng ít thông tin mới. Chú thích trong 4:48 xem núi Si-ri-ôn là Hẹt-môn gợi lại chú thích trong 3:9, nhắc độc giả rằng người Si-đôn và A-mô-rít gọi núi Hẹt-môn là núi Si-ri-ôn và núi Sê-i-rơ theo thứ tự. Si-ri-ôn có thể ám chỉ một đỉnh núi cụ thể hay một phần của núi Si-ri-ôn. Tương tự với Y.Ikeda, 'Hermon, Sirion, and Senir', *AJSL* 4 (1978): 44, n.58.

4. Các học giả phê bình thường tách những tư liệu đạo đức ra thành những phần thêm vào sau này theo thuyết đệ nhị luật. Tuy nhiên, những tài liệu này quan trọng cho việc xác định thể loại sách và trong chương 12–28 chúng bao quát hơn nhiều so với điều người ta thường nhận ra.

5. Về mặt số lượng từ, những phần này tăng dần về độ dài: Phục 5:1b-6:3 có khoảng 570 từ trong bản gốc; 6:4–8:20 khoảng 830 từ; và 9:1–11:32 khoảng 1.150 từ.

6. So sánh cấu trúc dựa trên việc xem xét ngôn ngữ bản văn của J. Derouchie, *A Call to Covenant Love: Text Grammar and Literary Strcuture in Deutoronomy 5–11* (Piscataway, NJ: Gorgias, 2007), 229.

thức của giao ước.⁷ Vì hầu hết những người trong thế hệ hiện tại đều lớn lên sau sự mặc khải ban đầu tại Si-nai, nên nghe những lời này từ chính Môi-se là điều đặc biệt quan trọng đối với họ.

Mục đích của Môi-se trong 5:1b-5 gồm hai điều: thách thức thế hệ hiện tại nắm giữ điều cha mẹ họ đã khước từ tại Si-nai, và nhấn mạnh tầm quan trọng trong lời dạy của ông. Sứ điệp của ông cũng giống với sứ điệp đã được bày tỏ tại Si-nai, và ông đã giảng như là chính sứ điệp của Đức Chúa Trời.

Với lời hiệu triệu mở đầu 'Hỡi Y-sơ-ra-ên, hãy nghe', Môi-se vừa thách thức độc giả lắng nghe, vừa kêu gọi họ vâng phục ý muốn của vị bá chủ này. Nhưng lời hiệu triệu này cũng giới thiệu nội dung sứ điệp của Môi-se: 'những luật lệ và mệnh lệnh', tức là sự mặc khải từ Đức Gia-vê tại Si-nai qua Môi-se. Dựa vào phần giới thiệu này, thính giả của Môi-se có thể mong đợi ông đưa ra ngay những chỉ dẫn về các luật cụ thể. Nhưng trong câu 2–5, người giảng đi ra ngoài lề, điều này dẫn đến phần ngoài lề khá dài từ chương 5–11. Mãi cho đến 11:32, ông mới trở lại mạch tư tưởng mà ông đã bắt đầu ở đây. Như trong 4:1, với lệnh hiệu triệu này, Môi-se cũng công bố mục tiêu cho bài giảng của mình: luật lệ là để học và nghiêm túc áp dụng.⁸

Tuy nhiên, trước khi Môi-se bắt đầu 'các mệnh lệnh và luật lệ', ông tuyên bố cách kinh ngạc rằng Đức Gia-vê không lập giao ước với 'tổ phụ chúng ta' tại Hô-rếp, mà là 'với chúng ta', tức là với dân chúng đang đứng trước mặt ông (5:2–3). Ông nhắc lại ý này trong câu 3 qua bảy cách diễn đạt: 'với chúng ta', 'chúng ta', 'những người', 'hôm nay', 'tại đây', 'tất cả' và '[những người] đang còn sống'. Nhưng lời tuyên bố này làm nảy sinh một vấn đề: Làm thế nào Đức Gia-vê lập giao ước với thế hệ này tại Hô-rếp khi mà lúc đó hầu hết họ chưa được sinh ra? Việc nhắc đến cụm từ 'tổ phụ anh em'('cha ông các ngươi'-

---

7. Hiệp ước chư hầu vào thiên niên kỷ thứ hai TC mà Muwattalli III của Hê-tít áp đặt trên Alaksandu ở Wilusa có mệnh đề này: 'Ngoài ra, bảng mà Ta làm cho ngươi, Alaksandu, phải được đọc trước mặt ngươi mỗi năm ba lần, và ngươi, Alaksandu, phải biết. Những lời này không hề có ý hỗ tương. Chúng bắt nguồn từ Hê-tít.' Được dịch bởi Beckman, *Hittite Diplomatic Texts*, 91.

8. Cấu trúc *šāmar la'ăśôt* ('giữ bằng cách làm theo') tương phản với 4:6, là câu dùng động từ xác định cho cả hai ý 'giữ và làm theo'. Hình thức này xuất hiện thường xuyên trong sách (5:29; 6:3, 25; v.v...), và làm người đọc nhớ đến Sáng Thế Ký 18:19, lúc Đức Gia-vê kêu gọi con cháu Áp-ra-ham 'giữ *[šāmar]*, đường lối của Đức Gia-vê bằng cách làm *[la'ăśôt]* theo lẽ phải và sự công bình'. Về cách dùng cấu trúc dạng nguyên thể của tính từ La-tinh, xem *WO* §36.2.3e; *Joüon* § 1240.

ND) trong câu 3 cũng gặp vấn đề tương tự. Nếu Môi-se nghĩ đến thế hệ trước đó, thì lời của ông mâu thuẫn với Xuất Ê-díp-tô Ký 19–24, mà ở đó Đức Chúa Trời thật sự có lập giao ước với các tổ phụ.

Một số người lý giải vấn đề này bằng cách xem 5:2–5 là phần thêm vào sau này;[9] một số khác cho rằng trong Phục Truyền 'tổ phụ' ('cha ông'-ND) luôn ám chỉ các tổ phụ đức tin,[10] nếu vậy thì mâu thuẫn ở đây là giữa giao ước tại Hô-rếp và giao ước Chúa lập với Áp-ra-ham. Nhưng Phục Truyền không nói rõ sự khác biệt giữa hai giao ước này, mà giải thích những nghi lễ giao ước ở Hô-rếp và Mô-áp là phương tiện để qua đó con cháu các tổ phụ được sáp nhập vào giao ước ban đầu đã được lập với họ (so sánh Sáng 17:7). Xem 'tổ phụ' là thế hệ ra khỏi Ai Cập là cách hiểu tự nhiên nhất. Việc kết hợp 'những quy tắc, mệnh lệnh và luật lệ' với con cháu Y-sơ-ra-ên 'khi ra khỏi Ai Cập' trong 4:45 cho thấy đây là cách người biên tập hiểu vấn đề.

Không nên hiểu lời nói của Môi-se theo nghĩa đen, mà nên hiểu là một câu nói tu từ, thừa nhận tính vô hiệu lực của giao ước mà thế hệ xuất Ai Cập đã ký kết (so sánh 1:19–40; 9:7–21). Nhưng lời mời của Đức Gia-vê vẫn còn nguyên, và những người tập trung tại đồng bằng Mô-áp này mới đón nhận.[11] Đây là cơ hội để họ ký kết giao ước được phê chuẩn tại Hô-rếp, mà những điều khoản của nó được thể hiện trong Mười Điều Răn, cũng như trong 'các mệnh lệnh và luật lệ'.[12]

Câu 4–5 tóm tắt vai trò của từng bên khi Đức Gia-vê lập giao ước với Y-sơ-ra-ên tại Hô-rếp. Một mặt, Đức Gia-vê phán trực tiếp với dân chúng từ giữa ngọn lửa (5:4). Mặt khác, Môi-se đứng giữa Đức Gia-vê và dân chúng để công bố với họ lời thiên thượng (5:5). Nhận xét thêm của Môi-se là lời nhắc nhở đứt quãng rằng sự mặc khải tại Si-na-i gồm có hai phương diện: lời nói trực tiếp từ Chúa và lời của Chúa phán qua trung gian. Như ông sẽ lặp lại trong câu 22, dân chúng chỉ nghe trực tiếp Mười Điều (Ten Words) từ Đức Gia-vê; phần còn lại được truyền cho dân chúng thông qua Môi-se. Hồi tưởng ngắn ngủi của Môi-se về phản ứng sợ hãi của dân chúng trước sự mặc khải từ

---

9. Xem Weinfeld, *Deuteronomy 1–11*, 237–39.
10. Tigay, *Deuteronomy*, 61.
11. *lō'... kî* thường được dịch là 'không ... nhưng' và được hiểu là sự phủ định có tính 'tương quan' hơn là mang nghĩa 'tuyệt đối': 'không chỉ... mà còn'. So sánh Wright, *Deuteronomy*, 62.
12. Tương tự, Millar, *Now Choose Life*, 82; cùng tác giả, 'Time and Place', 57–58.

đám lửa, qua đó dẫn ông đến việc đón nhận vai trò trung gian cho sự mặc khải, sẽ được bổ sung trong câu 22–33.

Ngữ Cảnh Bắc Cầu

Lời giới thiệu bài giảng thứ nhì của Môi-se nhắc lại rằng Đức Gia-vê là vị thần truyền thông. Điều khiến Ngài khác biệt với các thần khác không chỉ là Ngài nói được, mà Ngài còn nói bằng ngôn ngữ mà con người có thể hiểu được. Khái niệm này thường được nói đến trong các sách tiên tri. Trong sách Giê-rê-mi và Ê-xê-chi-ên, chúng ta thường thấy 'Lời của Đức Giê-hô-va phán với tôi rằng'.[13] Nhưng Ê-xê-chi-ên nhấn mạnh Gia-vê là Đức Chúa Trời truyền thông cụ thể hơn bằng cách lặp đi lặp lại công thức Chúa tự giới thiệu về mình: 'Ta, Đức Giê-hô-va, đã phán và làm thành điều đó'.[14] Như lời tuyên bố ở phần mở đầu của sách Hê-bơ-rơ, trong quá khứ Đức Gia-vê đã phán qua nhiều bối cảnh và bằng nhiều cách khác nhau. Đôi khi Ngài phán trực tiếp, đôi khi qua trung gian, nhưng lúc nào sự mặc khải về chính Ngài cũng là hành động tự bày tỏ đầy ân điển. Tại Hô-rếp, Đức Gia-vê phán qua trung gian là Môi-se, nhưng Ngài cũng phán trực tiếp từ trong ngọn lửa.

Hai hình thức truyền thông này được ghi nhận trong Giăng 1:17: 'Vì luật pháp đã được ban bố bởi Môi-se, còn ân điển và chân lý thì đến từ Đức Chúa Giê-xu Christ'. Đỉnh điểm của tính trực tiếp trong lời nói của Đức Chúa Trời là sự nhập thể, vì trong Con, là Chúa Giê-xu Christ, Đức Gia-vê đích thân bước vào thế gian và phán rõ ràng theo cách mà trước đây chưa hề có. Phần mở đầu của phúc âm Giăng thừa nhận điều này không chỉ qua việc tuyên bố ban đầu Ngôi Lời là Đức Chúa Trời, mà cả sự kiện Ngôi Lời đã trở nên xác thịt và ngự giữa chúng ta, và trong Ngài chúng ta nhìn thấy vinh quang của Đức Gia-vê, đầy ân điển và lẽ thật (Giăng 1:14).

Ý Nghĩa Đương Đại

Ngày hôm nay chúng ta có thể nghe tiếng Đức Chúa Trời mà vẫn không nghe thấy tiếng Ngài. Thế hệ xuất Ai Cập nghe tiếng của Đức

---

13. Cả hai hình thức ngôi thứ nhất và thứ ba của 'công thức về lời phán' đều xuất hiện trong Giê-rê-mi 1:2; 28:12; v.v... Trong Ê-xê-chi-ên công thức này luôn ở ngôi thứ nhất (3:16; v.v...).

14. Êxê 17:24; 22:14; 24:14; 36:36; 37:14.

Gia-vê cách rõ ràng, nhưng vì lòng họ cứng cỏi, nên họ khước từ điều họ nghe. Hậu quả đó là, như những nhánh nho không chịu tỉa sửa (Giăng 15:6), chúng sẽ bị người trồng nho chặt bỏ và ném vào lửa. Những ai gắn vào cây nho thì sinh ra trái đức tin và cam kết của giao ước (tình yêu) được thể hiện bằng sự vâng phục ý muốn mà Đức Chúa Trời đã bày tỏ. Phân đoạn này tuyên bố nếu chúng ta khước từ sự mặc khải của Đức Chúa Trời là chúng ta từ chối chính Ngài.

Nhưng đón nhận mặc khải của Đức Chúa Trời nghĩa là gì? Chắc chắn không chỉ là trang hoàng Kinh Thánh bằng chiếc bìa thật đẹp và đặt trên bàn khách như vật trang trí. Mục tiêu của Đức Gia-vê khi bày tỏ ý muốn Ngài cho con dân Ngài là để tác động trên đời sống của họ. Họ phải lắng nghe những mạng lệnh và luật lệ nhờ đó họ hiểu biết và làm theo. Điều này không có nghĩa là ký vào những câu tín điều sáo rỗng công nhận lập trường tôn trọng Kinh Thánh của ai đó, mà là thật sự làm theo điều Chúa mong đợi nơi những người được Ngài chuộc cứu. Theo lời Chúa Giê-xu, những ai yêu mến Ngài (tức là tận hiến cho Ngài theo giao ước) sẽ giữ điều răn Ngài (Giăng 14:15, 21, 23; 15:10).

Nhưng làm sao con dân Đức Chúa Trời có thể bước đi trong đường lối Ngài nếu họ chưa học biết đường lối Ngài, và làm sao họ học biết nếu họ chưa được nghe sự mặc khải của Ngài? Bản văn ngắn ngủi này nhấn mạnh vai trò không thể thiếu của Lời Chúa trong sự thờ phượng chung của con dân Đức Chúa Trời. Các mục sư ngày nay cần noi theo gương của Môi-se trong việc dạy Lời Chúa cách rõ ràng, hệ thống và nội dung thiết thực.

Phục Truyền Luật Lệ Ký 5:6–22

Ý Nghĩa Nguyên Thủy

Mười Điều Răn được nhắc đến hai lần trong Ngũ Kinh: Xuất Ê-díp-tô Ký 20:1–17 và Phục Truyền 5:6–21.[1] Khi chúng ta so sánh hai bản văn này, phiên bản trong Phục Truyền dường như được mở rộng, văn phong kém trang trọng hơn, và có vẻ nhân văn hơn. Những khác biệt này cho thấy vào thời điểm giảng bài này, Môi-se nhắc lại thuộc lòng các nguyên tắc của mối liên hệ giao ước. Sở dĩ có điều này là bởi ông không còn được tiếp cận các bảng đá thật nữa, vì chúng đã được đặt vào hòm giao ước (10:5).

Lời nói của Môi-se trong câu 22 'Ngài [Đức Gia-vê] không thêm điều gì khác' (so sánh 10:2, 4) ám chỉ việc truyền đạt cùng một bản tài liệu quen thuộc với thính giả của ông. Nhưng như chúng ta sẽ thấy, dù ông cẩn thận không thêm hay bớt mệnh lệnh và luật lệ nào ông dạy trong 4:2, nhưng Môi-se vẫn đưa ra nhiều thay đổi đáng kể ở cách trình bày. Những thay đổi này không phải là sửa đổi nhằm thay thế bản gốc trong hòm giao ước. Ngược lại, chúng phản ảnh bối cảnh mục vụ và mục tiêu dạy dỗ của lần nhắc lại này.[2] Nhờ đó, Môi-se vừa nhấn mạnh tầm quan trọng của tài liệu ban đầu vừa xác nhận rằng thẩm quyền của nó ảnh hưởng trên cuộc sống khi con người thật sự sống theo đó. Việc ông trực tiếp nhắc lại bản văn ngụ ý tiến trình linh cảm không chỉ nằm ở lời tuyên bố ban đầu của Đức Gia-vê mà cả trong lời giải thích của ông.

Mặc dù một số học giả xem Mười Điều Răn là phần cô đọng sau này từ ý chỉ của Đức Gia-vê cho dân Y-sơ-ra-ên,[3] nhưng các chuyện kể của Xuất Ê-díp-tô ký và bối cảnh hiện tại lại vẽ lên một bức tranh

---

1. Trước khi phát hiện các cuộn Qumran, thì các cuộn chỉ thảo Nash, mảnh vụn nói về nghi lễ từ thời Mạc-ca-bê có chứa Mười Điều Răn và Shema (Phục 6:4–5), là chứng cớ lâu đời nhất về bản văn Cựu Ước bằng tiếng Hê-bơ-rơ. So sánh E. Tov, *Textual Criticism of the Hebrew Bible* (Minneapolis: Fortree, 1992), 118.
2. Lưu ý phần ông thêm vào 'như Giê-hô-va Đức Chúa Trời của con đã truyền dạy' trong 5:12, 16.
3. R. Albertz, *A History of Israelite Religion in the Old Testament Period* (dịch bởi John Bowden; Louisville: Wesminter John Knox, 1994), 214–16.

trái ngược. Mười Điều Răn là tài liệu gốc mà từ đó sự mặc khải sau này sản sinh và nhờ đó chúng ta giải nghĩa sự mặc khải sau này. Tự thân Mười Điều Răn được xem là một thực thể hoàn chỉnh. Giống với các hiệp ước Cận Đông cổ, tài liệu này bao gồm phần giới thiệu trang trọng (5:6), số lượng các điều khoản riêng biệt của nó (5:7–21), và phần kết cho bản ký thuật (5:22).

Phần mở đầu lịch sử (5:6)

Như trong các hiệp ước cổ đại, phần mở đầu là phần cơ sở của tài liệu, giới thiệu vị Bá Chủ và tóm tắt lịch sử mối quan hệ giữa hai bên giao ước. Tuy nhiên, không giống nhiều hiệp ước chư hầu khác, giao ước này không phản chiếu sự chinh phục dân tộc của bậc thượng cấp. Ngược lại, phía sau tài liệu này là những việc làm ân điển của Đấng Thần Linh Cao Cả, Đấng giải cứu dân Y-sơ-ra-ên khỏi những kẻ bắt họ làm nô lệ. Phúc Âm có trước luật pháp; việc vâng phục ý muốn Chúa được phác họa trong các điều răn tiếp theo là hành động thờ phượng cao nhất, chứa đựng hành động của con người cung kính quy phục và thần phục trước Đấng Chủ Tể thánh vì sự mặc khải ân điển về chính Ngài.

Các điều khoản của giao ước (5:7–21)

Các điều khoản của giao ước ở đây được trình bày như những mệnh lệnh ở ngôi thứ hai, vì đa phần đều không có điều kiện tiên quyết hay lời tuyên bố hậu quả. Ngoại trừ quy định về ngày Sa-bát và mạng lệnh tôn kính cha mẹ, các điều khoản còn lại đều ở hình thức phủ định, và các mệnh đề chỉ lý do là những ngoại lệ hơn là nguyên tắc. Các mạng lệnh được trình bày bằng từ ngữ có tính tuyệt đối, phổ quát và vĩnh viễn. Vì chúng quá chung chung đến nỗi hầu như không thể đem ra thực hiện, nên chúng ta không nên hiểu chúng như một bộ luật. Ngược lại, bằng mười điều răn này nhằm tạo một thế giới quan để định hướng một mặt là mối quan hệ giữa người được chuộc và Đấng Cứu Chuộc họ, một mặt là giữa những thành viên trong cộng đồng.[4]

---

4. So sánh Mười Điều Răn với hiến pháp Hoa Kỳ, P. D. Miller nhận xét thật đúng rằng nó tạo nền tảng cho việc sau đó xác định chi tiết các luật đó trong Sách Giao Ước, Luật Thánh Khiết và cái gọi là Bộ Luật Phục Truyền. Xem 'The Place of the Decalogue in the Old Testament and Its Law', trong *The Way of the Lord: Essays on Old Testament Theology* (Grand Rapids: Eerdmans, 2004), 3–16.

Như được chú thích ở 4:13 bên trên, Cựu Ước nhất quán xem phần này là 'Mười Điều' (Xuất 34:28; Phục 10:4). Có lẽ các nguyên tắc giao ước được rút gọn xuống con số mười cho dễ nhớ - mỗi nguyên tắc là một ngón tay. Tuy nhiên, có vài thắc mắc về cách đánh số. Truyền thống Cải Chánh xem câu 8–10 là điều răn thứ hai, riêng biệt với câu 7, và xem câu 21 là một điều răn riêng. Tuy nhiên, theo ngôn ngữ dùng trong văn nói, người ta thích cách đánh số của Lutheran và Công Giáo La Mã hơn, nghĩa là câu 7–10 là điều răn đầu tiên, còn câu 22 tách thành hai điều răn.[5]

Theo hệ thống này, hai điều răn đầu tiên (5:7–11) hướng dẫn mối quan hệ theo chiều đứng giữa Y-sơ-ra-ên với Đức Gia-vê, và bảy điều còn lại hướng dẫn mối quan hệ theo chiều ngang, giữa các thành viên trong cộng đồng giao ước (5:16–21). Quy định về ngày Sa-bát (nguyên tắc thứ 3; 5:12–15) là phần chuyển tiếp. Qua việc dựa vào kiểu mẫu của công trình sáng tạo thiên thượng, phiên bản trong Xuất Ê-díp-tô Ký (Xuất 20:8–11) nhấn mạnh phương diện thần học của ngày Sa-bát; qua việc mở rộng ngày nghỉ Sa-bát cho cả gia đình và qua việc dựa trên kinh nghiệm được giải cứu khỏi sự lao dịch của Y-sơ-ra-ên, phiên bản trong Phục Truyền biến ngày Sa-bát thành mệnh lệnh mang tính nhân văn/ theo chiều ngang.

Nói đúng ra, mặc dù các nguyên tắc của Mười Điều Răn rốt cuộc áp dụng cho mọi thành viên của cộng đồng giao ước, nhưng các mệnh lệnh nhắm đến từng người nam, cụ thể là những người nam trưởng thành là chủ gia đình, có vợ con và là người sở hữu tài sản. Nếu chúng ta chấp nhận cấu trúc xã hội xem người cha là trung tâm, thì Mười Điều Răn này xem vai trò lãnh đạo mạnh mẽ trong gia đình là chìa khóa dẫn đến một cộng đồng khỏe mạnh. Trong khi một số người lập luận rằng Mười Điều Răn tìm cách bảo vệ sức mạnh và đặc quyền của những người nam Y-sơ-ra-ên giàu có,[6] nhưng thực tế thì ngược lại, chúng chú ý hạn chế khả năng lạm dụng quyền lực của

---

5. Muốn biết thêm, xem Block, 'Reading the Decalogue Right to Left', 56–60.
6. D. J. A. Clines, 'The Ten Commandments, Reading from Left to Right', trong *Interested Parties: The Ideology of Writers and Readers of the Hebrew Bible* (JSOTSup 205; Sheffield: Sheffield Academic Press, 1995), 26–45; C. S. Rodd, *Glimpses of a Strange Land: Studies in Old Testament Ethics* (OTS; Edinburgh: T&T Clark, 2001), 87–89.

những người nam làm chủ gia đình.[7] Như vậy, tư liệu này là cách giải thích của người Y-sơ-ra-ên về bản tuyên ngôn nhân quyền.[8] Tuy nhiên, không giống các bản tuyên ngôn nhân quyền hiện đại, Mười Điều Răn không bảo vệ quyền lợi của bản thân người nào, mà là quyền lợi của người bên cạnh. Mỗi một điều khoản có thể được trình bày lại như lời tuyên bố về quyền lợi của người khác và trách nhiệm của người nam trưởng thành là trước nhất phải bảo vệ quyền lợi của Đức Giê-hô-va của giao ước, và kế đến là của những người Y-sơ-ra-ên:

Thánh Quyền

1. Mạng lệnh Quan trọng nhất: Đức Gia-vê có quyền nhận được sự trung thành chỉ dành riêng cho Ngài (5:7–10).

2. Danh Đức Gia-vê phải được sử dụng cách đúng đắn (5:11)

Nhân Quyền

3. Mọi người trong nhà đều có quyền được chủ nhà đối xử nhân đạo (5:12–15).[9]

4. Cha mẹ có quyền được tôn kính (5:16).

5. Người lân cận có quyền được sống (5:17).

6. Người lân cận có quyền nhận được hôn nhân thánh khiết và thủy chung (5:18).

7. Người lân cận có quyền sở hữu tài sản của mình (5:19).

8. Người lân cận có quyền nhận được lời chứng trung thực và đúng đắn nơi tòa án (5: 20).

9. Người lân cận có quyền được bảo đảm an toàn trong hôn nhân (5:21a).

10. Người lân cận có quyền đối với tài sản của chính gia đình họ (5:21b).

---

7. Xem thêm D. I. Block, 'Reading the Decalogue from Right to Left', 36–42; cùng tác giả, 'You shall not covet your neighbor's wife', trong *The Gospel According to Moses*, 137–68.

8. Dù nhìn chung, chúng ta đồng ý với W. Harrelson, *The Ten Commandments and Human Rights* (Philadelphia: Fortress, 1980), 186–93, người xem tài liệu này là 'hiến chương về quyền tự do của con người'.

9. Theo phiên bản trong Xuất Ê-díp-tô Ký, điều răn về ngày Sa-bát bày tỏ thánh quyền; Đức Gia-vê có quyền trên điều khiển thời gian và quyền được người Y-sơ-ra-ên tin cậy (Xuất 20:8–11).

Nguyên tắc đầu tiên của mối quan hệ giao ước: Đức Gia-vê có quyền nhận được sự trung thành chỉ dành riêng cho Ngài (5:7–10). Y-sơ-ra-ên không được có thần nào khác[10] ngoài Đức Gia-vê. Mạng lệnh này ngăn cấm việc thờ phượng bất kỳ thần nào khác ngoài Đức Gia-vê, như thể Ngài là thành viên độc nhất hay thậm chí đứng đầu một nhóm các vị thần. Mặc dù điều răn này không phủ nhận cách rõ ràng sự hiện hữu của các thần khác, nhưng nó khước từ bất kỳ sự chia sẻ nào về uy quyền, sức mạnh hay thẩm quyền pháp lý.[11]

Là lời chú thích cho câu 7, câu 8–10 được chia nhỏ thành ba câu với ba động từ: 'con không được làm', 'con không được quỳ lạy trước các hình tượng đó [vật con làm ra]', và '[con đừng] phụng thờ chúng [vật con tạo ra]' (so sánh 4:15–19). Lời ngăn cấm này triệt để về phạm vi, cấm làm ra bất kỳ hình tượng của thần nào theo kiểu mẫu công trình sáng tạo của chính Đức Chúa Trời trong Sáng Thế Ký 1. Theo sau các lệnh cấm là mệnh đề chỉ lý do (5:9): vì Đức Gia-vê là El Qanna', 'Đức Chúa Trời mãnh liệt' (bản NIV 'Đức Chúa Trời hay ghen tương', bản TTHĐ 'Đức Chúa Trời kỵ tà').[12] Trong khi các thần khác chấp nhận cho những người sùng kính họ cùng lúc thờ phượng nhiều thần khác nữa, thì là El Qanna' Đức Gia-vê sẽ không cho phép địch thủ nào. Rõ ràng, những cụm từ then chốt ở đây là 'hễ ai từ chối ta' (bản TTHĐ 'hễ ai ghét ta') và 'những người yêu mến ta' hay tận hiến cho ta theo giao ước. Mệnh đề cuối cùng (5:10) tuyên bố rằng cũng như tình yêu thiên thượng, tình yêu của con người cũng không chỉ là cảm xúc; đó là cam kết được bày tỏ qua hành động, trong trường hợp này là việc giữ gìn các mạng lệnh của Đức Gia-vê.

Đức Gia-vê cảnh báo những người khước từ Ngài rằng Ngài sẽ 'vì tội đó ... mà trừng phạt' con cháu họ đến ba bốn thế hệ.[13] Mặc dù thành ngữ 'đến ba bốn thế hệ' thường được hiểu theo chiều dọc,

---

10. Đây là chủ đề được lặp đi lặp lại trong Phục Truyền: 5:17; 6:14; 7:4; 8:19; 11:16, 28; 13:2[3], 6[7], 13[14]; 17:3; 18:20; 28:14, 36, 64; 29:26[25]; 30:17; 31:18, 20.
11. Xem thêm J. H. Walton, 'Interpreting the Bible as an Ancient Near Eastern Document', trong *Israel- Ancient Kingdom or Late Invention* (bt. D. I. Block; Nashville: Broadman & Holman, 2008), 305–9.
12. Muốn biết ý nghĩa của cách nói này, xem chú giải ở 4:24.
13. Sự can thiệp từ Chúa được diễn tả qua từ *pqd*, có thể mang ý nghĩa tích cực (Ru 1:6) hoặc tiêu cực. 'Nhân tội tổ phụ phạt con cháu' xuất hiện chỗ khác trong Xuất 20:5; 34:7; Dân 14:18.

nhưng cụm từ này nên hiểu theo chiều ngang.[14] Trong thế giới cổ, một đơn vị gia đình bao gồm đến bốn thế hệ, tất cả đều ở dưới quyền lãnh đạo của 'người cha'. Lời cảnh báo này dựa trên khái niệm về tính đoàn kết tập thể mà theo đó hành động của một thành viên trong gia đình, đặc biệt là người cha, liên lụy đến mọi thành viên khác. Nếu ngược với 'khước từ' là 'yêu mến', thì ngược với 'phạt tội lỗi' là thể hiện *ḥesed* (bản NIV 'bày tỏ tình yêu', bản TT 'làm ơn') đối với họ (5:10). Cũng như từ chỉ 'tình yêu' (*âhab*) trong tiếng Hê-bơ-rơ, *ḥesed* thuộc phạm vi ngữ vựng giao ước, bao gồm những phẩm chất khiến một người hành động vì lợi ích của người khác bất chấp tư lợi: tình yêu, lòng thương xót, ân huệ, sự nhân từ, tử tế, lòng bác ái, trung kiên, sự trung thực và lòng trung thành với giao ước.[15] Đức Gia-vê làm vậy 'đến hàng nghìn thế hệ', nhấn mạnh cam kết lâu dài của Ngài với con dân Ngài và niềm vui trong ân điển giao ước, tương phản với cơn thịnh nộ trong ít ngày (5:9).[16]

Nguyên tắc đầu tiên của mối quan hệ giao ước (5:7–10) trình bày 'Điều Răn Quan Trọng Nhất', mà Môi-se nghĩ đến mỗi khi ông dùng cách diễn đạt 'điều răn' ở số ít trong mối liên hệ với 'các mệnh lệnh và luật lệ' ở số nhiều (5:31; 6:1; 7:11). Nguyên tắc này tương ứng với Shema (6:4–5). Chín điều răn tiếp theo là những cách cụ thể bày tỏ sự tận hiến dành riêng cho Đức Gia-vê.

Nguyên tắc thứ hai của mối quan hệ giao ước: Danh Đức Gia-vê phải được sử dụng cách đúng đắn (5:11). Mặc dù truyền thống Do Thái thường xem đây là lời cấm việc dùng danh thánh để thề thốt cách xấc xược,[17] nhưng Cơ Đốc nhân thường xem đây chỉ là việc cấm kỵ nói lời tục tĩu báng bổ, xúc phạm đến danh Chúa. Một số người xem đó là lời ngăn cấm dùng danh của Đức Gia-vê như cây đũa thần để thể hiện quyền lực trên người khác.[18] Theo nghĩa đen, tiếng Hê-bơ-rơ phải dịch là 'Ngươi chớ mang/xưng danh Gia-vê Đức Chúa Trời của ngươi cách trống không'. Thành ngữ bắt nguồn từ tập tục cổ là

---

14. Nguyên tắc này được minh họa qua việc xử tử A-can và toàn bộ nhà ông trong Giôs 7:16–26.
15. Về từ này xem D.A. Baer và R. P. Gordon, *NIDOTTE*, 2:211–18.
16. So sánh cách dùng cụm từ này trong Xuất 34:6–7; xem thêm Giê 9:23.
17. Xem Tigay, *Deutoronomy*, 67.
18. Xem Walton, 'Interpreting the Bible as an Ancient Near Eastern Document', 313–18.

đóng dấu tên của chủ trên nô lệ.[19] Mang danh Đức Gia-vê nghĩa là tuyên bố Ngài là chủ của mình và thừa nhận vai trò làm đại diện cho Ngài (so sánh Ê-sai 44:5). Vấn đề ở đây là địa vị và chức năng của Y-sơ-ra-ên trong tư cách dân của Đức Gia-vê. Họ có thể không tuyên bố Đức Gia-vê là Đức Chúa Trời mà họ lập giao ước rồi sống như thể họ thuộc về Ba-anh.[20] Hậu quả của việc trình bày méo mó về Đức Gia-vê được công bố chỉ bằng những từ ngữ mơ hồ nhất: Đức Gia-vê sẽ không dung tha những người làm điều này.

Nguyên tắc thứ ba của cam kết giao ước: mọi thành viên trong gia đình có quyền được đối xử cách nhân đạo (5:12–15). Mặc dù bản Mười Điều Răn trong Xuất Ê-díp-tô Ký đặt ngày Sa-bát trên nền tảng là công trình sáng tạo (Xuất 20:8–11; so sánh Sáng 1:1–2:4a), nhưng Môi-se đổi chính sách này thành biểu tượng về quyền được chủ nhà đối xử cách nhân đạo của tất cả mọi người. Bằng cách này, ông không phủ nhận ý nghĩa nguyên thủy của ngày Sa-bát, mà bảo đảm rằng món quà đó là sự yên nghỉ ngày Sa-bát mở rộng ra cho cả hộ gia đình, trong khi độ dài câu chữ dành để nói về ngày Sa-bát cho thấy tầm quan trọng của quy định này.[21] Về mặt cấu trúc, điều răn này gồm ba phần: (1) tóm tắt điều răn (5:12); (2) giải thích điều răn này (5:13–14); và (3) tuyên bố nền tảng của điều răn (5:15).

Tương tự điều răn tôn kính cha mẹ, điều răn này được trình bày như một khẳng định.[22] Ngày Sa-bát được vâng giữ 'bằng cách giữ làm ngày thánh', tức là thánh hóa ngày ấy, biệt riêng ra khỏi sáu ngày kia để nó trở thành ngày nghỉ và nhận biết nó thuộc về Đức Gia-vê (5:13; so sánh Sáng 2:3). Như câu 13–14 có nói, từ ngữ *šabbat* bắt nguồn từ từ gốc có nghĩa là 'kết thúc, dừng', chỉ ra rằng ngày Sa-bát không phải chủ yếu dành để hội họp mà là ngày yên lặng, khi mọi công việc liên quan đến đời sống thường nhật phải được dừng lại.[23]

---

19. Xem thêm D. I. Block, 'Bearing the Name of the LORD with Honor', trong *How I Love Your Torah, O LORD!* 61–72.
20. So sánh cách Tân Ước áp dụng nguyên tắc này trong 2 Ti 2:14–26 và 1 Phi 4:12–19.
21. Hơn 60 từ so với 50 từ dành cho điều răn đầu tiên.
22. Động từ 'giữ' thay thế 'nhớ' trong Xuất 20:8.
23. Chuẩn bị thức ăn (Xuất Ê-díp-tô Ký 16:23–30), làm việc ngoài đồng (Xuất 34:12; Nê 13:15–21), đốt lửa (Xuất 35:3), nhóm củi (Dân 15:32–36), khiêng hàng hóa (Giê 17:21–22), và tham gia mua bán (A-mốt 8:5). Lệnh cấm không bao gồm những tình huống khẩn cấp. Lưu ý câu trả lời của Chúa Giê-xu cho người Pha-ri-si trong Mat 12:9–14 và Lu 14:1–6.

Trong Y-sơ-ra-ên cổ đại, thật là một cám dỗ cho gia chủ và những thành viên trực hệ trong gia đình của gia chủ giữ ngày Sa-bát trong khi hết thảy những người khác trong nhà vẫn tiếp tục làm việc, sinh hoạt bình thường. Để tránh điều này, điều răn liệt kê cụ thể những người khác trong đơn vị kinh tế được hưởng đặc ân này: trẻ con (nam và nữ), đầy tớ (nam và nữ), vật kéo (bò và lừa),[24] và tất cả những người ngoại bang tạm thời cư trú trong thành. Mệnh đề chỉ lý do được thêm vào nhấn mạnh rằng những người này đều được xếp ngang hàng với gia chủ; ngày Sa-bát là món quà cho tất cả. Khi đặt 'ngày nghỉ' vào ký ức trải nghiệm của chính Y-sơ-ra-ên tại Ai Cập (5:15), Môi-se khuyến khích cách đối xử cảm thông đối với những người dưới quyền. Trong cách đối xử với trẻ con, đầy tớ, súc vật, và người ngoài, người chủ gia đình phải thể hiện sự công bằng cao trọng của luật pháp Đức Gia-vê (Phục 4:8).

Dù ngày nghỉ Sa-bát hằng tuần được thiết lập với nhiều chức năng,[25] nhưng Cựu Ước cung cấp thông tin hết sức ít ỏi về cách người Y-sơ-ra-ên phải giữ và thánh hóa ngày này (so sánh Lê 24:8; Dân 28:9–10). Lần đầu nói đến việc người Y-sơ-ra-ên giữ ngày thứ bảy Sa-bát là trong Xuất 16:22–30. Điều này minh chứng khuôn mẫu này đã

---

24. Đối với những luật khác kêu gọi cách đối xử nhân đạo với thú vật, xem Xuất 22:30[29]; Lê 22:27–28; Phục 22:6–7, 10; 25:4.
25. (1) Nó nêu lên nhu cầu thiết thực của mọi người là cần nghỉ ngơi thường xuyên sau giờ làm việc căng thẳng mỗi ngày. (2) Bằng cách lấy công trình sáng tạo của chính Đức Chúa Trời làm khuôn mẫu cho nhịp sống, ngày Sa-bát hằng tuần cho người Y-sơ-ra-ên cơ hội để tuyên bố quan điểm thần học cơ bản của họ về cuộc sống. (3) Giống như cầu vồng trong mối liên hệ với Đức Chúa Trời của giao ước được lập với Nô-ê và vũ trụ (Sáng 9:12, 13, 17), ngày Sa-bát là 'dấu hiệu' của giao ước đời đời của Đức Gia-vê với Y-sơ-ra-ên (Xuất 31:16–17). Cách đặt câu có ý nhấn mạnh: bỏ qua ngày Sa-bát là từ chối tư cách thuộc viên của mình trong cộng đồng giao ước và tự cắt đứt ân điển của Đức Chúa Trời, do đó vi phạm ngày Sa-bát là tội xử tử (xem Xuất 31:14–15; 35:2; Dân 15:32–36). (4) Nó đem lại cho người Y-sơ-ra-ên phương tiện để thường xuyên ghi nhớ hành động giải cứu đầy quyền năng của Đức Gia-vê và ca ngợi đặc ân được làm chư hầu của Đức Gia-vê thay vì làm nô lệ của Pha-ra-ôn. (5) Nó tạo bối cảnh để những người Y-sơ-ra-ên tự do bày tỏ sự đồng cảm của họ với người yếu thế và người nghèo khó, phản chiếu mối quan tâm chung của Phục Truyền đối với khách lạ (so sánh 10:18–19; 16:11; 26:11). (6) Nó là phương cách để nhờ đó người Y-sơ-ra-ên tuyên bố mọi sự sống đều thiêng liêng (so sánh Lê 19:1). Đức Gia-vê đã biệt riêng Y-sơ-ra-ên làm dân thánh của Ngài thế nào (Xuất 19:5; Phục 10:14–15), thì Ngài cũng thánh hóa ngày thứ bảy thế ấy, vì mỗi ngày liên hệ đến Đức Gia-vê đều là ngày thánh. Qua việc 'giữ' (šāmar) ngày Sa-bát làm ngày thánh nhất trong các ngày, người Y-sơ-ra-ên nhắc chính mình và thế giới rằng toàn bộ sự sống đều thánh.

có trước khi Y-sơ-ra-ên đến Si-nai,²⁶ và ngày Sa-bát không phải là một phần của hệ thống nghi lễ liên quan đến đền tạm hay sự thờ phượng trong đền thờ, mà về bản chất, nó là một quy định đạo đức. Ngày thứ bảy Sa-bát phải được giữ như một ngày phước hạnh (Sáng 2:3), biệt riêng cho tất cả để 'nghỉ ngơi' và 'lấy lại sức'.²⁷

Nguyên tắc thứ tư của mối quan hệ giao ước: cha mẹ có quyền được tôn kính (5:16). Dù dùng một động từ khác, nhưng giống như ở Lê-vi Ký 19:3, điều răn thứ tư đòi hỏi Y-sơ-ra-ên phải tôn kính (*kabbēd*) cả cha lẫn mẹ.²⁸ Từ 'cha' và 'mẹ' không phải chỉ giới hạn cho cha mẹ ruột, huống chi là cha mẹ còn sống; và nguyên tắc này cũng không chỉ có hiệu lực khi người con còn nhỏ. Vì Mười Điều Răn chủ yếu răn dạy người nam trưởng thành, nên phạm vi của quy định này thậm chí còn mở rộng cho cha mẹ đã qua đời. Phần mệnh đề nguyên do được thêm vào đã liên kết sự mạnh lành của một người với cách người đó cư xử với cha mẹ. Đây không phải là sự thờ cúng tổ tiên. Số phận hay tương lai của một người không phụ thuộc vào năng lực tiếp diễn của người đã mất. Sự mạnh lành là phước hạnh Đức Gia-vê ban cho để đáp lại sự tôn kính đúng mức của người đó với cha mẹ mình.

Nguyên tắc thứ năm của mối quan hệ giao ước: quyền sống (5:17). Động từ *rāṣaḥ* được dùng ở chỗ khác nói về tội ngộ sát (4:42; 19:2, 4, 6), nhưng ở đây nói đến tội giết người có chủ tâm, tính toán

---

26. Việc bày tỏ quy định về ngày thứ bảy Sa-bát được tách ra khỏi và có trước sự mặc khải về việc giữ tất cả các nghi lễ thờ phượng khác. Những bản văn sau này liên kết ngày Sa-bát với những cuộc viếng thăm các tiên tri (2 Vua 4:23), những kỳ hội họp đặc biệt (Ê-sai 1:13), sự thờ lạy trước Đức Gia-vê (Ê-sai 66:23), sự nhiệt thành cảm tạ (Ê-sai 66:23) và lễ kỷ niệm (Ê-sai 58:13; Ô-sê 2:11[13]; Ca 2:6), nhưng có lẽ những sự kiện này liên quan đến các kỳ lễ hằng tháng hoặc hằng năm hơn là lễ Sa-bát hằng tuần. So sánh sự liên kết các ngày Sa-bát (số nhiều) với các kỳ lễ ngày Trăng Mới trong Ê-sai 1:13; 66:23; Ô-sê 2:11[13].

27. Mặc dù Sáng 2:1–4a không dùng từ *nûaḥ* ('nghỉ ngơi') cho Đức Chúa Trời, nhưng động từ này xuất hiện trong Xuất 20:11 với chủ ngữ là Đức Chúa Trời. Xuất 31:17 thậm chí còn dùng cách nói mạnh hơn liên quan đến con người: *yinnāpaš* ('lấy lại sức').

28. Động từ piel có nghĩa là 'gán tầm quan trọng cho'; nó thường được dùng với ý nghĩa 'đối xử cách tôn kính', là cách một người đối với chủ (Ma-la-chi 1:6) hay đối với một phái viên của Đức Gia-vê (Quan 13:7) hoặc với chính Đức Chúa Trời (1 Sa 2:30; Thi 50:15). Ngược với động từ này là động từ *qallēl* ('đối xử khinh miệt, xem thường' Xuất 21:17; Lê 20:9), thường được dịch là 'nguyền rủa'. Chúng ta nghe vang vọng điều răn này trong 2 Sa 10:3 (1 Sử 19:3) và Mal 1:6.

trước.²⁹ Nhưng điều răn này không đơn thuần là cấm giết người, mà còn đòi hỏi phải chủ động ngăn chặn những cái chết vô tình. Điều răn này bắt nguồn từ tính thiêng liêng độc nhất của sự sống con người, xuất phát từ địa vị của chúng ta là hình ảnh của Đức Chúa Trời (Sáng 9:6). Lấy đi mạng sống của người khác là cướp của Đức Chúa Trời một người đại diện và người ủy thác, hình thức cao nhất của sự bội tín. Không như luật pháp Ba-by-lôn, điều răn này không phân biệt giá trị mạng sống dựa trên địa vị, chủng tộc hay giới tính. Mạng sống của mọi người đều thiêng liêng như nhau.

Nguyên tắc thứ sáu của mối quan hệ giao ước: quyền được thủy chung trong hôn nhân (5:18). Nói đúng ra, 'ngoại tình' bao hàm các mối liên hệ thể xác tự nguyện giữa một người có gia đình và một người khác không phải vợ hay chồng mình.³⁰ Ngoại tình được xem là tội chết vì nó hủy hoại sự nguyên vẹn và giao ước của hôn nhân, vi phạm tính thiêng liêng của sự hiệp nhất thể xác, làm ô uế con người, là hình ảnh của Đức Chúa Trời, và đe dọa sự bền vững của cộng đồng.³¹ Giống tội giết người, ngoại tình làm dơ bẩn đất và cuối cùng khiến đất mửa dân nó ra (Lê 18:20, 24–25). Và cũng như tội giết người, ngoại tình không chỉ là tội phạm với người phối ngẫu hay con cái hoặc cha mẹ; mà là tội phạm với Đức Chúa Trời (so sánh Sáng 39:9). Trong khi những lời chỉ dạy về ngoại tình ở chỗ khác tập trung vào người nữ ngoại tình, thì nguyên tắc ở đây tập trung vào người nam.

Nguyên tắc thứ bảy của mối quan hệ giao ước: quyền sở hữu tài sản (5:19). Vì động từ *gānab* thỉnh thoảng được dùng để chỉ người ăn cắp (Xuất 21:16; Phục 24:7), nên trong truyền thống Do Thái một số người hiểu điều răn này là lệnh cấm bắt cóc. Tuy nhiên, không nên chỉ giới hạn điều răn này cho người ăn cắp.³² Đây là lệnh cấm

---

29. Dân 35:16–34; Ô-sê 4:2; Giê 7:9; 1 Vua 21:19. Cách dịch thông thường 'Ngươi chớ giết' quá rộng, nói đến lệnh cấm giết súc vật, tội tử hình, tham chiến, hay đốn cây.

30. Các mối quan hệ ngoài hôn nhân của một người nam đã có vợ chỉ được xem là tà dâm nếu người nữ liên quan đã có chồng. Xem Tigay, *Deutoronomy*, 71. Quy định này cũng bao hàm mối quan hệ tình dục ngoài hôn nhân, dù mối quan tâm trước mắt là tình trạng trọn vẹn của hôn nhân.

31. Về ngoại tình trong Cựu Ước, xem E. A. Goodfriend, 'Adultery', *ABD*, 1:82–86. Về 'vi phạm/ tội lớn' này trong bản văn Ugarit và Ai Cập (*ANET*, 24), xem W. L. Moran, 'The Scandal of the 'Great Sin' at Ugarit', *JNES* 18 (1956): 280–81.

32. Xem Weinfeld, *Deutoronomy 1–11*, 314–15.

tuyệt đối mọi loại trộm cắp, đặc biệt những món đồ một người bị cám dỗ thèm muốn, như được liệt kê trong nguyên tắc cuối cùng (5:21b).

Nguyên tắc thứ tám của mối quan hệ giao ước: quyền được nghe lời chứng trung thực và công bằng tại tòa (5:20). Quy định này có thể áp dụng cho mọi cuộc trò chuyện, nhưng nó đặc biệt nhắm tới khung cảnh pháp lý nơi một người được gọi đến để làm chứng về người lân cận. Trong khi Xuất Ê-díp-tô Ký 20:16 và Phục Truyền 19:18 nêu lên đặc điểm của lời chứng bị ngăn cấm đó là 'làm chứng dối', thì bản NIV lại bỏ qua ý này, nhưng ngăn cấm lời chứng 'trống rỗng'. Mối quan tâm ở đây đó là lời chứng không giúp cho vụ án tiến triển, lời chứng ngăn cản sự thật, hay lời chứng làm suy giảm việc theo đuổi sự công bằng bằng những câu trả lời vô giá trị và đánh lạc hướng.[33] Tính nghiêm trọng của lời chứng dối được phản ánh qua việc bị kết án tử trong 19:15–21.

Nguyên tắc thứ chín của mối quan hệ giao ước: quyền được bảo đảm an toàn trong hôn nhân (5:21a). Việc câu 21 liên quan đến tấm lòng hay trạng thái tinh thần củng cố sự xác quyết đó là Mười Điều Răn không phải một bộ luật mà các thẩm phán có thể dựa vào để đòi hỏi cách hành xử đúng đắn, mà là một tập hợp các nguyên tắc sống. Việc phân chia câu này thành hai mệnh đề riêng biệt giống với Xuất Ê-díp-tô Ký 20:17, nhưng giờ đây Môi-se hiệu chỉnh điều răn này thành ba khía cạnh quan trọng. (1) Ông đổi từ *ḥāmad* có nghĩa là tham muốn trong mệnh đề thứ hai thành *hiťawwâ*.[34] (2) Ông đảo ngược thứ tự của từ 'nhà cửa' và 'vợ của người lân cận' và tách lệnh cấm này thành một điều răn riêng lẻ. (3) Ông tạo một cặp nữa trong mệnh đề thứ hai bằng cách thêm 'ruộng của người' vào 'nhà của người'.

Những thay đổi này có ý nghĩa to lớn.[35] Sự mơ hồ của từ 'nhà', cũng như vị trí của 'vợ kẻ lân cận' trong bản dịch ở Xuất Ê-díp-tô ký mở

---

33. Trong bối cảnh Hoa Kỳ hiện đại, điều này có thể ngụ ý phải đệ trình Bản Sửa Đổi Thứ Năm để tự bảo vệ, khi chúng ta nhận thấy điều này sẽ không thúc đẩy chính nghĩa công bằng, hay quá bận tâm vào chuyện chữa nghĩa, như trong lời nhận xét của Tổng thống Clinton 'Điều đó tùy thuộc vào nghĩa của từ 'là'.'

34. Vì *ḥāmad* ('thèm') có thể được dùng cho những mong muốn lành mạnh (*DCH*, 3:247–48), nên từ này về bản chất không có nghĩa tiêu cực.

35. Muốn biết nghiên cứu chi tiết, xem Block "You shall not covet your neighbor's wife" trong *The Gospel According to Moses*, 137–68.

đường cho những người nam vô trách nhiệm bào chữa cho việc đối xử với vợ chỉ như tài sản trong nhà. Ở đây, Môi-se xóa bỏ sự mơ hồ này và nâng mối quan hệ hôn nhân lên trên hết trong tất cả các mối quan hệ khác trong gia đình. Trong khi điều răn thứ sáu nhằm bảo đảm sự thánh khiết trong hôn nhân, thì nguyên tắc này bảo đảm sự an toàn của mối quan hệ đó. Người nam không được tham vợ kẻ lân cận mình ngay cả trong ý định thỏa mãn dục vọng và ý định ngoại tình. Trong một môi trường bóc lột, người ta cũng muốn phụ nữ phải đóng góp vào kinh tế gia đình, nâng cao địa vị của người nam, và sinh thêm con cái cho gia đình. Những thay đổi của Môi-se trong nguyên tắc thứ chín của mối quan hệ giao ước thiết lập một hướng đi trong các mối liên hệ trong gia đình, mà sách Phục Truyền luôn theo đuổi, chủ đích hạn chế khả năng lạm dụng quyền lực của người chủ gia đình.

Nguyên tắc thứ mười của mối quan hệ giao ước: quyền bảo đảm việc sở hữu tài sản trong nhà (5:21b). Sau khi tách vợ ra khỏi phần còn lại của gia đình, Môi-se cấm người Y-sơ-ra-ên thèm muốn khối tài sản của người lân cận. Những tài sản này bao gồm toàn bộ những gì thuộc về hộ gia đình đó: nhà cửa và ruộng đồng, tôi trai tớ gái, bò và lừa, cũng như 'bất cứ vật gì thuộc về người lân cận của con'.

Mục đích của hai điều răn cuối là tạo không khí tin tưởng và an toàn trong cộng đồng giao ước. Bằng cách kết thúc Mười Điều Răn với lưu ý này, Đức Gia-vê thừa nhận rằng hành động được sản sinh từ điều chất chứa sâu trong lòng người,[36] và hành vi đúng đắn của cá nhân lẫn sự an toàn của cộng đồng đều không thể làm thành luật. Chúng chỉ có thể đạt được khi tất cả thành viên nhất định trong lòng rằng sẽ đặt lợi ích của người khác lên trên lợi ích của chính họ.

Phần Kết cho Bản Ký Thuật (5:22)

Mặc dù nhiều người xem câu này là phần giới thiệu cho phần tiếp theo kéo dài từ 5:22 đến 6:3, nhưng dựa trên cơ sở phê bình hình thức và việc so sánh với các hiệp ước cổ, cách hiểu câu này đúng nhất là coi chúng là đoạn kết của phần Môi-se nhắc lại Mười Điều Răn (so

---

36. So sánh Ê-sai 32:6; 59:13; Mat 5:27–28; 12:34; 15:18; Êph 6:6. Trong Êph 5:5 và Côl 3:5, Phao-lô liên kết nguyên tắc cuối cùng này với hai nguyên tắc đầu tiên, khẳng định rằng về bản chất, thèm muốn và tham lam là thờ hình tượng.

sánh Xuất 24:12–18; 31:18). Môi-se nhắc lại rằng sự mặc khải của Đức Gia-vê ở núi Si-nai là hữu hình, bằng lời và bằng văn tự.[37] Thật vậy, ông nhấn mạnh sự gắn bó chặt chẽ giữa sự mặc khải bằng lời với sự mặc khải bằng văn tự: điều gì Đức Gia-vê phán ông đều đã viết lại, và chỉ có thế. Đức Gia-vê đã tự viết ra tài liệu thành văn đó, rồi Ngài giao nó cho người Ngài ủy quyền để đại diện cho nó và giải thích ý nghĩa của nó. Qua việc thuật lại Mười Điều Răn, Môi-se đã đặt nền móng cho phần còn lại của bài giảng thứ nhì.

Việc chép lại Mười Điều Răn trên hai bảng đá lâu bền thay vì trên tài liệu dễ bị hư như là giấy da hay giấy chỉ thảo (giấy cói), cho thấy bản chất trang trọng và giá trị vĩnh cửu của nó. Truyền thống lâu đời cho rằng một bảng[38] chép các điều răn liên quan đến mối quan hệ của Y-sơ-ra-ên với Đức Chúa Trời, còn bảng thứ hai chép những điều răn hướng dẫn các mối quan hệ theo chiều ngang.[39] Cách giải thích này không dựa trên cơ sở giải kinh và ngữ cảnh. Phong tục Cận Đông cổ đại yêu cầu phải sao chép hiệp ước làm hai bản y như nhau, mỗi bên giữ một bản.[40] Xuất Ê-díp-tô Ký 33:15 cho biết nội dung Mười Điều Răn phủ cả mặt trước và sau bảng đá, củng cố lời kết luận rằng Đức Gia-vê ban cho Môi-se hai bản giống hệt nhau: một cho dân Y-sơ-ra-ên và một cho chính Ngài.

---

37. Ở chỗ khác, chúng ta đọc thấy Đức Gia-vê trao cho Môi-se hai bảng giao ước bằng đá 'bởi ngón tay Đức Chúa Trời viết ra' tại đỉnh núi (Xuất 31:18; so sánh 32:15–16; Phục 5:22).

38. Những lần nhắc đến 'hai' bảng mà chúng ta thường thấy trong Cựu Ước: Xuất 31:18; 32:15; 34:1, 4a, 4b, 29; Phục 4:13; 5:22; 9:10, 11, 15, 17; 10:1, 3; 1 Vua 8:9; 2 Sử 5:10; đối chiếu với những lần khác ở số nhiều mà không xác định là 'hai': Xuất 24:12; 32:1, 19, 28, 29; Phục 9:9; 10:2, 4, 5.

39. Calvin, *Institutes of the Christian Religion*, 2.8.11 (trang 376, 377). Truyền thống có từ thời Philo, là người viết rằng 'chúng tôi thấy Ngài chia mười điều thành hai nhóm, mỗi nhóm năm điều mà Ngài khắc trên hai bảng, năm điều đầu tiên chiếm vị trí trước nhất, còn năm điều còn lại được kể là thứ yếu' (*Decalogue*, 12:50). Tương tự, xem Josephus, Ant. 3.5.8; 3.6.5.

40. Xem thêm M. G. Kline, 'The Two Tablets of the Covenant', *WTJ* 22 [1960]; 138–46. Theo phong tục Hê-tít, mỗi bên gửi bản sao hiệp ước của mình vào đền thờ vị thần của mình, nơi chúng sẽ được thần trông nom, nhưng đó cũng là nơi chúng có thể được lấy ra và đọc lớn tiếng vào những thời điểm đã định. Xem ví dụ hiệp ước giữa Suppiluliuma I của Hê-tít và Shattiwaza của Mittani trong *Hittite Diplomatic Texts*, 6A §13, tr. 46–47.

Ngữ Cảnh Bắc Cầu

Trong truyền thống Cơ Đốc, Mười Điều Răn được xem trọng hơn tất cả phần còn lại của Tô-ra, là tinh túy của luật đạo đức của Đức Chúa Trời, là nền tảng đạo đức có giá trị vĩnh cửu cho mọi người, tương phản hoàn toàn với phần còn lại của luật pháp, là phần chẳng mấy hoặc chẳng hề liên quan gì đến chúng ta. Mười Điều Răn thật sự là một tài liệu đặc biệt. Được chính tay Đức Chúa Trời viết ra, đó là tài liệu giao ước chính thức. Nó giản lược thánh ý thành mười điều có thể dễ dàng học thuộc và nhắc lại trong các buổi lễ. Tuy vậy, không có bằng chứng nào trong Cựu Ước hoặc Tân Ước cho thấy Mười Điều Răn từng được xem là có thẩm quyền hay quan trọng hơn bất kỳ phần nào khác của sự mặc khải tại Si-nai.[41] Ngược lại, chúng ta nên xem mối liên hệ của nó với các tài liệu hiến pháp khác là mối liên hệ hữu cơ, giống như hạt giống nẩy mầm rồi phát triển và cuối cùng sinh ra những bông hoa hết sức đẹp đẽ.[42] Mối liên hệ giữa chúng có thể được minh họa như sau:

Quá trình phát triển Truyền Thống Hiến Pháp Y-sơ-ra-ên

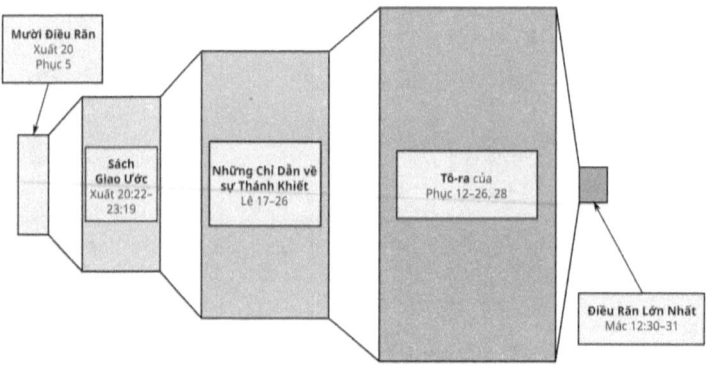

Thật khó xác định vai trò của Mười Điều Răn trong sự thờ phượng của Y-sơ-ra-ên. Trong ngữ cảnh hiện tại, tại đồng bằng Mô-áp, Môi-se nhắc lại mười điều răn này làm phần Kinh Thánh nền tảng cho bài

---

41. Cùng quan điểm là F. Crüsemann, *The Torah* (Minneapolis: Fortress, 1996), 356–57.

42. Khái niệm cho rằng Mười Điều Răn là nguồn của mọi luật pháp có từ thời Philo, người viết rằng: 'Đừng bao giờ quên điều này, rằng Mười Điều là nguồn của luật pháp, dường như được ghi lại trước khi có toàn bộ hiến pháp trong sách thánh' (Philo, *Decalogue*, 29.154).

giảng thứ hai của ông (Phục 4:44–26:19 và 28:1–29:1[28:68]). Trong 6:1–11:32 ông giải thích chi tiết điều răn đầu tiên ['quan trọng nhất'], trong khi trong 12:1–26:19 (mà nhiều người hiểu sai là Bộ Luật của Phục Truyền [Deutoronomic Code]) ông trình bày chi tiết thế giới quan ẩn chứa trong phần còn lại của Mười Điều Răn.[43] Ít có bản văn nào trong Cựu Ước lấy cảm hứng trực tiếp từ Mười Điều Răn. Lê-vi Ký chương 19 có lẽ là một bản văn như thế, nhưng những thay đổi về ngôn từ và hình thức diễn đạt khiến người ta nghi ngờ về việc xem Mười Điều Răn là nguồn cảm hứng chính.

Cam kết thuộc linh và đạo đức xã hội mà Mười Điều Răn mong đợi được phản chiếu trong sự giảng dạy của các tiên tri (Giê 7:9; Ô-sê 4:2), nhưng trong các sách tiên tri hay Thi Thiên thì không lặp lại rõ ràng chính mười điều răn này. Danh sách những việc làm công bình của Ê-xê-chi-ên trong Ê-xê-chi-ên 18 thể hiện vài kết nối về văn phong hay hình thức với Mười Điều Răn. Nếu Thi Thiên 15 và 24 thật sự bắt nguồn từ 'nghi thức bước vào đền thờ' (entrance liturgies- Những Thi Thiên này được dùng như thi thiên đối đáp khi dân sự muốn vào đền thờ. Dân sự hỏi: Ai được vào? Thầy tế lễ trả lời đưa ra một số tiêu chuẩn nào đó- ND),[44] thì điều đáng chú ý là những bản văn này không thể hiện ảnh hưởng nào từ Mười Điều Răn. Thi Thiên 50:16–21 trích dẫn Đức Chúa Trời đang chất vấn kẻ ác sao 'thuật lại các luật lệ ta' và 'miệng ngươi nói về giao ước ta', vì họ không sống đúng như vậy. Điều này có thể ám chỉ việc học thuộc và lặp lại Mười Điều Răn cách hời hợt như một hoạt động tôn giáo mà không hề ý thức về trách nhiệm tâm linh của cá nhân đối với Đức Chúa Trời, là Đấng phán qua Mười Điều Răn đó. Tuy nhiên, ngôn từ lại cho thấy có lẽ nó cũng lấy cảm hứng từ các bản hiến pháp khác. Thi 81:9–10[10–11] rõ ràng nhớ lại sự bày tỏ tại Si-na-i và có vẻ ám chỉ cụ thể lời mở đầu và nguyên tắc đầu tiên của Mười Điều Răn, nhưng bất kỳ thuyết nào nói về việc Mười Điều Răn có thể đã được dùng ra sao trong sự thờ phượng của Y-sơ-ra-ên cũng chỉ là suy đoán.[45]

---

43. Nỗ lực của S. Kaufmann ('The Structure of the Deuteronomic Law' *Maarav* 1/2 [1978]: 105–58) nhằm cho thấy rằng cấu trúc của Mười Điều Răn thể hiện trong cấu trúc của 'Luật' này là gượng ép.
44. Tương tự với S. Mowinckel, *Le décalogue* (Paris: Félix Alcan, 1927), 141 trở đi.
45. M. Weinfeld (*Deuteronomy 1–11*, 262, 267–75; cùng tác giả 'The Decalogue in Israel's Tradition' trong *Religion and Law: Biblical and Judaic-Islamic*

Đoạn trích dẫn Mười Điều Răn trong cuộn chỉ thảo Nash (thế kỷ thứ hai TC) và trong Tefillin (hộp nhỏ được người Do Thái đeo) được tìm thấy ở Qumran[46] cho thấy Mười Điều Răn đóng vai trò là nghi lễ quan trọng trong Do Thái giáo ban đầu. Mishnah (m. Tamid 5:1) cho biết lúc đầu nó được học thuộc vì là một phần của nghi thức hằng ngày trong đền thờ. Trong khi truyền thống Cơ Đốc thường lấy Mười Điều Răn ra khỏi bối cảnh Kinh Thánh, thì Do Thái giáo lại không tách nó ra khỏi phần tập hợp cốt lõi lớn hơn đó là luật pháp của Kinh Thánh.[47]

Dù Tân Ước không hề chính thức trích dẫn Mười Điều Răn như tư liệu nghi lễ hay tôn giáo, nhưng rõ ràng nó cung cấp nền tảng cho sự dạy dỗ về đạo đức của Chúa Giê-xu và Phao-lô. Những sự đối lập trong Bài Giảng Trên Núi của Chúa Giê-xu làm nổi bật nét đặc trưng Mười Điều Răn (Mat 5:21–37), nhưng ở chỗ khác Ngài giản lược các nguyên tắc của mối liên hệ giao ước xuống còn hai điều răn: 'Ngươi phải hết lòng... kính mến Chúa là Đức Chúa Trời ngươi...phải yêu người lân cận như chính mình' (Mat 19:16–30; Mác 10:17–31; Lu 18:18–30), diễn đạt chính xác hai phương diện của mối liên hệ giao ước được giải thích rõ trong Mười Điều Răn. Cả Gia-cơ (Gia 2:8–13) và Phao-lô (Rô 8:7–13; 13:8–10; Êph 6:1–4) đều trích dẫn rõ ràng Mười Điều Răn.[48] Trong 2 Cô-rinh-tô chương 3, Phao-lô đối lập giữa luật pháp khắc trên đá theo mẫu tự chỉ đem lại sự chết, với luật pháp viết vào lòng người bởi Thánh Linh, và điều đem lại sự sống. Chủ nghĩa hình thức thường gắn với giao ước đầu tiên này cuối cùng bị nhường chỗ cho giao ước mới.[49] Việc Phao-lô sẵn sàng dùng Mười Điều Răn

---

Perspectives (bt. E. B. Fimage [Winona Lake, IN: Eisenbrauns, 1990], 38–39) gợi ý rằng Mười Điều Răn được đọc tại Lễ Các Tuần Lễ (Shebuot), ngày mười lăm tháng Sivan, ba tháng sau cuộc xuất Ai Cập (Xuất 18:1). Ngày mọi người được nghe đọc Mười Điều Răn là 'ngày hội họp' (Phục 9:10; 10:4; 18:16; so sánh 4:10–14). Weinfeld cho rằng sự kiện nguyên thủy thường xuyên được diễn kịch trong phần nghi lễ mà qua đó dân chúng áp dụng Mười Điều Răn cho chính họ thông qua giao ước và lời thề.

46. Xem G. Vermes, 'Pre-Mishnaic Jewish Worship and the Phylacteries from the Dead Sea', *VT* 9 (1959): 65–72.

47. Về cách dùng Mười Điều Răn trong Do Thái ban đầu, xem F. E. Vokes, 'The Ten Commandments in the New Testament and in First Century Judaism', *StEv* 5 (bt. F. L. Cross; Berlin: Akademie Verlag, 1968): 146–54.

48. Vokes (tr. 153) nhận xét rằng đối với Phao-lô 'luật pháp là luật pháp thì mai một, nhưng luật pháp là chuẩn đạo đức thì vẫn còn'.

49. Về vấn đề này, ông đồng ý với Giê 31:31–34. Nhưng khía cạnh bên trong của giao ước mới thì không hoàn toàn mới. Mọi yếu tố của giao ước mới được

phản ánh truyền thống giáo lý lâu đời của người Do Thái và tầm quan trọng của Mười Điều Răn trong việc giảng dạy của Cơ Đốc giáo thời kỳ đầu. Dẫu vậy, cũng không có bằng chứng nào trong Tân Ước cho thấy nó có thẩm quyền độc nhất đối với Cơ Đốc nhân.

Ý Nghĩa Đương Đại

Cơ Đốc nhân ngày nay phải hiểu Mười Điều Răn như thế nào? Có nên ủng hộ việc dán 'Mười Điều Răn' ở tòa án và trường học không? Hay sự tự do trong Đấng Christ miễn trừ chúng ta khỏi trách nhiệm đối với mọi luật pháp Cựu Ước, kể cả Mười Điều Răn? Để tìm câu trả lời, chúng ta cần cân nhắc một số điều.

Dành cho những người được chuộc. Trước nhất, Mười Điều Răn phán bảo với những người đã được cứu chuộc. Mười nguyên tắc của mối liên hệ giao ước không được bày tỏ cho người Ai Cập hay người Ca-na-an, mà cho con dân Đức Chúa Trời, được chọn để đại diện cho Ngài và rao ra ân điển và vinh quang của Ngài giữa các dân. Thì quá khứ của động từ ('Đấng đã đem con ra', 5:6) không chỉ sự tình cờ cũng không phải là điều xa lạ; nó nhắc nhở mọi người nghe tài liệu này về mối liên hệ đúng đắn giữa vâng theo ý muốn Chúa và hành động cứu chuộc của Đức Gia-vê. Luật pháp (bao gồm Mười Điều Răn) không phải là phương cách cứu rỗi, cũng không phải là nghĩa vụ nặng nề; đó là món quà ân điển, là sự chỉ hướng dành cho con dân Đức Chúa Trời để họ có thể đáp ứng với ân điển của Ngài theo ý Ngài một cách thông biết.[50]

Điều này đồng nghĩa với việc thúc đẩy dán Mười Điều Răn ở trường công và tòa án về bản chất là sai chỗ. Vấn đề của xã hội Mỹ không phải là dân chúng không chịu giữ 'Mười Điều Răn'; mà là hầu hết đều không chịu ra khỏi Ai Cập. Thật phi thực tế và không đúng với Kinh Thánh khi mong đợi những người chưa được cứu sống theo các nguyên tắc và những cam kết của người được cứu. Họ vừa không

---

Giê-rê-mi trích dẫn cũng đều đã vận hành trong tấm lòng của những tín hữu thật trong giao ước cũ.

50. Lưu ý đánh giá tương tự của J. J. Stamm (*The Ten Commandments in Recent Research* [dịch bởi M. E. Andrew; SBT 2nd series; London: SCM, 1967], 114): 'Mười Điều Răn là hiến chương tự do mà Đức Gia-vê ban cho dân được giải cứu khỏi Ai Cập. Dân Y-sơ-ra-ên nhận lấy không phải như gánh nặng, mà là một món quà, được xem như một đặc ân và cơ hội để cảm tạ.'

có động lực vừa không có Thánh Linh ở cùng để ban năng lực sống như thế.

Mối liên hệ giao ước. Thứ nhì, những điều khoản của Mười Điều Răn được bày tỏ ngay trong ngữ cảnh thiết lập mối liên hệ giao ước. Đức Gia-vê đã đem Y-sơ-ra-ên đến với chính Ngài trước khi Ngài đem luật pháp đến với họ (Xuất 19:4–6). Do đó, người Y-sơ-ra-ên không phải trước nhất được kêu gọi đi theo một quy tắc xử sự, mà là bước vào mối liên hệ với Đức Chúa Trời ('Ta là Giê-hô-va Đức Chúa Trời của con'). Cam kết làm theo ý muốn đã được Đức Chúa Trời khải thị không quan trọng bằng đón nhận đặc ân có được mối liên hệ giao ước với Ngài. Không có kinh nghiệm cứu rỗi và mối liên hệ giao ước đó, thì việc kiên định vâng theo 'Mười Điều Răn' chỉ là làm theo luân lý đạo đức mà thôi.

Chấp nhận hoàn toàn. Thứ ba, nếu một người chấp nhận một vài điều khoản của Mười Điều Răn là chuẩn mực của Cơ Đốc nhân, thì người đó cũng phải chấp nhận mọi điều răn. Mười Điều Răn phải được đón nhận trọn gói, bắt đầu bằng lời tựa và kết thúc bằng điều răn không tham lam. Các nguyên tắc được trình bày như những mạng lệnh tuyệt đối, vô điều kiện, không lấp lửng và hầu như không cần giải thích động cơ.

Điều này bao hàm ngày thứ bảy Sa-bát. Một số người tranh cãi cho tính chất chuẩn mực của 'Mười Mạng Lệnh' trong vai trò những chỉ dẫn cho hành vi của Cơ Đốc nhân, nhưng rồi lại loại quy định về ngày Sa-bát ra như thể điều răn này là một ngoại lệ. Họ cho rằng Sa-bát thuộc về luật lễ nghi, đã chấm dứt trong Đấng Christ. Tuy nhiên, không thể bênh vực quan điểm này được. (1) Ngày thứ bảy Sa-bát được đưa vào Mười Điều Răn như một nguyên tắc căn bản của mối liên hệ giao ước, đi đôi với việc cấm thờ thần khác, cấm giết người, v.v... Không thể tách rời ngày Sa-bát khỏi phần còn lại.

(2) Theo bản Mười Điều Răn ở Xuất Ê-díp-tô ký, nhịp sống hằng tuần sáu-cộng-một là nền tảng của trật tự vũ trụ. Xuất Ê-díp-tô Ký 20:11 đặt sinh hoạt của con người vào kiểu mẫu của công trình sáng tạo thiên thượng.

(3) Ban đầu, ngày Sa-bát được tách khỏi luật nghi lễ của Y-sơ-ra-ên. Trong thực tế, người Y-sơ-ra-ên giữ ngày Sa-bát như chuyện đương nhiên từ trước khi họ đến Si-na-i (Xuất 16).

(4) Quy định ngày Sa-bát về căn bản không phải là một nghi lễ tôn giáo. Về mục đích và đặc điểm, ngày Sa-bát vừa có tính nhân văn (quà tặng nhằm giúp con dân Chúa được nghỉ ngơi và lấy lại sự tươi mới sau những giờ lao động kiếm sống) vừa mang tính thần học - cho người Y-sơ-ra-ên cơ hội tuyên xưng triết lý thần học cơ bản của họ về cuộc sống (Đức Chúa Trời là Đấng sáng tạo nên mọi điều), tuyên xưng niềm tin rằng Ngài sẽ chu cấp những nhu cầu của họ trong ngày thứ bảy, tuyên xưng việc họ đón nhận mối liên hệ giao ước, lòng biết ơn của họ về sự cứu rỗi khỏi ách nô lệ và lòng thương xót của họ đối với người nghèo khó.

(5) Không chỗ nào trong Tân Ước tuyên bố trong Đấng Christ, ngày thứ bảy Sa-bát đã lỗi thời. Ngược lại, Chúa Giê-xu (vd: Lu 3:16) và các môn đồ đầu tiên đã giữ ngày Sa-bát (Công 13:14, 27, 42, 44; 15:21; 16:13; 17:2; 18:4). Ở chỗ có vẻ như Phao-lô đánh giá thấp các ngày Sa-bát (số nhiều) là chỗ ông nói đến các lễ hội hằng tháng hoặc hằng năm, là những lễ thật ra gắn với lịch giáo lễ của Y-sơ-ra-ên (Rô 14:5–6; Ga 4:10; Cô 2:16).[51]

Có vẻ như đến nửa đầu thế kỷ thứ hai SC, các Cơ Đốc nhân càng ngày càng hay nhóm họp thờ phượng vào Chúa Nhật, mặc dù nhiều người vẫn tiếp tục giữ ngày Sa-bát vào thứ Bảy.[52] Cùng với phép cắt bì, nghi thức gia nhập vào giao ước (được thay thế bằng báp-têm), và lễ Vượt Qua (được đổi thành Lễ Tiệc Thánh), các Cơ Đốc nhân đầu tiên đã đổi ngày nghỉ thứ bảy sang ngày đầu tiên kỷ niệm sự sống lại và sự sống mới.[53] Họ không bỏ ngày Sa-bát; bởi vì ngày thứ bảy Sa-bát là dấu hiệu của giao ước đối với Y-sơ-ra-ên thể nào (so sánh Xuất 31:17), thì ngày thứ nhất Sa-bát cũng trở thành dấu hiệu của giao ước mới đối với Cơ Đốc nhân như vậy.[54] Nếu ngày Chúa Nhật có

---

51. Trích dẫn Hê 4:9 như là bằng chứng cho việc trong Đấng Christ, ngày nghỉ Sa-bát đã bị bỏ đi là hiểu sai ẩn dụ này; việc dùng ngày thứ bảy Sa-bát làm hình ảnh về sự yên nghỉ mà chúng ta vui hưởng trong Đấng Christ không ảnh hưởng đến thực tại nền tảng của ngày Sa-bát đó.
52. Mặc dù Chúa Nhật không phải ngày nghỉ chính thức cho đến khi được Constantine I ra sắc lệnh vào ngày 7 tháng Ba năm 321 SC.
53. Ở Nga, từ 'Chúa Nhật' *Voskresenie* có nghĩa là 'ngày sống lại'.
54. Có vẻ như đằng sau cách diễn đạt 'nhằm ngày của Chúa' trong Khải 1:10 là cụm từ tiếng Hê-bơ-rơ 'ngày thuộc về Đức Gia-vê', cách viết rút gọn của 'ngày thứ bảy là ngày nghỉ dành cho Giê-hô-va Đức Chúa Trời của con' (Xuất 20:10). Trong trường hợp đó, Giăng áp dụng cách nói của giao ước cũ cho thực tại của giao ước mới. Ở chỗ khác chúng ta thấy có chép ngày thứ nhất là ngày thờ phượng chung và đón nhận tặng vật cho người nghèo (Công 20:7; 1 Cô 16:2).

ý nghĩa với Cơ Đốc nhân như ngày Sa-bát với người Y-sơ-ra-ên, thì bởi giữ ngày này mà chúng ta cũng tuyên xưng quan điểm thần học căn bản của chúng ta về cuộc sống (Đức Chúa Trời là Đấng tạo nên mọi điều), lòng tin quyết của chúng ta nơi việc Chúa chu cấp nhu cầu trong ngày thánh của chúng ta, việc chúng ta chấp nhận mối liên hệ giao ước, lòng biết ơn của chúng ta về sự cứu rỗi khỏi ách nô lệ cho tội lỗi và lòng thương xót của chúng ta đối với người nghèo.

Chúa Giê-xu và Mười Điều Răn. Cuối cùng, Chúa Giê-xu cho chúng ta thấy chúng ta phải hiểu Mười Điều Răn như thế nào cho đúng. Khi rút gọn ý muốn đã được Đức Chúa Trời bày tỏ thành điều răn đơn giản 'Ngươi phải hết lòng... kính mến Chúa là Đức Chúa Trời ngươi...phải yêu người lân cận như chính mình' (Mat 22:34–40; Mác 12:28–34), Chúa Giê-xu bày tỏ cốt lõi lẫn trọng tâm của cả luật pháp. Patrick Miller nhận xét: 'Mười Điều Răn là... khởi điểm cho việc định hướng ý nghĩa và sự ảnh hưởng, nguyên tắc và hành động mà nhờ đó cộng đồng đức tin biết cách sống trong mối liên hệ với Đức Chúa Trời và người xung quanh.'[55]

Sự tin kính thật được bày tỏ qua hành động tận hiến cho giao ước, tìm cách làm vui lòng Chúa và tìm kiếm điều ích lợi cho người khác. Mặc định Mười Điều Răn là chuẩn mực cho các môn đệ, Chúa Giê-xu đã trích dẫn cách rõ ràng (Mat 19:18–19) và khiển trách người Pha-ri-si vì đã lấy luật của chính họ theo kiểu đạo đức giả thế vào chỗ những vấn đề quan trọng của Tô-ra (Mat 15:4–20; 23:1–12). Tuy vậy, là Đức Gia-vê nhập thể, Đấng đã phán với Y-sơ-ra-ên tại Hô-rếp, bản thân Chúa Giê-xu vẫn hoàn toàn không lệ thuộc vào nghi lễ này và tuyên bố chính Ngài là Chúa của ngày Sa-bát (Mác 2:27–28). Khi khen ngợi chàng thanh niên đến hỏi Ngài vì anh ta đã giữ các điều răn này và kêu gọi anh ta theo Ngài (Mat 19:16–22; Mác 10:17–22; Lu 18:18–30), Chúa Giê-xu đã nói như vai trò của Đức Gia-vê trong Mười Điều Răn. Sự sống đời đời có được nhờ mối liên hệ với Ngài, Chúa của giao ước.

---

55. P. D. Miller, *The Ten Commandments* (Interpretation; Louisville: Westminster John Knox, 2009), 6.

Phục Truyền Luật Lệ Ký 5:23–6:3

Ý Nghĩa Nguyên Thủy

Hồi tưởng tiếp theo của Môi-se về việc khải thị Mười Điều Răn chia thành ba phần khá đều nhau, trong đó chúng ta nghe thấy những tiếng nói khác nhau ở mỗi phần: tiếng của dân chúng (5:23–27), tiếng của Đức Gia-vê (5:28–32) và tiếng của Môi-se (5:32–6:3).

Phản Ứng của Dân Chúng Trước Việc Chúa Hiện Hình ở Hô-rếp (5:23–27)

Khi nghe tiếng sấm truyền của Đức Gia-vê, phái đoàn gồm tất cả lãnh đạo các chi phái và trưởng lão đến gần Môi-se. Cách họ đến với Môi-se cho thấy sự phấn khích của họ. Họ thừa nhận Đức Gia-vê đã bày tỏ vinh quang và sự oai nghiêm của Ngài, và thừa nhận họ đã nghe tiếng Ngài từ giữa đám lửa. Họ thể hiện sự kinh ngạc khi vẫn sống sót qua trải nghiệm này (5:24), nhưng sau đó họ không chắc có thật sự thoát chết không (5:25–26). Họ tỏ vẻ sợ hãi qua hai câu hỏi tu từ: 'Cớ sao chúng tôi phải chết?' và 'Vì có người phàm nào[1] nghe tiếng Đức Chúa Trời hằng sống phán ra từ giữa lửa như chúng tôi mà còn sống không?' Sự hiện diện của Đức Gia-vê trong lửa đã khiến họ tin rằng Ngài thật là Đức Chúa Trời hằng sống, nhưng họ sợ Đấng sống đó sẽ lấy đi mạng sống của họ. Để tránh nguy hiểm, dân chúng yêu cầu Môi-se làm người trung gian (5:27), và họ hứa từ giờ trở đi sẽ nghe lời ông và xem tiếng nói của ông như tiếng của Đức Chúa Trời.

Đáp Ứng của Đức Gia-vê Trước Lời Đề Nghị Của Dân Chúng (5:28–31)

Đức Gia-vê thừa nhận rằng Ngài đã tình cờ nghe thấy yêu cầu của dân chúng dành cho Môi-se (so sánh 4:28) và Ngài xác nhận phản ứng của họ là đúng. Ngài cũng bày tỏ ao ước người Y-sơ-ra-ên không

---

1. Từ Hê-bơ-rơ *bāśār* có thể được dùng để chỉ các sinh vật sống (Sáng 6:17, 19; Dân 18:15) nhưng thường để chỉ loài người (Sáng 6:12, 13; Ê-sai 40:5, 6; v.v…).

bao giờ đánh mất thái độ tôn kính hiện tại đối với Ngài.[2] Nếu họ bày tỏ điều đó qua việc luôn luôn vâng phục tất cả những mệnh lệnh của Ngài, thì phúc lợi của họ sẽ được bảo đảm mãi mãi. Phần còn lại là lời của Đức Gia-vê phán với Môi-se. Ông phải cho dân chúng trở về trại của họ, trong khi ông vẫn ở lại trong sự hiện diện của Đức Gia-vê để tiếp tục nhận sự mặc khải, được biết đến như là 'toàn bộ điều răn' (bản NIV 'tất cả các điều răn'), và 'các luật lệ và mệnh lệnh'.

Hình thức số ít của cụm từ đầu tiên đáng để chúng ta lưu ý. Giống những chỗ khác,[3] nó ám chỉ điều răn thứ nhất trong Mười Điều Răn (điều răn quan trọng nhất) và cốt lõi của nó, như được thể hiện trong Shema (6:4–5),[4] là cơ sở cho mọi điều khác, trong khi 'các luật lệ và mệnh lệnh' nói đến các quy tắc cụ thể của giao ước. Môi-se phải dạy người Y-sơ-ra-ên những điều này để khi vào Đất Hứa họ làm theo.

Động từ 'dạy' (*limmēd*) cung cấp chìa khóa giải kinh cho bài giảng thứ hai. Trong các đoạn 6–11, Môi-se sẽ dạy dân chúng biết bản chất và các phương diện của Điều Răn Quan Trọng nhất, còn trong đoạn 12–26 ông sẽ dạy họ các mạng lệnh và luật lệ. Điều này không có nghĩa là chỉ thuật lại như cách chúng được ban ra trước đó, mà là giải thích các nguyên tắc ẩn sâu bên trong và áp dụng vào tình huống mới.

Lời Khuyên Bảo Của Người Trung Gian (5:32–6:3)

Quay trở lại vai trò làm phát ngôn viên chính thức của mình, Môi-se nắm lấy cơ hội đó để khuyên bảo dân chúng sống vâng phục. Lời khuyên của ông chia làm ba phần, mỗi phần đều có lời huấn thị, mục tiêu và lời công bố về nơi chốn: 5:32–33; 6:1–2; 6:3 (so sánh 4:40). Phần đầu tiên nhấn mạnh Đức Gia-vê là nguồn của các điều răn; phần thứ hai, Môi-se là người dạy các điều răn; và phần thứ ba, dân chúng là người học và làm theo các điều răn.

Huấn thị đầu tiên của Môi-se (5:32–33) chuyển từ lời kêu gọi đơn sơ là hãy trung thành với giao ước sang lời khuyên có tính ẩn dụ (so

---

2. Cách nói này được lặp lại trong 28:67; các biến thể của cách nói này xuất hiện trong Xuất 16:3; Dân 11:29; Gióp 6:8; 11:5; 13:5; 14:3; 19:23; 23:3.
3. Phục 6:1, 25; 7:11; 8:1; 11:8, 22; 30:11.
4. Tương tự, xem Weinfeld, *Deuteronomy 1–11*, 326; Lohfink, *Das Hauptgebot; eine Unterschung literarischer Einleitungstragen zu Dtn 5–11* (Rome: Pontifical Biblical Institute, 1963), 55–56.

sánh 4:40).⁵ Ông nói về các điều răn của Đức Gia-vê như là con đường mà ông đã truyền bảo dân chúng phải đi, và ông cảnh báo họ đừng đi sai đường khi quay 'qua bên phải hoặc bên trái'. Nếu họ đi đúng đường, họ sẽ đạt được mục tiêu gồm ba phương diện: được sống, được phước và được ở lâu dài trong xứ của mình (so sánh 28:1-14).

Huấn thị thứ hai của Môi-se (6:1-2) tập trung vào điều Đức Gia-vê truyền bảo ông phải dạy cho dân chúng. Mục tiêu ông nhắm tới không chỉ là ghi nhớ mà còn mãi mãi kính sợ Đức Chúa Trời, là điều thôi thúc họ và con cháu họ vâng phục Chúa và được sống thọ như mong ước.

Là mục sư-giáo sư, ông bắt đầu huấn thị thứ ba (6:3) bằng lời yêu cầu lắng nghe,⁶ theo sau là lời kêu gọi 'hãy nghe và cẩn thận làm theo'. Mục tiêu đã được công bố, được nhận diện dựa trên sự mạnh lành của dân chúng và sự gia tăng dân số tột bậc, liên kết câu này với các truyện kể trong Sáng Thế Ký (vd: Sáng 13:16; 22:17; 28:14). Điều khó hiểu đó là ông mô tả bối cảnh địa lý mà trong đó cả lời huấn thị và lời hứa đều sẽ được ứng nghiệm như trong 'xứ rỉ ra [bản TTHĐ 'đượm'] sữa và mật.⁷ Sữa và mật tiêu biểu cho những sản vật xứ sản sinh cách tự nhiên, tương phản với tính nhân tạo và dựa vào tưới tiêu của nông sản ở Ai Cập.⁸ Rỉ ra sữa và mật, Đất Hứa cũng cho thấy sự tương phản với đồng vắng, nơi trong suốt gần 40 năm dân chúng không có gì để ăn ngoài ma-na.

Ngữ Cảnh Bắc Cầu

Mặc dù trước đó Môi-se đã thừa nhận rằng thế hệ hiện tại không vô tín như cha mẹ họ (4:3-4), nhưng đây là lần đầu tiên ông nói bóng

---

5. Về cấu trúc câu 'giữ bằng cách làm theo', xem phần trên ở 5:1. Mặc dù mối quan tâm ở đây là việc ghi nhớ mặc khải của Đức Chúa Trời tại núi Si-nai, nhưng việc nhấn mạnh 'giữ lấy mình' làm ta nhớ đến 4:9, 15, 23.

6. Lời yêu cầu lắng nghe đặc biệt xuất hiện trong ngữ cảnh dạy dỗ (Châm 1:8; 4:1, 10; 8:32; so sánh 4:20; 5:1; 7:24). Xem thêm Weinfeld, DDS, 305-6.

7. Khi mô tả sự màu mỡ của đất đai ở Pa-lét-tin, thành ngữ này sẽ xuất hiện nhiều lần trong Phục Truyền (11:9; 26:9, 15; 27:3; 31:20) và những chỗ khác trong Cựu Ước (Xuất 3:8, 17; 13:5; 33:3; Lê 20:24; Dân 13:27; 14:8; 16:13, 14; Giôs 5:6; Giê 11:5; 32:22; Êxê 20:6, 15). Về cách nói này và về thiên nhiên phong cảnh xứ Pa-lét-tin cổ, xem S. D. Waterhouse, 'A Land Flowing with Milk and Honey', *AUSS* 1 (1963): 152-66.

8. Muốn biết phần mô tả vào khoảng đầu thiên niên kỷ thứ hai TC của người Ai Cập về miền bắc Pa-lét-tin, xem *COS*, 1:38 (tr. 79).

gió rằng tất cả mọi thứ không phải như họ thấy. Câu 28–29 cho thấy Đức Gia-vê thiếu tin tưởng nơi con dân Ngài và lòng nhiệt thành hiện tại của họ sẽ chẳng được bao.

Chủ đề này sẽ được nói trở lại trong chương 31, ở đó Đức Gia-vê tuyên bố rõ ràng rằng ngay khi Môi-se qua đời, dân chúng sẽ đi theo các thần khác và phá bỏ giao ước Ngài (31:16). Nhưng Đức Gia-vê còn nói thêm. Khi Ngài đem dân chúng vào xứ 'đượm sữa và mật' và họ được thịnh vượng, họ sẽ phục vụ các thần khác, từ chối Đức Gia-vê, và vi phạm giao ước với Ngài (31:20). Môi-se đồng tình. Ông biết dân chúng phản nghịch và cứng đầu ra sao, ngay từ lúc ông còn sống; ngay khi ông qua đời, họ sẽ bộc lộ trọn vẹn sự phản nghịch của mình (31:27). Lịch sử Y-sơ-ra-ên minh chứng sự dè dặt hiện tại của Đức Gia-vê là đúng. Trong vòng một hai thế hệ sau khi Môi-se qua đời (Quan 2:1–23), họ đã từ bỏ đường lối của Đức Gia-vê, khăng khăng đi con đường mình mãi cho tới năm 586 TC khi ngọn lửa của cơn thịnh nộ thánh nuốt chửng cả dân tộc.

Ý Nghĩa Đương Đại

Đức Gia-vê là ngọn lửa hay thiêu đốt. Phần lớn những điều được nói đến trong bài giảng này của Môi-se chúng ta đã được nghe trước đó. Tuy nhiên, với tính tóm lược, phần này nhắc độc giả hiện đại nhiều bài học thuộc linh cơ bản. Thứ nhất, Đức Gia-vê là ngọn lửa hay thiêu đốt mà con người hay chết phải lùi lại trước Ngài. Mặc dù trong Đấng Christ, 'Ngôi Lời đã trở nên xác thịt' nhấn mạnh quyết tâm không ngừng giao thông với con người, nhưng Ngài làm điều đó bằng những phương cách không tổn hại chút nào đến vinh hiển của Ngài (Giăng 1:14). Ngài như thế nào đối với Y-sơ-ra-ên cổ, thì Ngài cũng vẫn như thế ấy đối với tất cả những người được ghép vào và trở thành kẻ kế tự của lời hứa. Ngài là ngọn lửa hay thiêu đốt, mà sự phục vụ được Ngài chấp nhận phải luôn xuất phát từ lòng tôn trọng và kính sợ sâu xa (Hê 12:28–29).

Lòng kính sợ. Thái độ đúng đắn của con người trước Đức Chúa Trời vinh hiển và đầy ân điển vẫn là kính sợ, cảm giác kính sợ sâu xa trước sự hiện diện của Ngài. Chỉ lòng kính sợ đó mới sản sinh ra đáp ứng nghi lễ được Ngài chấp nhận và sản sinh ra sự thờ phượng bằng sự vâng phục mỗi ngày. Ở đâu không có lòng kính sợ, ở đó không có sự vâng phục và biết ơn mà nhờ đó chúng ta đã từng được đứng trong sự hiện diện của Đức Chúa Trời và được sống để thuật về nó. Không có lòng kính sợ, thì đời sống vâng phục vốn là đặc ân sẽ chỉ còn là bổn phận nặng nề.

Đức Gia-vê khao khát được tận hiến. Thứ ba, việc Đức Gia-vê khao khát được trung kiên tận hiến (5:29) nhắc chúng ta nhớ đến bản chất bại hoại của lòng người. Môi-se biết rõ sự kính sợ của dân Y-sơ-ra-ên ngắn ngủi làm sao. Mặc dù trong 10:16 ông kêu gọi người Y-sơ-ra-ên làm phép cắt bì trong lòng, nhưng cuối cùng ông tuyên bố (30:6) rằng ngay cả sự cắt bì trong lòng này cũng là hành động của ân điển thiên thượng. Dân chúng với tấm lòng bằng đá nổi loạn chống lại Đức Chúa Trời và khăng khăng đi theo ý mình, còn những người làm phép cắt bì trong lòng thì kính sợ Đức Chúa Trời và bước đi trong đường lối Ngài.

Phục Truyền Luật Lệ Ký 6:4–9

Giới Thiệu Phục Truyền 6:4–8:20

Giống các nhà truyền đạo ngày nay, sau khi thuật lại Kinh Thánh dưới dạng Mười Điều Răn, Môi-se đi sâu vào phần giải thích bản văn về mặt thần học. Mục tiêu chính của ông trong phần trọng tâm thứ nhất của bài giảng thứ nhì (6:4–11:32) là tạo ấn tượng trên dân Y-sơ-ra-ên về đặc ân và mối liên hệ đặc biệt hoàn toàn bởi ân điển mà họ vui hưởng với Đức Gia-vê. Tuy nhiên, ân điển này không thể đón nhận cách thờ ơ mà phải được tiếp nhận bằng sự chân thành biết ơn và tận hiến hoàn toàn cho Đấng Cứu Chuộc và Chúa của giao ước.

Nhưng phần này được chia nhỏ thành nhiều phân đoạn. Như trong 5:1, phần mở đầu của hai chương đầu tiên được nhận diện thông qua lời hiệu triệu 'Hỡi Y-sơ-ra-ên, hãy nghe' của Môi-se trong 6:4 và 9:1. Giữa hai dấu hiệu nhận diện này (6:4–8:20), Môi-se giải thích bản chất của mối liên hệ giao ước với Đức Gia-vê. Ông thông báo chủ đề quan trọng này bằng câu Shema trong 6:4, sau đó triển khai chủ đề từ nhiều góc độ khác nhau. Mạch văn và cấu trúc của 6:4–8:20 có thể được minh họa theo biểu đồ dưới đây:

Câu chính đề	Phục 6:4–9: Lời Mời Đến Với Tình Yêu Giao Ước[1]
	6:10–25
Trình bày thử nghiệm bằng lối khoa trương	Những thử nghiệm bên trong và bên ngoài (6:10–19)
Đáp ứng của người nghe	Thắc mắc của con trẻ: Ý nghĩa của những mạng lệnh này là gì? (6:20)
Câu trả lời theo lối khoa trương	Câu trả lời mang tính giáo lý của Môi-se (6:21–25)

Mặc dù ý chính nằm ở 6:4–5, nhưng trong phần còn lại của chương 6–8, Môi-se cụ thể hóa hiểu biết của mình về tình yêu trọn vẹn đối

---

[1]. Chủ đề này được thể hiện trong đề tựa tác phẩm của J. DeRouchie *A Call to Covenant Love: Text Grammar and Literary Sturcture in Deuteronomy 5–11* (Piscataway, NJ: Gorgias, 2007).

với Đức Gia-vê bằng một loạt những thử nghiệm về lòng tận hiến mà họ sẽ phải đối diện khi sống trong Đất Hứa.

Ý Nghĩa Nguyên Thủy

Phần nhỏ đầu tiên của Phục Truyền 6:4–8:20 có lẽ là phần ngắn nhất, nhưng cũng là phần sâu sắc nhất. Độc giả thường chú ý lời mở đầu 'Hỡi Y-sơ-ra-ên, hãy nghe' nhưng *šěma'* này chỉ là mệnh lệnh đầu trong một chuỗi những mệnh lệnh bao trùm trên phân đoạn này: 'nghe', 'kính mến', 'dạy dỗ', 'nói', 'buộc', và 'viết'.

Trọng Tâm của Cam Kết Giao Ước (6:4)

Shema là một trong những biểu tượng quan trọng nhất của Do Thái giáo.[2] Cho đến nay, người Do Thái chính thống vẫn đọc thuộc lòng câu 4–5 mỗi ngày hai lần như một phần trong lời cầu nguyện của họ (so sánh 6:7)[3]. Dù quan trọng trong truyền thống Do Thái và Cơ Đốc, nhưng Shema vẫn khó hiểu. Ý nghĩa của hai từ đầu tiên thì rõ ràng. Nhưng cấu trúc của phần còn lại không hề có trong toàn bộ Cựu Ước, vì vậy bất kỳ lời giải thích nào, kể cả của chúng tôi, đều chỉ được coi là tạm bợ. Nhìn bề ngoài, bốn từ ngữ dường như được sắp xếp theo thứ tự song song ABAB, được dịch theo nghĩa đen là:

Chuyển ngữ tiếng Hê-bơ-rơ	Dịch theo nghĩa đen	Bản TTHĐ
yhwh 'ĕlōhênû	'Gia-vê là Đức Chúa Trời chúng ta'	'Giê-hô-va Đức Chúa Trời chúng ta'
yhwh 'eḥād	'một Đức Gia-vê'	'Giê-hô-va có một không hai'

---

2. Ý nghĩa của Shema trong Do Thái giáo cổ được phản ánh qua việc đưa Shema vào cuộn chỉ thảo Nash phía sau Mười Điều Răn, một bản văn nghi lễ ở thế kỷ thứ hai TC (Emmanuel Tov, *Textual Criticism of the Hebrew Bible* [Mineapolis: Fortress, 1992], 118) và vào bản văn đựng trong hộp nhỏ được tìm thấy ở Hang số 8 tại Qumran, mà trong đó Shema được viết theo hình chữ nhật và các bản văn khác bao xung quanh (do M. Baillet xuất bản, *Discoveries in the Judaean Desert 3* [1962]: 149–51).

3. Cho nên, mang lấy 'ách của vương quốc' nghĩa là tự đặt mình dưới vương quyền của Đức Gia-vê. Muốn biết về Shema trong Do Thái giáo ban đầu, xem L. Jacobs. 'Shema, Reading of,' in *Encyclopaedia Judaica* (bản chỉnh lý.; New York: Macmillan, 2007), 18:453–56; S. D. McBride, 'The Yoke of the Kingdom: An Exposition of Deut. 6:4–5,' *Int* 27 (1973): 273–306, đặc biệt trang 275–79.

Dòng đầu tiên có thể được hiểu như một câu 'Gia-vê là Đức Chúa Trời chúng ta' hoặc như một ngữ đồng vị 'Gia-vê Đức Chúa Trời chúng ta', dù cách hiểu thứ hai làm phát sinh vấn đề khi giải thích dòng thứ nhì. Từ ngữ then chốt trong phần thứ nhì rõ ràng là *'eḥād*, mà việc xuất hiện vô số lần đều đại diện cho con số chỉ số lượng 'một'.[4] Tuy nhiên, trong gần chục lần, từ ngữ này mang chức năng tương đương với từ *lĕbaddô*, 'độc nhất vô nhị, duy nhất, một mình'.[5] Ngay trong ngữ cảnh trước mắt và ngữ cảnh rộng hơn, mục đích của câu này không phải trả lời cho câu hỏi 'Có bao nhiêu Đức Chúa Trời? mà là 'Ai là Đức Chúa Trời của Y-sơ-ra-ên?' Đối với câu hỏi này, người Y-sơ-ra-ên phải đồng thanh trả lời mà không có sự thỏa hiệp hay lập lờ: 'Đức Chúa Trời chúng ta là Gia-vê, chỉ một Gia-vê mà thôi!'[6]

Điều Môi-se quan tâm ở đây là liệu con dân Đức Chúa Trời có mãi trung thành với một mình Đức Gia-vê hay sẽ bị các thần của Ca-na-an quyến dụ? Lời giải thích Shema trong phần còn lại của 6:5–19 xác nhận cách hiểu này. Khi đáp lại Điều Răn Lớn Nhất bằng cách đọc Shema, người Y-sơ-ra-ên đang tuyên bố sự tận hiến trọn vẹn, hoàn toàn và tuyệt đối của mình dành cho Đức Gia-vê. Đây không hoàn toàn là lời tuyên xưng độc thần (so sánh 4:35, 39) mà là lời tuyên bố cách lớn tiếng lòng trung thành của họ, một sự xác nhận cam kết với giao ước giúp xác định ranh giới của cộng đồng giao ước. Cộng đồng đó bao gồm những người tuyên xưng những lời này như một đặc điểm nhận diện bằng ngôn từ và bao gồm những người bày tỏ nhân dạng này bằng cam kết giao ước không thỏa hiệp, đề tài mà giờ Môi-se chuyển qua.

---

4. Đây rõ ràng là cách hiểu của Bản Bảy Mươi: *akoue Israēl kyrios ho theos hēmōn kyrios heis estin*. Muốn biết, xem J. W. Wevers, *Notes on the Greek Text of Deuteronomy* (Atlanta: Scholars, 1995), 114. Cuộn chỉ thảo Nash cũng vậy, thêm dư từ *hû'* vào cuối câu 4.

5. Giôs 22:20; 2 Sa 7:23 (// 1 Sử 17:21); 1 Sử 29:1; Gióp 23:13; 31:15; Nhã 6:9; Xa 14:9. So sánh cách dùng tương tự của *lĕbaddô* trong 2 Vua 19:19; Ê-sai 2:11, 17. Sự mơ hồ của bản văn Shema bằng tiếng Hê-bơ-rơ được giải quyết theo hướng này cũng có trong câu khắc của người Sa-ma-ri vào thế kỷ thứ tư SC, thêm ngữ đồng vị *ldbw*, 'chỉ một mình Ngài', vào Shema. Xem G. Davies, 'A Samaritan Inscription with an Expanded Text of the Shema', *PEQ* 131 (1999): 3–19.

6. Muốn biết phần trình bày chi tiết về Shema và lập luận ủng hộ phần giải thích được trình bày ở đây, xem D. I. Block, 'How Many Is God? An Investigation into the Meaning of Deuteronomy 6:4–5', trong *How I Love Your Torah, O LORD!* 73–97. Cf. Nathan MacDonald, *Deuteronomy and the Meaning of 'Monotheism'* (FAT 2/ 1; Tübingen: Mohr Siebeck, 2003).

Vị Trí của Cam Kết Theo Giao Ước (6:5)

Câu 5 giải thích ý Môi-se muốn chuyển tải khi nói đến lòng trung thành dành riêng cho Đức Gia-vê. Như đã giải thích trước đó (4:37), từ Hê-bơ-rơ *'ahab* ('yêu mến') nói đến cam kết giao ước được thể hiện bằng hành động tìm kiếm ích lợi và thỏa vui của đối tác giao ước. Ở đây, Môi-se kêu gọi dân Y-sơ-ra-ên minh chứng cho lời cam kết được bày tỏ trong 6:4 bằng tình yêu trọn vẹn và tình yêu của cả con người.

Môi-se làm nổi bật tính mãnh liệt của cam kết này bằng bộ ba từ hạn định (qualifier), mà bản NIV dịch là 'hết lòng, hết linh hồn, hết sức'. Đây là cách dịch truyền thống, nhưng có phần sai lạc và làm lu mờ mức độ sâu sắc của lời nói. Mặc dù một số người hiểu câu 5 là câu nói theo khía cạnh tâm lý Hy Lạp phản ánh nhân chủng học gồm ba khía cạnh, nhưng câu này nhằm củng cố sự tận hiến tuyệt đối và duy nhất cho Đức Gia-vê mà câu 4 kêu gọi.[7] Đi từ trong ra ngoài, ba từ Hê-bơ-rơ *lēb*, *nepeš*, *mĕ'ôd* tương ứng với ba vòng tròn đồng tâm, mỗi vòng tròn tượng trưng cho một lĩnh vực hiện hữu của con người (xem hình).

Các Chiều Kích Trong Cam Kết Giao Ước- Giải Thích Phục Truyền 6:5

Các Chiều Kích Trong Cam Kết Giao Ước- Giải Thích Phục Truyền 6:5

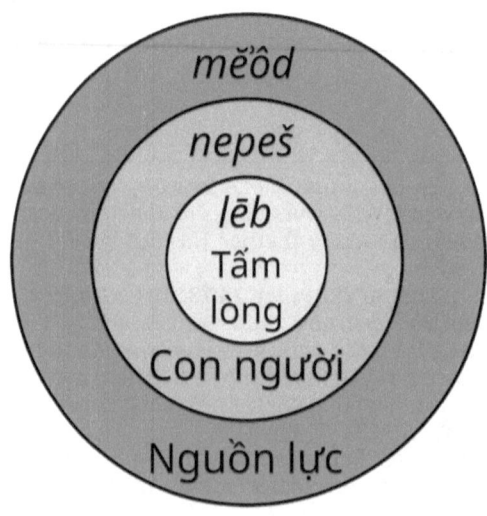

---

7. McBride, 'The Yoke of the Kingdom', 273–306.

Từ Hê-bơ-rơ *lēb* ('lòng') thường mang nghĩa ẩn dụ, chỉ về chỗ bày tỏ cảm xúc và ý chí, nhưng cũng thường ám chỉ 'tâm trí' hay chỗ bày tỏ suy nghĩ. Ở đây, từ này tổng hòa dùng để nói đến con người bên trong, bao hàm cả 'tấm lòng' và 'tâm trí'.[8] Cụ thể, *nepeš* nghĩa là 'cổ họng, thực quản', nhưng từ này được dùng với nhiều nghĩa ẩn dụ khác nhau: 'thèm ăn/ thèm muốn' (Châm 23:2; Truyền 6:7); 'sự sống' (Sáng 9:5; 2 Sa 23:17; Giô-na 2:5[6]); con người là 'hữu thể sống' (Êxê 4:14; v.v...); toàn bộ bản chất con người (Lê 16:11); thậm chí là xác chết, tức là thân thể không có sự sống/hơi thở nữa (Lê 21:11). Ở đây, từ này nói về toàn bộ con người. Bản tiếng Việt dịch *me'ōd* là 'sức lực' như trong Bản Bảy Mươi, là bản dịch dùng chữ *dynamis*, tức là 'sức lực' (so sánh *ischys* trong Mác 12:30), nhưng cách dịch này làm giảm đi ý nghĩa của từ gốc Hê-bơ-rơ. Ngoại trừ bản văn này và 2 Vua 23:25, là câu nhắc lại ý của câu này, thì ở những chỗ khác *me'ōd* luôn luôn đóng vai trò là trạng từ, nghĩa là 'rất, cực kỳ'.[9]

Sự biến triển và tính đồng tâm trong ngữ vựng của Môi-se giờ đây trở nên rõ ràng. Khi kêu gọi toàn thể Y-sơ-ra-ên yêu mến Đức Chúa Trời cách toàn tâm toàn ý, Môi-se bắt đầu với con người bên trong, sau đó chuyển qua toàn bộ con người và kết thúc với tất cả những gì một người cho là thuộc về mình.[10] Đây là 'cái ách của Nước Trời'- cam kết giao ước bắt nguồn từ tấm lòng, nhưng ảnh hưởng đến mọi lĩnh vực trong con người.

Các Phương Diện Của Cam Kết Theo Giao Ước (6:6–9)

Tiếp tục khuôn mẫu ly tâm, trong phần còn lại của đoạn này, Môi-se nhấn mạnh rằng cam kết trọn vẹn này phải lan tỏa đến mọi khía cạnh của đời sống. (1) Cam kết được bày tỏ trong Shema và lời kêu gọi hết lòng yêu mến Đức Gia-vê phải được ghi khắc cách không thể

---

8. Điều này giải thích lý do Mác trích dẫn câu này của Chúa-Giê-xu, ông dùng bốn từ Hy Lạp cho ba từ của Phục Truyền: *kardia* (= Hê-bơ-rơ *lēb*), *psyche*: (= Hê-bơ-rơ *nepeš*), *dianoia* (= Hê-bơ-rơ *lēb*) và *ischys* (= Hê-bơ-rơ *me'ōd*).

9. Cách diễn đạt bằng tính từ cùng gốc xuất hiện trong tiếng Ugarit (*mad* Ở đây, nghĩa của nó được chuyển tải cách tốt nhất bằng một từ, chẳng hạn như 'nguồn lực', trong đó bao hàm sức mạnh về thể chất, nhưng cũng bao hàm sức mạnh kinh tế hay xã hội, và nó có thể mở rộng cho những thứ thuộc về vật chất mà người Y-sơ-ra-ên sở hữu: công cụ, vật nuôi, nhà ở và những thứ tương tự.

10. Như 'điều gian ác, sự vi phạm, và tội lỗi' trong Xuất 34:7 nói đến 'mọi tội có thể nhận thức được', thì ở đây 'bản chất, con người và nguồn năng lực bên trong' là hình thức so sánh cao nhất đối với từng phần của con người.

xóa nhòa trong tâm khảm con người (6:6). Đức tin của người Y-sơ-ra-ên không được định nghĩa qua hành động lễ nghi, mà qua cam kết sâu xa bên trong với Đức Gia-vê.[11]

(2) Cam kết giao ước phải là vấn đề của gia đình, được thể hiện qua việc truyền đạt cho con cháu và thảo luận vấn đề cách tự nhiên với các thành viên trong gia đình (6:7), được thực hiện qua việc 'ghi khắc' những lời này trên con cháu (6:4–5). Điều này có nghĩa là thường xuyên nhắc lại,[12] khi con dân Đức Chúa Trời ngồi trong nhà và đi ngoài đường; khi họ nằm ngủ và khi thức dậy.[13] Trong hoàn cảnh như vậy, mọi người Y-sơ-ra-ên trưởng thành đều phải là một người thầy, nắm bắt mọi cơ hội để dạy dỗ.

(3) Cam kết này phải là vấn đề mang tính công khai. Môi-se tiếp tục kiểu diễn đạt theo bộ ba qua việc truyền bảo cho dân chúng cột những lời này trên tay, dán lên trán (nghĩa đen 'giữa hai con mắt') như ấn chỉ, và khắc chúng trên khung cửa nhà (so sánh Xuất 13:9, 16). Cái được cột có thể là Shema và lời kêu gọi hết lòng yêu kính Chúa với tình yêu giao ước (6:4–5).[14] Chúng ta không biết món đồ Môi-se muốn cột trên tay là gì - cũng không biết có phải ông muốn chúng ta hiểu lời huấn thị này theo nghĩa đen hay không.[15] Nếu chúng ta liên tưởng hành động này với việc khắc tên thánh trên tay của một người (so sánh Phục 5:11; Ê-sai 44:5), thì hành động này

---

11. Về việc thật sự lĩnh hội ý muốn của Đức Chúa Trời trong lòng tín hữu, đọc Thi 37:31; 40:8[9], 119 :11; Ê-sai 51:7.
12. Động từ *šinnēn*, 'lặp lại, khắc sâu bằng cách nhắc lại nhiều lần', chỉ xuất hiện ở đây trong Cựu Ước. Theo truyền thống, người ta thường nghĩ là nó bắt nguồn từ gốc *šānan*, 'mài cho sắc, làm sắc bén thêm' (BDB, 1042; Weinfeld, *Deuteronomy 1–11*, 332–33). Tuy nhiên, dựa vào các bản văn Ugarit dùng cùng gốc *tnn*, 'lặp lại, làm 2 lần', tốt hơn nên hiểu từ này là tên gọi của chữ số 'hai' *šēnî/šěnayim*. So sánh Craigie, *Deuteronomy*, 170, n.17.
13. Ngược với bản NIV, *dibber... bě* không có nghĩa là 'nói về', mà là thuật lại chính bản văn. Xem E. Talstra, 'Texts for Recitation, Deuteronomy 6:7; 11:19,' *Unless Someone Guide Me... Festschrift for Karel A Deurloo* (bt. J. W. Dyk và nhiều người khác; ACEBTSup 2; Maastricht: Shaker, 2001), 67–76.
14. Không rõ muốn nói tay phải hay tay trái. Vì hầu hết mọi người đều thuận tay phải, nên sẽ dễ hơn khi cột chúng bên trái, mà trong trường hợp này chủ yếu là vì người đang mang nó. Tương tự ý của B. Jacob, *The Second Book of the Bible: Exodus* (bd. W. Jacob; Hoboken, NJ: Ktav, 1992), 369. Nhưng vì tay phải thường được xem là quan trọng hơn tay trái (so sánh Khải 13:16) và thường được dùng trong chào hỏi và tuyên thệ, nên nó thích hợp hơn trong ngữ cảnh này.
15. Để hiểu nghĩa đen của Xuất 13:9 và 16, xem Ibn Ezra, *Commentary on the Pentateuch: Exodus (Shemot)* (chuyển ngữ: H. N. Strickman and A. M. Silver; New York: Menorah, 1996), 262.

biểu thị điều gì đó khác hơn một hình xăm hay một tấm nhãn trên tay.[16] Hành động cột này cụ thể hóa lời tuyên bố trung thành với Đức Gia-vê và quyền sở hữu của Ngài, như được tuyên bố bằng lời trong Shema.

Hành động thứ nhì thậm chí còn khó hiểu hơn: những lời này phải đóng vai trò như *ṭôṭāpôt* giữa hai mắt, tức là trên trán (so sánh 14:1; Đa 8:5, 21). Từ gốc của từ *ṭôṭāpôt* không rõ ràng, khiến cho bất kỳ lời giải thích nào cũng chỉ mang tính gợi ý. Một số người hiểu mạng lệnh này theo nghĩa ẩn dụ, nhưng một số yếu tố lại ủng hộ cách áp dụng nó theo nghĩa đen. (a) Đây có vẻ là tình huống cho những hành động được kêu gọi trong câu 9. (b) Thẻ được thầy tế lễ thượng phẩm đeo (Xuất 28:36-39) và bằng chứng ngoại kinh về những vật trang sức được đeo trên trán ở Ai Cập và vùng Mê-sô-bô-ta-mi (Lưỡng Hà) ủng hộ cách hiểu theo nghĩa đen ở đây.[17] (c) Hai thẻ bằng bạc được khắc lên bản văn Kinh Thánh từ thế kỷ thứ bảy TC chứng minh phong tục tương tự trong Giai Đoạn Đền Thờ Đầu Tiên (First Temple Period).[18] (d) Cuối cùng, bản văn này cung cấp cơ sở cho tập tục đeo ấn chỉ (tiếng A-ram *tĕfillîn*) vào cuối Giai Đoạn Đền Thờ Thứ Nhì (Second Temple Period).[19] Dù là trường hợp nào thì mục đích của ba vật này đều là để đánh dấu người Y-sơ-ra-ên là những người đã tuyên bố Đức

---

16. Cũng xem C. Houtman, *Exodus*, 3 vols ; vol. 2, Chapters 7:14-19:25 (Historical Commentary on the Old Testament; Kampen : Kok, 1996), 218-20. Muốn biết thêm, xem O. Keel, "Zeichen der Verbundenheit: Zur Vorgeschichte und Bedeuting der Forderungen von Deuteronomium 6:8f. und Par,' in *Mélanges Dominique Barthélemy* (OBO 38; Freiburg/ Göttingen: Vandenhoeck & Ruprecht, 1981), 212-15.

17. Để dẫn chứng bằng tài liệu, xem J. Gamberoni, TDOT, 5:319-21; Jeffrey H. Tigay, 'On the Meaning of *ṭ(w)ṭpt*' *JBL* 101 (1983): 328-30 ; Keel, 'Zeichen der Verbundenheit,' 212-15.

18. Muốn biết thêm, đọc G. Barkay, *Ketef Hinnom: A Treasure Facing Jerusalem's Walls* (Jerusalem: The Israel Museum, 1986), 29-31; cùng tác giả 'The Priestly Benediction on the Ketef Hinnom Plaques,' *Cathedra* 52 (1989): 37-76 [Hebrew]. So sánh Tov, *Textual Criticism*, 118 và bản 1. Những tấm bảng này có lỗ xỏ dây để đeo lên người.

19. *Tĕfillîn* là các hộp nhỏ hình lập phương bằng da được gắn vào cổ tay hay đeo trên trán bằng dây da. Bên trong hộp là những mảnh giấy da, trên đó được viết các bản văn Kinh Thánh từ Mười Điều Răn, Xuất 13:1-16, và Phục 6:4-9; 11:13-21. So sánh Mat 23:5. Muốn biết thêm và dẫn chứng bằng tài liệu về *tĕfillîn* tại Qumran, xem L. H. Schiffman, 'Phylacteries and Mezuzot,' trong *Encyclopedia of the Dead Sea Scrolls* (Oxford: Oxford Univ. Press, 2000), 2:675-77.

Gia-vê là Chúa của giao ước của họ, và cam kết hết lòng yêu mến Ngài.[20]

(4) Môi-se kết thúc lời kêu gọi công khai tuyên xưng cam kết giao ước bằng mạng lệnh viết những lời này trên khung cửa nhà và trên cổng (6:9).[21] Làm như vậy, mỗi khi họ ra khỏi hay quay về nhà, người Y-sơ-ra-ên sẽ tự nhắc mình rằng lòng trung thành của họ trước nhất phải dành cho Đức Gia-vê và tình yêu đối với Đức Gia-vê phải chi phối mọi hoạt động bên trong lẫn bên ngoài ngôi nhà. Ngoài ra, nó còn công bố với những vị khách và tất cả những người đi ngang qua rằng trong gia đình này, Đức Gia-vê không chỉ là người khách vô hình mà còn là người chủ tối cao. Dòng chữ khắc trên cổng mở rộng cam kết này cho cả cộng đồng, nhắc nhở công dân lẫn du khách về quyền cai quản của Đức Gia-vê trên khắp thành phố và đất nước nói chung. Vì cổng thành cũng là tòa án, nên những dòng chữ này cũng sẽ nhắc những người tham gia vào thủ tục hành chính hay pháp lý rằng tất cả phải được thực thi trong sự tôn kính và nhân danh Đấng cai trị thiên thượng.

Ngữ Cảnh Bắc Cầu

Hiếm có bản văn Cựu Ước nào chứa đựng tầm quan trọng lớn lao như phân đoạn này. (1) Shema là lời thề trung thành của Y-sơ-ra-ên. Hễ khi nào người Y-sơ-ra-ên đọc lời thề này, họ thừa nhận rằng Đức Chúa Trời, Đấng đã cứu chuộc họ, không phải là vị thần không thể hiểu được và vô định hình nào đó. Ngài là Đức Gia-vê, Đấng can thiệp vào lịch sử vì cớ tuyển dân của Ngài và kêu gọi họ vào trong mối liên hệ giao ước với chính Ngài. Từ xưa đến nay, không có thần nào khác làm điều này.

Căn cứ vào tác động thần học và tác động về khía cạnh một lời tuyên xưng của Shema, thì điều khác thường là vì sao tiếng vang của nó trong Cựu Ước lại khá yếu ớt. Thật vậy, chúng ta chỉ nghe một chút vang vọng nào đó của nó ở cuối Cựu Ước, trong Xa-cha-ri 14:9, trong đó mệnh đề khó hiểu vì không có động từ ở đây được chuyển

---

20. Tương tự, Houtman, *Exodus Chapters 7:14–19:25*, 2:219. Có thể những vật trang trí này được đeo vào các dịp đặc biệt, có lẽ là ngày Sa-bát, hay trong lễ Vượt Qua và lễ Bánh Không Men (Xuất 13:9, 16).

21. Về những câu viết thiêng liêng treo trên khung cửa ở Ai Cập cổ, xem Keel, 'Zeichen der Verbundenheit,' 183–92.

thành lời tuyên bố rõ ràng: 'Giê-hô-va [Đức Gia-vê] sẽ là vua khắp đất. Trong ngày đó, Giê-hô-va [Đức Gia-vê] sẽ là Đấng duy nhất, và danh Ngài cũng sẽ là danh duy nhất.'[22] Cũng giống Shema nguyên thủy, vấn đề ở đây không phải là sự hiệp nhất của Đức Chúa Trời trong một vị thần, mà là sự mở rộng ranh giới của những người công bố một mình Đức Gia-vê là Đức Chúa Trời của họ cho đến tận cùng trái đất.

Những lần nhắc và ám chỉ đến Shema trong Tân Ước đều thú vị và lý thú. Trong khi Chúa Giê-xu trích dẫn nó như một bản tín điều liên quan đến Điều Răn Lớn Nhất (Mác 12:30), thì Phao-lô lại là người rút ra hàm ý liên hệ đến Đấng Christ. Ông rút ra hàm ý đó cách sắc bén trong 1 Cô-rinh-tô 8:1–6, là phân đoạn đặt nền tảng vững chắc cho bài bút chiến chống sự thờ hình tượng trên Phục Truyền 6:4–5 và những câu khác nữa.[23] Cũng như Môi-se, Phao-lô tuyên bố tính độc nhất vô nhị và sự hiện hữu duy nhất của Đức Gia-vê tương phản với sự hư vô của hình tượng. Phản ảnh sự hiểu biết thấu đáo về Shema trong ngữ cảnh nguyên thủy của nó, trong 1 Cô-rinh-tô 8:5–6, Phao-lô tuyên bố về mặt giả thuyết rằng ngay cả khi ai đó thừa nhận sự hiện hữu của các thần khác (dựa trên 8:5, trên thực tế người đó sẽ không thừa nhận), thì 'nhưng với chúng ta thì chỉ có một Đức Chúa Trời là Cha, Đấng tạo dựng muôn vật, và chúng ta sống vì Ngài; cũng chỉ có một Chúa là Đức Chúa Giê-xu Christ, muôn vật nhờ Ngài mà có, chúng ta cũng nhờ Ngài mà hiện hữu'. Tác động về mặt Đấng Christ học khi chèn danh xưng 'Đức Chúa Giê-xu Christ' sau 'Chúa' là vô cùng đặc biệt,[24] qua đó Phao-lô rõ ràng đồng nhất Chúa Giê-xu là Đức Gia-vê, một Đức Chúa Trời duy nhất mà những người Y-sơ-ra-ên thật

---

22. So sánh NJPS, phần chú thích cuối trang, 'nghĩa là chỉ phải thờ phượng một mình Đức Giê-hô-va và cầu khẩn danh thật của Ngài'.

23. Muốn biết lời phát biểu lại của Phao-lô về Shema trong 1 Cô-rinh-tô 8, xem N. T. Wright, 'Monotheism, Christology and Ethics: 1 Corinthians 8,' trong *The Climax of the Covenant: Christ and the Law in Pauline Theology* (Edinburgh: T& T Clark, 1991), 120–36; L. Hurtado, *One God, One Lord: Early Christian Devotion and Ancient Jewish Monotheism* (London: SCM, 1988), 97–100.

24. N. T. Wright, 'Monitheism, Christology and Ethics: 1 Corinhthians 8', 129. So sánh điều này với việc áp dụng danh hiệu 'Đức Chúa Trời của các thần, và Chúa của các chúa' lấy từ Phục Truyền 10:17 cho Chiên Con trong Khải 17:14.

tuyên bố trung thành (so sánh Rô 3:29–30; 10:13). Điều Cựu Ước nói về Đức Gia-vê bây giờ cũng có thể dùng để nói về Đấng Christ.[25]

(2) Trong khi chỗ khác trong Cựu Ước nói chung và Phục Truyền nói riêng nói về sự tận hiến cho Đức Gia-vê qua việc 'kính sợ' và 'trung thành với Đức Gia-vê', thì ở đây, lần đầu tiên trong Ngũ Kinh, Môi-se quay lại với một ý niệm đã được trình bày trong Mười Điều Răn và nói về đáp ứng đúng đắn với Đức Chúa Trời đó là 'kính mến' (*'āhab*). Trong Mười Điều Răn, Đức Gia-vê hứa sẽ trung thành (*ḥesed*) với những người bày tỏ lòng yêu kính Ngài bằng cách giữ gìn các điều răn Ngài (5:10; Xuất 20:6; so sánh Phục 7:9), nhưng từ đây trở đi trong Phục Truyền, từ này sẽ ngày càng trở nên quan trọng trong vai trò cách thể hiện thái độ của con người đối với Đức Chúa Trời. Tuy nhiên, loại tình yêu này không hoàn toàn là cảm xúc, cũng không được xem là chuyện đương nhiên - Môi-se lệnh cho họ phải kính mến Chúa.[26] Đứng trước cám dỗ không kính mến Chúa hay yêu các thần khác, Shema đưa ra lời nhắc nhở liên tục và cần thiết đó là phải trung thành với chỉ một mình Đức Gia-vê mà thôi.[27]

Dựa trên điểm nhấn là yêu mến Đức Chúa Trời ở đây cũng như trong suốt Phục Truyền, và dựa trên giả định chung rằng những người thành kính thật sự 'yêu mến' Đức Gia-vê/ Đức Chúa Trời (Thi 97:10), thì thật đáng lưu ý là trong Cựu Ước, chỉ có 1 lần duy nhất nói có một người đã 'yêu mến' (*'āhab*) Đức Chúa Trời.[28] Khi nói đến những cá nhân dường như đạt đến tiêu chuẩn của Phục Truyền 6:5,

---

25. Cùng quan điểm là R. W. L. Moberly, 'Toward an Interpretation of the Shema,' in *Theological Exegesis: Essays in Honor of Brevard A. Childs* (bt. C. Seitz and K. Greene-McCreight; Grand Rapids: Eerdmans, 1999), 142.

26. Môi-se nhắc lại điều răn theo nhiều hình thức khác nhau trong 10:12; 11:1, 13; 13:3[4] và nói đến việc vâng giữ chúng 'bằng cách yêu mến' Đức Gia-vê (11:22; 19:9; 30:16, 20). So sánh những huấn thị 'yêu mến' tương tự trong Giôs 22:5; 23:11; Thi 31:23[24].

27. Những lần nhắc đến và những lời kêu gọi 'hết lòng' tận hiến cho Đức Gia-vê phổ biến trong Cựu Ước: 'hết lòng': 1 Vua 8:23 = 2 Sử 6:14; v.v..; 'lòng trọn lành': 2 Vua 20:3 = Ê-sai 38:3; 1 Sử 28:9; 29:9; 'một lòng': Giê 32:39; Êxê 11:19.

28. Có lẽ Sa-lô-môn là ngoại lệ chứng minh điều này: Sa-lô-môn kính mến (*'āhab*) Đức Giê-hô-va, và đi theo các luật lệ của Đa-vít, cha mình; song người dâng của lễ và xông hương tại trên nơi cao' (1 Vua 3:3). Tác giả có biết trước sự bội đạo vào cuối đời ông không (1 Vua 11)? So sánh J. D. Hays, 'Has the Narrator Come to Praise Salomon or to Bury Him? Narrative Subtlely in 1 Kings 1–11,' *JSOT* 28 (2003): 149–74.

thì động từ được thay đổi.²⁹ Đáng chú ý hơn nữa, đặc biệt trong thói quen thờ phượng hiện tại, động từ *'āhab* không bao giờ xuất hiện với chủ ngữ ở ngôi thứ nhất khi bổ ngữ là Đức Gia-vê/ Đức Chúa Trời. Chưa từng có ai (kể cả các tác giả Thi Thiên) tuyên bố mình kính mến Đức Gia-vê.³⁰ Điều này có lẽ giải thích lý do Phi-e-rơ nói ông yêu Chúa Giê-xu theo nghĩa *phileô*, nhưng ông sẽ không khẳng định theo nghĩa *agapaô* (Giăng 21:15–19).³¹ Mà làm sao ông có thể khẳng định chứ? Ông vừa mới thể hiện mình hoàn toàn thiếu 'cam kết đúng theo giao ước' qua việc chối Chúa Giê-xu ba lần – điều đi ngược lại tình yêu mà Phục 6:6–9 đòi hỏi.

Ý Nghĩa Đương Đại

Một đời sống thuộc linh thật. Môi-se dạy dân Y-sơ-ra-ên và chúng ta cũng như các Cơ Đốc nhân khắp mọi nơi rằng đời sống thuộc linh thật bắt nguồn từ tấm lòng và nó ảnh hưởng đến toàn bộ cuộc sống. Những ai khẳng định mình là người thuộc linh thường dễ đứng trước hai cám dỗ: hoặc xem đời sống thuộc linh chủ yếu là chuyện bên trong và riêng tư, hoặc xem nó đơn thuần chỉ là những biểu hiện bên ngoài. Tình yêu Chúa thật bắt nguồn từ trong lòng, nhưng được bày tỏ ra trong cuộc sống, cụ thể là say mê nói về đức tin của mình trong gia đình và công khai tuyên bố với người khác rằng mình cam kết trung thành với Chúa. Phân đoạn này gợi ý rằng chính cách trang hoàng nhà cửa chúng ta phải là lời chứng cho đức tin của chúng ta, tuyên bố với mọi vị khách và người đi qua quan điểm thần học cơ

---

29. Đặc biệt xem 2 Vua 23:25, ở đó chúng ta nghe vang vọng rõ ràng Phục 6:5: Giô-si-a 'hết lòng [*lēb*], hết ý [*nepeš*], hết sức [*mĕ'ōd*] tríu mến Đức Giê-hô-va, làm theo trọn vẹn luật pháp của Môi-se'. Ê-xê-chia tuyên bố đã lấy lòng trọn lành đi trước mặt Đức Giê-hô-va (2 Vua 20:3 = Ê-sai 38:3).

30. Việc Thi thiên 18:2[1] cố tình tránh từ *'āhab*, mà ghi là *rāḥam* 'động lòng thương xót', là điều lạ vì thường là người cao hơn động lòng thương xót người thiếu thốn thấp kém hơn. Sự không thoải mái khi dùng khái niệm này của tác giả Thi Thiên có lẽ được phản ánh qua cách dùng Qal; ở chỗ khác động từ luôn xuất hiện với gốc Piel hay Pual. Thi 116:1 dịch theo nghĩa đen 'Tôi yêu mến Đức Giê-hô-va vì Ngài nghe tiếng tôi và lời nài xin của tôi'. So sánh câu này với 1 Giăng 4:19 'Chúng ta yêu vì Chúa đã yêu chúng ta trước'.

31. Muốn biết cách lập luận gần đây bảo vệ cho lời giải thích này, xem D. Shepherd, "Do You Love Me?' A Narrative-Critical Reappraisal of φιλέω in John 21:15–17,' *JBL* 129 (2010): 777–92. Cho dù có hay không mối liên hệ về nguồn gốc từ giữa tiếng Hê-bơ-rơ *'āhab* 'yêu mến' và tiếng Hy Lạp *agapaô* 'yêu mến', thì những liên kết trùng âm cũng đáng cho chúng ta chú ý, tạo điều kiện cho việc dịch từ trong tiếng Hê-bơ-rơ ra tiếng Hy Lạp trong bản Bảy Mươi được dễ dàng.

bản của những người sống trong ngôi nhà này, và là lời nhắc nhở các thành viên sống tin cậy Đức Chúa Trời và nhận biết phước lành phụ thuộc nơi sự vâng lời.

Vợ chồng tôi đã chứng kiến một câu chuyện đầy ấn tượng vào năm 1968, khi chúng tôi ở Soet thuộc nước Đức trong hai tháng. Ở vùng khá cổ kính của thành phố, nhiều ngôi nhà có tường ốp gỗ nhưng bên trong lại xây bằng gạch đá, được trang hoàng bên ngoài bằng những câu khắc, thường mang tính chất tôn giáo. Bên trong khung cửa màu đen của một ngôi nhà chúng tôi không thể nào quên là lời tuyên bố được chạm trổ và sơn bằng vàng 'An Gottes Segen ist alles gelegen', dịch thoáng nghĩa là 'Mọi sự đều cậy nơi phước lành của Chúa'. Mặc dù chúng tôi không thể đánh giá gì về những người hiện sống trong ngôi nhà đó, nhưng những lời đó phục vụ cho hai mục đích cao quý đó là: tuyên bố với những người ngang qua quan điểm thần học của những người sống trong nhà đó và nhắc nhở người nhà sống lệ thuộc vào Chúa.

Ý Nghĩa của Lòng Yêu Mến. Bản văn của chúng ta cũng nhắc chúng ta ngày hôm nay về ý nghĩa của tình yêu theo sự dạy dỗ của Kinh Thánh và cách thể hiện tình yêu đó. Theo Kinh Thánh, 'yêu mến' không chỉ là cảm xúc, cảm giác thoải mái trước một người nào đó, mà là cam kết đúng theo giao ước được thể hiện bằng hành động tìm kiếm điều ích lợi cho người bên cạnh. Cơ Đốc nhân phải ngợi khen Đức Chúa Trời vì tình yêu Ngài tỏ bày qua Đức Chúa Giê-xu Christ và qua nhiều hành động quan phòng của Ngài. Tuy nhiên, từ những kiểu mẫu trong Kinh Thánh, chúng ta có thể học cách trở nên chừng mực hơn trong những lời tuyên xưng mình yêu kính Chúa khi cầu nguyện và khi hát ngợi khen Chúa; những lời xưng nhận mang tính tự khen mình trong kiểu thờ phượng đương đại chưa hề có hay được bảo đảm trong Kinh Thánh. Nói yêu Chúa thì dễ lắm. Cũng như trong hôn nhân, tình yêu thật được bày tỏ không chỉ hay thậm chí không chủ yếu bằng những đóa hồng và những câu nói 'Anh/em yêu em/anh', mà bằng hành động mưu cầu hạnh phúc và niềm vui cho người phối ngẫu, thì cũng vậy, tình yêu thật dành cho Chúa được bày tỏ chủ yếu qua việc thực sự vâng lời Đức Chúa Trời. Trên hết, chẳng phải chính Chúa Giê-xu đã nói 'Nếu các con yêu mến Ta thì vâng giữ các điều răn Ta' sao (Giăng 14:15)? Sự vâng lời đó là trái của sự liên hiệp với Đấng Christ (Giăng 15:1–11).

Sự tin kính thật trong Cựu Ước. Cuối cùng, phân đoạn này cần sửa lại hiểu biết sai trật khá phổ biến về sự tin kính thật trong Cựu Ước. Chúng ta thường nghe nói rằng trong khi Y-sơ-ra-ên cổ xưa, Đức Chúa Trời đòi hỏi của lễ là thú vật và sản vật của đồng ruộng, thì trong Tân Ước Ngài đòi hỏi của lễ là chính thân thể chúng ta. Tuy nhiên, quan điểm này không chỉ tạo ra sự phân rẽ không thích hợp giữa Cựu Ước và Tân Ước mà nó còn sai một cách rành rành. Phục Truyền 6:4–5 là câu Cựu Ước tương đương với Rô-ma 12:1–2. Cũng như với chúng ta, tại Y-sơ-ra-ên khi xưa, những người tin kính thật sự sẽ tận hiến cho Ngài theo đúng giao ước bằng con người bề trong, bằng trọn cả thân thể và với tất cả nguồn lực của mình. Phao-lô và Môi-se đều nói như vậy.

Phục Truyền Luật Lệ Ký 6:10–25

Ý Nghĩa Nguyên Thủy

Nếu Shema giới thiệu chủ đề cam kết theo giao ước, thì phần còn lại của chương này và chương 7–8 trả lời cho câu hỏi 'Hoàn toàn cam kết với Đức Gia-vê nghĩa là gì?' Môi-se trả lời câu hỏi này bằng cách thách thức thính giả chuẩn bị đối diện ba thử nghiệm đối với cam kết đó. Những thử nghiệm này được sắp xếp theo thứ tự ABA, trong đó thử nghiệm đầu tiên (6:10–25) và cuối cùng (8:1–2) là thử thách bên trong - đáp ứng của Y-sơ-ra-ên đối với sự thịnh vượng trong xứ - còn thử nghiệm giữa (7:1–26) liên quan đến thách thức bên ngoài - phản ứng của Y-sơ-ra-ên trước kẻ thù cản đường họ. Phục Truyền 6:10–25 chia thành hai phần chính: những thách thức trong tương lai đối với sự cam kết của Y-sơ-ra-ên (6:10–19), và tầm quan trọng của cam kết đó (6:20–25).

Bản Chất của Thử Nghiệm (6:10–19)

Câu 10–12 là một câu dài với mệnh đề chính bị đẩy ra cuối cùng: 'Phải cẩn thận kẻo anh em quên Đức Giê-hô-va là Đấng đã đem anh em ra khỏi Ai Cập'. Trước đó, Môi-se đã cảnh báo đừng quên những sự kiện tại Hô-rếp (4:9) cũng đừng quên giao ước của Đức Gia-vê (4:23), còn bây giờ ông quay về chặng đường trước đó, nhấn mạnh tầm quan trọng của việc nhớ đến Đức Gia-vê, Đấng đã đem Y-sơ-ra-ên ra khỏi nhà nô lệ Ai Cập (so sánh 5:6).

Môi-se chuẩn bị cho lời cảnh báo trong câu 12 qua việc mô tả ngữ cảnh dễ sản sinh ra cám dỗ quên Đức Gia-vê: khi Đức Gia-vê đem họ vào xứ Ngài đã thề cùng tổ phụ họ (6:10a), khi họ ăn và được no nê (10:11b)[1]. Tuy nhiên, trong câu 10–11 ông tập trung nhiều vào việc mô tả nơi mà mối nguy hiểm sẽ rình rập. Chắc chắn đó là xứ mà Đức

---

1. Phục Truyền dùng cách nói 'được ăn uống no nê' với nghĩa tích cực (8:10;14:29; 26:12) lẫn tiêu cực; ý tiêu cực sẽ dẫn đến sự tự mãn hay thờ hình tượng (6:11; 8:12; 11:15; 31:20).

Gia-vê đã hứa với tổ phụ họ,² nhưng bị xâm chiếm và định cư bởi một dân chuyên sống bằng nghề nông và là biểu tượng cho những thành tựu văn hóa của con người – những thành lớn (bản NIV 'các thành phố'), nhà cửa, bể chứa, vườn nho và rừng ô-liu hiển hiện trên bức tranh.³ Đức Gia-vê thật sẽ phó thành quả từ nỗ lực của người Ca-na-an vào tay người Y-sơ-ra-ên, sẵn dành cho họ tận hưởng. Tuy nhiên, Môi-se cảnh báo dân chúng rằng thay vì khiến họ ngợi khen Mạnh Thường Quân thiên thượng, thì sự thịnh vượng có thể khiến họ đãng trí, đặc biệt là lãng quên nguồn của những tặng phẩm đó.

Trong câu 13–19, Môi-se mô tả cách người Y-sơ-ra-ên phải đáp ứng với sự thịnh vượng. Để giải nghĩa Shema, Môi-se bắt đầu bằng ba câu khẳng định: 'Anh em phải kính sợ Giê-hô-va Đức Chúa Trời, phụng sự Ngài và nhân danh Ngài mà thề nguyện.' Những lời này nói đến toàn bộ cuộc sống.⁴ Kính sợ (*yārē*) biểu thị thái độ căn bản đó là sự cung kính và phục tùng Đức Gia-vê, được thể hiện qua sự vâng lời.⁵ Phục vụ Đức Gia-vê bao hàm việc chấp nhận vai trò làm nô lệ cho Ngài, không chỉ bằng cách thực hiện các nghĩa vụ tôn giáo, mà đặc biệt là bước đi trong đường lối Ngài. Chỉ lấy danh Ngài mà thề là chỉ lấy danh Ngài để bảo đảm tính chân thật trong lời nói mình. Không được kêu cầu thần nào khác, ngay cả khi tuyên thệ.⁶

Mạng lệnh phủ định của câu 14 là mặt trái của câu 13: Y-sơ-ra-ên không được đi theo các thần khác. Thành ngữ 'theo các thần khác' có thể bắt nguồn từ các lễ hội tôn giáo, trong đó các tín đồ của một vị thần sẽ đi theo trong đám rước, dẫn đầu là hình tượng của vị thần đó. Trong Phục Truyền, thành ngữ này luôn được dùng với ý nghĩa ẩn dụ nói về việc tận hiến trung thành với Đức Gia-vê, được thể hiện qua việc sống theo ý muốn mà Ngài đã bày tỏ và/hoặc cư xử như chính Đức Chúa Trời cư xử (10:18–19).

Câu 15 trình bày cơ sở cho lời cấm đoán này dưới hình thức ba mệnh đề chỉ lý do. Động cơ của nó rất tích cực, mà chúng ta đã

---

2. Câu này vang vọng 1:8, cũng như lời hứa của Đức Gia-vê với Môi-se trong Xuất 6:2–8 và Xuất 13:11. Như trong 9:5; 29:13[12]; và 30:20, ông kể tên tổ phụ: Áp-ra-ham, Y-sác và Gia-cốp (so sánh 9:27).
3. Muốn biết phần mô tả tương tự, xem Giôs 24:13. Muốn xem phần mô tả dạng thơ ca, đọc Nê 9:24–25.
4. So sánh 10:20; 13:4[5].
5. Phục 5:29; 6:2, 24; 10:12; 13:4[5]; 17:19; 31:12–13.
6. So sánh Thi 63:11[12]; Ê-sai 48:1; 65:16; Giê 4:2; 5:2; 12:16–17.

từng nghe qua: Gia-vê là Đức Chúa Trời giàu tình cảm ('*el qannā*'; bản HĐTT 'Đức Chúa Trời kỵ tà'), sốt sắng vì danh dự Ngài và ghen tuông với đối tác giao ước của mình.[7] Cho nên, Môi-se nói thêm, nếu Y-sơ-ra-ên phản bội Ngài bằng cách đi theo các thần khác, thì Ngài sẽ tiêu diệt họ khỏi mặt đất (Dân 11:1–3, 33; so sánh thêm 25:3–4; Phục 9:22).[8] Tóm lại, nếu con dân của Đức Gia-vê sống như người Ca-na-an, thì chắc chắn số phận họ cũng giống người Ca-na-an. Đức Chúa Trời ở giữa họ ao ước hành động vì ích lợi của họ, nhưng theo các điều khoản của giao ước, Ngài không có trách nhiệm với những người thỏa hiệp sự tận hiến với Ngài.

Việc nhắc đến sự hiện diện của Đức Gia-vê 'giữa anh em' trong câu 15 có vẻ gợi lên trong trí Môi-se minh họa từ chính trải nghiệm của Y-sơ-ra-ên. Trong câu 16, ông thêm vào một mệnh lệnh bất ngờ với lời nhắc đến Ma-sa (Xuất 17:7), 'nơi thử nghiệm'. Ma-sa trở nên tai tiếng vì là nơi Y-sơ-ra-ên thách thức Đức Chúa Trời tự biện hộ và giữ lời hứa,[9] mặc dù trong mối quan hệ chủ – nô thì thật vô lễ khi người thấp kém lại dám thách thức đấng bề trên (so sánh Dân 14:22). Mỉa mai thay, tại Ma-sa Đức Gia-vê thật sự đang thử thách lòng can đảm thuộc linh của người Y-sơ-ra-ên (so sánh Phục 8:2–3; Thi 81:7[8]). Tuy nhiên, họ đã làm cho thử thách của Đức Gia-vê dành cho họ thành thử nghiệm của họ dành cho Ngài,[10] đòi hỏi Ngài phải chứng minh sự hiện diện của Ngài bằng cách chiều theo những ham muốn vật chất của họ và biến đáp ứng của Ngài trở thành điều kiện để họ đi theo Ngài.

Nhưng có một điều trớ trêu khác trong phần Môi-se thêm vào, 'như anh em đã thách thức Ngài tại Ma-sa'. Trong khi trong quá khứ, lòng trung thành của Y-sơ-ra-ên được thử thách thông qua sự túng thiếu, thì trong tương lai, họ sẽ được thử thách thông qua sự 'đầy đủ' (10:11). Sự thiếu thốn cám dỗ dân chúng đòi hỏi Đức Gia-vê phải đáp ứng, còn sự thịnh vượng cám dỗ họ quên Ngài và trở nên tự mãn. Vì lý do này, Môi-se truyền dạy dân chúng phải kiểm soát hành vi của

---

7. Ngược với 4:24, mệnh đề này rõ ràng dùng phần mô tả theo cách bổ nghĩa hơn là dùng nó như một tựa đề.

8. Về sự kết hợp giữa cơn giận thánh với sự hủy diệt dân Y-sơ-ra-ên, xem 7:4; 11:17; 29:20, 23, 27[19, 22, 26]; 31:17; 32:22.

9. So sánh Phục 9:22 và 33:8. Tên này cũng xuất hiện trong Thi 95:8–9.

10. So sánh Thi 78, đặc biệt các câu 18, 41, 56; Thi 106, đặc biệt câu 14. Mat 3:10–12 là ngoại lệ chứng minh điều này.

mình (10:17). Đức tin và lòng trung thành không chỉ là vấn đề ở tấm lòng, sự phục vụ tôn giáo, và/hay những tuyên bố trung thành trên môi miệng (10:13); mà phải được thể hiện trong đời sống, cụ thể là vâng phục ý muốn đã được khải thị của Đức Chúa Trời.[11]

Trong câu 18–19, Môi-se một lần nữa nài xin họ trung thành với Đức Gia-vê, dù bây giờ ông diễn đạt lời yêu cầu bằng ngôn ngữ tổng quát nhất: 'Phải làm điều ngay thẳng và tốt đẹp dưới mắt Đức Giê-hô-va'.[12] Trong tiếng Hê-bơ-rơ, mạo từ cho cả hai từ 'ngay thẳng' và 'tốt đẹp' ám chỉ nội dung cụ thể gắn liền với 'điều ngay thẳng' và 'điều tốt lành', tức là, lòng trung thành với một mình Đức Gia-vê và yêu mến Ngài với cả con người như đã được tóm tắt trong Điều Răn Lớn Nhất và trong câu Shema.[13] Đây là điều kiện tiên quyết để tận hưởng phước lành của mối liên hệ giao ước. Mệnh đề cuối cùng trong câu 19 tạm thời chuyển hướng chú ý sang thử nghiệm bên ngoài về sự tận hiến của Y-sơ-ra-ên. Khi họ làm điều đúng trong mắt Đức Gia-vê, Ngài sẽ làm điều đó, tức là đuổi người Ca-na-an ra khỏi xứ (Xuất 23:27–28; so sánh Phục 11:23–25).

Đáp Ứng Trước Thử Nghiệm (6:20–25)

Tại đây, chúng ta chứng kiến Môi-se thể hiện vai trò mục sư của mình cách tốt nhất, dạy hội chúng biết tầm quan trọng của việc truyền lại đức tin cho thế hệ kế tiếp.[14] Phân đoạn ngắn này bao gồm câu hỏi của con trẻ (6:20) và câu trả lời quy chuẩn của người lớn (6:21–25). Môi-se cho rằng khi phải đối diện với thách thức là các nền văn hóa xung khắc với nhau, trẻ con sẽ nhờ cha mẹ lý giải vì sao họ chọn cách sống như vậy.[15] Câu hỏi của con trẻ liên quan đến các quy tắc, mệnh lệnh và luật lệ mà Đức Gia-vê đã truyền cho Y-sơ-ra-ên (so sánh 4:45). Cho

---

11. Về ý nghĩa 'các điều răn', 'quy tắc', và 'mệnh lệnh', xem chú giải ở 4:1–2, 45.
12. Gốc *ṭwb/ṭyb* là từ khóa trong chương này. So sánh các thành và nhà 'tốt' với đầy những điều 'tốt' trong 6:10; xứ 'tốt đẹp', làm 'điều tốt lành', và được 'phước' trong 6:18. Phục 28:1–14 giải thích chi tiết ý nghĩa 'tốt lành' trên phương diện phước lành của giao ước.
13. Cách diễn đạt lặp lại nhiều lần trong Phục 12:25; 13:18[19]; và 21:9. Thành ngữ trái nghĩa là 'làm [điều] ác trước mặt Đức Giê-hô-va' (4:25; 9:18; 17:2; 31:29), hay 'làm [điều] thiện trước mặt Đức Giê-hô-va' (so sánh 12:8).
14. Muốn biết phần trình bày đầy đủ của 6:20–25, xem D. I. Block, 'The Grace of Torah: The Mosaic Prescription for Life (Deut. 4:1–8; 6:20–25),' trong *How I Love Your Torah, O LORD!*, 11–17.
15. Các hình thức câu hỏi và trả lời cũng có trong Xuất 12:26–27; Giôs 4:6–7, và 21–23.

dù câu hỏi được nêu lên vì không hiểu, vì tò mò hay vì nghi ngờ, thì thật ra đứa trẻ đang thắc mắc: 'Tại sao chúng ta bị chi phối bởi hệ thống những nguyên tắc này?'

Câu trả lời Môi-se đưa ra cho câu hỏi này được hiểu như là 'dạy giáo lý từ trong gia đình'.[16] Thay vì đi thẳng vào trọng tâm và nói về luật pháp, Môi-se đưa ra lời giải thích gồm 4 câu cho phần mở đầu cho Mười Điều Răn (10:21–23). Làm vậy, ông tuyên bố đời sống của người Y-sơ-ra-ên không chủ yếu được lèo lái bởi hệ thống các quy luật mà bởi sự hiểu biết Đức Gia-vê, đặc biệt là hành động cứu rỗi của Ngài vì cớ họ và mối liên hệ đặc biệt của họ với Ngài. Bằng cách nhấn mạnh bốn thời điểm mang tính quyết định trong lịch sử dân tộc. Lời tuyên xưng này tuyên bố cách ngắn gọn những điều cốt yếu của thần học Cựu Ước.

1. Lịch sử Y-sơ-ra-ên trong tư cách một dân tộc bắt đầu với nhu cầu cần được cứu của dân Y-sơ-ra-ên: Họ làm nô lệ cho Pha-ra-ôn trong xứ Ai Cập (6:21a).

2. Đức Gia-vê giải cứu người Y-sơ-ra-ên khỏi hoàn cảnh tuyệt vọng bằng cánh tay quyền năng của Ngài (6:21b; so sánh 4:32–34).

3. Đức Gia-vê thực hiện những dấu kỳ và phép lạ lớn lao và tàn phá ở Ai Cập trước mặt người Y-sơ-ra-ên (6:22; so sánh 4:34).

4. Đức Gia-vê đã đem Y-sơ-ra-ên ra khỏi xứ đó, để đem họ vào trong xứ Ngài thề hứa cùng các tổ phụ (6:23).

Nói chung, việc Đức Gia-vê giải cứu người Y-sơ-ra-ên là hành động pháp lý, qua đó Ngài giải phóng họ khỏi ách nô lệ Ai Cập và xác nhận họ là chư hầu của chính Ngài - một địa vị được thể hiện qua những quy tắc, mệnh lệnh và luật lệ mà Ngài đã bày tỏ cho họ.

Trong câu 24-25, cuối cùng Môi-se cũng nói đến câu hỏi được nêu ra ở câu 20. Trong suy nghĩ của ông, Đức Gia-vê đã bày tỏ những quy tắc, mệnh lệnh và luật lệ vì bốn mục đích: (1) dẫn dắt cách cư xử của Y-sơ-ra-ên ('phải tuân giữ các luật lệ này'); (2) làm cho Y-sơ-ra-ên thấm nhuần lòng tôn kính Đức Chúa Trời của họ ('kính sợ Giê-hô-

---

16. G. Braulik, 'Gesetz als Evangelium: Rechtfertigung und Begnadigung nach der deuteronomischen Tora,' in *Studien zur Theologie des Deuteronomiums* (SBA 2; Stuttgart: Katholisches Bibelwerk, 1988), 135.

va'); (3) bảo đảm phước hạnh mãi mãi cho Y-sơ-ra-ên ('để chúng ta luôn luôn được phước'; so sánh 28:1–14); (4) duy trì/gìn giữ sự sống của Y-sơ-ra-ên. Cấu trúc nhấn mạnh của câu 25 báo hiệu cao trào của lời phát biểu gần như một bản tín điều: 'Và sự công bình sẽ dành cho chúng ta nếu...' [diễn ý cá nhân].

Như đã lưu ý ở phần trước, trong Phục Truyền, 'sự công bình' (*ṣĕdāqâ*) có nghĩa là cư xử theo chuẩn đã được định trong những quy tắc giao ước của Đức Gia-vê (so sánh 33:21).[17] Trật tự từ ngữ trong tiếng Hê-bơ-rơ cho thấy sự công bình sẽ được kể cho người Y-sơ-ra-ên trung tín khi Đức Gia-vê thấy họ cẩn thận vâng theo Điều Răn Lớn Nhất (*hammiṣwâ*, 'luật pháp này').[18] Những người làm như vậy, Đức Gia-vê sẽ tuyên bố 'Ngươi là công bình' (so sánh 24:13).[19] Ý nghĩa của những quy định và nghi lễ này là: bởi lòng thương xót, Đức Gia-vê đã giải cứu Y-sơ-ra-ên khỏi Ai Cập và tỏ cho con dân Ngài biết đáp ứng thích hợp với ân điển để họ kính sợ và vâng phục Ngài. Nếu làm theo, họ sẽ không chỉ được sống và thịnh vượng, mà còn sẽ được nghe Ngài công nhận: 'Hỡi đầy tớ [chư hầu] ngay lành trung tín kia... Hãy vào hưởng sự vui mừng của chúa [bá chủ] ngươi.'

Ngữ Cảnh Bắc Cầu

Đức Gia-vê thử nghiệm. Mê-ri-ba và Ma-sa trở thành câu tục ngữ nói đến việc Y-sơ-ra-ên thử Đức Gia-vê và việc họ vi phạm rành rành các nguyên tắc dẫn dắt mối quan hệ bá chủ-chư hầu hay chủ-tớ. Việc cấm kẻ tôi thử đấng bề trên buộc chúng ta xem xét lại các nhân vật Kinh Thánh như Ghê-đê-ôn, người đã nhiều lần thử Đức Gia-vê.[20] Nhưng Ghê-đê-ôn dường như không nhận biết rằng khi thử Đức Gia-vê, ông thật sự đang chứng tỏ sự bất trung của chính mình.

Khái niệm Đức Gia-vê thử nghiệm con dân Ngài thường xuất hiện trong Cựu Ước.[21] Nhìn chung, mục đích những thử nghiệm của Ngài là để chứng minh đức tin của con người (so sánh Sáng 22:1) hoặc để

---

17. Xem chú giải ở 4:8.
18. Tương tự Braulik, 'Gesetz als Evangelium,' 140.
19. Tương tự Weinfeld, *Deuteronomy 1–11*, 337.
20. Lưu ý phần tham khảo rõ ràng trong Quan 6:39.
21. Xem Sáng 22:1; Xuất 15:25; 20:20; Thi 17:3; 66:10; 81:7[8]; 105:19; Châm 27:21 (ngụ ý); Xa 13:9.

tôi luyện đức tin của họ (Phục 8).[22] Mục đích đầu tiên được minh họa qua Giê-rê-mi 17:10: 'Ta, Đức Giê-hô-va, dò xét tâm trí, thử nghiệm tấm lòng, báo đáp cho mỗi người tùy con đường họ đi, và tùy kết quả công việc họ làm'. Nguyên tắc thứ nhì được Xa-cha-ri mô tả: 'Ta sẽ đem vào lửa phần ba này; Ta sẽ luyện chúng như luyện bạc, và thử chúng như thử vàng. Chúng sẽ kêu cầu danh Ta và Ta sẽ trả lời chúng; Ta sẽ nói 'Chúng là dân sự ta' và chúng sẽ nói rằng 'Đức Gia-vê là Đức Chúa Trời chúng ta'" (Xa-cha-ri 13:9; diễn ý cá nhân).[23]

Cả hai phương diện thử nghiệm đều được mang qua Tân Ước. Trong Công Vụ 5:9 Phi-e-rơ buộc tội A-na-nia và Sa-phi-ra đã thử Thánh Linh của Chúa, và trong Công Vụ 15:10, ông buộc tội Cơ Đốc nhân thuộc tầng lớp Pha-ri-si đã thử Đức Chúa Trời bằng việc áp đặt gánh nặng Tô-ra của Môi-se lên những người ngoại bang cải đạo. Dường như Tân Ước chuyển việc cấm thử Đức Gia-vê trong Cựu Ước thành cấm thử Đấng Christ. Các sách Phúc Âm chứa đầy những câu chuyện con người thử Chúa Giê-xu, không màng đến địa vị của Ngài là Đức Gia-vê nhập thể.[24] Lời kêu gọi các tín hữu Cô-rinh-tô đừng thử Đấng Christ như cách người Y-sơ-ra-ên đã làm trong đồng vắng của Phao-lô là điều đặc biệt đáng lưu tâm (1 Cô 10:9).[25] 1 Tê-sa-lô-ni-ca 2:4 nói rõ ràng Đức Chúa Trời dò xét lòng con dân Ngài.[26]

Phục Truyền 6:20–25 có ý nghĩa vì nó nhấn mạnh tầm quan trọng của những chiến lược có chủ đích nhằm truyền lại đức tin và Phúc Âm về hành động cứu rỗi của Đức Gia-vê cho các thế hệ. Như Các Quan Xét 2 đã chứng thực, khi mất đi ký ức về ân điển cứu rỗi của Ngài, thì sự bội đạo và việc bị Ca-na-an hóa sẽ đi sát theo sau. Sang đến Tân Ước, chúng ta thấy nhiều lời khuyên truyền lại đức tin cho thế hệ sau được lặp lại nhiều lần (2 Ti 2:2). Chúa Giê-xu chủ ý đổi Lễ Vượt Qua được quy định trong Xuất Ê-díp-tô Ký 12–13 thành Lễ Tiệc Thánh để ghi nhớ hành động cứu rỗi của Ngài (Lu 22:19; 1 Cô 11:24).

---

22. Xem thêm G. S. Smith, 'The Testing of Our Faith: A Pentateuchal Theology of Testing' (luận văn tiến sĩ, The Southern Baptist Theological Seminary, Louisville, KY, 2005), đặc biệt tr. 56–95.
23. So sánh 1 Cô 3:13; 1 Phi 4:12.
24. Mat 16:1; 22:18, 35; Mác 8:11; 10:2; 12:15; Lu 10:25; 11:16; Giăng 8:6.
25. Hầu hết các bản thảo ghi *kyrios*, nhưng muốn biết bằng chứng bản văn thích cách đọc là *Christos* hơn, xem B. Metzger, *A Textual Commentary on the Greek New Testament* (London: United Bible Society, 1971), 560.
26. Cũng xem 1 Sử 29:17; 2 Sử 32:31; Thi 26:2; Giê 12:3.

Luật pháp và ân điển. Phân đoạn này càng có ý nghĩa hơn về mặt thần học khi cho thấy rõ ràng mối liên hệ giữa luật pháp và ân điển trong kế hoạch cứu rỗi và thánh hóa của Chúa. Theo đó Môi-se tuyên bố rằng khi thành viên của cộng đồng giao ước hết lòng vâng giữ toàn bộ điều răn,[27] thì Đức Gia-vê thừa nhận hành động của họ là bằng chứng của sự công chính.

Để hiểu lời dạy này và mối liên hệ giữa việc làm của con người với sự công bình, chúng ta phải tránh hai thái cực. (1) Chúng ta phải bác bỏ ý kiến cho rằng Môi-se xem việc vâng theo các điều răn là nền tảng của mối liên hệ giao ước. Ông vừa mới tuyên bố (6:21–23) rằng địa vị làm con dân Chúa của người Y-sơ-ra-ên hoàn toàn dựa trên hành động cứu rỗi của Ngài trong quá khứ, không phụ thuộc vào công trạng của Y-sơ-ra-ên (so sánh 9:1–24).[28] (2) Chúng ta phải bác bỏ ý kiến cho rằng một người có thể tận hưởng mối liên hệ với Đức Chúa Trời mà không cần vâng theo các điều răn của Ngài, như thể địa vị có thể tồn tại mà không cần bằng chứng cụ thể minh chứng cho địa vị đó. Sáng Thế Ký 15:6 đưa ra một ý tương tự với bản văn hiện tại, mà không trái ngược với cách hiểu này. Áp-ra-ham thật sự được xem là công bình nhờ đức tin của ông, nhưng ngay cả trước sự kiện này, thì vị tổ phụ này cũng đã bày tỏ đức tin và sự công bình của mình bằng hành động vâng phục rõ ràng. Ý của Môi-se ở đây là khi hành động vâng phục xuất phát từ đức tin và lòng kính sợ Chúa thật sự, thì Đức Gia-vê chấp nhận đó là bằng chứng của sự công bình và Ngài phúc đáp bằng phước lành và sự sống. Ngược lại, có thể nghĩ rằng không vâng phục là thiếu đức tin và mối liên hệ giao ước bị khước từ, khi đó Đức Gia-vê sẽ đáp lại bằng rủa sả và sự chết.[29]

Kinh Thánh trước sau như một khẳng định rằng không ai có thể thể hiện việc làm công bình đủ để nhận được ân huệ cứu rỗi của Đức Chúa Trời.[30] Phao-lô nói trong Tân Ước rằng: 'Mọi người đều đã phạm

---

27. Không rõ 'mọi điều răn này' (6:25) nói đến mọi quy tắc, mệnh lệnh và luật lệ ở 6:20 nói chung hay Điều Răn Lớn Nhất nói riêng. Xem chú giải ở 5:28.

28. Xuất 19:4–5 thậm chí nói rõ hơn; Đức Gia-vê quan tâm đến người Ai Cập và đem Y-sơ-ra-ên đến với chính Ngài trước khi Ngài tỏ cho họ các điều răn. Braulik (' Gesetz als Evangelium,' 148) nói về việc chối bỏ 'sự sùng đạo qua việc làm' (*Werkfrömmigkeit*), tức là lời tuyên bố hợp pháp trước Chúa dựa trên sự công bình riêng của một người.

29. Xem thêm Thi 24:1–5; Êxê 18:1–23; Ha 2:4

30. Các Thi Thiên 14:1, 4; 51:4–5[6–7]; 53:1, 3 [2, 4]; Ê-sai 64:6[5].

tội, thiếu mất vinh quang của Đức Chúa Trời' (Rô 3:23). Tuy nhiên, trong chính Phúc Âm cứu rỗi chỉ nhờ ân điển bởi đức tin, Đức Gia-vê đã nhân từ bày tỏ tiêu chuẩn công bình mà bởi đó con dân Ngài có thể sống và tin quyết rằng mình được Chúa chấp thuận. Ở đây không hề có mâu thuẫn nào giữa luật pháp và ân điển. Tô-ra là món quà ân điển mà qua đó Đức Gia-vê đưa ra cho dân Y-sơ-ra-ên lời nhắc nhở liên tục về sự giải cứu, quyền năng, lòng trung thành với giao ước và con đường sự sống và sự thịnh vượng của Ngài.

Nhưng quan điểm này hòa hợp thế nào với những phát biểu thẳng thắn của Phao-lô về ảnh hưởng chết người của luật pháp khi đem so sánh với sự sống đến bởi Thánh Linh?[31] Cho dù trả lời câu hỏi này ra sao, chúng ta cũng phải nhớ nhiều điều quan trọng cần xem xét. (1) Về ảnh hưởng đem lại/duy trì sự sống của luật pháp, câu nói của Môi-se nhất quán với lời dạy của ông trong 30:15–20, và với sự dạy dỗ ở chỗ khác trong Cựu Ước (so sánh Lê 18:5; Êxê 20:11, 13; Nê 9:29). Sách Thi Thiên bắt đầu với sự ca ngợi đặc tính đem lại sự sống của Tô-ra (bản NIV là 'luật pháp', Thi 1), và Thi 119, là đoạn dài nhất trong toàn sách Thi Thiên, hoàn toàn được dành để nói về bản chất và chức năng của luật pháp. Tác giả của thi thiên này không hề do dự tuyên bố mối liên hệ giữa việc vâng giữ luật pháp với sự sống (119:17, 40, 77, 93, 116, 144, 156, 159, 175). Ê-xê-chi-ên đưa ra phần giải thích mở rộng về khái niệm này trong Ê-xê-chi-ên 18:1–32,[32] trình bày ba trường hợp trong đó nếp sống của một người trực tiếp dẫn đến lời công bố được sống hoặc bị xử tử. Vị tiên tri này cho rằng hành động bên ngoài phản ảnh tâm tính bên trong của một người,[33] trên cơ sở đó, sự đoán phạt liên quan đến tình trạng thuộc linh của người đó có thể được thực hiện và lời tuyên được sống hay phải chết có thể được đưa ra.

(2) Khi cố gắng hòa hợp giữa Phao-lô và Môi-se, chúng ta cũng cần nhận biết rằng từ quan điểm thần học và giải kinh, khải thị sau không thể sửa lại khải thị trước như thể có thiếu sót nào đó trong khải thị trước. Khải thị sau có thể chi tiết hơn và có sắc thái hơn,

---

31. Rô 2:12–13; 4:13–15; 7:8–9; 8:2–4; 10:4–5; 2 Cô 3:6; Ga 3:12–13, 21–24; 5:18.
32. Muốn biết phần giải thích chi tiết chương này, xem Block, *Ezekiel Chapters 1–24*, 554–90.
33. Nguyên tắc này cũng áp dụng trong sự dạy dỗ của Chúa Giê-xu (Mat 7:15–23).

nhưng nó không thể đúng hơn. Do đó, chúng ta không thể hiểu theo nghĩa Phao-lô sửa lại cho Môi-se như thể sự dạy dỗ của Môi-se có gì đó sai lầm. Nếu Môi-se quy cho luật pháp chức năng đem lại/duy trì sự sống (so sánh Lê 18:5), còn Phao-lô dường như khẳng định một tín điều ngược lại, thì Phao-lô đã thất bại trước thử nghiệm truyền thống quan trọng nhất để xác nhận một tiên tri thật: đồng nhất với Môi-se (so sánh Phục 18:15–22). Những phát biểu của Phao-lô phải được hiểu không chỉ dựa trên ánh sáng của Môi-se, mà còn phải hiểu như những lời khẳng định mang tính khoa trương hùng biện trong ngữ cảnh những lập luận cụ thể.

Cả trong Rô-ma và Ga-la-ti, Phao-lô đều đáp lại những người khăng khăng cho rằng sự cứu rỗi đến bởi làm theo luật pháp, mà tiêu biểu là qua phép cắt bì. Đối với những người đại diện cho quan điểm này, ông trả lời rằng nếu một người xem luật pháp là phương cách cứu rỗi, thì luật pháp sẽ dẫn đến sự chết, còn nếu xem luật pháp là lời chỉ dẫn cho người đã được cứu, thì nó sản sinh sự sống (so sánh Ga 5:13–25). Thật vậy, chính Phao-lô nhận biết rằng mặc dù tín hữu tận hưởng địa vị của người công bình qua công việc của Đấng Christ, nhưng ông vẫn nhìn thấy trước tương lai khi, dựa trên đức tin được bày tỏ qua hành động yêu thương (cam kết giao ước), các tín hữu sẽ đứng trước mặt Đức Chúa Trời và nghe Ngài phê chuẩn: 'Con là người công bình' (so sánh Ga 5:5–6). Về vấn đề này, Môi-se và Phao-lô cùng đồng ý. Thật vậy, chính Phao-lô nói: 'Chẳng phải người nghe đọc luật pháp được kể là công chính trước mặt Đức Chúa Trời, nhưng người làm theo luật pháp mới được kể là công chính trước mặt Đức Chúa Trời' (Rô 2:13). Khái niệm 'sự vâng phục do đức tin' (Rô 1:5) – tức là đức tin được thể hiện qua hành động vâng phục – khá phổ biến trong Cựu Ước và Tân Ước.[34] Kiểu mẫu tương tự cũng áp dụng cho:

> Hành động cứu rỗi đầy ân điển (tức là không đáng được nhận) của Đức Gia-vê sản sinh kết quả là một dân được cứu chuộc.
>
> Một dân được chuộc sản sinh ra hành động công bình
>
> Hành động công bình kết trái là sự phê chuẩn và phước lành từ Chúa.

---

34. Muốn đọc phần trình bày hữu ích về ý này và những vấn đề có liên quan từ quan điểm Tân Ước, xem S. J. Hafemann, *Paul, Moses, and the History of Israel: The Letter/ Spirit contrast and the Argument from Scripture in 2 Corinthians 3* (WUNT 81; Tübingen: Mohr Siebeck, 1995).

Ý Nghĩa Đương Đại

Trong chương 8, Môi-se sẽ nói nhiều hơn về chủ đề của phân đoạn ngắn này, còn bây giờ, chúng ta có thể tóm tắt một số phương diện mà trong đó tính gần gũi của sứ điệp này có giá trị lâu bền. Trong suy nghĩ bị méo mó của mình, chúng ta thường biến những lúc thiếu thốn thành những lúc cả gan thách thức Đức Chúa Trời thay vì thành những cơ hội để phó mình cho Ngài trong đức tin. Tuy nhiên, nếu sự thiếu thốn có thể dùng để thử nghiệm đức tin và lòng trung thành, thì sự dư thừa cũng được dùng với mục đích tương tự. Như Phao-lô sẽ tuyên bố cách hùng hồn trong Rô-ma 1:18–23, cơn thịnh nộ của Đức Chúa Trời trước sự bất kính và không công bình không mất đi theo thời gian. Trong suy nghĩ của Phao-lô, vô ơn là cốt lõi của thờ hình tượng.

Nguy cơ của sự giàu có và thừa mứa. Với sự giàu có và thừa mứa mà chúng ta tận hưởng trong thế giới Tây phương, chúng ta thật dễ quên đi rằng mọi điều chúng ta có đều là sự ban cho đầy ân điển của Đức Chúa Trời. Điều đáng buồn là lúc thịnh vượng, nhiều người trong chúng ta không vượt qua được bài thử nghiệm lòng trung thành và tin cậy Chúa này. Chúng ta giống như người nông dân giàu có trong ẩn dụ của Chúa Giê-xu (Lu 12:14–21) - tự mãn và tự phụ trong sự thừa mứa của mình nhưng là người nghèo thiếu đối với Đức Chúa Trời. Nhưng nguyên tắc này không chỉ áp dụng cho sự thịnh vượng cá nhân, vật chất hay thuộc thể mà còn áp dụng cho sự khỏe mạnh của hội thánh nữa. Những ngày tháng hội chúng gặp khó khăn thử nghiệm đức tin của con dân Đức Chúa Trời, nhưng lúc tăng trưởng và kết quả rõ ràng cũng thế. Khi những ngôi nhà thờ của chúng ta rộng lớn và hội chúng của chúng ta đông đảo, thì hơn bao giờ hết chúng ta phải giữ mình để cam kết của chúng ta không là những lời nói yêu Chúa trên đầu môi chót lưỡi hay là sự lặp lại vô thức những lời xác quyết niềm tin, hoặc chỉ là cảm xúc trong sự thờ phượng, mà là sự vâng phục của đức tin mỗi ngày. Chúa Giê-xu phán: 'Nếu các con yêu mến Ta, thì vâng giữ các điều răn Ta' (Giăng 14:15).

Ý Nghĩa Các Điều Răn của Đức Chúa Trời. Ngày nay nếu chúng ta đặt câu hỏi: 'Ý nghĩa của những quy tắc, quy định và luật lệ mà Chúa truyền cho người Y-sơ-ra-ên vâng theo là gì?', thì chúng ta sẽ nhận được những câu trả lời rất khác nhau. Một số người lắc đầu bối rối và thật sự thắc mắc liệu những luật lệ này có ý nghĩa ra sao, chẳng hạn luật về chuyện ăn uống trong Phục Truyền 14. Một số cảm thấy tội nghiệp cho người Y-sơ-ra-ên vì vai họ bị chất lên gánh nặng không ai có thể chịu nổi, bởi chẳng ai có thể giữ trọn vẹn luật pháp cả. Với sự quan tâm về văn hóa và những điều cổ xưa, một số người nhìn thấy trong các luật này cửa sổ hữu ích để nhìn vào xã hội Y-sơ-ra-ên cổ đại, đặc biệt khi so sánh với các truyền thống pháp Cận Đông cổ, như những truyền thống được tìm thấy trong Bộ Luật của Hammurabi, vua Ba-by-lôn thế kỷ 19 TC.

Tuy nhiên, ở mức độ đại chúng, nhất là trong Tin Lành thuần túy ở Tây phương ngày nay, một số xem luật pháp là phương cách cứu rỗi cho Y-sơ-ra-ên khi xưa. Tức là, mặc dù trong Tân Ước con người được cứu nhờ ân điển, nhưng ở dưới giao ước cũ con người lại được cứu nhờ vâng giữ luật pháp.[35] Những người khác lại có thái độ trái ngược về luật pháp. Đối với Y-sơ-ra-ên, luật pháp không phải con đường cứu rỗi, mà là con đường dẫn đến sự chết (Rô 4:15; 7:6; Ga 3:10–13, 23–24; 4:21–31). Ý nghĩa của luật pháp nằm ở sức mạnh trói buộc những người ở dưới luật pháp, bắt họ phải chịu sự rủa sả và cơn thịnh nộ của Đức Chúa Trời, và để bày tỏ nhu cầu cần thiết có một Đấng Cứu Thế. Dù bề ngoài điều này dường như là cách Tân Ước hiểu luật pháp, nhưng nó làm nảy sinh những vấn đề nghiêm trọng về sự công bằng và thương xót của Đức Chúa Trời. Sao Đức Chúa Trời giải cứu người Y-sơ-ra-ên khỏi ách nô lệ nặng nề chết người của Ai Cập (so sánh Xuất 20:2) chỉ để áp đặt lên họ một gánh nặng luật pháp còn nặng hơn trước nữa, là những luật mà trong bất kỳ trường hợp nào họ cũng không thể vâng giữ và đoán phạt họ bằng việc định một số phận thậm chí còn kinh khủng hơn trước - sự trừng phạt dưới chính cơn thịnh nộ của Ngài? Khi bạn nhìn cuộc xuất hành theo cách này, thì rốt cuộc, nó chẳng có gì tốt đẹp gì cả.

Những nhà Cải Chánh nói đến ba chức năng của luật đạo đức: (1) phô bày sự công bình của Đức Chúa Trời, cáo trách và cuối cùng là kết án con người; (2) chỉ dẫn những người lãnh đạo con dân Chúa trong việc hạn chế sự bất công và vô luật; và (3) cung cấp cho tín hữu những chỉ dẫn trong cuộc sống phù hợp với ý muốn Đức Chúa

---

35. Dù Phao-lô có những lập luận trái ngược, cụ thể là việc ông nhắc đến Áp-ra-ham như một minh họa cho sự cứu rỗi chỉ bởi đức tin (Rô 4; Ga 3:1–12)

Trời.³⁶ Mặc dù Luther ít chú ý đến chức năng cuối cùng, nhưng thật sự đây là chức năng duy nhất của luật pháp mà Phục Truyền biết đến. Thật vậy, Phục Truyền 6:20–25 nhấn mạnh luật pháp là quà tặng ân điển cho người được chuộc, để họ có thể biết rõ những mong đợi của Chúa. Không giống các dân tộc khác, người Y-sơ-ra-ên không cần nhờ vào sự phỏng đoán hay thực nghiệm để biết ý muốn Chúa. Ngài đã bày tỏ cho họ biết cách trực tiếp để họ vâng lời vì họ biết ơn và kính sợ Ngài. Và kết quả là Đức Gia-vê sẽ ban cho họ phước lành, sự sống và tuyên bố họ công bình.

Cách đây vài năm, khi con cái chúng tôi vẫn còn ở nhà, trong bữa ăn khuya, chúng tôi có một cuộc trò chuyện khá sôi nổi về những vấn đề đạo đức và cách Cơ Đốc nhân phản hồi trước những vấn đề đó. Trong nỗi thất vọng, cậu con trai tuổi thiếu niên của tôi thốt lên: 'Tại sao chúng ta phải sống như một gia đình thời tiền sử như vậy chứ?' Mặc dù giọng nói của con cho thấy điều gì đó phải được sửa đổi, nhưng câu hỏi của con thì rất sâu sắc. Chúng ta trả lời ra sao khi con cái hỏi những câu như vậy? Phải chăng chúng ta chỉ nói 'Đây là cách xưa nay chúng ta luôn làm vậy', hay 'Đây là điều hội thánh dạy', hay 'Đây là cách Cơ Đốc nhân như chúng ta phải sống'? Những câu trả lời như vậy nằm lưng lửng giữa chủ nghĩa câu nệ luật pháp và chủ nghĩa đạo đức. Hay chúng ta xem chúng là những cơ hội tuyệt vời để tuyên bố Phúc Âm – thể nào Đức Chúa Trời đã ban ân điển Ngài cách rời rộng cho chúng ta để cứu chúng ta khỏi quyền lực của tội lỗi, để cho chúng ta hy vọng sống đời đời và đặc ân được biết ý muốn Ngài và sống đẹp lòng Ngài với lòng biết ơn. Lễ Tiệc Thánh cũng cho Cơ Đốc nhân cơ hội mới mẻ để ý thức sự hy sinh của Đấng Christ cách rõ rệt trong chính tâm trí họ và là cơ hội để người ngoài và con cái đặt những câu hỏi thắc mắc. Có lẽ khi những câu hỏi như thế được nêu lên, chúng ta có thể trả lời bằng một phiên bản phù hợp của bài tựa như tín điều của Phục Truyền 6:20–25:

---

36. Đây là thứ tự chúng tôi thấy trong tác phẩm *Institutes of the Christian Religion* 2.7.6–12 của John Calvin. Có thể so sánh với quan điểm của Luther được thể hiện trong Formula of Concord, Điều VI: (1) rằng 'bởi đó kỷ luật bên ngoài có thể nhằm đề phòng con người bất tuân, ngông cuồng [và những người ngông cuồng, khó bảo có thể được kềm chế, dù bởi những song sắt nào đó]'; (2) rằng 'bởi đó con người có thể đi tới chỗ nhận biết tội lỗi mình'; và (3) rằng 'sau khi được tái sinh... họ có thể... có quy tắc cố định để kiểm soát và điều khiển cả cuộc đời họ'. Xem *Triglot concordia: The Symbolical Books of the Evangelical Lutheran Church* (bt. và bd.: F. Bente và W. H. T. Dau; St. Louis: Concordia, 1921), Epitome VI. 1.

Trong những ngày tới, khi con cháu hỏi chúng ta ý nghĩa của những lễ nghi và tập tục mà chúng ta vâng giữ, thì chúng ta sẽ trả lời: 'Chúng ta là nô lệ cho tội lỗi, nhưng Chúa đã giải cứu chúng ta khỏi vương quốc tối tăm và đem chúng ta vào vương quốc đầy ánh sáng vinh quang của Ngài bằng bàn tay quyền năng và những dấu kỳ phép lạ. Ngài đã đem chúng ta ra để làm thành lời hứa của Ngài và theo kế hoạch cứu chuộc vinh hiển của Ngài đã có từ trước khi tạo lập thế giới. Vì vậy, Chúa truyền dạy chúng ta bày tỏ lòng kính sợ và yêu mến Ngài bằng cách luôn luôn giữ các điều răn của Ngài vì lợi ích của chúng ta như là những phương cách bày tỏ mối liên hệ giao ước của chúng ta với Ngài, theo như chúng ta làm ngày nay. Và chúng ta sẽ được Ngài kể là công bình nếu cẩn thận bày tỏ rằng chúng ta yêu mến Ngài với trọn cả tấm lòng bằng cách thực hiện mọi điều Ngài truyền. Khi đó, chúng ta cũng sẽ nghe Ngài phán: 'Hỡi đầy tớ ngay lành và trung tín, được lắm. Hãy vào hưởng sự vui mừng của Chúa ngươi'.

Phục Truyền Luật Lệ Ký 7:1–26

Ý Nghĩa Nguyên Thủy

Phục Truyền 7 là một trong những bản văn có nhiều vấn đề tranh cãi nhất, nếu không muốn nói là có tính công kích nhất, trong cả Kinh Thánh. Trong khi các giáo phụ hội thánh đầu tiên thường hiểu lệnh truyền tiêu diệt người Ca-na-an của Đức Gia-vê theo nghĩa ẩn dụ, thì ngày nay nhiều người xem những chính sách được đưa ra ở đây và trong chương 20 như những thứ cổ lỗ sĩ từ thời nguyên thủy, khi những lý tưởng đạo đức và tôn giáo chưa đạt đến tầm mức như thời các tiên tri sau này và chắc chắn thấp kém hơn đạo đức được Chúa Giê-xu dạy dỗ trong Tân Ước (Mat 5:44; Lu 6:27, 35). Tuy nhiên, vì chính sách được trình bày ở đây rất giống với chính sách được xác nhận ở đâu đó thuộc Cận Đông cổ,[1] nên có những người lại viện dẫn tính tiệm tiến trong sự mặc khải: rõ ràng Đức Chúa Trời đã làm cho những tập tục đang thịnh hành thời bấy giờ trở nên phù hợp với kế hoạch thiêng liêng của Ngài, dù Ngài không bao giờ có ý định biến nó trở thành chính sách vĩnh viễn hay phổ quát hoặc trở thành lý tưởng tối thượng.[2] Nhưng giải pháp này lại đặt ra những thắc mắc về tính nhất quán của Đức Chúa Trời, trừ khi dị giáo của Marcion hiển nhiên đúng, tức là Đức Chúa Trời của Y-sơ-ra-ên và Đức Chúa Trời của Tân Ước là hai thần khác nhau.

Vì việc cấm lập giao ước và kết hôn với người Ca-na-an trong câu 3–4 đi theo ngay sau yêu cầu phải tuyệt diệt dân cư, nên một số người lập luận rằng quy định *ḥērem* không hề được ban ra với ý định cho con người áp dụng theo nghĩa đen mà chỉ là một ẩn dụ chỉ về lòng trung thành tôn giáo tuyệt đối.[3] Nếu Môi-se muốn hiểu theo nghĩa đen, thì việc tiêu diệt người Y-sơ-ra-ên vì không thực thi

---

1. Giống câu khắc Mê-sa của Mô-áp. *ANET*, 320–21; *COS*, 2:23. Muốn biết thêm về bản văn này, xem P. D. Stern, *The Biblical Herem: A Window on Israel's Religious Experience* (BJS 211; Atlanta: Scholars, 1991), 19–56. Stern cũng trình bày thêm những bản văn Cận Đông cổ có thể liên quan đến những thể chế tương tự (xem tr. 57–87).

2. J. Bright, *The Authority of the Old Testament* (Grand Rapids: Baker, 1975 [in lại của ấn bản 1967]), 246–51; L. E. Toombs, 'War, Holy,' IDB, 4:796–801.

3. Moberly, 'Toward an Interpretation of the Shema', 136.

chính sách được truyền trong câu 4 và câu 26 cũng phải được hiểu theo nghĩa đen. Nhưng trong Phục Truyền, ngay cả Môi-se còn thấy trước một đám dân Y-sơ-ra-ên sót lại sau cuộc đoán phạt lưu đày (4:29-31; 30:1-10). Các truyện kể về cuộc chinh phục cũng có thể gieo nghi ngờ về cách hiểu quy định *ḥērem* theo nghĩa đen. Mặc dù người Ga-ba-ôn sợ người Y-sơ-ra-ên sẽ thực hiện các chính sách của Phục Truyền 20:15-18 (Giôs 9), nhưng các ký thuật trong Giô-suê và Các Quan Xét cho thấy chính sách này chỉ được thực hiện ở bốn nơi: Giê-ri-cô (Giôs 6:24), A-hi (8:28), Hát-so (11:13-14), và La-ít (Quan 18:27; so sánh Giôs 19:47). Điều này phù hợp với tài liệu khảo cổ học, mà trong đó không có bằng chứng về sự tiêu diệt trên diện rộng các thành phố của người Ca-na-an,[4] và phù hợp với các bản văn cho phép người Ca-na-an chiếm các thành kiên cố còn nguyên vẹn trong Phục Truyền (Phục 6:10-11).

Có lẽ vấn đề được giải quyết bằng cách chú ý kỹ hơn đến thể văn của Phục Truyền 7. Thay vì hiểu Phục Truyền như một văn bản pháp chế, thì chúng ta nên xem nó như một bài hùng biện khoa trương.[5] Người ta quan sát thấy chương 7 không chủ yếu nói đến việc thực hiện *ḥērem*; ngược lại, nó tập trung vào địa vị của Y-sơ-ra-ên là dân sự của Đức Gia-vê (7:6, 9-10).[6] Rằng những chỉ dẫn về *ḥērem* nói lên địa vị của Y-sơ-ra-ên được củng cố bằng kiểu chủ đề đồng tâm:[7]

A Nguyên tắc *ḥērem*, nền tảng là địa vị làm dân thánh của Y-sơ-ra-ên (7:1-6)

B Chiến thắng trong quá khứ (cuộc xuất hành), nền tảng là tình yêu của Đức Gia-vê đối với Y-sơ-ra-ên và lời Ngài hứa với tổ phụ họ (7:7-8).

C Bản tính của Đức Gia-vê, nền tảng cho cách hành xử hiện tại của Y-sơ-ra-ên (7: 9-10)

D Sự vâng lời, đáp ứng trước điều răn của Đức Gia-vê (7:11)

---

4. Để tìm hiểu phần thảo luận về các bằng chứng, xem V. P. Long, *A Biblical History of Israel* (Louisville: Westminster John Knox, 2003), 173-83.

5. W. Crump ('Deuteronomy 7: A Covenant Sermon,' *ResQ* 17 [1974]: 224) nhận thấy rằng nội dung của nó bao gồm 'sự khích lệ, cảnh báo, lời hứa, hồi tưởng, và lời động viên.'

6. Moberly, 'Toward an Interpretation of the Shema', 135-37.

7. So sánh với cách sắp xếp của Wright, *Deuteronomy*, 108-09.

C' Bản tính của Đức Gia-vê, nền tảng cho hy vọng tương lai của Y-sơ-ra-ên (7:12–16)

B' Chiến thắng trong tương lai (tại Ca-na-an), nền tảng là sự hiện diện của Đức Gia-vê với Y-sơ-ra-ên (7:17–24)

A' Nguyên tắc ḥērem, nền tảng là sự thánh khiết của Y-sơ-ra-ên (7:25–26)

Mặc dù rõ ràng Xuất Ê-díp-tô Ký 23:20–33 làm cơ sở cho chương này, nhưng việc so sánh hai bản văn bộc lộ những điểm khác nhau giữa luật pháp và pháp chế.⁸ Dấu hiệu đặc trưng của bài diễn văn mang tính hùng biện hiện rõ ràng nhất trong các chi tiết không có trong Xuất Ê-díp-tô Ký 23:20–33. Nói cách khác, Xuất Ê-díp-tô Ký 23:20–33 so với Phục Truyền 7 giống như bản văn Kinh Thánh so với bài giảng: cái sau rút ra ý nghĩa từ cái trước.

Dù đã cân nhắc những điểm này, nhưng Phục Truyền 20:15–18 vẫn không làm cho việc hiểu luật ḥērem hoàn toàn như một ẩn dụ trở nên dễ dàng hơn. Hơn nữa, trong 7:2–5 và 20:18, mối quan tâm chính yếu của Môi-se không phải là xóa bỏ một tộc người, mà là sự thận trọng về mặt đạo đức.⁹ Dựa trên những đặc điểm cấu trúc bên trên, chương 7 chia thành hai phần chính. Phần thứ nhất mô tả bản chất của thử nghiệm về lòng trung thành của Y-sơ-ra-ên (7:1–16), còn phần thứ nhì đưa ra những đáp ứng có thể trước thử nghiệm đó (7:17–26).

Bản Chất của Thử Nghiệm (7:1–16)

Bối cảnh của thử nghiệm (7:1–2a). Phục Truyền 7 bắt đầu bằng một chuỗi những mệnh đề chỉ thời gian, chuẩn bị cho phần trình bày thử nghiệm tình yêu của Y-sơ-ra-ên đối với Đức Gia-vê (7:2b). Chính sách ḥērem phải được thực hiện khi (1) Đức Gia-vê đem dân Y-sơ-ra-ên vào Đất Hứa, (2) Ngài đã tiêu diệt kẻ thù, (3) Ngài đã phó người Ca-na-an vào tay người Y-sơ-ra-ên, và (4) người Y-sơ-ra-ên đã đánh bại

---

8. Xuất 23:20–23 gồm khoảng 150 từ tiếng Hê-bơ-rơ, Phục Truyền 7 có 350 từ.
9. Những chuyện kể về Giô-suê xác nhận lòng tận hiến của ông với Đức Gia-vê chứ không nói về vấn đề dân tộc. So sánh L. D. Hawk, 'Conquest Reconfigured: Recasting Warfare in the Redaction of Joshua,' in *Writing and Reading War: Rhetoric, Gender, and Ethics in Biblical and Modern Contexts* (bt. B. E. Kelle và F. R. Ames; SBL Symposium Series 42; Atlanta: Society of Biblical Literature, 2008), 145–60.

chúng. Như trong 6:10, thử nghiệm lòng yêu mếtn Đức Gia-vê của Y-sơ-ra-ên sẽ đến khi Chúa làm ứng nghiệm những lời hứa của Ngài.

Môi-se mô tả những sự chống đối có thể lường trước từ nhãn quan con người lẫn nhãn quan thiên thượng. Vai trò của Đức Gia-vê sẽ là 'đuổi'[10] những cư dân đó ra khỏi xứ và 'phó' chúng vào tay người Y-sơ-ra-ên. Còn về phần người Y-sơ-ra-ên, họ phải đánh bại (nākâ, nghĩa đen 'đánh') và tiêu diệt hoàn toàn (heḥĕrîm)[11] người Ca-na-an. Bốn câu nói này là bốn cột trụ tạo nên chiến thuật của người Y-sơ-ra-ên đối với người Ca-na-an. Mặc dù thừa nhận đây là cuộc chiến của Đức Gia-vê,[12] nhưng Môi-se cũng khẳng định rằng người Y-sơ-ra-ên phải ra trận và chính họ phải tấn công kẻ thù.

Trong phần giới thiệu địch thủ, Môi-se nói rõ rằng những thách thức thế hệ Y-sơ-ra-ên trước đó đối diện không hề giảm đi trong suốt ba mươi tám năm xen giữa (1:28). Ông nhấn mạnh sức mạnh của kẻ thù qua năm ý: (1) có nhiều dân; (2) họ chính là những dân tộc đối đầu với các tổ phụ;[13] (3) họ là bảy dân tộc (con số mang tính văn chương tượng trưng cho toàn bộ các dân); (4) họ đông đảo; (5) và họ mạnh hơn Y-sơ-ra-ên. Đây là đánh giá chân thật về thách thức dân Y-sơ-ra-ên đang phải đối diện (so sánh 7:17).

Các yếu tố của thử nghiệm (7:2b-5). Cấu trúc nhấn mạnh *haḥārēm taḥărîm*, được dịch là 'phải diệt hết chúng đi', báo hiệu yếu tố chính của thử nghiệm và củng cố tính thiêng liêng của kế hoạch. Danh từ *ḥerem* và động từ cùng gốc của nó *heḥĕrîm* ('thực hiện *ḥerem*') kết hợp sắc thái quân sự (3:6) với các sắc thái thiêng liêng (13:15–17[16–18]). Bản thân từ gốc này thuộc cùng phạm vi ngữ nghĩa như *qdš*, có nghĩa là 'biệt riêng' cho sự phục vụ Chúa. Mặc dù nhiều người biện luận rằng *ḥrm* nghĩa là 'để dành' cho sự phục vụ

---

10. Động từ tương đối hiếm *nāšal* xuất hiện lại trong câu 22. Như trong 2 Vua 16:6, đó là một thuật ngữ quân đội, nói đến việc dọn sạch một lãnh thổ bị xâm chiếm hay một thành phố cùng dân cư của nó.

11. Muốn biết ý nghĩa thuật ngữ này, xem bên dưới.

12. Cụm từ 'thánh chiến' thừa nhận cách đúng đắn tính chất thánh của chiến dịch xâm chiếm xứ Ca-na-an, nhưng nó liên quan chặt chẽ với *jihad* của Hồi giáo và các phong trào cực đoan khác, vì vậy không nên dùng từ này. Xem B. C. Ollenburger, 'Gerhard von Rad's Theory of Holy War', trong phần giới thiệu ấn bản tiếng Anh tác phẩm của von Rad, *Holy War in Ancient Israel*, 22–23.

13. Muốn biết nhân dạng của những dân này, đọc Merrill, *Deuteronomy*, 177–79; Tigay, *Deuteronomy*, 84–85.

Chúa,¹⁴ nhưng cũng bao hàm ý biệt riêng. Dựa trên một bản văn Hê-tít mô tả nghi lễ đó được xuất bản gần đây, thì cách diễn đạt bằng động từ với ý nhấn mạnh *haḥărēm taḥărîm* ('tiêu diệt hoàn toàn') dường như là cách viết tốc ký một chuỗi những hành động phức tạp: (1) đánh bại các lực lượng quân sự của một thành; (2) tiêu diệt dân cư trong thành; (3) đốt thành; (4) rắc muối (Quan 9:45); (5) công bố những lời rủa sả trên thành (Giôs 6:26); (6) cung hiến thành cho Đức Gia-vê.¹⁵ Đa số các yếu tố này đều được mô tả trong Phục Truyền 13:15–16[16–17], là phần cung cấp bản mô tả đầy đủ nhất về chính sách này.

Trong phần còn lại của câu 2b–5, Môi-se giải thích cách thực hiện chính sách này. (1) Cho dù trong hoàn cảnh nào, người Y-sơ-ra-ên cũng không được kết giao hay lập hiệp ước với các dân tộc trong xứ. (2) Họ không được tỏ lòng thương xót đối với người Ca-na-an; không được để tình cảm xen vào việc theo đuổi kế hoạch thiên thượng. (3) Người Y-sơ-ra-ên không được kết hôn với người Ca-na-an. Điều Môi-se quan tâm ở đây rõ ràng không phải là gìn giữ sự trong sạch về mặt đạo đức cho Y-sơ-ra-ên (so sánh Sáng 34:16), mà là hiểm họa mà hôn nhân khác chủng tộc có thể gây ra đối với lòng trung thành với Đức Gia-vê. Những người phối ngẫu ngoại quốc sẽ khiến cho lòng của dân chúng xoay bỏ Đức Gia-vê để phục vụ các thần khác, bởi đó vi phạm Điều Răn Lớn Nhất và hủy bỏ những cam kết mà họ đã xác nhận

---

14. Giôs 6:17–25 trình bày một ví dụ thực tiễn của chính sách này. Mọi vật trong thành đều ở dưới *ḥerem*, mà đáng lẽ có nghĩa là mọi vật phải bị tiêu diệt. Tuy nhiên, bạc và vàng được biệt riêng cho Đức Gia-vê và đem vào kho của đền tạm. Từ gốc *ḥrm* khá phổ biến trong vòng các ngôn ngữ Xê-mít, nhưng cách Kinh Thánh dùng với ý 'tận hiến cho sự huỷ diệt' chỉ được chứng thực trong ngôn ngữ của người Mô-áp và có lẽ của U-ga-rit. Xem Stern, *Biblical Herem*, 16.

15. Muốn biết tập tục của người Hê-tít, xem các báo cáo tự truyện của Muršili II (khoảng 1321–1295 TC), trong H. Roszkowska-Mutschler, '...and on its site I sowed cress ...': Some Remarks on the Execration of Defeated Enemy Cities by the Hittite Kings,' *Journal of Ancient Civilizations* 7 (1992): 6; G. F. Del Monte, 'The Hittite *ḥerem*,' trong *Babel und Bibel 2: Memoriae Igor M. Diakonof, Annual of Ancient Near Eastern, Old Testament, and Semitic Studies* (bt. L. Kogan; Orientalia et Classica 8; Winona Lake, IN: Eisenbrauns, 2006), 25. So sánh việc dựng lại các sự kiện của Roszkowska-Mutschler, 'Some Remarks', 11–12. Muốn xem bản văn về lễ nghi, bao gồm của lễ dâng cho thần của thành mục tiêu để bảo đảm sự ưu ái của thần đối với kẻ đi chinh phục, xem Del Monte, 'The Hittite *'rem'*, 40–43.

trong Shema (so sánh 6:10-14).¹⁶ Hậu quả của sự thoả hiệp trong vấn đề ḥērem được mô tả trong mệnh đề cuối cùng của câu 4, phản ánh tính quan trọng của chính sách: tiếp nhận cách sống và những cam kết tôn giáo của người Ca-na-an là biến mình thành người Ca-na-an và do đó chọc giận Đức Gia-vê.

Sau khi nói rõ những hành vi bị nghiêm cấm và những cách giải quyết bên trong chính sách ḥērem của Y-sơ-ra-ên, ở câu 5 Môi-se đưa ra những hành động mà chính sách đó đòi hỏi. Ông liệt kê bốn hành động, tất cả đều chống lại việc thờ phượng của người Ca-na-an:¹⁷ (1) Phá bàn thờ, (2) đập bể các trụ thờ, (3) đánh hạ các thần A-sê-ra, và (4) đốt hình tượng các thần của họ. Bàn thờ được xem như bàn của các thần,¹⁸ trên đó người thờ phượng dâng của lễ là thức ăn và nước uống.¹⁹ Trong bối cảnh thờ phượng của ngoại giáo, 'trụ thờ' (*maṣṣēbôt*) là những cột đá thẳng đứng thường chạm trổ những biểu tượng tôn giáo, tượng trưng cho nam thần. Các trụ thờ A-sê-ra là những biểu tượng bằng gỗ, tượng trưng cho vị nữ thần đứng đầu trong tôn giáo phồn thực của người Ca-na-an.²⁰ Có lẽ chúng khắc hình một người nữ với những bộ phận sinh dục được phóng to lên. *Pĕsîlîm* là thuật ngữ chung chỉ về những hình ảnh được chạm khắc, dù những hình ảnh thiêng liêng thường được dát vàng hay bạc.

Trên một phương diện, việc phá bỏ các vật thánh nhằm mục đích xóa bỏ bằng chứng về những tập tục ngoại giáo của người Ca-na-an trong xứ. Tuy nhiên, trên phương diện sâu xa hơn, đó là một sự khiêu khích đối với việc thờ hình tượng. Bài học này lẽ ra phải

---

16. Cùng ý đó là Ma 2:10-11, nói đến hôn nhân khác chủng tộc là kết hôn với 'con gái của thần ngoại quốc', và xem đây là hành động phản quốc, chống nghịch cộng đồng giao ước.

17. Với việc bắt đầu từng mệnh đề bằng vị ngữ, Môi-se tập trung vào chính các biểu tượng đó. Câu này nhắc lại Xuất 34:13.

18. So sánh Êxê 39:17-20; 41:22; 44:16; Mal 1:7, 12.

19. Động từ gắn liền với việc phá huỷ bàn thờ trong Xuất 34:13; Quan 2:2; 6:30-32 (Ghê-đê-ôn); 2 Vua 23:12, 15 (Giô-si-a); với việc đập bỏ các nơi cao trong 2 Vua 23:8; phá bỏ các trụ thờ và đền thờ Ba-anh trong 2 Vua 10:27.

20. Bản Authorized dịch từ này là 'lùm cây'. Nhưng dựa vào nhiều bằng chứng ngoại kinh xuất hiện vào thế kỷ cuối, A-sê-ra được biết đến là nữ thần nổi bật trong thần thoại Ca-na-an, là vợ của thần El tối cao và là mẹ của bảy mươi thần. Sức cám dỗ từ việc thờ cúng A-sê-ra được xác nhận bởi nhiều câu khắc bằng tiếng Hê-bơ-rơ từ thời kỳ quân chủ nói về 'Gia-vê và A-sê-ra của Ngài'. Xem thêm, J. M. Hadley, *The Cult of Asherah in Ancient Israel and Judah: Evidence for a Hebrew Goddess* (Cambridge: Cambridge Univ. Press, 2000); N. Wyatt, 'Asherah', DDD, 99-105; J. Day, 'Asherah', *ABD*, 1:483-87.

hiển nhiên đối với người Y-sơ-ra-ên: nếu thần tượng không thể tự bênh vực, thì chúng có ích lợi gì cho người thờ chúng (so sánh Quan 6:31–32)?²¹

Nền tảng của thử nghiệm (7:6–8). Phần Môi-se trình bày phiên bản chính sách *ḥērem* của Y-sơ-ra-ên đạt đỉnh điểm trong các câu 6–8, là những câu Môi-se nói rõ lý do. Nếu Shema và Điều Răn Lớn Nhất nói đến yếu tố đầu tiên của công thức giao ước ('Ta sẽ là Đức Chúa Trời các ngươi'), thì lời tuyên bố này nói đến phần thứ hai ('Các ngươi sẽ là dân Ta'), vì ở đây Môi-se suy nghĩ về đặc ân tuyệt vời của Y-sơ-ra-ên đó là làm đối tác giao ước của Đức Gia-vê. Trong bản văn tiếng Hê-bơ-rơ, lời khẳng định về địa vị đặc ân của Y-sơ-ra-ên gồm sáu câu (mỗi câu trong Kinh Thánh tương ứng với hai câu) được sắp thành ba cặp. Cặp thứ nhất tuyên bố địa vị đặc biệt của Y-sơ-ra-ên trước mặt Đức Gia-vê (7:6), còn hai cặp sau tuyên bố hành động từ Chúa mà nhờ đó Y-sơ-ra-ên mới có được địa vị ấy (7:7, 8).

Trong cặp câu đầu tiên (7:6), Môi-se nói đến địa vị của Y-sơ-ra-ên qua hai cách diễn đạt đặc biệt: họ là 'dân thánh cho Đức Giê-hô-va' và 'tài sản được Ngài quý trọng' (so sánh 14:2; 26:18–19). Mặc dù rõ ràng được truyền cảm hứng bởi chính lời của Đức Gia-vê trong Xuất Ê-díp-tô Ký 19:4–5, nhưng Môi-se đã thay thuật ngữ chính trị lạnh lùng *gôy* ('dân tộc') bằng thuật ngữ biểu thị mối liên hệ ấm áp *ʿam* ('dân sự')²² và xem địa vị của Y-sơ-ra-ên trong tư cách 'dân thánh' của Ngài là nền tảng cho những hành động của họ chống lại người Ca-na-an và việc thiết lập sự thờ phượng ngoại giáo, thay vì là kết quả của sự vâng phục theo giao ước. Thực ra, ông đem những người và vật 'hiến dâng cho sự hủy diệt' (*ḥrm*) đối lập với những người tận hiến cho Đức Chúa Trời để có mối liên hệ thiêng liêng.²³ Việc nói đến Y-sơ-ra-ên là *sĕgullâ* của Đức Gia-vê ('tài sản được quý trọng') hàm chứa một từ hiếm gặp, chỉ xuất hiện tám lần trong Cựu Ước. Mặc dù sáu trong tám lần đó nói đến Y-sơ-ra-ên theo nghĩa ẩn dụ,²⁴ nhưng chìa khóa để hiểu khái niệm này là trong 1 Sử 29:3 và Truyền Đạo 2:8, mà

---

21. Về cuộc bút chiến trong Kinh Thánh chống lại thờ hình tượng, xem Block, 'Other Religions in Old Testament Theology,' trong *The Gospel According to Moses*, 200–236.
22. Xem D. I. Block, 'Nation/ Nationality', *ISBE* (rev. ed), 3:492–96; cùng tác giả, 'Nations/ Nationality', *NIDOTTE*, 4:966–72.
23. Về ý nghĩa của gốc *qdš*, xem W. Korfeld, *TDOT*, 12:521–30.
24. Xuất 19:5; Phục 7:6; 14:2; 26:18; Thi 135:4; Mal 3:17.

trong đó từ này chỉ về những món đồ quý, đặc biệt là châu báu của các vua.[25]

Nhưng làm thế nào Y-sơ-ra-ên trở thành 'dân thánh cho Đức Giê-hô-va' và 'tài sản được Ngài quý trọng?' Trong câu 7–8, Môi-se nêu bật bốn hành động của Chúa ẩn sau địa vị thiêng liêng của Y-sơ-ra-ên. (1) Y-sơ-ra-ên là người thụ hưởng ơn yêu thương của Đức Gia-vê (7:7a). (2) Y-sơ-ra-ên là người nhận ơn chọn lựa của Đức Gia-vê. Trong số các nhóm dân, Ngài đã chọn họ để họ trở thành tài sản được Ngài yêu quý.[26] Trong câu 7a, Môi-se quả quyết việc Đức Gia-vê lựa chọn Y-sơ-ra-ên cho mối liên hệ giao ước với chính Ngài không liên quan gì đến những phẩm chất cá nhân của họ, vì họ kém cỏi nhất trong các dân. (3) Y-sơ-ra-ên là người thụ hưởng ơn cứu rỗi của Đức Gia-vê (7:8a). Vì sợ người Y-sơ-ra-ên coi công trạng của họ là nền tảng cho địa vị đặc ân của họ, nên Môi-se tuyên bố Đức Gia-vê là Đấng đã đem họ ra khỏi Ai Cập. (4) Y-sơ-ra-ên là người thụ hưởng ơn cứu chuộc của Đức Gia-vê (7:8b). Lần đầu tiên trong sách, Môi-se dùng từ *pādâ* ('cứu chuộc').[27] Từ này có vẻ trang trọng hơn từ có cùng gốc *gā'al*.[28] Trong khi từ sau nói đến sự can thiệp của một người bà con gần khi bà con của người đó lâm cảnh hiểm nghèo và cần được giúp đỡ để cứu họ,[29] thì *pādâ* gắn liền với việc giải cứu nô lệ nhờ trả tiền chuộc. Được dùng theo nghĩa ẩn dụ trong Phục Truyền, từ này nói đến việc Đức Gia-vê chuộc Y-sơ-ra-ên khỏi nhà nô lệ ở Ai Cập và khỏi cánh tay mạnh sức của Pha-ra-ôn. Mặc dù những câu này đều tập trung vào Đức Chúa Trời, nhưng sự cứu chuộc Y-sơ-ra-ên không hoàn toàn là hành động *tự tôn* của Chúa; mà nó được thúc đẩy bởi

---

25. 'Dân riêng biệt' trong bản Authorized được dịch dựa trên ý nghĩa của từ tiếng La-tinh được hiểu ngầm *peculium* nghĩa là 'tài sản cá nhân/ riêng tư', và không liên quan gì tới 'kỳ cục, khác thường'. Bản Bảy Mươi ghi là *periousion* (một dân 'của riêng Ngài'), không chuyển tải hết nghĩa của từ. Cũng xem Tít 2:14; Êph 1:14; và 1 Phi 2:9.

26. Về động từ *bāḥar*, xem chú giải ở 4:37; so sánh 10:15; 14:2.

27. Về *pādâ* được dùng như ẩn dụ chỉ việc Đức Gia-vê cứu Y-sơ-ra-ên khỏi ách nô lệ Ai Cập, xem Phục 9:26; 13:5[6]; 15:15; 21:8; 24:18; 2 Sa 7:23 = 1 Sử 17:21; Nê 1:10; Thi 78:42; Mi 6:4.

28. *Gā'al* thường được dùng theo nghĩa ẩn dụ khi nói đến hành động cứu rỗi của Đức Gia-vê ở ngoài sách Phục Truyền, trong Xuất 6:6; 15:13; Thi 74:2; 77:15[16]; 78:35; 106:10.

29. Về phần trình bày chức năng của *goēl* và văn chương khác, xem Block, *Judges, Ruth*, 674–75; R. Hubbard, 'פדה,' *NIDOTTE*, 3:578–82.

tình yêu của Ngài (*âhab*) vì dân này và vì sự trung thành của Ngài đối với lời thề cùng tổ phụ họ.

Trong câu 6–8, Môi-se suy ngẫm câu hỏi 'Vì sao Đức Chúa Trời yêu mến Y-sơ-ra-ên?' Ông không thật sự trả lời câu hỏi, ngoại trừ gợi ý rằng Đức Chúa Trời yêu Y-sơ-ra-ên vì Ngài yêu Y-sơ-ra-ên. Được thúc đẩy bởi lòng trung thành với lời hứa cùng tổ phụ và cam kết giao ước với con cháu họ, qua hành động ân điển diệu kỳ, Đức Gia-vê bảo đảm tự do của Y-sơ-ra-ên và gọi dân tộc này ra khỏi vương quốc tối tăm mà bước vào vương quốc sáng láng tuyệt diệu của Ngài (so sánh 1 Phi 2:9).

Tầm quan trọng của thử nghiệm (7:9–15). Xét theo chủ đề, câu 11–12 là điểm tựa của đoạn này: Môi-se nhắc lại lệnh truyền cho dân chúng phải giữ Điều Răn Lớn Nhất (so sánh 5:31; 6:1) và các quy tắc chi tiết của giao ước ('các mệnh lệnh và luật lệ') mà ông đang ban ra ngày nay 'để làm theo'. Xét về mặt lô-gíc của phân đoạn, biết bản tính và lòng trung thành của Đức Gia-vê với giao ước, mà trong những điều khoản của nó có cả phước lành lẫn sự rủa sả (7:9–10), là điều kiện tiên quyết để hết sức cẩn thận làm theo ý muốn Ngài (7:11). Đồng thời, thận trọng làm theo ý muốn Đức Gia-vê (7:12a) là điều kiện tiên quyết để kinh nghiệm những phước lành thay vì sự rủa sả (7:12b-13a). Dòng tư tưởng của Môi-se như sau:

Hiểu biết ▶ Vâng phục ▶ Phước lành

Vì mục tiêu hùng biện của Môi-se ở đây là nhằm bảo vệ cho yếu tố đầu tiên, nên ông bắt đầu bằng mệnh lệnh giả 'phải nhận biết', như thể người ta có thể lệnh cho ai đó phải biết một điều. Nội dung kiến thức được trình bày dưới dạng giáo lý bán vấn đáp (so sánh 4:35, 39). Đối với lời khẳng định Đức Gia-vê là 'Đức Chúa Trời [có một và duy nhất]', ông nói thêm 'Ngài là El thành tín' (diễn ý cá nhân). Tính từ 'thành tín' (cùng gốc với từ 'Amen' của chúng ta) nghĩa là 'chân thật, đáng tin cậy, xác thực'. Trong các chuyện kể về các tổ phụ ở Sáng Thế Ký, Đức Chúa Trời thường giới thiệu chính Ngài là El.[30] Là El Shadday, Ngài đã lập giao ước với Áp-ram/ Áp-ra-ham (Sáng 17:1-8), nhưng là

---

30. Thường ở dạng kết hợp với các từ ngữ khác: El El Olam (Sáng 21:33), El Roi (16:13), El Elyon (14:18–22), và El Shadday (17:1; 28:3; 35:11).

Đức Gia-vê, Ngài chứng tỏ mình thành tín, thực hiện những lời hứa và xác nhận giao ước (Xuất 6:2–8).[31]

Phần còn lại của câu 9–10 giải thích ý nghĩa của lời tuyên xưng này cho Y-sơ-ra-ên. Là 'El thành tín', Đức Gia-vê giữ 'giao ước yêu thương' (nghĩa đen: 'giao ước và ḥesed của Ngài'). Từ ngữ cuối cùng nói đến phẩm tính khiến một người hành động vì lợi ích của người khác mà không quan tâm đến mối lợi mà người bày tỏ hành động đó có thể nhận được.[32] Tuy nhiên, ở đây và trong câu 12, 'giao ước' và 'ḥesed' đi với nhau có nghĩa là 'giao ước ân điển'.[33] Mượn trực tiếp cách diễn đạt từ nguyên tắc đầu tiên của Mười Điều Răn (5:10), Môi-se nhận diện đối tượng của tình yêu giao ước thành tín của Đức Gia-vê là những người 'yêu mến Ngài và gìn giữ điều răn của Ngài'. Nhưng điều đáng chú ý là câu 10 tách khỏi Mười Điều Răn. Thay thế một Đức Chúa Trời mơ hồ trong vai trò Đấng 'phạt' tội lỗi (6:9), Môi-se tuyên bố Ngài là Đấng 'báo ứng... bằng cách hủy diệt'; thay cho việc thực thi hình phạt tập thể dành cho 'con cái', Môi-se tuyên bố sự đoán phạt mang tính trực tiếp và cá nhân, 'nhãn tiền' (hai lần); và thay cho 'đến ba bốn đời', Môi-se tuyên bố Đức Gia-vê sẽ không chần chừ báo ứng người có tội. Việc ghi nhớ ân điển của Đức Chúa Trời và sự hiểu biết bản tính Ngài phải thúc đẩy dân Ngài làm điều Ngài muốn (7:11–12a).

Trong câu 12b–16 Môi-se giải thích chi tiết những phước lành được hứa dành cho những người đáp ứng với ân điển bằng sự vâng phục. Ông bắt đầu bằng nguyên tắc Gia-vê, Đức Chúa Trời của Y-sơ-ra-ên, giữ giao ước ân điển (so sánh với 7:9) mà Ngài đã thề cùng các tổ phụ. Mặc dù nhiều người cho rằng ông đang nói đến giao ước với các tổ phụ, nhưng phước lành được liệt kê trong các câu 13–15 thật ra là phần tóm tắt các phước lành của giao ước đã lập tại Hô-rếp (so sánh Xuất 23:25–26; Lê 26:1–13), một kết thúc được củng cố bằng lời Môi-

---

31. Về mối liên hệ giữa các danh xưng El Shadday và Đức Gia-vê, xem G. J. Wenham, *Genesis 16–50* (WBC; Dallas: Word, 1994); xxx–xxxv; cùng tác giả, 'The Religion of the Patriarchs,' in *Essays on the Patriarchal Narratives* (eds. A. R. Millard and D. J. Wiseman; Leicester: Inter-Varsity Press, 1980), 157–88; R. W. L. Moberly, *The Old Testament of the Old Testament: Patriarchal Narratives and Mosiac Yahwism* (Minneapolis: Fortress, 1992), 85–87.

32. Để biết ý nghĩa của từ này, xem phần chú thích ở 5:10. Trong 2 Sa 7:15, từ này có chức năng như một từ thay thế cho *bĕrît*, có nghĩa là 'giao ước lời hứa'.

33. Phép thế đôi. Cũng xem Weinfeld, *Deuteronomy 1–11*, 370.

se nhắc đến 'giao ước... và lời thề' trong bài giảng cuối cùng (29:12, 14, 21[11, 13, 20]). Môi-se cố gắng thúc đẩy lòng trung thành bằng cách nói tiếp ba lời hứa, mỗi lời hứa được diễn đạt bằng một từ (theo bản gốc). Nếu Y-sơ-ra-ên trung tín, Đức Gia-vê sẽ thể hiện cam kết giao ước với họ (NIV 'yêu mến'), ban phước cho họ, và làm cho họ trở nên đông đảo.[34] Trong khi quy mô dân số của Y-sơ-ra-ên không liên hệ gì đến việc họ được lựa chọn (7:7), nhưng trong tương lai, số lượng tăng lên sẽ là phần thưởng cho sự vâng phục của họ.

Trong câu 13b–15 Môi-se giải nghĩa chi tiết lời hứa trong câu 13a. Một mặt, phước lành bao hàm những lời hứa lạc quan về sinh sôi nảy nở (7:13b-14a), một mặt là loại bỏ những mối đe dọa đối với sự gia tăng số lượng (7:14b-15). Ông bắt đầu bằng cách liệt kê hàng loạt những lĩnh vực trong cuộc sống mà dân chúng lệ thuộc vào để được an toàn. Trong khi 'dòng dõi' và 'thổ sản [nghĩa đen 'trái']' là cách nói ngắn gọn chỉ mọi lĩnh vực trong cuộc sống và hoạt động nông nghiệp mà con người phụ thuộc vào, thì những thuật ngữ còn lại dường như được chọn một cách chủ đích để thách thức những lời tuyên bố của hệ thống thần tượng chi phối đời sống của người Ca-na-an.

Tất cả những cách diễn đạt trong câu 13b được liên kết với các vị thần của người Ca-na-an. *Dāgān* ('ngũ cốc') làm nhớ đến thần Đa-gôn, sau này là vị thần chính của người Phi-li-tin (Quan 16:23; 1 Sa 5:2–7), dù việc thờ phượng thần này cũng lan rộng giữa vòng người Ca-na-an[35]. Còn chữ 'rượu', Môi-se thay thế từ ngữ thông dụng là *yayin* (so sánh 14:26) bằng từ *tîrôš*, có cùng gốc với tên thần Tirshu/Tirash, được chứng thực trong các lá thư từ El-Amarna và các bản văn U-ga-rit[36]. Đối với 'dầu' ô-liu, Môi-se thay từ thông dụng là *šemen* (so sánh 8:8) bằng từ *yiṣhār*, từ gốc có nghĩa là 'sáng chói'. Một số người đoán *Yiṣhar* là tên gọi của thần dầu ô-liu[37]. Cách diễn đạt hiếm gặp 'đàn bò và đàn lừa của anh em gia tăng' chỉ xuất hiện trong 28:4, 18, 51 và trong Xuất Ê-díp-tô Ký 13:12. Thay cho từ thông dụng hơn đó là *'ēgel*

---

34. So sánh Sáng 17:2; 22:17; 26:4, 24; 28:3; 32:12[13]; 35:11; 48:4; Xuất 32:13; Lê 26:9.

35. Được thể hiện trong địa danh 'Bết Đa-gôn' (nhà Đa-gôn), được xác nhận tại Giu-đa (Giô 15:41) và A-se ở phía Bắc (Giôs 19:27). Xem L. Feliu, *The God Dagan in Bronze Age Syria*, do W. G. E. Watson dịch (Culture and History of the Ancient Near East 19; Leiden: Brill, 2003), 278–88 để biết thêm về vị thần này.

36. Xem thêm J. F. Healey, 'Tirash', *DDD*, 871–72

37. So sánh với N. Wyatt, 'Oil', *DDD*, 640

(so sánh 9:16, 21), *šgr* có vẻ liên hệ đến tên của thần Shaggar/Sheger, mà sự tôn kính thần này được xác nhận trong các bản văn U-ga-rit, Emar, Deir ʿAlla và Punic.³⁸

Tuy nhiên, mối liên hệ thần thoại này được thể hiện rõ ràng nhất trong cách nói 'lứa đẻ của chiên cái' (*aštĕrôt ṣōʾnekā*), là sự thay thế cho từ thông dụng hơn đó là *kebés* (so sánh Xuất 29:39) hay *késeb* (Phục 14:4). Sự tôn kính Ishtar/Át-tạt-tê, nữ thần sinh sản, là một trong những sự thờ phượng phổ biến nhất ở vùng Cận Đông cổ.³⁹ Việc Môi-se thích dùng những cách nói hiếm gặp này dường như là cú đâm có chủ ý vào tĩnh mạch tôn giáo người Ca-na-an. Trong xứ Đức Gia-vê đã thề hứa cùng tổ phụ, chỉ một mình Ngài bảo đảm sự sinh sôi của cây trồng và súc vật.⁴⁰ Vị mục sư của Y-sơ-ra-ên kết thúc lời hứa ban phước lành trong câu 14a bằng lời hứa mang tính bao hàm nhất: Y-sơ-ra-ên sẽ được phước hơn mọi dân khác.⁴¹

Phần còn lại của câu 14 và 15 làm sáng tỏ ý Môi-se muốn nói qua câu 'làm cho dân số anh em gia tăng' ở đầu câu 13. Trong thế giới cổ, con người thừa nhận hai yếu tố ngăn trở phước hạnh: lời rủa sả son sẻ (so sánh Sáng 30:1) và lời nguyền rủa chết yểu. Giờ đây Môi-se hứa rằng nếu Y-sơ-ra-ên trung thành với Đức Gia-vê, thì sẽ không có vấn đề gì xảy đến với dân chúng hay vật nuôi. Ở khía cạnh khác của cuộc sống, Đức Gia-vê sẽ loại trừ mọi bệnh tật và ngăn chặn mọi 'dịch bệnh khủng khiếp' mà họ biết từ khi ở Ai Cập.⁴² Lời tuyên bố này dường như dựa trên Xuất Ê-díp-tô Ký 15:26, mà trong đó sử dụng những từ ngữ để liên kết sự vâng lời với sức khỏe tương tự như từ dùng trong các điều kiện của giao ước.

---

38. Sheger hình như ám chỉ thần mặt trăng tròn, thường được cho là ảnh hưởng đến việc thụ thai và sinh đẻ. Muốn biết thêm về Sheger/ Shaggar, xem K. van der Toom, 'Sheger', *DDD*, 760–62.

39. Về Ishtar trong tôn giáo Cận Đông, xem T. Abusch, 'Ishtar,' *DDD*, 452–56; về Astarte, xem N. Wyatt, 'Astarte,' *DDD*, 109–14. Xem *ANEP* ## 464, 465.

40. Chuỗi ngũ cốc, rượu, gia súc và chiên được tìm thấy ở các phước lành trong câu khắc của người Phê-ni-xi của Azatiwada (đầu thế kỷ thứ bảy TC). Muốn biết về bản văn, xem COS, 2:31, iii.2–11 (tr. 150). So sánh Weinfeld, *Deutoronomy 1–11*, 373.

41. Về phần thưởng cho sự cẩn thận vâng theo giao ước là vị thế kinh tế quan trọng nhất của Y-sơ-ra-ên giữa các dân, xem 15:5–6; 26:16–19; 28:12–14.

42. Cũng xuất hiện trong 28:60, cụm từ bắt nguồn từ từ gốc có nghĩa 'ngắt, bệnh'. Các căn bệnh bao gồm sốt rét, kiết ly, bệnh chân voi, v.v... Về các bệnh tật ở Ai Cập cổ, xem Pliny, *Natural History* 26.1.5.

Lời kêu gọi sau cùng về sự vâng phục (7:16). Câu 16 là câu chuyển tiếp, kết thúc phần nói chuyện trước đó bằng lời yêu cầu hãy có những hành động dứt khoát chống lại người Ca-na-an và chuẩn bị cho đáp ứng được trình bày trong câu 17. Sử dụng từ vựng khác với các từ trong câu 1–5, Môi-se kêu gọi dân chúng tiêu diệt (*'ākal*, nghĩa đen là 'ăn nuốt, ăn') tất cả các dân Đức Gia-vê phó vào tay họ. Một lần nữa, ông cảnh báo việc để cho tình cảm xen vào quyết tâm thực thi nhiệm vụ thiêng liêng không thể lay chuyển: 'mắt các ngươi đừng thương xót họ' (diễn ý cá nhân).[43] Mạng lệnh sau cùng 'không được phục vụ các thần của chúng' thừa nhận sức hấp dẫn của toàn bộ hệ thống thờ phượng liên quan đến việc sinh sản, hứa hẹn mang lại sự sống nhưng kỳ thực sẽ mang đến chết chóc mà thôi (so sánh 12:30).[44]

Đáp Ứng Trước Thử Nghiệm Bên Ngoài Của Cam Kết Giao Ước (7:17–26)

Như trong 6:10–25, Môi-se tiếp tục lời khuyên phải trung thành với giao ước bằng cách tưởng tượng phản ứng mang tính giả thuyết nhưng thực tế trước lệnh truyền, qua đó ông đưa ra một đáp ứng phù hợp. Bản văn này chia làm hai phần: câu hỏi (7:17) và câu trả lời (7:18–26).

Câu hỏi (7:17). Câu hỏi đặt ra phản ánh tình huống mang tính khoa trương hùng biện. Trong khi ở 6:20, người trả lời ảo là con cháu của một người trong đám thính giả, thì ở đây, người trong giả thuyết lại là một người trong vòng đám đông đang đứng trước mặt Môi-se. Chúng ta có thể dễ dàng hình dung rằng khi Môi-se đưa thách thức trong câu 1–16 ra trước mặt dân chúng, ông bắt được những tín hiệu không lời của sự hoài nghi hay thất vọng từ một số người trong đám đông. Có lẽ với phản ứng của thế hệ trước tại Ca-đe Ba-nê-a vẫn còn trong trí (so sánh 1:26–28), ông nói ra điều dân chúng đang nghĩ đến

---

43. Thành ngữ này đặc biệt nổi bật trong Ê-xê-chi-ên, được dùng để chỉ Đức Chúa Trời hay cộng sự của Ngài: 5:11; 7:4, 9; 8:18; 9:5, 10; 20:17; 24:14. Muốn biết về thành ngữ này, xem S. Wagner, חום, *TDOT*, 4:271–77.

44. Mặc dù Xuất 23:33 hướng đến tương lai, nhưng mệnh đề khuyết động từ hiện tại xem vấn đề này là mối nguy có thật trong hiện tại. Từ ngữ được dịch là 'cái bẫy' nghĩa là lưới của người bắn chim được dùng để bắt chim. Muốn xem minh họa, đọc O. Keel, *The Symbolism of the Biblical World: Ancient Near Eastern Iconography and the Book of Psalms* (trans. T. J. Hallett; New York: Seabury, 1978), 89–94.

('các ngươi nói trong lòng/ trong đầu' [diễn ý cá nhân]) nhưng rõ ràng không dám hỏi. Dựa trên một từ Môi-se dùng để mô tả bảy dân tộc (7:2), người đối thoại giả định nêu lên vấn đề: Các dân mà người Y-sơ-ra-ên sắp đối diện đông hơn họ rất nhiều. Nói thay cho toàn thể Y-sơ-ra-ên ở ngôi thứ nhất, ông hỏi (nghĩa đen) 'Làm thế nào ta có thể đánh đuổi họ?'

Câu trả lời của Môi-se (7:18–26). Câu trả lời của Môi-se bao hàm một lời hứa (7:18–24) và một lời cảnh báo (7:25–26). Tấm lòng của người chăn bầy lẫn kỹ năng hùng biện của ông đều thể hiện rõ trong lời hứa đó khi ông vận dụng sức mạnh của tư duy tích cực trong việc cẩn thận đưa ra câu trả lời. Lời hứa của ông chia thành hai phần, trong tiếng Hê-bơ-rơ, mỗi phần đều được giới thiệu bằng lời răn bảo: 'Đừng sợ' (7:18a); và 'Đừng sợ hãi các dân ấy' (7:21). Thể hiện sự cân xứng đáng chú ý, những lời khích lệ theo sau những lời răn bảo này hầu như giống y như nhau về độ dài: lời khích lệ đầu gồm bốn mươi lăm từ, và lời khích lệ thứ hai gồm bốn mươi bảy từ.

Trong các câu 18b–20, Môi-se khích lệ thính giả bằng hai ý chính: hãy nhớ điều Đức Gia-vê đã làm cho các ngươi trong quá khứ (7:18b–19), và nhận biết rằng Đức Gia-vê ở với các ngươi trong hiện tại (7:20). Khi nhắc Y-sơ-ra-ên nhớ đến những việc Ngài làm trong quá khứ, Môi-se lặp lại điều chúng ta đã nghe trước đó ở 4:34 và 6:22.[45] Giờ đây, bằng cách sử dụng phương pháp lập luận được dùng rộng rãi trong Do Thái giáo sau này, *qal wahomer* ('từ việc lớn đến việc nhỏ'), Môi-se không giảm thiểu sức mạnh của bảy dân tộc Ca-na-an, họ thật sự là kẻ thù ghê gớm. Ý ông muốn nói là nếu Đức Gia-vê có thể giải cứu họ khỏi người Ai Cập, thì những tiểu vương quốc này, từng là các nước chư hầu của các đời pha-ra-ôn, chẳng là gì với Ngài cả.

Còn với những người trong vòng thính giả nghĩ rằng vũ khí Đức Gia-vê đã dùng chống lại người Ai Cập (được kể ra trong 7:19) không đủ mạnh hay không hiệu quả, thì trong câu 20 Môi-se thêm vào một vũ khí nữa. Theo nghĩa đen, từ *ṣir'â* nghĩa là một loài ong vò vẽ/ ong bắp cày mà nọc của chúng có thể gây chết người, đặc biệt khi người ta bị cả một đàn ong này tấn công. Môi-se chính xác đã nghĩ đến hình ảnh này khi ông thay đổi mục tiêu của đàn ong từ các tộc người Ca-

---

45. Muốn biết phần trình bày những thuật ngữ này, xem chú giải ở 4:34.

na-an trong Xuất Ê-díp-tô Ký 23:28 thành 'những kẻ sống sót và đang chạy trốn anh em'. Khi Đức Gia-vê giao cho đàn côn trùng này tấn công người Ca-na-an, chúng sẽ không ngừng đuổi theo họ vào từng hang hóc và bụi cây mà họ chạy trốn, và sẽ tấn công cho đến khi tất cả bị tiêu diệt, như trong trường hợp các dân của vua Si-hôn và Óc.[46]

Trong nửa sau của lời hứa này (7:21–24), Môi-se chuyển sự chú ý từ quyền năng vô song của Đức Gia-vê sang sự hiện diện lạ lùng của Ngài. Giống như câu nói về sự hiện diện của Đức Gia-vê trong 6:15, lời tuyên bố trong câu 21 cũng mang tính chất tương tự giáo lý: người Y-sơ-ra-ên sẽ không khiếp sợ kẻ thù, 'vì Giê-hô-va Đức Chúa Trời đang ngự giữa anh em, là Đức Chúa Trời vĩ đại và đáng kính sợ [El].' Đứng trước những đe dọa từ các thần đối thủ, chính cơn giận/ lòng ghen tuông của Đức Gia-vê nổi lên; khi các dân tộc khác đe dọa con dân Ngài, chính sức mạnh lạ lùng và siêu việt của Ngài trỗi dậy. Như trong câu 9, Môi-se xem Gia-vê, Đức Chúa Trời của Y-sơ-ra-ên, là El. Nhưng không giống El lão hóa và vô ích trong thần thoại của người Ca-na-an, Đức Gia-vê cực kỳ hùng mạnh và đáng sợ đối với những ai cản đường Ngài.[47]

Từ câu 22–24, Môi-se giải thích cách Đức Chúa Trời đáng kinh sợ sẽ theo đuổi chiến dịch xâm chiếm của Ngài. Là Đấng Chỉ Huy tối cao của lực lượng Y-sơ-ra-ên và là Chiến Binh thiên thượng đánh giặc cho họ, chiến lược của Ngài thật rõ ràng: Ngài sẽ quét sạch các dân tộc Ca-na-an trước mặt người Y-sơ-ra-ên (7:22); Ngài sẽ phó họ cho Y-sơ-ra-ên (7:23); Ngài sẽ làm cho chúng hết sức hỗn loạn[48] cho đến khi chúng bị tiêu diệt (7:23; so sánh 7:2); và Ngài sẽ phó các vua Ca-na-an vào tay người Y-sơ-ra-ên (7:24). Với những lời hứa này, Môi-se thách thức dân Y-sơ-ra-ên tin cậy Đức Gia-vê. Đây là cuộc chiến của Ngài, không phải của họ. Sự hiện diện đáng kinh sợ của Ngài sẽ tạo nên sự hỗn loạn giữa các lực lượng của kẻ thù, và Ngài sẽ phó những lãnh đạo của chúng vào tay Y-sơ-ra-ên.

---

46. Dân 21 lẫn Phục 2:26–3:11 đều không nói đến ong bắp cày, nhưng trong Giôs 24:12, khi nêu danh Đức Gia-vê, Giô-suê cho rằng việc đánh bại Si-hôn và Óc là nhờ ong bắp cày (số ít) mà Đức Chúa Trời đã sai đến.

47. Xem chú giải ở 10:17.

48. Động từ *hûm* nghĩa là 'làm ồn, gây ầm ĩ'. Được kết hợp với danh từ cùng gốc, *měhûmâ*, 'tiếng ầm ĩ, tiếng ồn' và tính từ *gědōlâ*, hình ảnh này làm nhớ đến tiếng ồn ào trong cuộc tấn công người Ma-đi-an của Ghê-đê-ôn (Quan 7:19–22).

Tuy nhiên, để thính giả của ông không tưởng rằng tất cả họ cần là thụ động đứng nhìn (Xuất 14–15), Môi-se thêm một chuỗi những lời cảnh báo vào những lời hứa về sự dự phần của Chúa. (1) Mặc dù Đức Gia-vê sẽ dọn sạch người Ca-na-an, nhưng Ngài sẽ không làm điều đó trong phút chốc, mà là 'dần dần' (7:22). Ngài nhận biết rằng người Y-sơ-ra-ên hiện đang vừa thiếu nguồn lực để tiêu diệt họ cách nhanh chóng vừa thiếu cả quân số để chiếm toàn bộ xứ đã được hứa cho họ (so sánh Xuất 23:30). Việc diệt trừ dân cư ngay tức thì sẽ tạo khoảng trống dẫn đến sự gia tăng nguy hiểm lượng thú hoang - có lẽ trong đó có cả những sinh vật ăn xác thối như chó rừng, chó sói và sư tử hung hãn hơn sẽ thật sự đe dọa người Y-sơ-ra-ên (so sánh 2 Quan 17:24–26).

(2) Trong câu 24b Môi-se tuyên bố Đức Gia-vê sẽ phó các vua vào tay người Y-sơ-ra-ên để họ xóa tên chúng ở dưới trời (so sánh 4:32). Vì người xưa cho rằng con người sống nhờ con cháu, nên số phận tệ hại nhất của một người là dòng dõi bị tuyệt diệt và tên của người đó bị xóa khỏi nhà cha mình.[49] Phần tường thuật về các cuộc chiến trong sách Giô-suê kể tên nhiều vị vua chống nghịch người Y-sơ-ra-ên, nhưng việc thiếu những tên vua chúa trong danh sách các vua bị thua trận trong Giô-suê 12:7–24 có vẻ là có chủ ý.

(3) Mệnh đề kết thúc trong câu 24 'ngươi diệt chúng nó' tóm tắt trách nhiệm của người Y-sơ-ra-ên trong cuộc chinh phục. Việc Môi-se dùng cùng động từ cho chữ 'tiêu diệt' trong câu 23 và 24 (*hišmîd*) phản ánh sự hiệp lực của trời và người.

Chuyển từ lời hứa sang lời cảnh báo trong các câu 25–26, tâm trạng của Môi-se cũng thay đổi đáng kể. Bây giờ ông quay lại những vấn đề ông đã nói ở đầu chương, đặc biệt là câu 5. Bản NIV thể hiện chính xác cấu trúc nhấn mạnh của câu đầu tiên bằng việc đảo ngược trật tự cú pháp bình thường - vị ngữ, chủ ngữ, động từ. Chỉ thị đốt hình tượng các thần của Ca-na-an tóm tắt bốn mạng lệnh liên quan đến việc thiết lập sự thờ phượng ngoại giáo trong câu 5. Nhưng bây giờ ý nghĩa của hình tượng đã thay đổi. Thay vì tập trung vào những hình ảnh là biểu tượng thần học khó hiểu quyến dụ người Y-sơ-ra-ên và

---

49. Xem 1 Sa 24:21[22]; 2 Sa 14:7. Để tránh điều này, Áp-sa-lôm lập một đài kỷ niệm cho chính mình vì ông không có con để lưu danh sau khi chết (2 Sa 18:18). Cũng xem Thi 37:28; Ê-sai 14:20–21.

khiến lòng trung thành của họ chệch khỏi Đức Gia-vê, thì mối quan tâm của Môi-se là ở vật liệu làm nên hình tượng.

Vay mượn động từ trong điều răn thứ chín, ông cảnh báo việc 'tham' bạc và vàng dùng để làm hình tượng.[50] Qua đó, ông ngăn chặn cám dỗ biện hộ cho việc tận dụng và tái chế các kim loại quý khi thi hành chính sách *ḥērem* chống lại những cơ chế của kẻ thù. Việc các hình tượng bị phá hủy không có nghĩa là kim loại đo được dùng để trang trí chúng mất đi ý nghĩa tâm linh. Không, những vật liệu mặc lấy bản chất của chính hình tượng. Vì hình tượng là điều gớm ghiếc đối với Gia-vê, Đức Chúa Trời của Y-sơ-ra-ên, nên những vật liệu làm ra chúng cũng tạo mối đe dọa cho người Y-sơ-ra-ên y như các thần mà những hình tượng đó đại diện: chúng sẽ gài bẫy dân của Đức Gia-vê.[51]

Từ *tôʿēbâ* ('gớm ghiếc'; bản NIV 'đáng ghê tởm') xuất hiện lần đầu tiên trong câu 25 và 26 của sách[52] và là cách diễn đạt Môi-se ưa thích để chỉ tính chất ghê tởm của việc thờ thần tượng (so sánh 12:31; 13:14[15]; 17:4; 32:16). Trong câu 26, ông nhận diện nguồn gốc của vấn đề. Thờ thần tượng không chỉ có sức cám dỗ ('cái bẫy') mà còn là điều ghê tởm đối với Đức Gia-vê, 'điều ghê tởm' này dễ lây lan từ người này sang người kia. Tiếp xúc với những vật gớm ghiếc không chỉ vô hiệu hóa địa vị dân thánh và biến họ chỉ còn là một dân tộc như bao dân tộc khác mà còn làm cho người Y-sơ-ra-ên trở nên hoàn toàn bị ô uế và thoái hóa về bản chất. Chỉ có một giải pháp cho bất kỳ người hay vật nào được tuyên bố là *tôʿēbâ*: áp dụng triệt để chính sách *ḥērem*.

Ngữ Cảnh Bắc Cầu

Thần học về Chiến Tranh. Cùng với chương 20, Phục Truyền 7 là đoạn quan trọng để hiểu thần học về chiến tranh trong Cựu Ước. Như chúng ta đã lưu ý trong phần chú giải về cuộc chiến chống lại vua Si-hôn và Óc,[53] chính sách *ḥērem* nhằm bảo đảm cho người Y-sơ-

---

50. Cùng động từ này được dùng để nói đến tội của A-can trong Giôs 7:21.
51. Trong câu 16, Môi-se đã cảnh báo việc phục vụ các thần khác sẽ là 'cái bẫy' cho người Y-sơ-ra-ên; bây giờ ông nói họ sẽ bị 'gài bẫy' (từ cùng gốc, *yqš*) bởi bạc vàng mà chúng được mạ.
52. Có gốc từ *tʿb* ('ghê tởm, vứt bỏ điều vô cùng ghê tởm')
53. Xem trong phần Ngữ Cảnh Bắc Cầu, 2:24–3:11.

ra-ên một xứ sạch sẽ, nơi họ có thể phát triển và tăng trưởng trong cương vị một dân tộc. không phải vì lợi ích của chính họ, mà vì vinh hiển của Đức Chúa Trời và để làm chứng về ân điển của Ngài cho muôn dân.[54] Đức Gia-vê đang phó xứ cho họ như một món quà, để hoàn tất tam giác giao ước thần - dân – xứ:

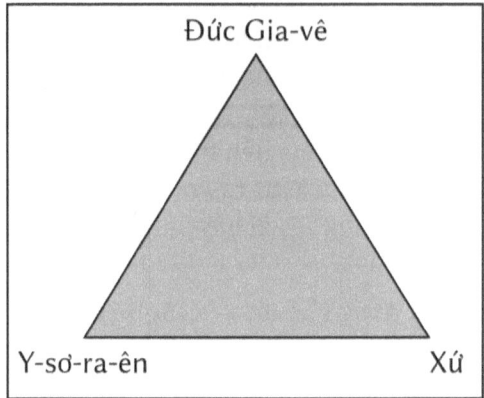

Trong Y-sơ-ra-ên, chính sách *ḥērem* không được thúc đẩy bởi ác cảm với người ngoài, mà bởi nhu cầu loại trừ mọi địch thủ của Đức Chúa Trời, Đấng ở trên đỉnh của tam giác này. Phục Truyền 7:4–11 loại bỏ bất kỳ nguyên do thỏa hiệp nào liên hệ đến Điều Răn Lớn Nhất và Shema.

Điều đáng chú ý là cách các ký thuật chiến trận của cuộc chinh phục xứ đều im lặng về điều này. Chỗ duy nhất nhắc đến các thần ngoại bang trong Giô-suê xuất hiện ở phần cuối các bài diễn văn của vị lãnh đạo này. Mặc dù rõ ràng tội của A-can liên quan đến việc vi phạm nguyên tắc này (đặc biệt 7:25–26), nhưng mối liên hệ với tôn giáo Ca-na-an phụ thuộc vào việc hiểu rõ Phục Truyền 7. Tội ác của A-can được mô tả là bất trung (Giôs 7:1), gian ác (7:11, 20), vi phạm giao ước của Đức Gia-vê (7:11, 15), ăn cắp (7:11), nói dối (7:11), tham lam (7:21; so sánh Phục 7:25), và nhất là vi phạm quy định *ḥērem*[55]. Tuy nhiên, ký thuật không nói rõ về việc thờ thần tượng hay các vật liên quan đến hình tượng hoặc việc lập nên cơ chế thờ phụng. Mặc dù mệnh đề 'chúng phải bị hủy diệt' đúng đến mức những đồ vật

---

54. Xem phần sau ở Phục 26:19.
55. Các dạng của từ gốc *ḥrm* xuất hiện 8 lần trong Giôs 7:1–15 (7:1, 11, 12, 13, 15)

nào đó ở dưới luật ḥērem không bị tiêu diệt (Giôs 7:12) thì đều 'là vật đáng diệt' (Phục 7:26), nhưng tác giả vẫn mô tả tội A-can như một hành động tham lam cá nhân chứ không nói đến ý nghĩa tôn giáo của hành động đó.

Mặc dù các ký thuật khác của Giô-suê khá im lặng về quan điểm của Giô-suê đối với các đồ dùng trong sự thờ phượng ngoại giáo, nhưng chúng rõ ràng nêu bật việc Đức Gia-vê làm ứng nghiệm lời hứa phó xứ vào tay người Y-sơ-ra-ên (Phục 7:1). Sau những cuộc chinh phục thành Giê-ri-cô và A-hi ban đầu, trọng tâm có vẻ đặc biệt hướng vào các vua của xứ,[56] làm ứng nghiệm Phục 7:24. Ngay cả khi đó đi nữa thì điểm nhấn quan trọng trong sách Giô-suê nói chung vẫn là việc phân chia chiến lợi phẩm theo lãnh thổ giữa các chi phái (Giôs 13:1–21:45). Mãi cho đến các bài diễn văn của Giô-suê ở phần cuối chúng ta mới nghe những ám chỉ rõ ràng đến hệ tư tưởng tôn giáo về vấn đề chiến tranh như được trình bày trong Phục 7.

Hôn nhân khác chủng tộc. Trong bài giảng từ biệt của mình, Giô-suê cảnh báo người Y-sơ-ra-ên tuyệt đối không kết hôn với người Ca-na-an,[57] vì Đức Gia-vê sẽ dùng chúng như 'cái bẫy' (Giôs 23:13; so sánh Phục 7:16), và Y-sơ-ra-ên sẽ bị diệt khỏi xứ mà Đức Gia-vê sắp ban cho. Bắt đầu với những ký thuật trong sách Các Quan Xét, lịch sử của Y-sơ-ra-ên là câu chuyện về sự thỏa hiệp với các hệ tư tưởng ngoại giáo, và cuối cùng dân tộc này đã bị hủy diệt vì sức mạnh quyến dụ của việc thờ thần tượng. Việc các vua sau này tham gia vào sự thờ thần tượng đã làm cho vấn đề trở nên tồi tệ hơn. Trong số các vua của Y-sơ-ra-ên, ngoại lệ cơ bản chỉ có Giô-si-a, người được cho là đã quay lại với Đức Gia-vê 'cách hết lòng/trí, hết cả con người và hết sức' (diễn ý cá nhân từ 2 Vua 23:25), và người đã làm những huấn thị liên hệ đến những nơi thờ phượng ngoại giáo của Môi-se bằng cách phá bỏ các bàn thờ, trụ thờ, hình tượng Át-tạt-tê và các nơi cao trong khắp xứ (2 Vua 23:12–15).

Đằng sau những ranh giới rõ ràng mà Môi-se lập ra giữa vương quốc Đức Chúa Trời và vương quốc của thế gian là nhận thức về địa vị đặc biệt của con dân Đức Chúa Trời. Như đã lưu ý ở trên, địa

---

56. Giôs 5:1; 9:1; 10:1–12:24.
57. Động từ hithattēn ('kết hôn liên chủng tộc') xuất hiện đặc biệt trong những bối cảnh liên hệ đến kết hôn với người Ca-na-an: Sáng 34:9; Phục 7:3; Giô 23:12; cũng xem Era 9:14.

vị phước hạnh đó được phản ảnh trong năm cách diễn đạt trong câu 7–8: Y-sơ-ra-ên là dân thánh thuộc về Đức Gia-vê, là đối tượng của sự lựa chọn ân điển, là dân được quý trọng, là đối tượng Ngài yêu mến và là người hưởng nhận tình yêu giao ước của Ngài. Địa vị đặc ân này được Đức Chúa Trời ban cho Y-sơ-ra-ên như một tặng phẩm - không phải nhờ công trạng của họ, họ không đáng được nhận và không thể tự mình tìm được. Mặc dù phần còn lại của Cựu Ước thường nhấn mạnh đến sự thánh khiết của Đức Chúa Trời, nhưng trong Phục Truyền, khái niệm này chỉ xuất hiện trong 32:51. Ngoài ra, mặc dù sự thánh khiết của dân Đức Chúa Trời hiếm khi được nói đến ở những chỗ khác,[58] nhưng đây là khái niệm căn bản đối với thần học của Phục Truyền (7:6; 14:2, 21; 26:19; 28:9).[59]

Ảnh hưởng suy đồi của việc kết hôn với người ngoại là chủ đề phổ biến trong Cựu Ước. Mối liên hệ giữa hôn nhân khác chủng tộc và sự tái phạm thuộc linh được tuyên bố rõ ràng trong Quan Xét 3:5–8a:

Như vậy dân Y-sơ-ra-ên ở chung cùng dân Ca-na-an, dân Hê-tít, dân A-mô-rít, dân Phê-rê-sít, dân Hê-vít, dân Giê-bu-sít, cưới con gái của chúng nó làm vợ, gả con gái mình cho con trai chúng nó, và hầu việc các thần của chúng nó. Dân Y-sơ-ra-ên còn làm điều ác trước mặt Đức Giê-hô-va, quên Giê-hô-va Đức Chúa Trời mình, cúng thờ các hình tượng Ba-anh và A-sê-ra. Vì vậy, cơn thạnh nộ của Đức Giê-hô-va nổi phừng cùng Y-sơ-ra-ên.

Dầu khôn ngoan tột bậc, nhưng hóa ra Sa-lô-môn cũng chỉ là một kẻ ngu dại tột bậc mà thôi. Ông yêu mến nhiều phụ nữ ngoại quốc, những người đã làm cho lòng ông xoay khỏi Đức Gia-vê để đi theo các thần khác. Rời xa cam kết của cha mình là Đa-vít, lòng của Sa-lô-môn không hoàn toàn tận hiến cho Đức Gia-vê, ông đi theo các thần ngoại quốc và làm điều ác trước mặt Đức Gia-vê (1 Vua 11:1–8). Mặc dù trong thời các quan xét, vấn đề dường như liên hệ đến dân chúng nói chung, còn với Sa-lô-môn, lần đầu tiên sự thờ thần tượng được triều đình đỡ đầu. Đúng như Môi-se đã dự báo, yêu mến những người nữ ngoại quốc sẽ dẫn đến yêu mến các thần ngoại quốc. Vì sự nổi loạn thuộc linh triền miên của Y-sơ-ra-ên, cuối cùng vương quốc phía bắc (2 Vua 17:1–18) rồi đến vương quốc Giu-đa (2 Vua 24–25) bị

---

58. Ê-sai 63:18 (nghĩa đen 'dân của sự thánh khiết Ngài') và Đa 12:7 ('dân thánh') là những ngoại lệ.
59. Khái niệm này bắt nguồn từ Xuất 19:6.

tuyên bố là ghê tởm trước mặt Đức Gia-vê và chịu chung số phận với người Ca-na-an.

Mặc dù cuộc lưu đày dường như khiến cả dân tộc nói chung từ bỏ tội thờ hình tượng, nhưng ở mức độ cá nhân, vấn đề vẫn còn cho đến những ngày cuối cùng trong sử sách của Y-sơ-ra-ên. Ma-la-chi lưu ý những triệu chứng của việc thiếu vắng lòng kính sợ Đức Gia-vê giữa cộng đồng hậu lưu đày vào thế kỷ thứ tư TC, trong đó bao hàm cả chuyện kết hôn với người ngoại. Họ xúc phạm giao ước của tổ phụ mình bằng hành động bội phản nhau và bất trung với Đức Chúa Trời, hành xử cách ghê tởm và báng bổ đền thánh 'vì nó đã cưới con gái của thần ngoại bang' (Mal 2:10–11). Theo đúng Phục Truyền 7:24–25, vị tiên tri đã viện dẫn lời rủa sả cho những việc làm này: 'Bất cứ ai làm điều đó, hoặc người ý thức có thể trả lời hoặc người đem tế lễ dâng lên Đức Giê-hô-va vạn quân, thì Đức Giê-hô-va đều loại trừ họ khỏi các trại của Gia-cốp' (Mal 2:12).

Tiếng nói của phân đoạn này vang vọng qua Tân Ước. Chắc chắn Phao-lô nghĩ đến đoạn này trong đầu khi ông mở đầu thư tín gửi cho các Cơ Đốc nhân ở Ê-phê-sô bằng cách ca ngợi địa vị đặc ân của họ trong Đấng Christ (Êph 1:1–14). Giống Y-sơ-ra-ên ngày xưa, những người trung tín trong Đức Chúa Giê-xu Christ được Ngài chọn lựa để nên thánh. Bởi tình yêu, Đức Chúa Trời đã nhận họ làm con Ngài để ca ngợi vinh hiển của ân điển Ngài, là đối tượng cho sự cứu chuộc và là người nhận lãnh cơ nghiệp Ngài, 'để chúng ta, là kẻ đã trông cậy trong Đấng Christ trước nhất, mà được ngợi khen' (1:12; so sánh Cô 3:12). Mặc dù phần mở đầu 1 Phi-e-rơ 2:9–12 bắt nguồn từ Xuất Ê-díp-tô Ký 19:6, nhưng phần chú giải theo sau lại giống với Phục Truyền:

> Nhưng anh em là dòng giống được tuyển chọn, là chức tế lễ hoàng gia, là dân tộc thánh, là dân thuộc riêng về Đức Chúa Trời, để anh em rao truyền công đức vĩ đại của Đấng đã gọi anh em ra khỏi nơi tối tăm, đưa vào vùng ánh sáng diệu kỳ của Ngài. Trước kia anh em không phải là một dân, nhưng bây giờ là dân Đức Chúa Trời; trước kia không được thương xót, mà bây giờ được thương xót.
>
> Thưa anh em yêu dấu, anh em như người khách lạ, kẻ tha hương; tôi khuyên nài anh em phải cữ kiêng những dục vọng xác thịt, là điều chống nghịch với linh hồn. Hãy ăn ở ngay lành giữa dân ngoại, để dù họ có nói xấu anh em là người gian ác, họ vẫn thấy được việc lành của anh em và tôn vinh Đức Chúa Trời trong ngày Ngài thăm viếng.

> ### Ý Nghĩa Đương Đại

Chính sách thánh chiến. Đối với nhiều độc giả ngày nay, Phục Truyền 7 đưa ra nhiều câu hỏi nghiêm trọng về đạo đức. Làm sao một Đức Chúa Trời, Đấng tự nhận mình nhân từ và thương xót, lại hủy diệt tất cả các dân? Và làm sao con người có thể công nhận những chỉ thị này là một phần trong chính sách chiến tranh của mình? Chúng ta đã bàn đến một số hàm ý đạo đức của bản văn này ở phần trình bày về sự tiêu diệt người A-mô-rít phía đông Giô-đanh.[60] Đáng tiếc là lịch sử hội thánh bị vẩn đục nghiêm trọng bởi việc tùy tiện mở rộng những chính sách 'nhân danh Đấng Christ' cho bất kỳ ai chống lại các Cơ Đốc nhân. Thật quá dễ dàng cho rằng mình vô tư, dễ dàng tuyên bố kế hoạch riêng của ai đó là kế hoạch của vương quốc Đức Chúa Trời, và gọi những người cản đường chúng ta là những kẻ ngoại giáo đáng phải nhận bản án được đưa ra ở đây – dù kẻ thù ấy là người Hồi giáo, Do Thái giáo, người dã man, các dân tộc 'ngoại giáo' bản địa, người cộng sản hay ngay cả các Cơ Đốc nhân khác. Chúng ta quên mất bối cảnh đặc biệt của Phục Truyền 7 và thay những biểu hiện quan trọng của con dân Đức Chúa Trời đó là nhân ái và thương xót bằng sự hung hãn và bạo lực.

Điều này không có nghĩa không nên rạch ròi ranh giới giữa vương quốc Đức Chúa Trời và vương quốc thế gian. Tính gần gũi của bản văn này đối với Cơ Đốc nhân đương đại thật rõ ràng. Cũng như Y-sơ-ra-ên, chúng ta được kêu gọi chống lại vương quốc tối tăm. Phải thừa nhận 'chúng ta đánh trận chẳng phải cùng thịt và huyết, bèn là cùng chủ quyền, cùng thế lực, cùng vua chúa của thế gian mờ tối này, cùng các thần dữ ở các miền trên trời' (Êph 6:12); nhưng điều này đòi hỏi sự thận trọng và nhờ cậy vào các nguồn năng lực thiên thượng y như người Y-sơ-ra-ên ngày xưa. Trong trận chiến này, liên minh với vương quốc tối tăm vẫn là một nan đề. Trong văn hóa của chúng ta, hôn nhân giữa tín hữu với người chưa tin rất phổ biến. Câu trả lời cho sự kết hiệp này của Phao-lô trong 2 Cô-rinh-tô 6:14–16, đặc biệt việc ông đặt lời dạy của mình trên cơ sở địa vị của chúng ta là dân giao ước thánh của Đức Chúa Trời, giống lời Môi-se một cách lạ lùng:

> Chớ mang ách chung với những kẻ chẳng tin. Vì công chính và gian ác có kết hợp nhau được chăng? Ánh sáng và bóng tối có dung hòa nhau được

---

60. Xem trong phần Ngữ Cảnh Bắc Cầu, 2:24–3:11.

chăng? Đấng Christ và Bê-li-an có thể hòa hợp được chăng? Hay người tin có phần gì chung với người không tin chăng? Có thể nào hòa hợp đền thờ của Đức Chúa Trời với các thần tượng không? Vì chúng ta là đền thờ của Đức Chúa Trời hằng sống, như chính Đức Chúa Trời đã phán:
'Ta sẽ sống trong họ và đi lại giữa họ;
Ta sẽ làm Đức Chúa Trời của họ,
Và họ sẽ làm dân Ta.'

Vấn đề của việc lấy người khác niềm tin đã bắt đầu từ cách hẹn hò của người trẻ. Ngay cả khi 97 phần trăm người trẻ nói rằng vấn đề niềm tin không có vai trò gì trong việc chọn người mà họ hẹn hò, thì đối với Cơ Đốc nhân đây là điều không thể chấp nhận được. Hội thánh phương Tây vẫn sẽ thất bại và bất lực trước những thách thức của thời đại cho đến khi nào và chỉ khi Cơ Đốc nhân tái ý thức về đặc ân tuyệt vời là dân thánh thuộc về Đức Chúa Trời, là đối tượng của sự lựa chọn đầy ân điển của Ngài, là dân được Ngài quý trọng, và đối tượng cho lòng yêu mến của Ngài, và cho đến khi nào họ tìm lại được ý nghĩa truyền giáo của sự kêu gọi này. Câu cuối cùng của Phục Truyền 7 là lời nhắc nhở nghiêm khắc dành cho chúng ta đó là đừng giới hạn nhận thức về Gia-vê Đức Chúa Trời chỉ bằng việc tuyên xưng giáo điều và chìm đắm trong nhận thức lý trí về đặc ân của mình. Cam kết thuộc linh phải được bày tỏ qua hành động hiệp nhất với ý muốn Chúa, Đấng đã nhân từ bày tỏ chính Ngài cho dân Ngài một cách. Để mình bị dẫn dắt bởi điều mắt mình cho là đúng thay vì đúng theo con mắt Đức Gia-vê là tự chứng minh bằng thực tế rằng mình là người Ca-na-an và tự chuốc lấy sự đoán phạt dành cho người Ca-na-an.

Tranh chiến với tội lỗi. Đối với những tranh chiến thường nhật với tội lỗi và những áp lực mà vương quốc tối tăm tạo nên thì Phục Truyền 7:17-24 đặc biệt thích hợp. Phân đoạn này trình bày ba bí quyết không thể thiếu để có đời sống Cơ Đốc đắc thắng.

(1) Nhận biết ân điển cứu rỗi của Đức Chúa Trời trong quá khứ. Môi-se có thể lập luận từ chuyện lớn đến chuyện nhỏ thế nào, thì cũng vậy chúng ta có thể khích lệ nhau qua quan sát đó là nếu đầu tiên Chúa có thể cứu chúng ta khỏi sự chết để vào sự sống (Êph

2:1–5), thì chắc chắn Ngài có thể đánh bại kẻ thù của chúng ta trong những tranh chiến nhỏ nhặt mỗi ngày.

(2) Nhận biết sức mạnh của Ngài trong hiện tại. Trong 1 Giăng 4:4, vị sứ đồ yêu dấu tuyên bố: 'Đấng ở trong các con vĩ đại hơn kẻ ở trong thế gian'.

(3) Nhận biết trách nhiệm của chính chúng ta là chiến đấu với kẻ thù bằng cách giữ mình không bị ô uế từ thế gian. Những bộ lễ phục của văn hóa ngoại giáo có thể hấp dẫn với những người xưng mình là dân thánh của Đức Chúa Trời, nhưng chúng làm người ta mê đắm rồi kéo họ xuống bùn lầy, để rồi cuối cùng họ bị kết án cùng với những kẻ đã nghĩ ra những ý niệm bất kính này.

Phục Truyền Luật Lệ Ký 8:1–20

Ý Nghĩa Nguyên Thủy

Môi-se tiếp tục nói đến những thách thức đức tin mà người Y-sơ-ra-ên sẽ phải đối diện trong Đất Hứa. Trong chương này, mối đe dọa đó xuất hiện vì Đức Gia-vê thành tín với lời hứa của Ngài. Lời kêu gọi ghi nhớ những việc Đức Gia-vê làm vì cớ Y-sơ-ra-ên (8:2, 11, 14, 18, 19) của Môi-se theo năm phương diện cho thấy khái niệm nhớ/quên là chủ đề chính của chương này.[1] Ngoài ra, huấn thị phải giữ các điều răn của Đức Gia-vê bằng cách bước đi trong đường lối Ngài và kính sợ Ngài của Môi-se (8:6; so sánh 8:11) chỉ rõ trọng tâm của vấn đề: Liệu Y-sơ-ra-ên có phục sự Đức Gia-vê trong xứ hay không? Đây cũng là câu hỏi Môi-se đã nêu lên trong chương 7, dù bây giờ tính chất của thử nghiệm đã thay đổi đáng kể.

Mặc dù một số người thắc mắc về vị trí của câu 19–20 trong chương này, nhưng những điểm tương đồng giữa cấu trúc của phần này với các phần trước chứng minh tính chân thực của nó.[2] Các liên kết về chủ đề và cấu trúc giữa 6:10–15 và chương 8 như được minh họa qua bảng tóm tắt các yếu tố chính của từng đoạn càng làm cho cách giải thích này thêm vững chắc.

Tiêu đề	Giải thích chi tiết	6:10–15	8:1–20
Bối cảnh của thử nghiệm	Trong xứ Đức Gia-vê đã hứa với tổ phụ	6:10a	8:1
Tính chất của thử nghiệm	Cơ hội và sự thịnh vượng không giới hạn	6:10b-11	8:7–10[3]
Đáp ứng sai trật trước thử nghiệm	Quên Đức Gia-vê	6:12	8:11–17

---

1. Lưu ý (1) mạng lệnh tích cực của Môi-se 'hãy nhớ' (8:2, 18); (2) những lời kêu gọi cẩn thận giữ mình với mệnh đề tiêu cực chỉ mục đích 'kẻo quên' (8:11, 14); (3) lời cảnh báo về chứng bệnh hay quên thuộc linh 'nếu anh em quên' (8:19).

2. So sánh các quan điểm nói về cấu trúc của bản văn này trong Wright, *Deuteronomy*, 121; R.O'Connell, 'Deuteronomy VIII 1–20: Asymmetrical Concentricity and the Rhetoric of Providence,' VT 40 (1990): 437–52.

3. Phục 8:2–5 thiếu phần tương ứng trong 6:10–15.

| Đáp ứng đúng đắn trước thử nghiệm | Kính sợ/nhớ đến Đức Gia-vê | 6:13–14 | 8:18 |
| Lời cảnh báo cuối | Bị đuổi khỏi xứ | 6:15 | 8:19–20 |

Trong khi chương 8 tiếp tục và mở rộng chủ đề của chương 6, thì câu 17 đóng vai trò then chốt trong kế hoạch chung của chương. Về mặt ngữ pháp và cú pháp, động từ 'đừng tự bảo' là động từ cuối cùng trong chuỗi các mệnh đề bị chi phối bởi 'e/kẻo' (*pen*) từ câu 12 và đưa đến câu trả lời của Môi-se đối với đáp ứng trong câu 18–21.

Tính Chất của Thử Nghiệm Bên Trong (8:1–10)

Động từ *šāmar* ('canh giữ, gìn giữ'; bản NIV 'cẩn thận, giữ gìn') xuất hiện ba lần trong chương này (8:1, 6, 11), nhưng việc đổi từ 'gìn giữ' các điều răn của Đức Gia-vê trong hai câu đầu sang 'giữ gìn' chính mình trong câu 11 báo hiệu một sự chuyển ý từ phần đầu sang phần thứ hai. Mười câu đầu mô tả tính chất của thử nghiệm đức tin Y-sơ-ra-ên trong bốn phần: (1) phần giới thiệu, nêu bối cảnh của thử nghiệm (8:1); (2) phần hồi tưởng, xem xét trải nghiệm của Y-sơ-ra-ên trong đồng vắng như là kiểu mẫu cho những thử nghiệm tương lai (8:2–5); (3) cái nhìn hướng đến tương lai, khi đức tin của Y-sơ-ra-ên một lần nữa sẽ bị thử thách (8:6–9); (4) mệnh lệnh cuối cùng về yêu cầu để vượt qua thử nghiệm (8:10).

Bối cảnh của thử nghiệm (8:1). Môi-se bắt đầu bằng cách nhắc độc giả nhớ lại mục tiêu xa xưa mà Đức Gia-vê đưa ra cho Y-sơ-ra-ên: sống và thịnh vượng trong xứ Ngài đã thề ban cho con cháu họ. Cấu trúc nhấn mạnh của mệnh đề chính, kết hợp với cách dùng 'tất cả điều răn' ở số ít (bản NIV 'mọi điều răn') gợi ý Môi-se nghĩ đến Điều răn Quan trọng nhất (6:5). Bằng cách thêm từ 'theo đuổi' (nghĩa đen 'làm theo'), ông nhắc rằng ý muốn thiên thượng được gìn giữ bằng cách đưa vào hành động. Trung thành với Đức Gia-vê không đơn thuần là phát biểu câu Shema hay bất kỳ tín điều nào trên môi lưỡi; mà nó được thể hiện trong hành vi, bản chất của lòng trung thành sẽ được bổ sung cách tổng quát trong 30:16. Nếu Y-sơ-ra-ên trung thành với Đức Gia-vê, thì họ sẽ được sống, gia tăng (dân số), được vào và sở hữu xứ.

Kinh nghiệm trong đồng vắng là kiểu mẫu cho thử nghiệm tương lai (8:2–5). Phân đoạn này tạo nên một đơn vị độc lập, được cấu thành bởi lời kêu gọi ghi nhớ trong câu 2 và lời kêu gọi rút ra những kết luận thần học đúng đắn trong câu 5.[4] Lời kêu gọi mở đầu 'Hãy nhớ lại suốt chặng đường trong hoang mạc mà Giê-hô-va Đức Chúa Trời đã dẫn anh em đi' là câu nói dạng chính đề sẽ được triển khai bởi phần còn lại của câu 2 và câu 3. Ở đây 'con đường' (derek) ám chỉ theo nghĩa ẩn dụ cách cư xử mà Đức Gia-vê truyền cho dân Y-sơ-ra-ên (8:6),[5] và nói đến cách Đức Gia-vê đối xử với dân này và động cơ ẩn dưới cho những hành động của Ngài (so sánh Xuất 33:13). Môi-se giải thích rõ ràng cụm từ bằng cách liệt kê bốn việc Đức Gia-vê làm mà bất kỳ người ngoài cuộc nào cũng có thể nhận ra: Đức Gia-vê đã dẫn dắt Y-sơ-ra-ên bốn mươi năm trong đồng vắng, Ngài hạ họ xuống, Ngài làm cho họ đói rồi ban ma-na cho họ ăn.

Nhưng điều Môi-se quan tâm ở đây là động cơ thiên thượng: Tại sao Đức Gia-vê đối đãi với Y-sơ-ra-ên như vậy? Ông đưa ra ba câu trả lời cho câu hỏi này. (1) Đức Gia-vê cố tình lấy đi của Y-sơ-ra-ên thức ăn thông thường để hạ họ xuống. (2) Đức Gia-vê đang thử thách dân Ngài để đánh giá chất lượng lòng trung thành của đầy tớ Ngài (8:2) và củng cố cam kết giao ước của Y-sơ-ra-ên thông qua kỷ luật (8:5). Tiến trình thanh lọc kim loại quý trong luyện kim đòi hỏi phải lấy đi những tạp chất trong quặng nhờ nhiệt độ cao thể nào, thì sự tinh luyện mang tính ẩn dụ cũng đòi hỏi tiến trình đau đớn và khắt khe như vậy.[6] (3) Đức Gia-vê đang phơi bày sự hời hợt trong cam kết của dân chúng đối với Ngài. Mục tiêu này được thể hiện rõ ràng qua mệnh đề 'để biết rõ lòng anh em thế nào', và qua phương cách quan sát người Y-sơ-ra-ên có giữ các điều răn của Ngài hay không. Câu nói hiện tại của Môi-se nhắc lại lời của Đức Gia-vê trong Xuất Ê-díp-tô Ký 16:4 và thừa nhận rằng hành động của dân chúng bày tỏ tấm lòng/ tâm trí của họ.[7]

---

4. Về mô hình giáo dục tương tự, xem các chú giải ở 4:32–40 (đặc biệt 4:35, 39) và 7:8–10.

5. Cũng xem 5:33; 9:12, 16; 10:12; 11:22, 28; 13:5[6]; 19:9; 26:17; 28:9; 30:16; 31:29.

6. So sánh cách dùng ẩn dụ của Ê-xê-chi-ên để mô tả sự đoán phạt hơn là sự tôi luyện trong 22:17–22.

7. Việc Chúa Giê-xu ám chỉ Mười Điều Răn trong Mat 15:18–19 cho thấy hành động như thế chứng tỏ những lời của giao ước chưa được viết trên tấm lòng.

Mặc dù một số người lập luận rằng Đức Chúa Trời cần 'thử' Y-sơ-ra-ên vì Ngài không biết mức độ cam kết của họ,[8] cách giải thích này công khai chống lại các bản văn khác khẳng định rằng Đức Chúa Trời biết mọi điều về chúng ta. Nó cũng mâu thuẫn với những giả định cơ bản trong Phục Truyền rằng Đức Gia-vê biết lòng Y-sơ-ra-ên và sự hiểu biết này về lâu dài sẽ dẫn họ đến đâu (4:25–31; so sánh 5:29). Động từ 'biết' (*yāda*), xuất hiện ba lần trong câu 2–3, phải được hiểu đại loại là 'minh chứng' hoặc 'làm sáng tỏ', để những người đang quan sát (bao gồm chính người Y-sơ-ra-ên) biết mức độ cam kết của mình (so sánh 8:3b).

Là những ẩn dụ liên hệ đến hình ảnh luyện kim, những thử nghiệm này nhằm tinh luyện Y-sơ-ra-ên bằng cách đốt bỏ cặn bã và tinh chế phần có giá trị - cụ thể là nâng cao mối liên hệ của Y-sơ-ra-ên với Đức Gia-vê. Việc Đức Chúa Trời thử thách/ tinh luyện Y-sơ-ra-ên cho thấy Ngài quan tâm đến họ và Ngài hành động để thắt chặt thêm mối quan hệ đó.[9] Hiểu theo nghĩa 'tinh luyện' đem lại ý nghĩa mới mẻ cho câu 4, là câu có vẻ như một lời nhận xét ngẫu hứng chẳng ăn nhập gì cả. Nhưng câu này rõ ràng có tính mỉa mai. Mỗi người trong nhóm thính giả hiện tại của Môi-se biết rằng cha ông họ là những người đã bị thử thách và đã thất bại. Không phải chiều dài cuộc hành trình đã giết họ (chân họ không phù); họ chết hết trong đồng vắng vì họ là cặn bã.[10] Điều còn lại sau thử nghiệm là sự chu cấp từ Chúa - quần áo họ mặc và ma-na trên mặt đất mỗi buổi sáng chào đón những người sống sót.

Lời chú thích Môi-se đưa ra cho sự chu cấp ma-na cách lạ thường của Đức Chúa Trời trong câu 3b (so sánh Xuất 16:15) củng cố thêm cách hiểu này. Thế hệ này lẫn tổ phụ của họ đều chưa bao giờ biết đến chất gì trắng tựa tuyết, giống như hạt ngò và dẻo thơm. Người ta đưa ra mọi cách giải thích theo lối tự nhiên về ma-na, nhưng tất cả chỉ là suy đoán và bỏ qua giá trị của nó. Ma-na là sự chu cấp siêu

---

8. J. Crenshaw, *A Whirlpool of Torment* (OBT; Philadelphia: Fortress, 1984), 2; Brueggemann, *Theology of the Old Testament*, 202; Tigay, *Deuteronomy*, 92.

9. So sánh Moberly, *Abraham and God in Genesis 22*, 106–8. Chú giải ở Sáng 22:12, Wenham (*Genesis 16–50*, 110) nói đến việc 'xác nhận hiểu biết của Ngài [của Đức Chúa Trời]'.

10. Sự kiện Ba-anh Phê-o được ký thuật ở 4:1–5 không hề được gọi là thử nghiệm, nhưng kết quả giống nhau. Cặn bã bị tiêu hủy, còn những ai nắm lấy Đức Gia-vê thì sống sót.

nhiên để cho người Y-sơ-ra-ên được no bụng suốt ba mươi tám năm trong hoang mạc, nhưng cũng dạy họ rằng cái bụng no không đảm bảo rằng họ sẽ sống. Chìa khóa sự sống không ở thứ mà họ ăn, mà ở thức ăn ra từ miệng Đức Chúa Trời. Về mặt văn chương, lời nói của Môi-se mang tính thơ ca và tục ngữ, nhưng phép ẩn dụ gần như phi lý, mô tả Đức Chúa Trời trong hình ảnh một con chim mẹ, quay về với bầy chim con sau khi tìm mồi, mớm thức ăn cho chúng.

Theo nghĩa thuộc linh, Môi-se tuyên bố rằng nuôi dưỡng con người bên trong bằng lời Đức Chúa Trời quan trọng hơn nuôi thân xác bằng thức ăn thuộc thể.[11] Cách giải thích này phù hợp với tầm quan trọng trong việc đọc Tô-ra mà Phục Truyền nói đến (so sánh 17:18–20; 31:9–11), cũng như phù hợp với các bản văn gợi ý rằng sự sống con người phụ thuộc vào 'lời Đức Chúa Trời phán với người ấy'.[12] Tuy nhiên, vấn đề trong ngữ cảnh này thật ra là sự sống thuộc thể thật sự - trước tiên là sự sống của thế hệ trước đó trong đồng vắng, thứ hai là sự sống đang chờ đợi dân này khi họ băng qua Giô-đanh vào trong xứ.[13]

Một số người hiểu rằng điều ra từ miệng Đức Chúa Trời là 'mọi sự chu cấp từ Đức Gia-vê', tương phản với điều có được do nỗ lực của bản thân.[14] Vì dòng đầu tiên nói đến thức ăn bình thường do công sức con người làm ra nhưng tự thân nó không thể duy trì sự sống, và dòng thứ hai nói đến ma-na, sự chu cấp thức ăn kỳ diệu mỗi ngày, nên thử nghiệm được cho là nhằm tạo nên thái độ phụ thuộc Đức Chúa Trời cách lâu dài. Tuy nhiên, cách hiểu này tạo sự khác biệt quá mức giữa bánh và ma-na, và bỏ qua vấn đề mà người Y-sơ-ra-ên thật sự đối diện trong đồng vắng: họ không hề có bánh. Theo phần đầu của câu 3, chính Đức Gia vê đã lấy của họ thức ăn, buộc phải có ma-na làm bánh cho họ. Thực tế trần trụi là mặc dù dân Y-sơ-ra-ên

---

11. So sánh S. R. Driver, *A Critical and Exegetical Commentary on Deuteronomy* (ICC; Edinburgh: T& T Clark, 1896), 107–8.

12. Tương tự với von Rad, *Deutoronomy*, 72. Xem 30:15 và 32:47.

13. Muốn biết một quan điểm khác, xem J. T. Willis, 'Man Does Not Live By Bread Alone,' *Resotration Quarterly* 16 (1973): 145–47.

14. Tương tự với O'Connell, 'Deutoronomy VIII 1–20', 450, theo ý của Willis nhưng sửa đổi. So sánh chú giải của Tigay (*Deutoronomy*, 92), 'Con người không sống nhờ thức ăn tự nhiên mà thôi, nhưng nhờ bất cứ điều gì Chúa nói là bổ dưỡng'.

được cung cấp thực phẩm mỗi ngày, nhưng không ai trong thế hệ đó sống sót. Họ có nhiều thức ăn và bao tử thì no nê, nhưng họ vẫn chết.

Do đó, dường như cách hiểu đúng nhất 'lời phán từ miệng Đức Giê-hô-va' là ý muốn được mặc khải của Ngài, được bày tỏ qua Điều răn Lớn nhất và mọi quy tắc mạng lệnh và luật pháp. Chương này mở ra với thách thức vâng phục các điều răn của Đức Gia-vê 'để anh em được sống' (8:1); và khép lại với án tử cho tất cả những ai nghĩ rằng họ có thể sống nhờ ăn tiệc thuộc thể mà bỏ qua ý muốn Chúa (8:20). Để được sống, người đó cũng phải ăn vào bụng (ở tại trong lòng, 6:6) những điều răn đem lại sự sống được phát ra từ miệng Đức Gia-vê, và để chúng tiếp thêm năng lực giúp cho người đó làm theo ý muốn Ngài (so sánh 17:19–20; 31:11–13).

Trong câu 5, Môi-se nhấn mạnh ý nghĩa của minh họa về thử nghiệm trong đồng vắng. Ông thách thức dân chúng rút ra kết luận đúng đắn về 'con đường' của Đức Gia-vê (so sánh 8:2a) và mãi mãi ghi nhớ vào tâm trí họ bài học: 'vậy phải nhận biết trong lòng [tâm trí]'. Quay trở lại khái niệm ông đã giới thiệu ở 1:31, Môi-se tuyên bố rằng mối liên hệ của Đức Gia-vê với Y-sơ-ra-ên giống như mối liên hệ cha con. Nhưng ở đây vấn đề chính yếu không phải là thức ăn hay sự chăm sóc quan phòng của Đức Gia-vê đối với con cái Ngài; vấn đề là cách Ngài huấn luyện họ. Mục đích của sự túng thiếu trong đồng vắng là để luyện dân chúng thông qua 'kỷ luật'. Cho dù là trừng phạt hay giáo dục, hành động kỷ luật với cương vị người làm cha của Đức Gia-vê luôn được thực hiện bằng tình yêu vì lợi ích của con dân Ngài. Đây là bài học mà thế hệ hiện tại phải ghi nhớ khi họ băng qua Giô-đanh vào Đất Hứa.

Tính chất của thử nghiệm trong tương lai (8:6–9). Minh họa về sự túng thiếu của Y-sơ-ra-ên trong đồng vắng được dùng để chuẩn bị cho thử nghiệm tương lai: người Y-sơ-ra-ên sẽ đáp ứng thế nào trước sự thịnh vượng và dư thừa? Bằng cách dùng mệnh đề đầu tiên của câu 10 làm mệnh đề thời gian, bản NIV làm mờ đi chiến lược tu từ của phần này, được thể hiện qua bốn động từ trong các câu 6–10 (nghĩa đen): 'anh em hãy tuân giữ [làm theo] những điều răn... anh em sẽ ăn... anh em được no nê... nhớ chúc tụng'. Ba động từ đầu tóm tắt tính chất của thử nghiệm, còn động từ cuối cùng thể hiện cách lẽ ra họ phải đáp ứng.

Môi-se mở đầu phân đoạn về lời chú giải quen thuộc này bằng việc nhắc lại lời kêu gọi dân Y-sơ-ra-ên vâng phục các điều răn của Đức Gia-vê, là bá chủ thiên thượng (8:6). Cặp động từ nguyên mẫu theo sau giải thích cách để họ gìn giữ các điều răn: *bởi* đi theo các đường lối Ngài và *bởi* kính sợ Ngài.[15] Mạo từ *kî* (bản HĐTT 'vì') trong câu 7 báo hiệu sự thay đổi tạm thời về trọng tâm nhằm trình bày nguyên do sự vâng phục của Y-sơ-ra-ên trong tương lai: Đức Gia-vê hộ tống dân Y-sơ-ra-ên vào xứ tốt tươi. Nếu chủ đề chính của phân đoạn này liên hệ đến đáp ứng của Y-sơ-ra-ên đối với ân điển, thì từ chìa khóa chắc chắn là 'vùng đất' (*'ereṣ*), xuất hiện bảy lần.[16] Mệnh đề cuối của câu 10, 'vì Ngài đã ban cho anh em vùng đất tốt tươi này', tạo phần kết hiệu quả bằng lời mở đầu trong câu 7. Lời mô tả chung về xứ là 'vùng đất tốt tươi' là câu chính đề mang tính dẫn nhập, mà ý nghĩa của nó sẽ được nói rõ trong các câu tiếp theo, và nó tạo sự tương phản giữa xứ phía trước mặt với đồng vắng mà dân Y-sơ-ra-ên bỏ lại phía sau.

Cho dù cảm xúc riêng của Môi-se về việc không được vào xứ là gì (3:23–26), thì văn phong của ông cũng đạt đến mức bán thi ca mới (new semipoetic) khi ông mô tả thế giới giống Ê-đen đang chờ đợi dân Y-sơ-ra-ên bên kia Giô-đanh. 'Bài ca ngợi Đất Hứa' này chia thành năm khổ, mỗi khổ được giới thiệu bằng từ 'vùng đất' (*'ereṣ*, ngữ đồng vị của 'vùng đất tốt tươi' ở phần đầu), và mỗi khổ ca ngợi một đóng góp cụ thể của xứ vào sự thịnh vượng của Y-sơ-ra-ên. Đây là xứ có nguồn nước ngọt vô tận (8:7b), thực phẩm phong phú (8:8a), hàng nông sản chủ lực và xa xỉ phẩm (8:8b), nguồn cung cấp vô tận cho mọi nhu cầu (8:9a), và dễ dàng khai thác khoáng sản (8:9b). Hình ảnh về một xứ thiên nhiên liên tục sản sinh dồi dào giải thích rõ lời mô tả trước đó về xứ 'đượm sữa và mật' (6:3) và cho thấy sự tương phản rõ rệt với mô tả ở 6:10b–11.

Mỗi khổ đáng được giải thích ngắn gọn. Việc Môi-se bắt đầu (8:7) bằng cách ca ngợi nguồn nước của xứ phản ánh nhu cầu liên tục của Y-sơ-ra-ên đối với nguồn tài nguyên quý giá này. Thay vì tập trung vào lượng mưa, Môi-se nói đến nguồn tài nguyên đất: các khe nước

---

15. Về cấu trúc này, xem chú giải ở 5:1.
16. Bản NIV không dịch một trong những lần xuất hiện của từ *'ereṣ* ở cuối 8:8 ('vùng đất có ... cây ô-liu và mật ong').

không hề khô cạn, các suối và trũng[17] tưới mát cho từng thung lũng và ngọn đồi. Lời mô tả không tập trung vào cõi trời mà tập trung vào đất.

Trong khổ thứ hai và thứ ba (8:8), Môi-se liệt kê những sản vật quan trọng nhất của xứ. Lúa mì và lúa mạch là ngũ cốc chính của vùng, được dùng đặc biệt để làm bánh mì và các loại bánh ngọt khác, nhưng cũng được dùng để sản xuất bia.[18] Cây nho đem lại nguồn thức ăn (trái nho và nho khô) và thức uống (rượu) có giá trị.[19] Cây vả và cây lựu là trái cây chủ lực, có thể được ăn lúc còn tươi hoặc phơi khô.[20] Trái ô-liu để làm dầu là một trong những mặt hàng có giá trị trong các gia đình cổ đại. Dầu được dùng để nấu ăn, thắp sáng, làm thuốc mỡ, nước hoa, mỹ phẩm, chất bôi trơn, dầu xức cho người bệnh, và các nghi lễ thiêng liêng.[21] Nếu từ 'mật' được hiểu là sản phẩm từ ong, thì khi đặt nó ở đây có vẻ không đúng chỗ. Do đó hầu hết mọi người đều hiểu từ này chỉ về vị ngọt của trái cây, cụ thể là 'mật chà là' được dùng như chất làm ngọt.[22]

Trong câu 9a, Môi-se đột ngột dừng phần trình bày thức ăn lại bằng lời đánh giá tổng quát về sự màu mỡ và phong phú của xứ. Nhưng câu này là câu chuyển ý; nửa đầu tóm tắt phần trước đó và nửa sau chuẩn bị cho khổ thơ cuối cùng. Không có phần mô tả nào

---

17. Từ Hê-bơ-rơ có nghĩa là nước ngầm, nhưng theo cách được dùng ở đây thì nói đến các suối nước mà từ đó phun ra các mạch nước ngầm. Xem thêm D. T. Tsumura, *Creation and Destruction: A Reappraisal of the* Chaoskampf *Theory in the Old Testament* (pd. chỉnh lý; Winona Lake, IN: Eisenbrauns, 2005), 50.

18. Về những ngũ cốc này, xem Oded Borowski, *Agriculture in Iron Age Israel* (Winona Lake, IN: Eisenbrauns, 1987), 87–92; Michael Zohary, *Plants of the Bible: A Complete Handbook* (Cambridge: Cambridge Univ. Press, 1982), 74–76.

19. Về nghề trồng nho ở Pa-lét-tin, xem Borowski, *Agriculture in Iron Age Israel*, 102–14; Zohary, *Plants of the Bible*, 54–56. Để nghiên cứu thêm, xem C. E. Walsh, *The Fruit of the Vine: Viticulture in Ancient Israel* (HSM 60; Winona Lake, IN: Eisenbrauns, 2000).

20. Lựu cũng được xem là biểu tượng về khả năng sinh sản (Nhã Ca 4:13; 6:11; 7:12) và là tư tưởng chủ đạo trong nghệ thuật tôn giáo. Về đền tạm (Xuất 28:33–34; 39:24–26) và trang trí đền thờ (1 Vua 7:18, 42) và về người đứng đầu trong những người chỉ huy của thầy tế lễ, xem A. Lemaire, 'Probable Head of Priestly Scepter from Solomon's Temple Surfaces in Jerusalem, *BAR* 10/ 1 (1984): 24–29. Về tầm quan trọng của trái lựu trong nền kinh tế cổ đại, xem Borowski, *Agriculture in Iron Age Israel*, 116–17; Zohary, *Plants of the Bible*, 62.

21. So sánh Borowski, *Argiculture in Iron Age Israel*, 117–26; Zohary, *Plants of the Bible*, 56–57.

22. Borowski, *Agriculture in Iron Age Israel*, 126–28; Zohary, *Plants of the Bible*, 60–61; Tigay, *Deuteronomy*, 435–36.

của Môi-se lý tưởng hơn trong câu 9b: đá ở Đất Hứa chính là sắt, và các ngọn đồi của nó chờ đợi những thợ mỏ đến để khai thác quặng đồng. Lời mô tả này thiếu thực tế cách lạ thường, vì người ta chỉ thật sự tìm thấy một lượng nhỏ quặng sắt và đồng ở Pa-lét-tin.

Đáp ứng đúng đắn đối với thử nghiệm tương lai (8:10). Môi-se tiếp tục chuỗi ngữ pháp được bắt đầu ở 8:6. Nếu dân Chúa trung thành với giao ước, họ sẽ ăn và được no nê. Nhưng động từ thứ ba tuyên bố đáp ứng phải lẽ đối với sự phong phú mà xứ đem lại: 'rồi ngươi sẽ ngợi khen Giê-hô-va Đức Chúa Trời ngươi về xứ tốt tươi mà Ngài đã ban cho ngươi' (diễn ý cá nhân). Ở đây, 'ngợi khen' (*brk*) gần như đồng nghĩa với 'cảm tạ' (so sánh Thi 105:1; 106:1; 107:1) và tương phản với 'quên Đức Giê-hô-va' trong 6:12. Việc thế hệ trước nương cậy Đức Gia-vê trong đồng vắng khi họ trực tiếp lệ thuộc vào Đức Chúa Trời chu cấp thức ăn là một chuyện, còn đối với thế hệ này và thế hệ tương lai, thử nghiệm sẽ ngược lại. Để đáp ứng với quà tặng là xứ và thức ăn xứ đem lại, dân Y-sơ-ra-ên phải nhận biết Đức Gia-vê (so sánh 26:3–11).

Đáp ứng trước thử nghiệm bên trong (8:11–20)

Đáp ứng sai trật đối với thử nghiệm (8:11–17). Sau khi mô tả tính chất của thử nghiệm bên trong và đáp ứng phải lẽ, Môi-se tiếp tục nói đến đáp ứng sai trật (8:11–17). Ông bắt đầu bằng một mệnh lệnh, bao hàm gốc động từ tương tự với động từ ông đã dùng trong câu 1 và 6 (*šāmar*), nhưng ông kêu gọi Y-sơ-ra-ên 'cẩn thận'. Nếu việc giữ các điều răn của Đức Gia-vê được thực hiện bằng cách 'đi theo các đường lối Ngài và kính sợ Ngài' (8:6), thì quên Đức Gia-vê được thể hiện qua việc 'không tuân giữ những điều răn, mệnh lệnh và luật lệ' mà Môi-se đang truyền cho họ (8:11). Mối đe dọa thấy trước không phải là dân Ca-na-an mà là chính người Y-sơ-ra-ên. Khi thịnh vượng, nếu họ quên Đức Gia-vê, thì họ trở thành kẻ thù tồi tệ nhất của chính mình.

Câu 12–17 nói chi tiết về mệnh lệnh này. Những câu này bao gồm một lời tuyên bố phức bắt đầu với từ 'kẻo/đừng để' (*pen*), chi phối một chuỗi tám động từ: 'đừng để sau khi đã ăn no nê xây nhà tốt để ở, [trong xứ],²³ thấy bò chiên gia tăng, bạc vàng và mọi tài sản mình đều dư dật, thì lòng anh em kiêu ngạo, quên Giê-hô-va Đức Chúa Trời... rồi nói trong lòng rằng' [diễn ý cá nhân]. Vấn đề tiềm ẩn xuất hiện trong câu 14: thay vì ngợi khen Đức Gia-vê, lòng của người Y-sơ-ra-ên sẽ bị cám dỗ kiêu ngạo 'nổi lên'.²⁴ Môi-se nói rõ ý 'lòng tự cao' trong câu 17: đây là thái độ khiến dân chúng khen ngợi họ về tất cả những thành công và nghĩ rằng sự giàu có của mình là kết quả từ nỗ lực bản thân. Môi-se nhấn mạnh sự méo mó của lối suy nghĩ cho rằng 'quyền năng ta' và 'sức lực của tay ta' là chủ thể tạo ra 'sản nghiệp' này, trong khi lẽ ra họ phải nói 'Giê-hô-va Đức Chúa Trời [của chúng ta]' đã làm tất cả những việc này.

Câu 14b-16 nhấn mạnh bi kịch của đáp ứng sai trật với thử nghiệm bằng cách nhắc lại những việc tử tế mà Đức Gia-vê đã hào phóng làm cho Y-sơ-ra-ên: Ngài là Giê-hô-va 'Đức Chúa Trời là Đấng đã đem anh em ra khỏi xứ Ai Cập' (8:14b), 'dẫn anh em đi xuyên qua hoang mạc mênh mông khủng khiếp' (8:15a), 'khiến nước từ tảng đá rất cứng tuôn ra cho anh em' (8:15b), và 'cho anh em ăn ma-na' (8:16). Sự cung ứng đầu tiên nhắc lại phần mở đầu lịch sử của Mười Điều Răn (so sánh 5:6), trong khi sự cung ứng thứ hai tập trung vào những nguy hiểm thường trực gắn liền với đồng vắng rộng lớn và kinh khiếp - một nơi lúc nhúc rắn độc, bò cạp, và hoàn toàn thiếu nước.

Sự cung ứng thứ ba trả lời cho vấn đề được nói đến trong câu trước. Đức Gia-vê đã cung cấp nước cách lạ lùng từ một nguồn gần như không thể có nước - hòn đá không thấm nước.²⁵ Sự chu cấp thứ tư của Đức Gia-vê liên quan đến thức ăn trong đồng vắng - ma-na. Như trong câu 3, Môi-se nhận xét đây là thức ăn mà tổ phụ họ chưa từng biết đến. Tuy nhiên, ông giải thích ma-na theo cách gây sửng sốt, là phương cách làm cho Y-sơ-ra-ên túng thiếu và thử nghiệm/ tinh luyện Y-sơ-ra-ên. Mỗi ngày Đức Gia-vê thử nghiệm người Y-sơ-

---

23. Bản NIV dịch 'và ngươi ổn định', nhưng có lẽ nên hiểu như một biến thể được rút gọn của 'sinh sống trong xứ' (so sánh 11:31; 12:10, 19, 29; 17:14; 26:1; 30:20).

24. Thành ngữ *rûm lēb*, 'lòng được nhắc lên' (bản NIV 'trở nên tự cao') lặp lại ở 17:20 (so sánh Êxê 31:10; Đa 5:20; Ô-sê 13:4–6).

25. So sánh Xuất 17:6; Dân 20:7–11. Từ này được lặp lại trong Phục Truyền 32:13; Thi 114:8; Ê-sai 50:7.

ra-ên để xem họ có phải là dân có lòng biết ơn không.[26] Từ mục đích được tuyên bố trong câu 16 (nghĩa đen 'để cuối cùng các ngươi được bình an'), chúng ta biết rằng ma-na được ban cho không chỉ để thỏa mãn cơn đói trước mắt của Y-sơ-ra-ên, mà là để thanh lọc và tôi luyện lòng trung thành của họ.

Việc Môi-se nhắc lại sự chu cấp thiên thượng trong đồng vắng và mục đích tinh luyện/ thử nghiệm họ tạo nên bối cảnh cho đáp ứng bằng lời từ người đối thoại giả định trong câu 17. Những lời khẳng định của người Y-sơ-ra-ên cho rằng nhờ nỗ lực bản thân họ có được sự thịnh vượng như mô tả trong câu 12–13 là bằng chứng rõ ràng cho tấm lòng tự cao và quên Đức Gia-vê (8:14a), là Đấng mà từ Ngài mọi phước lành tuôn đổ. Không chỉ những người có suy nghĩ như vậy mới thất bại trước thử nghiệm; mà thử thách cũng chứng minh chính dân Y-sơ-ra-ên là cặn bã (so sánh 8:19–20).

Đáp ứng đúng đắn với thử nghiệm tương lai (8:18). Ngược với đáp ứng sai trật trước thử nghiệm (8:11–17), bây giờ Môi-se đưa ra ba yếu tố của một đáp ứng đúng đắn. (1) Khi người Y-sơ-ra-ên thịnh vượng trong xứ, họ phải 'tưởng nhớ Giê-hô-va'. Như những chỗ khác, động từ *zâkar* không chỉ hàm ý thừa nhận sự hiện hữu của Ngài; mà còn có nghĩa là xem trọng sự hiện diện và việc làm của Ngài. (2) Ngay cả khi người Y-sơ-ra-ên được thịnh vượng nhờ làm việc cực nhọc, họ cũng phải nhận biết rằng kỹ năng và sức lực cần để họ làm việc là món quà từ Đức Gia-vê. (3) Họ phải nhớ rằng Đức Gia-vê ban sức mạnh chủ yếu không phải để họ thịnh vượng, mà để xác nhận giao ước của Ngài với tổ phụ họ. Cách Môi-se dùng cụm từ 'để làm trọn sự giao ước' chứng tỏ ông không nói đến giao ước mới, mà là nói đến việc ứng nghiệm giao ước trước đó, ở đây là giao ước Ngài lập với tổ phụ của thính giả của ông.

Cách bản NIV dịch từ *ăbōtêkā* là 'tổ phụ ngươi' đi theo truyền thống lâu đời cho rằng đây là giao ước Đức Gia-vê lập với các tổ phụ.[27] Tuy nhiên, dựa vào câu 3 và câu 16, dường như rất có thể là Môi-se

---

26. Muốn biết minh họa được kể lại về thất bại trong thử nghiệm tại Tha-bê-ra, xem Dân 11:1–9 mà Môi-se ám chỉ ở 9:22.
27. Cách hiểu này quay về với Ngũ Kinh của người Sa-ma-ri và bản LXXL379, thêm vào tên của Áp-ra-ham, Y-sác và Gia-cốp ở đây. So sánh *BHQ*, 75*, và 49*-50* ở 1:8.

nghĩ đến thế hệ ra khỏi Ai Cập.[28] Cách hiểu này được củng cố qua việc mặc dù Đức Gia-vê hứa ban phước cho Áp-ra-ham và con cháu ông nói chung (Sáng 12:2; so sánh 17:20), nhưng đây không phải là chủ đề nổi bật trong những lời nói về giao ước với Áp-ra-ham.[29] Những phước hạnh vật chất tuôn đổ dồi dào trên Y-sơ-ra-ên trong các câu 7–9 (so sánh 7:12–16) tượng trưng cho việc ứng nghiệm những phước lành được hứa trong giao ước mà Chúa lập với Y-sơ-ra-ên tại Hô-rếp/ Si-nai (Lê 26:1–13; Phục 28:1–14).[30]

Cảnh báo cuối cùng (8:19–20). Môi-se kết thúc chủ đề này bằng lời cảnh báo đáng sợ cuối cùng, tuyên bố những hậu quả thảm khốc của đáp ứng sai trật với thử nghiệm/ tinh luyện khi thịnh vượng trong Đất Hứa. Dùng cách diễn đạt đã gặp trước đây, Môi-se nhắc lại những điều kiện tuyệt đối không thể chấp nhận đối với Đức Gia-vê: quên Đức Gia-vê (so sánh 8:2, 11, 14, 18), đi theo các thần khác (so sánh 5:7; 6:14; 7:4), phục vụ chúng (4:19, 28; 5:9; 6:13; 7:4, 16), phủ phục tôn kính các thần đó và vâng phục chúng (so sánh 4:19; 5:9). Tất cả những đáp ứng này đi ngược lại lòng trung thành với Đức Gia-vê và vi phạm Điều răn Lớn nhất (6:4–5).

Môi-se mở đầu lời thông báo về sự đoán phạt bằng lời kêu gọi họ làm chứng. Như ở 4:26, lời cầu khẩn là phản ứng trước sự bội đạo được thấy trước ở tương lai.[31] Trong thực tế, nếu người Y-sơ-ra-ên đi theo các thần khác, họ chắc sẽ chết như các dân tộc mà Đức Gia-vê đã tiêu diệt trước mặt họ. Quên Đức Gia-vê giữa lúc thịnh vượng là hạ thấp mình xuống ngang bằng với địa vị của các dân Ca-na-an mà người Y-sơ-ra-ên sẽ thay thế và trở thành đối tượng cho cơn thịnh nộ của Chúa.

Mệnh đề cuối cùng nhắc thính giả của Môi-se về nguyên do của số phận kinh khủng này: họ không chịu lắng nghe tiếng Đức Chúa Trời. Cụm từ 'vâng theo tiếng Đức Gia-vê' (bản NIV 'vâng phục Đức Giê-hô-va') không chỉ kết thúc chương này, mà cũng kết thúc cả một phần dài bắt đầu từ 6:4 với 'Hỡi Y-sơ-ra-ên! Hãy nghe'. Nhưng nó cũng

---

28. Cũng cùng quan điểm là Hwang, *Rhetoric of Remembrance*, 328–29.
29. Các truyện kể nói về việc Đức Gia-vê ban phước cho Áp-ra-ham (24:1 ['trong mọi việc'], 35) và Y-sác (25:11; 26:12–14, 29).
30. Việc thêm vào 'y như Ngài đã làm ngày nay' củng cố thêm cách hiểu này.
31. Dường như dựa trên 4:26, nhiều bản thảo của bản Bảy Mươi thêm vào 'trời và đất'. Xem *BHQ*, s.v

khép lại một chương nhấn mạnh 'môi miệng' và sự truyền thông của Đức Gia-vê. 'Mọi lời phán từ miệng Đức Giê-hô-va ' (8:3) là sự bày tỏ đầy ân điển ý muốn Ngài dưới hình thức những quy tắc, điều răn, luật lệ và chỉ thị. Công thức sự sống có hiệu lực trong quá khứ và sẽ còn hiệu lực trong tương lai có thể được trình bày như sau:

Quá khứ ▶ sự chu cấp kỳ diệu (ma-na) + lòng biết ơn và vâng phục ▶ sự sống

Tương lai ▶ sự dồi dào của xứ (phong phú) + lòng biết ơn và vâng phục ▶ sự sống

Trong khi trong quá khứ Đức Gia-vê đã thử nghiệm và tinh luyện dân Ngài bằng sự túng thiếu và ma-na, thì trong tương lai Ngài sẽ làm điều đó bằng sự thịnh vượng. Mục tiêu của Ngài trong cả hai hoàn cảnh là tạo nên một dân đem lại sự ngợi khen và vinh hiển cho Ngài trước muôn dân (26:19). Nếu họ thất bại trước thử nghiệm và không chịu để Ngài tinh luyện, thì Ngài sẽ bỏ họ một lần nữa như cặn bã và phó họ cho đống phế thải (so sánh Êxê 22:17–22).

Ngữ Cảnh Bắc Cầu

Ma-na. Những lần nhắc đến ma-na hết sức hiếm hoi trong Cựu Ước. Ngoài các chuyện kể liên quan đến sự chu cấp (Xuất 16:15, 31, 33, 35; Dân 11:6, 7, 9) và những suy ngẫm hiện tại của Môi-se về sự cung ứng (Phục 8:3, 16), thì thứ thức ăn lạ lùng này chỉ được nhắc đến năm lần. Giô-suê 5:12 lưu ý rằng Đức Gia-vê ngừng cung ứng ma-na sau ngày dân Y-sơ-ra-ên lần đầu tiên ăn sản vật của xứ (so sánh Xuất 16:35). Bản văn hiện tại được nhớ đến trong lời cầu nguyện của người Lê-vi ở Nê-hê-mi 9:19–20, ghi chú rằng ma-na và nước uống là một trong nhiều sự chu cấp bởi ân điển của Đức Gia-vê suốt bốn mươi năm lưu trú trong hoang mạc, rồi nói thêm rằng 'quần áo chúng không cũ rách, và chân chúng chẳng phù lên', một lời ám chỉ rõ ràng đến Phục Truyền 8:4. Các nhà thơ sau này nói đến ma-na như 'bánh trời' (Thi 105:40), 'lúa mì từ trên trời' (Thi 78:24), và thậm chí với nhiều sắc thái hơn là 'bánh của thiên sứ' (Thi 78:25).

Thật vậy, ma-na được cho là món quà đặc biệt đến nỗi Môi-se bảo A-rôn phải đặt một ô-me ma-na trước hòm giao ước như một lời nhắc nhở đời đời về sự chu cấp của Đức Gia-vê suốt hành trình bốn mươi năm mà họ đi xuyên qua hoang mạc (Xuất 16:31–35). Việc Môi-se liên kết ma-na với ý muốn được bày tỏ của Đức Chúa Trời trong Phục Truyền 8:3 có lẽ lấy cảm hứng từ sự kiện các bảng đá tượng trưng cho sự mặc khải bằng lời của Đức Gia-vê cũng hiện diện trong nơi thánh cùng với ma-na.³²

Trong Giăng 6:31–51, Chúa Giê-xu đưa ra lời tuyên bố mà các lãnh đạo Do Thái cho là xúc phạm; Ngài là 'bánh từ trời' đem lại sự sống, tương phản với ma-na mà dân Y-sơ-ra-ên đã ăn trong đồng vắng nhưng không mang lại sự sống (6:31). Theo Môi-se, trong hoang mạc dân Chúa sống nhờ ăn thức ăn từ miệng Đức Chúa Trời mà ra, tức là lời đã được bày tỏ của Ngài, chứ không phải nhờ thức ăn thuộc thể mà miệng họ ăn vào. Bây giờ Chúa Giê-xu cho rằng Ngài chính là bánh của Đức Chúa Trời từ trời đến và ban sự sống cho thế gian (Giăng 6:33; so sánh 1:1–4). Ngài mời gọi mọi người đến 'ăn' Ngài, vì Ngài là bánh sự sống, và hễ ai ăn sẽ sống đời đời.

Trong 1 Cô-rinh-tô 10:3–5, Phao-lô ám chỉ đến bản văn của chúng ta. Mặc dù câu nói của ông khá khó hiểu, nhưng ông nhận xét rằng các tổ phụ đều ăn cùng thức ăn thuộc linh và uống thức uống thuộc linh từ hòn đá thuộc linh; nhưng hầu hết họ đều chết vì họ không được Đức Chúa Trời chấp nhận. Trong khi hầu hết những nhà chú giải Kinh Thánh đều cho rằng thức ăn thuộc linh là ma-na,³³ mà thật sự chính là thức ăn thuộc thể,³⁴ thì trong trí Phao-lô 'mọi lời ra từ miệng Đức Giê-hô-va' (Phục 8:3) tức là sự mặc khải bằng lời được thể hiện trong các điều răn và quy định của giao ước. Khi ông nói dân Y-sơ-ra-ên đã ăn nhưng Đức Chúa Trời không hài lòng về họ, ông công nhận rằng hết thảy tổ tiên đều đã biết sự mặc khải này, nhưng họ không giữ các điều răn của Giê-hô-va Đức Chúa Trời họ, không đi trong đường lối Ngài, và không kính sợ Ngài (Phục 8:6).

---

32. Trong khi Hê-bơ-rơ cho rằng ma-na và cây gậy của A-rôn được giữ trong hòm cùng với các bảng giao ước, thì 1 Vua 8:9 (= 2 Sử 5:10), cũng như Philo (*Moses* 9.97) và Josephus (Ant 3.6.5; 8.4.1), lại nói ngược lại. Ghi chú ở Hê-bơ-rơ chắc hẳn dựa trên truyền thống nào khác (so sánh C. R. Koester, *Hebrews: A New Translation with Introduction and Commentary* [AB 36; New York: Doubleday, 2001], 395) hoặc phản ánh một thực tế sau này khi các đồ vật được chuyển từ *phía trước* hòm vào *trong* hòm.

33. Mà trong trường hợp đó *pneumatikon broma* tương đương với *leḥem šāmayim*, 'bánh của trời'.

34. Theo Xuất 16:31, nó giống hạt ngò trắng, và vị của nó giống bánh xốp mật ong. Dân 11:7 thêm rằng nó lấp lánh như trân châu.

Những ám chỉ đến phần diễn thuyết của Môi-se về ma-na được nhiều người biết nhất là trong các ký thuật Phúc Âm về cám dỗ của Chúa Giê-xu trong đồng vắng (Mat 4:1-4; Lu 4:1-4). Thấy Chúa Giê-xu đói sau bốn mươi ngày kiêng ăn, ma quỷ thách thức Ngài: nếu Ngài là Con Đức Chúa Trời, hãy biến đá thành bánh. Bằng việc trích dẫn lời Môi-se trong Phục Truyền 8:3, Chúa Giê-xu thừa nhận rằng cho dù đá được hóa thành bánh thì điều đó cũng không bảo đảm sự sống. Trong Giăng 4:31-34 Chúa Giê-xu bày tỏ quan điểm của chính Ngài đối với thức ăn thuộc thể và thuộc linh. Trong câu trả lời các môn đồ khi họ thúc hối Ngài ăn: 'Đồ ăn của Ta là làm theo ý muốn của Đấng sai Ta, và làm trọn công việc Ngài', Chúa Giê-xu tự xưng Ngài là hiện thân cho lý tưởng của Phục Truyền 8:3.

Cho dù bản văn này nhấn mạnh bản tính của Đức Chúa Trời là một người cha hay kỷ luật và chu cấp rời rộng, nó cũng đưa ra một tương phản rõ rệt giữa Đức Chúa Trời của Y-sơ-ra-ên và cái gọi là các thần khác, đặc biệt về khía cạnh đáp ứng của họ với con người. Trong khi người ngoại vẽ lên chân dung các thần của họ là có cặp mắt, lỗ tai và cái miệng vĩ đại (so sánh 4:28), thì Đức Gia-vê chẳng có gì cả. Thế mà Ngài thấy, nghe và có lẽ đáng chú ý nhất là Ngài nói. Ngược với quan điểm của nhiều người ngày hôm nay, lời ra từ miệng Ngài là lời ban sự sống; tiếp nhận lời đó, ghi nhớ và sống theo lời đó là bằng chứng của sự công bình sản sinh sự sống, hạnh phúc và sự công nhận của Đức Chúa Trời (6:24-25). Bởi đó tác giả thi thiên có thể hăng hái tuyên bố 'Tôi yêu mến luật pháp Chúa [tức là Tô-ra] biết bao! Trọn ngày tôi suy gẫm luật pháp ấy' (Thi 119:97).

Ý Nghĩa Đương Đại

Vâng phục ý muốn Chúa. Ý nghĩa của chương này đối với Cơ Đốc nhân hiện đại có thể được nhận biết ở nhiều mức độ. Trước nhất, và rõ ràng nhất, giống Y-sơ-ra-ên ngày xưa, Cơ Đốc nhân không sống nhờ bánh mà thôi, nhưng nhờ sự vâng phục ý muốn Đức Chúa Trời. Nếu chúng ta bận tâm về hạnh phúc thuộc thể mà lơ là đời sống thuộc linh thì chúng ta cũng sẽ chết. Đây là nan đề đặc biệt trong hội thánh phương Tây, nơi với sự thịnh vượng chúng ta đã quên hết mọi điều tốt đẹp đến từ Đức Chúa Trời, kể cả khả năng làm giàu. Không chỉ quên tạ ơn Chúa; chúng ta còn ngày càng chống cự, không để cho ý muốn đã được bày tỏ của Ngài điều khiển cuộc đời chúng ta.

Thử nghiệm. Thứ hai, hình ảnh Chúa là một người cha thử nghiệm và kỷ luật con cái đem đến cái nhìn giá trị về những thử thách chúng ta đối diện. Nhà hiền triết của Y-sơ-ra-ên dạy chúng ta thái độ đúng đắn đối với sự sửa phạt của Đức Chúa Trời trong Châm Ngôn 3:11–12:

> Hỡi con ta, chớ khinh sự sửa phạt của Đức Giê-hô-va,
>
> Đừng buồn lòng khi Ngài quở trách.
>
> Vì Đức Giê-hô-va yêu thương ai thì trách phạt nấy.
>
> Như một người cha đối với con trai yêu dấu của mình.

Dường như Phi-e-rơ hiểu mục đích của thử nghiệm như thế khi ông viết 1 Phi-e-rơ 1:6–7, rằng những thử thách đến là để 'đức tin – quý hơn vàng hay hư nát, dù đã bị thử lửa- được chứng minh là thật và sinh ra sự ngợi khen, vinh hiển và tôn quý khi Chúa Giê-xu Christ hiện ra'. Giống thái độ của dân Y-sơ-ra-ên đối với Đức Gia-vê, dù độc giả của Phi-e-rơ không nhìn thấy Chúa Giê-xu Christ, nhưng họ yêu mến Ngài; và dù bây giờ họ không thấy Ngài, nhưng vẫn tin Ngài và tràn ngập niềm hân hoan không thể diễn đạt bằng lời, biết rằng cuối cùng đó là vì lợi ích cho họ và mục tiêu là đức tin, sự cứu rỗi linh hồn họ. Tiếng vọng từ bản văn rõ ràng xuyên suốt phân đoạn này (xem thêm mối liên hệ trong 1 Phi-e-rơ 4:12–18).

Đường dẫn tới thờ hình tượng. Thứ ba, phân đoạn này tuyên bố rằng chặng đầu tiên trên con đường dẫn tới thờ hình tượng là sự vô ơn. Phục Truyền 8:10 tạo ảnh hưởng sâu đậm trên Do Thái giáo, cung cấp nền tảng cho việc lời chúc tụng Chúa gồm ba phương diện sau khi được ăn no nê[35] và phải truyền cảm hứng cho Cơ Đốc nhân ngày hôm nay để họ nhìn nhận việc làm đầy ân điển và rời rộng của Đức Chúa Trời vì cớ họ, đặc biệt trong việc duy trì sự sống mỗi ngày. Môi-se nhắc thính giả của ông và nhắc chúng ta rằng đáp ứng thích hợp duy nhất khi 'ăn' uống những điều Chúa ban cho cách rời rộng là ngợi khen Đức Gia-vê. Nhưng chương này cũng cho thấy một sự xuống dốc theo hình trôn ốc, trong đó việc quên Đức Gia-vê (8:2, 11) dẫn đến sự vô ơn (8:12–16), dẫn đến sự tự phụ (8:17), rồi đến việc thờ hình tượng (8:19). Phao-lô cũng vẽ ra một tiến trình tương tự trong Rô-ma 1:21–23.

---

35. Xem phần trình bày trong Weinfeld, *Deutoronomy 1–11*, 392–94.

Mối nguy hại của sự thành công. Thứ tư, nửa sau của chương này nhắc chúng ta về mối nguy tiềm ẩn trong sự thành công. Thật vậy, thành công có thể bi thảm hơn thất bại, đặc biệt nếu nó khiến chúng ta quên Chúa mà sinh ra tự cao, tự mãn, và tự phụ. Điều này không chỉ áp dụng cho những dự án kinh tế, mà đặc biệt cho những người làm mục vụ. Khi chúng ta xem xét những siêu hội thánh chúng ta đã xây, những quyển sách chúng ta đã viết, hay lịch làm việc bận rộn người khác áp đặt lên chúng ta, chúng ta cũng bị cám dỗ nói với chính mình, nếu không nói công khai, rằng 'Tài năng và sức lực của đôi tay ta đã xây lên hội thánh này cho ta.' Và chúng ta bị cám dỗ quên rằng mọi sự phục vụ của chúng ta đều bắt nguồn từ sự kêu gọi bởi ân điển của Đức Chúa Trời mà chúng ta không đáng nhận, và quên rằng mọi thành tựu đạt được chỉ vì Giê-hô-va Đức Chúa Trời đã rời rộng ban cho chúng ta khả năng giảng dạy, dẫn dắt một hội thánh lớn, hay viết ra một bộ sách gây ấn tượng sâu sắc.

Ngày nay, những thử nghiệm của Đức Chúa Trời đến dưới nhiều hình thức khác nhau. Khi mọi nhu cầu của chúng ta được đáp ứng, là Đức Chúa Trời đang thử nghiệm chúng ta: khi chúng ta giành được suất học bổng của một đại học danh tiếng, được tán thưởng vì một bức tranh đẹp hoặc một bài thơ hay, được thăng tiến trong công việc, hay có được sự may mắn trên thị trường chứng khoán. Nhưng điều này cũng đúng với những thành quả có tính trần tục hơn: khi chúng ta học đọc hay chạy xe đạp, học nắm vững một chương trình vi tính mới, hay đánh một gậy vào lỗ trên sân gôn, Đức Chúa Trời cũng đang thử nghiệm chúng ta. Liệu chúng ta có khen ngợi Ngài vì đã cho chúng ta trí thông minh và kỹ năng để có được những thành quả này không? Đức tin và lòng trung thành của chúng ta không chỉ được thử nghiệm khi Chúa dồn chúng ta vào bước đường cùng. Đức tin và lòng trung thành cũng được thử nghiệm khi mọi việc diễn ra theo ý của chúng ta. Thật vậy, chúng ta càng thành công, thì thử nghiệm càng khắc nghiệt, và càng có lý do lớn để ngợi khen Đức Chúa Trời, đồng thời nguy cơ của sự tự phụ càng cao.

Lời cảnh báo nghiêm túc. Cuối cùng, câu cuối của phân đoạn này đưa ra lời cảnh báo nghiêm túc cho những ai bị quyến dụ bởi việc tôn sùng sự thành công: Nếu đời sống chúng ta bị chi phối bởi các giá trị trần gian, thì chúng ta nhận lấy cơn thịnh nộ của Đức Chúa Trời và sẽ chịu chung số phận với thế gian. Điều này đặc biệt đúng với những người có khởi đầu khiêm nhường, rồi leo lên đỉnh cao sự nghiệp hay kinh tế. Nhiều người sống với ảo tưởng rằng khi đã vượt Biển Đỏ theo nghĩa bóng (tức sau khi cầu nguyện xưng tội hay được báp-têm), thì họ an toàn mãi mãi và Chúa có bổn phận ban thịnh vượng cho họ. Khi họ thịnh vượng, họ xem đây là bằng chứng cho ân huệ của Đức Chúa Trời. Trong khi đó, họ quên Đức Chúa Trời là Đấng đã cứu chuộc họ và Đấng ban cho họ khả năng lẫn cơ hội thành công. Nhưng thành công có thể không phải là bằng chứng của hạnh phúc cá nhân hay ân huệ thiên thượng. Không nhận biết Đức Chúa Trời trong thành công chứng tỏ chúng ta có dây mơ rễ má với người Ca-na-an, và đức tin của chúng ta chỉ là phiên bản mới của tín ngưỡng sinh sản từ thời cổ đại. Không có gì khiến Đức Chúa Trời nổi giận bằng sự vô ơn đối với ân điển của Ngài.

Tôi nhớ một nông dân tôi biết từ thuở bé là minh họa rõ nét cho vấn đề này. Ông là lãnh đạo trong hội thánh, thường xuyên dạy Trường Chúa Nhật và phục vụ trong Ban trị sự; thỉnh thoảng ông cũng giảng. Lần đầu tiên tôi gặp ông, ông điều hành một nông trại khiêm tốn, với 960 mẫu đất. Năm đó, cả gia đình ông nghỉ ngơi; họ nghỉ nhiều ngày để đi câu cá ở những cái hồ tuyệt đẹp thuộc miền bắc Saskatchewan và tham gia các hoạt động cộng đồng. Năm sau, ông canh tác hơn 1900 mẫu. Chuyến đi câu bị hủy. Năm thứ ba 3360 mẫu, và năm thứ tư lên đến hơn 5100 mẫu. Tôi chưa bao giờ thấy người nào thành công như thế. Mọi thứ ông đụng vào dường như đều hóa thành vàng.

Hàng xóm đề nghị ông canh tác trên đất của họ, vì cách ông canh tác mang lại cho họ thu nhập nhiều hơn khi họ tự canh tác dù họ mới chỉ được chia một phần ba số hoa màu thu hoạch được. Trong khi đó, tôi lại thấy ông teo lại về thuộc linh. Thành công khiến ông dương dương tự đắc. Khi máy móc bị hư, ông ảo tưởng về âm mưu của những người hàng xóm ghen tị. Khi ông đoạt giải nhì trong cuộc thi 'Nông dân của Năm', ông đùng đùng nổi giận. Áp lực thêm nhiều, sự lộn xộn trong gia đình ông cũng gia tăng, ông có ít thời gian hơn cho cộng đồng và đặc biệt cho cộng đồng đức tin. Ông ngược đãi công nhân làm thuê, và sống lối sống nguy hại và thiếu lành mạnh. Ông chết khi mới ngoài năm mươi tuổi, khi hoàn toàn phá sản và tuyệt vọng. Mặc dù chỉ Đức Chúa Trời mới có thể phán xét tình trạng linh hồn của ông, nhưng nhìn bên ngoài, ông đã thất bại trong cuộc thử nghiệm.

Thái độ Môi-se kêu gọi được phản ánh trong bài hát chúng tôi được học từ cuối những năm 1970 khi thờ phượng với Hội thánh Anh Em (Brethren Assembly) phước hạnh ở Liverpool, Anh quốc:[36]

Người khôn có thể đem kiến thức của mình,
Người giàu có thể đem của cải;
Một số khác có thể đem sự cao trọng,
Và một số khác nữa đem sức mạnh và sức khỏe.
Chúng tôi cũng đem của báu của chúng tôi
Để dâng cho Vua;
Chúng tôi không có của cải hay kiến thức
Vậy thì chúng tôi sẽ dâng Ngài gì đây?
Chúng tôi sẽ dâng Ngài nhiều trách nhiệm
Mà chúng tôi phải làm mỗi ngày;
Chúng tôi sẽ cố hết sức để làm vui lòng Ngài,
Trong gia đình, nơi trường học, khi vui chơi.
Và đây là những của báu
Để dâng cho Vua
Tốt hơn những món quà đắt tiền nhất mà chúng tôi không có,
Đây là tất cả những gì chúng tôi có thể đem đến.
Chúng tôi sẽ đem đến cho Ngài lòng yêu mến Ngài,
Chúng tôi sẽ đem cho Ngài lời ngợi khen cảm tạ,
Và tâm linh mãi bươn theo đường lối Ngài.
Đây sẽ là những của báu
Chúng tôi dâng cho Vua;
Và đây là những món quà
Mà chúng tôi có thể đem đến với lòng biết ơn.

---

36. Tác giả vô danh.

Phục Truyền Luật Lệ Ký 9:1–24

Giới Thiệu Phục Truyền Luật Lệ Ký 9:1–11:32

Với lời mở đầu 'Hỡi Y-sơ-ra-ên, hãy nghe!' (9:1), Môi-se báo hiệu bắt đầu phần chính thứ ba (9:1–11:32) của bài giảng thứ nhì (4:45–26:19). Khúc Kinh Thánh lớn này được chia nhỏ theo khải tượng về thời gian, thay đổi lần lượt từ tương lai của Y-sơ-ra-ên (9:1–6), đến quá khứ (9:7–10:11), đến hiện tại (10:12–11:1), rồi lại quá khứ (11:2–7), tương lai (11:8–25), và hiện tại (11:26–32).

Cho dù có sự thay đổi giữa 9:6 và 9:7, nhưng Phục Truyền 9:1–10:11 là một đơn vị văn chương nhỏ độc lập mà ranh giới của nó được đánh dấu bằng lời báo trước của Môi-se về việc qua sông Giô-đanh và nhận lấy xứ ở 9:1, và bằng mạng lệnh của Đức Gia-vê truyền bảo Môi-se dẫn dân sự ra khỏi Si-nai/ Hô-rếp để đi nhận lấy xứ Ngài đã thề hứa với tổ phụ họ (10:11). Phần tư liệu xen giữa này được kết lại với nhau bởi tư tưởng chủ đạo về sự nổi loạn của Y-sơ-ra-ên, không khí căng thẳng giữa Y-sơ-ra-ên và Đức Gia-vê, và cụm từ chỉ thời gian 'bốn mươi ngày và bốn mươi đêm'.[1]

Ý Nghĩa Nguyên Thủy

Môi-se tiếp tục nhớ lại các sự kiện tại Hô-rếp. Những hồi ức này được trình bày theo lối thuyết giảng kiểu tranh luận đã được giảm nhẹ, một hình thức thường được các tiên tri sau này dùng để bác lại lối suy nghĩ sai trật. Bài thuyết giảng kiểu tranh luận tiêu biểu gồm phần giới thiệu, trích dẫn câu danh ngôn phổ biến được trình bày như câu chính đề/ giả thuyết về một sự việc, phần tranh luận phủ

---

1. Năm trong số chín lần xuất hiện cụm từ này trong Cựu Ước là ở đây. Phải mất bốn mươi ngày đêm (1) để Đức Gia-vê ban Mười Điều Răn cho Môi-se (9:9–10); (2) để người Y-sơ-ra-ên chứng tỏ sự hời hợt trong cam kết của họ với giao ước (9:11–17); (3) để Môi-se giải quyết tội lỗi của dân sự, bao gồm việc xưng ra trước Đức Gia-vê và hủy diệt 'tội lỗi' (9:18–21); (4) để Môi-se thuyết phục Đức Gia-vê rút lại lời đe dọa tiêu diệt dân sự (9:25–10:5); (5) để hoàn tất việc đền tội và nghe chỉ thị hành quân của Đức Gia-vê tiếp tục chuyến đi đến Đất Hứa (10:10–11).

nhận giả thuyết, và một phản đề đưa ra một cách giải thích khác. Những yếu tố này được thấy rõ ở đây:²

Giới thiệu: Lời kêu gọi chú ý và thông báo sự việc (9:1–3)

Chính đề: Giải thích sự việc bằng câu trích dẫn trực tiếp (9:6a)

Phản đề: Một cách giải thích khác cho sự việc (9:4b-6)

Phản luận: Phủ nhận chính đề và lý do bác bỏ (9:9–24).

Mặc dù các dấu hiệu tu từ đánh dấu sự chuyển tiếp từ phần này sang phần kia khác với những lời tiên tri sau này và hai đặc điểm cuối bị đảo ngược, nhưng những điểm giống nhau vẫn nổi bật.

Tính Chất của Lời Tuyên Bố Sai Lầm (9:1–6)

Với bối cảnh là lời hứa của Đức Gia-vê về việc xác nhận giao ước với tổ phụ (8:18), Môi-se nói đến việc Đức Gia-vê truất quyền của người Ca-na-an để giao xứ cho Y-sơ-ra-ên.³ Điều này dấy lên câu hỏi: tại sao Đức Gia-vê lại quan tâm đến người Y-sơ-ra-ên như vậy? Môi-se trả lời câu hỏi này trước nhất bằng cách bác bỏ bất kỳ lời tự nhận mình xứng đáng hưởng ân huệ thiên thượng nào, rồi sau đó bằng việc nhấn mạnh lòng thương xót của Đức Gia-vê khi đưa họ vào Đất Hứa. Không đi theo hình thức thuyết giảng tranh luận cách cứng ngắc, phần này chia thành hai đoạn chính (9:1–3 và 9:4b-6), được tách ra bằng một giả thuyết giải thích sự quan tâm của Đức Gia-vê với Y-sơ-ra-ên, được trình bày như câu tường thuật trực tiếp từ miệng của người đối thoại giả định (9:4a).

Giới thiệu (9:1–3). Tiếp theo lời kêu gọi chú ý, Môi-se thông báo về sự ứng nghiệm chương trình của Chúa được trình bày ở Xuất Ê-díp-tô Ký 3:8 (so sánh Xuất 6:1–8): giải cứu Y-sơ-ra-ên khỏi ách nô lệ ở Ai Cập (9:6), lập họ làm dân giao ước của Đức Gia-vê ở Si-na-i (9:7), và dẫn họ vào Đất Hứa (9:8) - những yếu tố quen thuộc trong các lời

---

2. Về lối thuyết giảng theo kiểu tranh luận trong các sách tiên tri, xem A. Graffy, *A Prophet Confronts His People: The Disputation Speech in the Prophets* (AnBib 104; Rome: Biblical Institute Press, 1984); Block, *Ezekiel Chapters 1–24*, 329–40.

3. Việc nhắc lại bảy lần gốc *yrš* ('sở hữu, chiếm lấy') trong đoạn ngắn ngủi này không được thể hiện rõ trong bản NIV, dịch từ này theo các cách khác nhau: 'chiếm lấy' (9:1), 'đuổi chúng ra' (9:3, 4 và 5), 'nhận lấy' (9:4 và 5), và 'sở hữu' (9:6). Động từ này đòi hỏi việc chinh phục dân tộc hay quốc gia khác để giành quyền cai trị lãnh thổ cho riêng mình. So sánh N. Lohfink, 'ירשׁ', *TDOT*, 6:371.

phát biểu trước đó (so sánh 1:28; 4:38; 7:1). Rõ ràng thách thức thế hệ này phải đối diện không khác với thách thức của ba mươi tám năm trước. Lời trích trong câu 3 'Ai có thể dũng cảm đương đầu với con cháu A-nác?' [diễn ý cá nhân] nghe như câu tục ngữ.[4] Với câu trả lời phủ định, thực tế người Ca-na-an đang nói rằng 'Các người có thể trục xuất Si-hôn và Óc, nhưng không ai có thể đánh đuổi chúng tôi ra khỏi xứ của chúng tôi'.

Lời nhắc nhở về tính bất khả chiến bại rõ rành rành của kẻ thù chuẩn bị cho lời tuyên bố đầy tự tin của Môi-se trong câu 3, tức là chìa khóa cho tương lai của Y-sơ-ra-ên không nằm ở sức mạnh riêng của họ, mà ở sức mạnh của vị Tổng tư lệnh thiên thượng của họ. Lời mô tả về Đấng băng qua sông trước người Y-sơ-ra-ên củng cố thêm khái niệm này. Đấng đó được gọi bằng danh xưng là 'Đức Gia-vê'; bằng mối liên hệ với Y-sơ-ra-ên là 'Đức Chúa Trời của các ngươi'; bằng biệt danh là ʼEsh ʼOkelah; và bằng hành động vì lợi ích của Y-sơ-ra-ên: (1) 'Ngài ... sẽ đi trước anh em'; (2) '[Ngài[sẽ tiêu diệt'; và (3) 'và hạ các dân này xuống trước mặt anh em' [tất cả đều là diễn ý cá nhân].

Ở đây, ʼEsh ʼOkelah ('Đám Lửa Hừng') gần như là một danh hiệu. Mặc dù ở 4:24, việc nhắc đến cảm xúc nồng nhiệt của Đức Gia-vê là nhằm thúc đẩy lòng trung thành của người Y-sơ-ra-ên và cảnh báo họ về việc thờ thần khác, nhưng ở đây Môi-se hứa rằng cũng cơn giận đó sẽ chống lại kẻ thù của họ. Đây là điều người Y-sơ-ra-ên cần 'biết' khi họ trục xuất và tiêu diệt kẻ thù. Như chúng ta thấy ở chỗ khác (vd: 7:1), công lao đối với cuộc chinh phục sẽ thuộc về Đức Gia-vê, nhưng dân Ngài phải đánh trận, và kẻ thù sẽ đầu hàng như Đức Gia-vê đã hứa với họ.

Giả thuyết (9:4a). Trong câu 4a, Môi-se một lần nữa giới thiệu người đối thoại giả định để nói thay dân chúng. Như ở 7:17 và 8:17, câu trả lời được trình bày như lời tự sự ('trong lòng các ngươi'; bản NIV 'nói với chính ngươi') hơn là lời phát biểu bên ngoài, như thể người ấy nghĩ như vậy mà không bao giờ dám thật sự nói ra. Là thuật ngữ pháp lý, 'sự công chính' nói đến bản tính đạo đức, phản chiếu tấm lòng ngay thẳng (nghĩa đen là 'sự chân thật của tấm lòng', 9:5) và

---

4. Tính chất rút gọn của câu nói làm cho ấn tượng này thêm mạnh mẽ: 'Các ngươi có nghe [người ta nói]....' Muốn biết sức mạnh nổi tiếng của người A-nác, xem 1:28; 2:10–11.

được thể hiện qua hành vi phù hợp với những tiêu chuẩn của giao ước (6:20). Trong ngữ cảnh này, ngược với công bình là 'tội ác' (9:4, 5).[5] Người nói giả định tưởng tượng mình là người đạo đức, nhưng từ này nói đến việc tự cho mình là công chính và lòng tự trọng thái quá. Theo giả thuyết này, việc Đức Gia-vê chuyển giao xứ của người Ca-na-an cho người Y-sơ-ra-ên là phần thưởng cho sự vượt trội về đạo đức của Y-sơ-ra-ên.

Phản đề của Môi-se (9:4b–6). Nếu đây là bài thuyết giảng theo kiểu tranh luận thuần túy, thì Môi-se sẽ bắt đầu câu trả lời cho giả thuyết sai lầm bằng cách dứt khoát bác bỏ lời tuyên bố ấy. Thật ra ông làm vậy hai lần trong phân đoạn ngắn ngủi này - câu 5a và câu 6. Tuy nhiên, quanh những lời phản bác giả thuyết, ông dệt một phản đề gồm ba lý lẽ, mỗi lý lẽ liên quan đến nhóm người khác nhau trong tình huống này.

(1) *Người Ca-na-an.* Hành động trục xuất người Ca-na-an của Đức Gia-vê không dựa trên sự công chính của Y-sơ-ra-ên, mà là phản ứng trước sự gian ác của người Ca-na-an.[6]

(2) *Đức Gia-vê.* Đức Gia-vê đuổi người Ca-na-an để thực hiện lời hứa Ngài đã lập với các tổ phụ, được nêu tên ở đây là Áp-ra-ham, Y-sác và Gia-cốp (9:5; so sánh 1:8; 8:18).

(3) *Y-sơ-ra-ên.* Vì muốn để lý lẽ mạnh mẽ nhất ra sau cùng, Môi-se tuyên bố 'sự công chính' không hề là đặc điểm của họ, vì người Y-sơ-ra-ên có bản chất là dân 'cứng cổ'. Thành ngữ này dựa trên hình ảnh một con vật chở hàng, đặc biệt là con bò mang ách, mà người ta nhận thấy sức mạnh nằm ở cổ của nó, nhưng thường không chịu làm việc theo yêu cầu của chủ.[7]

Với lời nhận định về sự 'cứng cổ', Môi-se chọc thủng quả bóng giá trị bản thân của Y-sơ-ra-ên được thổi phồng và chuẩn bị bức tranh miêu tả khiếm khuyết chủ yếu của người Y-sơ-ra-ên. Họ chẳng có gì để Đức Chúa Trời chấp nhận: không to lớn về thể chất (7:7) hay

---

5. Ê-xê-chi-ên 18 trình bày sự tương phản hoàn hảo giữa 'sự công chính' và 'sự gian ác'. Muốn biết chi tiết, xem Block, *Ezekiel 1–24*, 554–90.
6. Đánh giá tiêu cực của Môi-se về người Ca-na-an phù hợp với cái nhìn của cả phần còn lại của Ngũ Kinh. Xem Sáng 15:16; Lê 18:24–30; 20:23; Phục 18:12.
7. Xem G. Abramson, 'Colloquialisms in the Old Testament', *Semitics* 2 (1972): 12–13. Trong câu 13, Môi-se nhắc lại cách chính Đức Gia-vê dùng cụm từ này khi nói đến hậu quả của sự kiện con bò vàng (Xuất 32:9; 33:3, 5).

sức lực (8:17), hay nếp sống đạo đức. Việc họ được chọn, chiếm xứ và được thịnh vượng trong xứ đều là quà tặng của ân điển thiên thượng, được ban cho họ dù họ không xứng đáng.

Bác Bỏ Lời Tuyên Bố (9:7–24)

Mệnh lệnh kép mở đầu 'hãy nhớ, đừng quên rằng trong hoang mạc anh em đã chọc giận Giê-hô-va Đức Chúa Trời' báo hiệu một chuyển biến mới trong bài giảng. Sau khi tuyên bố thay vì được Đức Gia-vê khen ngợi, tính cách của Y-sơ-ra-ên thật sự khiến Ngài khó chịu, Môi-se thu thập chứng cứ cho phần phản đề này, thuyết phục dân sự nhìn họ theo cách Đức Chúa Trời nhìn.

Câu 7b bắt đầu trình bày phần chính đề được nêu ra trong câu 7a. Thật vậy, nó là phần chặn phía trước cho tiểu phần này, mà phần chặn cuối xuất hiện ở câu 24. Hai câu nói này phản chiếu về nội dung lẫn cấu trúc cho nhau:

    A Từ ngày các ngươi ra khỏi Ai Cập cho đến khi các ngươi đến đây,

        B ngươi chống nghịch Đức Gia-vê (9:7)

        B' Các ngươi thường phản nghịch Đức Gia-vê

    A' từ ngày ta biết các ngươi (9:24)

Môi-se sẽ dành phần còn lại trong bài giảng này để kể lại mối liên hệ phiền phức trong quá khứ của Y-sơ-ra-ên với Đức Gia-vê. Trong câu 7b–21 ông tập trung vào sự kiện kịch tính nhất làm bằng chứng cho chính đề của mình. Tuy nhiên, trong trường hợp điều này không đủ thuyết phục, ông thêm vào ba minh họa trong câu 22: Tha-bê-ra, Ma-sa và Kíp-rốt Ha-tha-va. Và để bảo đảm, trong câu 23 ông nhắc lại sự kiện ở Ca-đe Ba-nê-a mà ông đã thuật lại trong chương 1. Câu mở đầu (9:7) mô tả người Y-sơ-ra-ên từ góc nhìn của Đức Chúa Trời với hai cách diễn đạt mới: họ có thói quen 'chọc giận Giê-hô-va Đức Chúa Trời', và họ thường xuyên chống nghịch Ngài.[8] Những hồi tưởng về sự kiện con bò vàng tại Hô-rếp (9:8–21) cho thấy mối liên hệ rõ ràng với các chuyện kể trong Xuất Ê-díp-tô Ký 32–33.

Tiếp tục thứ tự cú pháp mạnh mẽ được dùng trong câu 4–6, Môi-se xem Hô-rếp là biểu tượng cho tính cách thật của Y-sơ-ra-ên (9:8–10).

---

8. So sánh 1:26, 43; 9:23, 24.

Đây là ngọn núi nơi người Y-sơ-ra-ên chính thức được nhận làm đối tác giao ước của Đức Gia-vê, nơi họ hứa nguyện vâng phục Đức Gia-vê hoàn toàn và trọn vẹn (so sánh Xuất 19:8; 24:3, 7), và nơi người đại diện của họ đã dùng bữa ăn giao ước trong sự hiện diện của Đức Chúa Trời (Xuất 24:9–11). Đây cũng là nơi họ thể hiện bản chất thật của mình. Vì vậy việc họ nổi loạn, khiêu khích Đức Gia-vê mạnh mẽ đến nỗi trong vòng bốn mươi ngày chính thức công nhận giao ước, Ngài dọa tiêu diệt họ (9:8). Tự cho mình là công bình như thế thật quá đáng! Thay vì được Đức Gia-vê khen ngợi vì bản tính công bình, thì dân này lại nhận lấy cơn giận thiên thượng.

Là bối cảnh cho sự phản nghịch tại Hô-rếp, Môi-se mô tả ngắn gọn điều ông đang làm lúc đó (9:9–11). Trong phần hồi tưởng của ông, chúng ta lại nghe vọng rõ câu chuyện ở Xuất Ê-díp-tô Ký, với các chi tiết bổ sung đã có trong bài giảng thứ nhất.[9] Theo câu 9, dường như Môi-se kiêng ăn mỗi khi ông lên núi gặp Đức Gia-vê. Sự khổ hạnh của ông tương phản rõ rệt với hoạt động của người Y-sơ-ra-ên dưới núi. Tiến trình làm con bò có lẽ đòi hỏi thời gian, mà trong trường hợp này sự chống nghịch của dân chúng ắt hẳn nổi lên không lâu sau khi họ thề trung thành với giao ước.[10]

Để hiểu ý nghĩa của việc Môi-se leo lên đỉnh núi Hô-rếp, chúng ta phải dựa vào Xuất Ê-díp-tô Ký 24:12–18. Những thuật ngữ giao ước cơ bản đã được trình bày, dân chúng đã hứa nguyện trung thành với giao ước, nghi lễ phê chuẩn đã hoàn tất, và bữa ăn giao ước kỷ niệm mối liên hệ mới đã được dùng trong sự hiện diện của Đức Chúa Trời. Tất cả những gì còn lại cần phải làm là tài liệu về sự kiện bằng văn tự, là mục đích mà Môi-se lên núi.[11] Nhưng trong lúc Môi-se đại diện dân chúng ở trên núi làm việc, thì họ tìm cách thay thế ông (Xuất

---

9. Trọng tâm của ông ở đây là việc giao ước làm nền tảng cho mối liên hệ giữa Đức Gia-vê và Y-sơ-ra-ên, chứ không phải các điều kiện của giao ước. 'Từ [giữa] lửa' (9:10) nhắc lại 4:12, 15, 36 và 5:22; 'trong ngày nhóm hiệp' vang vọng 4:10 và 5:22. Cụm từ 'bảng giao ước' *(luḥôt habběrît)* mà Đức Gia-vê lập với họ chỉ xuất hiện ở đây và trong các câu 9, 11 và 15 (dù nó lặp lại 4:13; so sánh 1 Vua 8:9), và thay thế 'bảng chứng' *(luḥôt hā'ēdut)* trong Xuất 31:18 (so sánh 32:15; 34:29).

10. Ký thuật ở Xuất Ê-díp-tô Ký không cho biết hành vi thờ hình tượng xuất hiện nhanh như thế nào, nhưng Đức Gia-vê dùng từ 'vội' trong Xuất Ê-díp-tô Ký 32:8.

11. So sánh Xuất 31:18; Phục 5:22.

32:1).¹² Trong phần hồi tưởng của mình, Môi-se nhấn mạnh sự thay đổi ý nghĩa tượng trưng của Hô-rếp từ một nơi của ân điển và vinh quang, nơi của sự khải thị và đáp ứng, của giao ước và lời hứa, thành nơi chống nghịch của con người và cơn giận của thiên thượng.

Sau khi nói về sự chống nghịch của Y-sơ-ra-ên và cung cấp thông tin bối cảnh, Môi-se chuyển sự chú ý sang câu trả lời của Đức Gia-vê (9:12–14). Như trong ký thuật ở Xuất Ê-díp-tô Ký, Môi-se trình bày câu trả lời của Đức Gia-vê dưới hình thức hai câu tường thuật trực tiếp, câu 12 (so sánh Xuất 32:7–8) và câu 13b–14 (so sánh Xuất 32:9–10). Mặc dù bản văn hiện tại thể hiện nhiều mối liên hệ với Xuất Ê-díp-tô Ký 32:7–10, nhưng cách diễn đạt của Môi-se ở đây mạnh mẽ hơn, phản ánh cao trào cảm xúc của chính ông. Điều này được nhận thấy cách rõ ràng nhất trong số phận mà Đức Gia-vê dọa sẽ dành cho Y-sơ-ra-ên. Việc chọn từ *hišmîd* ('diệt', Phục 9:14a) thay cho *killâ* (nghĩa đen 'kết thúc', Xuất Ê-díp-tô Ký 32:10) liên kết cách xử lý của Đức Gia-vê ở đây với số phận của người Ca-na-an trong Phục Truyền 7:24. Quyết định của Đức Gia-vê 'xóa tên chúng khỏi thiên hạ' (9:14) tạo nên sự sửng sốt. Nếu phần trình bày của Môi-se về cơn giận của Đức Gia-vê ở đây mạnh hơn phần tường thuật trước, thì điều đó cũng đúng với vinh dự mà Đức Gia-vê hứa với ông (9:14b). Mặc dù Xuất Ê-díp-tô Ký 32:10 chỉ nhắc lại lời hứa chung chung của Đức Chúa Trời là khiến Áp-ra-ham thành một dân lớn, nhưng Môi-se nhớ đến nó như là lời hứa làm cho ông thành một dân đông hơn và mạnh hơn người Ca-na-an.

Khi xem xét kỹ lời nói của Đức Gia-vê, chúng ta thấy có nhiều đặc điểm nổi bật. (1) Đức Gia-vê không dính líu đến Y-sơ-ra-ên bằng cách nhắc đến họ là 'dân mà con đem ra khỏi Ai Cập' (9:12). Dân Y-sơ-ra-ên tập trung dưới chân núi không phải sản phẩm công tác cứu chuộc của Đức Chúa Trời, cũng không phải dân trong mối liên hệ giao ước với chính Ngài, mà chỉ là một nhóm người khác đang di chuyển (so sánh A-mốt 9:7). Khi củng cố thái độ này trong câu 13, Đức Gia-vê nói về người Y-sơ-ra-ên cách khinh bỉ là 'dân nầy'¹³ và 'dân cứng cổ'. Cụm từ 'cứng cổ' theo nghĩa đen nói đến con bò kháng cự lại ách của chủ,

---

12. Câu 11 gợi ý phải mất bốn mươi ngày đêm để tạo ra bản sao của giao ước bằng văn tự.
13. So sánh Dân 14:11; Phục 31:16; Ê-sai 6:9–10; 8:6, 11–12; 9:16; 29:13–14; v.v...

có thể gợi lên từ hình ảnh con bò vàng; với ý mỉa mai châm biếm việc dân Y-sơ-ra-ên trở nên giống như hình ảnh họ thờ phượng.

(2) Đức Gia-vê dường như ít nói đến hành động cụ thể của dân chúng. Điều này ngược với tường thuật phía trước, ở đó Ngài ghi nhận một loạt những vi phạm rõ ràng cụ thể (Xuất 32:8). Mặc dù Môi-se sẽ nhận diện hình tượng đó là 'con bò' (*ēgel*) trong câu 21, nhưng ở đây Đức Gia-vê nói đến hình tượng này cách khái quát là 'đúc [*massēkâ*] cho mình hình tượng một con bò con' (9:16). Che giấu việc quan tâm đến dáng vẻ của hình tượng và nghi lễ liên quan đến sự thờ phượng hình tượng này, ý nghĩa chính yếu của sự kiện nằm ở những hàm ý đối với giao ước.

(3) Trong khi 'nài nỉ' Môi-se để mặc Ngài tự do trút cơn giận của mình (Xuất 32:10) và tiêu diệt Y-sơ-ra-ên, Đức Gia-vê lại mở cửa cho sự can thiệp cách đầy nghịch lý của ông.[14] Là một thành ngữ có nghĩa là 'hãy để mặc Ta' (9:14),[15] yêu cầu của Đức Gia-vê phản ánh mối liên hệ lạ thường giữa Ngài và Môi-se. Thực tế, Đức Gia-vê nói Ngài sẽ không hành động chống lại Y-sơ-ra-ên nếu không được Môi-se đồng ý. Ngài cất đi mọi lời động viên cầu thay bằng cách hứa với Môi-se rằng Ngài sẽ làm cho ông thành một dân mạnh hơn và đông hơn người Ca-na-an. Nếu Môi-se chấp nhận lời đề nghị này, thì ông sẽ thay thế Áp-ra-ham, Y-sác và Gia-cốp trở thành tổ phụ của dân tộc này và lịch sử của dân Chúa có lẽ đã được viết là lịch sử của 'người Mu-si' thay vì của 'người Y-sơ-ra-ên'.

Phản ứng của Môi-se trước sự nổi loạn của Y-sơ-ra-ên (9:15–21). Khi Môi-se nhớ lại những sự kiện tại Hô-rếp, ông để cho thính giả thắc mắc trong giây lát về phản ứng của ông trước thách thức của Đức Gia-vê (9:15–21). Không giống ký thuật ở Xuất Ê-díp-tô

---

14. So sánh R. W. L. Moberly, *At the Mountain of God: Story and Theology in Exodus 32–34* (JSOTSup 22; Sheffield: JSOT, 1983), 50. According to S. Balentine (*Prayer in the Hebrew Bible: The Drama of Divine-Human Dialogue* [OBT; Minneapolis: Augsburg, 1993], 136), đây là 'hình thức mời gọi bằng lệnh cấm'.

15. C. Houtman (*Exodus Chapters 20–40* [Historical Commentary on the Old Testament; Leuven: Peeters, 2000), 3:645] dịch thành ngữ 'Đừng cản Ta'. Bản tiếng A-ram cổ Targum Pseudo-Jonathan và Targum Onqelos dịch 'Đừng cầu nguyện với Ta nữa' (được dịch bởi E. G. Clarke, *Targum Pseudo-Jonathan: Deuteronomy* [Aramaic Bible 5B; Edinburgh: T&T Clark, 1998], 32). Targum Neofiti thậm chí còn dịch rõ ràng và mở rộng hơn: 'Trước mặt Ta, đừng năn nỉ Ta thương xót họ' (dịch bởi M. McNamara, *Targum Neofiti 1: Deuteronomy* [Aramaic Bible 5A; Edinburgh: T&T Clark, 1997], 61).

Ký 32, Môi-se bỏ qua những chi tiết liên quan đến việc ông xuống núi (Xuất 32:15–20) cũng như những lời ông nói. Ngược lại, ông hoàn toàn tập trung vào phản ứng không lời – ông sẽ kể lại lời cầu nguyện của mình ở phần sau (9:25–29). Tường thuật của Môi-se về hành động của mình gồm bốn phần sơ lược: (1) Ông đập bể bảng đá (9:15–17); (2) ông cầu thay trước mặt Đức Gia-vê (9:18–19); ông cầu thay cho A-rôn anh mình (9:20); và (4) ông đập bỏ con bò (9:21).

Môi-se đập bể bảng đá (9:15–17). Khi Đức Gia-vê nói xong ở câu 13–14, Môi-se quay lưng và đi thẳng xuống ngọn núi đang cháy, cầm trong tay biểu tượng của giao ước. Việc nói đến lửa nối sự kiện này với ngày Môi-se đã tuyên bố những lời của giao ước 'từ đám lửa, trong ngày hội họp' (9:10)[16] nhưng nó cũng kết nối cảnh tượng này với danh xưng của Chúa là 'Esh 'Okelah ('Đám lửa hừng') trong câu 3. Xuất Ê-díp-tô Ký 24:16–18 ám chỉ việc dân chúng yêu cầu A-rôn làm hình tượng bắt nguồn từ suy nghĩ cho rằng chính Môi-se đã bị ngọn lửa đang bao trùm cả quả núi thiêu đốt. Tuy nhiên, lẽ ra dân chúng phải nhận biết rằng ngọn lửa đang cháy không chỉ tượng trưng cho sự hiện diện của Đức Gia-vê mà còn tượng trưng cho cơn giận thiêu đốt của Ngài, đặc biệt trước sự thờ hình tượng (4:23–24; so sánh 29:20[19]).

Ở phía sau Môi-se nói rõ rằng khi xuống núi, ông sợ rằng cơn thịnh nộ của Đức Gia-vê sẽ nổi phừng cùng dân chúng (9:19). Phần chú thích nói thêm việc Môi-se xuống núi với hai bảng đá có vẻ như là chi tiết phụ, ngoại trừ việc đây là 'bảng giao ước', biểu tượng cụ thể của mối liên hệ đã được thiết lập. Những lời mở đầu câu 16 nêu bật sự sửng sốt của Môi-se trước điều ông nhìn thấy: 'Ta nhìn thấy và kìa!' [diễn ý cá nhân].[17] Mỉa mai thay, trong mười lăm từ tiếp theo, chỉ có hai từ liên quan đến đồ vật thấy được (theo bản gốc): 'con bò con đúc'. Những từ còn lại là nhận xét có tính giải thích về đồ vật đó.

Ý nghĩa chính xác của con bò là gì thì chúng ta không biết rõ. Nếu nó được xem là hình ảnh của Đức Gia-vê, thì đó là hành động phạm

---

16. So sánh những lần nói đến lửa trên núi ở 4:11–12, 15, 24, 33, 36; 5:4–5, 22–26.

17. Câu 'Khi ta nhìn, ta thấy' trong bản NIV không làm nổi bật được ý nghĩa tu từ của từ ngữ không cần thiết, đặc biệt là việc dùng mạo từ *hinnēh* ('Kìa'). Mạo từ thường theo sau động từ chỉ nhận thức và hướng sự chú ý vào điều tiếp theo. So sánh C. H. J. van der Merwe, và nhiều người khác, *Biblical Hebrew Reference Grammar* (Sheffield: Sheffield, 1999), 329–30.

thượng, biến thần linh vô hình thành hình ảnh vật lý, rõ ràng làm trái lời cảnh báo của Đức Gia-vê ở 4:15. Còn nếu con bò được xem là hình ảnh của một thần linh khác,[18] thì đó là sự vi phạm rành rành điều răn thứ nhất và trắng trợn khước từ Shema. Cho dù nhận thức của dân chúng về hình tượng đó là gì, thì Đức Gia-vê vẫn xem việc chế tạo và thờ phượng hình tượng là hành động 'đồi bại' và 'lìa bỏ' đường lối Ngài (9:12), và Môi-se mô tả đó là 'tội' và 'từ bỏ... đường lối mà Đức Giê-hô-va đã truyền' (9:16). Đây là sự chống nghịch mạng lệnh đầu tiên.

Môi-se mô tả phản ứng của ông trước sự nổi loạn của dân chúng qua ba hành động đầy kịch tính: ông nắm hai bảng đá, ném chúng xuống đất, và đập bể chúng trước mắt toàn dân chúng. Những hành động này vừa có tính pháp lý vừa mang tính biểu tượng, tương tự phong tục của người vùng Mê-sô-bô-ta-mi là đập bể tấm bảng ghi hợp đồng khi thỏa thuận bị vi phạm. Là người đại diện cho Đức Gia-vê, khi đập vỡ bảng đá, Môi-se tuyên bố giao ước không còn hiệu lực ngay cả trước khi dân chúng có cơ hội nhìn thấy tài liệu thành văn được Đấng thiên thượng viết ra.

Môi-se cầu thay cho dân chúng (9:18–19). Mặc dù ông hoãn phần tường thuật nội dung lời cầu nguyện của mình cho đến câu 25–29, nhưng trong những câu này Môi-se phát ngôn viên trở thành Môi-se người cầu thay với sứ mạng tiên tri tuyệt vời. Ở đây trọng tâm hoàn toàn nằm ở những điệu bộ của ông và ở tính cấp bách của lời cầu thay, khi ông 'phủ phục trước mặt Đức Giê-hô-va', cầu xin sự thương xót và kiêng ăn bốn mươi ngày.[19] Mặc dù trước đó Môi-se đã nhịn ăn uống để tập chú vào vai trò chính thức của mình là người nhận thông tin *từ* Đức Gia-vê cho dân chúng (9:9), nhưng ở đây, sự kiêng ăn của ông xuất phát từ vai trò cầu thay *với* Đức Gia-vê vì cớ dân chúng.

---

18. Có lẽ là Apis con bò Ai Cập, được dành riêng và là biểu tượng của thần Ptah; hay El, vị thần quan trọng nhất của người Ca-na-an, được gọi là 'Con Bò El' trong văn chương Uragit; hoặc Ba-anh, vị thần sinh sản, đã sinh ra một con bò trong một trong các thần thoại Uragit; hay chỉ là tiền thân của các tượng bò và bê bằng kim loại được phát hiện tại nhiều nơi ở Pa-lét-tin. Muốn biết thêm về những lựa chọn này, xem Tigay, 'Excursus 12: The Golden Calf', *Deutoronomy*, 445–46.

19. So sánh Sáng 43:18; E-xơ-ra 10:1. Về ý nghĩa tượng trưng của hành động này, xem M. Gruber, *Aspects of Nonverbal Communication in the Ancient Near East* (Studia Pohl 12/1; Rome: Biblical Institute Press, 1980), 131–33.

Câu 18b-19 nói rõ tính chất lời cầu thay của Môi-se. (1) Môi-se mô tả tội ác của Y-sơ-ra-ên là 'mọi tội mà dân sự đã phạm bởi làm điều ác trước mắt Đức Gia-vê' (diễn ý cá nhân; so sánh 4:25). Mạo từ xác định trước từ 'ác' gợi ý một tội cụ thể, trong trường hợp này và nói chung ở chỗ khác, là sự vi phạm điều răn thứ nhất. (2) Môi-se thể hiện cảm xúc sâu kín bên trong ẩn sau hành động của ông: ông hoảng sợ khi nghĩ đến cơn giận của Đức Gia-vê, mà cường độ cao nhất của nó được thể hiện bằng việc xếp chồng bộ ba từ ngữ Hê-bơ-rơ mang ý nghĩa tức giận. Môi-se sợ rằng Đức Gia-vê sẽ tiêu diệt dân chúng.

Mặc dù tường thuật của Môi-se về câu trả lời của Đức Gia-vê ở đây thiếu kịch tính của Xuất Ê-díp-tô Ký 32:14, nhưng cảm giác gánh nặng được trút bỏ thể hiện qua giọng nói vẫn rất rõ ràng sau ba mươi tám năm khi ông thêm vào 'Nhưng cả lần nầy nữa, Đức Giê-hô-va đã nhậm lời tôi'. Việc thêm vào mạo từ *gam* ('cũng, nữa') nhắc đến một vài khủng hoảng khác trong suốt hành trình lang thang trong hoang mạc khi dân chúng được tha mạng nhờ lời cầu thay của ông.[20] Nó cũng phản chiếu mối liên hệ đặc biệt giữa Đức Gia-vê và người đại diện của Ngài. Lời cầu nguyện của người công bình này thật sự có tác động và hiệu nghiệm (Gia 5:16).

Môi-se cầu thay cho A-rôn (9:20). Môi-se tạm dừng tường thuật về cuộc khủng hoảng quốc gia bằng lời nhắc đến A-rôn anh mình một cách đáng ngạc nhiên.[21] Vì A-rôn đã tham gia vào cuộc nổi loạn, nên cơn giận của Đức Gia-vê cũng nổi lên cùng ông, và Ngài ngăm dọa sẽ tiêu diệt ông. Tuy nhiên, qua sự cầu thay của Môi-se, lời ngăm dọa của Đức Gia-vê trên mạng sống A-rôn cũng được cất đi. Tuy vậy, vì tham gia vào sự kiện này, nên A-rôn không được vào Đất Hứa.[22]

Môi-se vứt bỏ con bò vàng (9:21). Môi-se kết thúc giai đoạn này của phần tường thuật về cuộc nổi loạn tại Hô-rếp bằng việc mô tả ông đã vứt bỏ chính con bò như thế nào. Nhắc đến 'con bò' như 'sản phẩm tội lỗi của anh em' (nghĩa đen 'tội của các ngươi'), ông mô tả hành động của mình bằng một chuỗi các động từ dồn dập: Ông 'đem'

---

20. So sánh Xuất 14:15; 15:25; Dân 11:2; 12:13–14; 14:13–20; 21:7–9.
21. Mặc dù các chuyện kể về cuộc xuất hành (trong bản Masoretic Text) không nói đến lời cầu thay của Môi-se cho A-rôn, nhưng Ngũ Kinh của người Sa-ma-ri và *4QpaleoExm* [4Q22] từ Qumran thì có, dường như bởi ảnh hưởng của câu này.
22. Mặc dù Dân 20:22–29 liên kết sự qua đời sớm của A-rôn với hành động của ông ở Mê-ri-ba, nhưng việc Môi-se nhắc đến cái chết của ông ở 10:6 cũng cho thấy mối liên kết với sự kiện con bò. Xem thêm chú thích bên dưới ở 10:6.

nó, 'đốt', 'nghiền nát, tán nhuyễn thành bụi' rồi 'đổ bụi ấy' vào dòng suối từ trên núi chảy xuống, dội sạch như phân.[23] Cách xử lý tương tự của Giô-si-a đối với những đồ vật dùng cho việc thờ hình tượng trong 2 Các Vua 23:12–16 hàm ý đây là tiến trình quen thuộc trong việc xử lý những vật ngoại giáo gớm ghiếc (so sánh 7:5).[24]

Phần nói thêm (9:22–24). Như thể sự kiện con bò vàng chưa đủ làm bằng chứng cho thái độ nổi loạn với Đức Gia-vê, Môi-se đưa ra thêm bốn minh họa về sự không công bình của họ. Với ba minh họa đầu tiên, ông chỉ liệt kê địa danh như những mật khẩu cho những phương diện khác nhau trong bản tính nổi loạn của họ. Tha-bê-ra ('Cháy') tượng trưng cho phản ứng của Đức Gia-vê trước thái độ gắt gỏng của Y-sơ-ra-ên; nó minh họa sức mạnh hủy diệt của Đức Gia-vê như 'ngọn lửa hừng' và nhu cầu thường xuyên cần Môi-se can thiệp (Dân 11:1–3). Ma-sa ('nơi thử nghiệm') là mật khẩu chỉ thái độ hay gây gỗ của Y-sơ-ra-ên đối với Môi-se (chỗ này còn được gọi là Mê-ri-ba, 'Nơi Tranh Cãi') và thái độ bực dọc với Đức Gia-vê (Xuất 17:1–7). Tại Kíp-rốt Ha-tha-va ('Mồ của sự tham muốn'), dân chúng biểu lộ nỗi chán ngán với sự chu cấp của Đức Gia-vê khi than phiền về ma-na (Dân 11:4–34). Đức Gia-vê đã trả lời bằng cách ban chim cút cho họ và trừng phạt họ bằng dịch bệnh. Về Ca-đe Ba-nê-a, ở câu 23 Môi-se tóm tắt trong một câu điều ông đã mô tả chi tiết ở 1:26–43. Ở đây, việc người Y-sơ-ra-ên từ chối vào xứ từ Ca-đe Ba-nê-a là kiểu mẫu cho sự nổi loạn, vô tín và bất tuân của họ (so sánh 1:26, 32).

Môi-se kết thúc phần kể lại đặc tính không công bình căn bản của người Y-sơ-ra-ên bằng một câu tổng hợp chung chung cuối cùng: Họ thường phản nghịch cùng Đức Gia-vê từ ngày đầu tiên Ngài biết họ. Mặc dù rõ ràng đây là cách nói cường điệu theo kiểu tu từ, nhưng

---

23. Xuất 32:20 nói thêm rằng ông bắt dân chúng uống nước mà ông đã đổ tro vào.

24. Muốn biết các bản văn khác liên quan đến việc phá hủy các địa điểm và các đồ vật dành cho việc thờ cúng thần tượng, xem Xuất 23:24; 34:13; Lê 26:30; Dân 33:52; Phục 7:5, 25; 1 Vua 15:13 (so sánh 2 Sử 15:16); 2 Vua 10:26–27. Muốn biết những bản văn ngoại kinh tương tự, xem C. T. Begg, 'The Destruction of the Calf (Exod 32, 20/ Deut 9, 21)', trong *Das Deuteronomium: Entstehung, Gestalt und Botschaft* (ed. N. Lohfink; BETL 68; Leuven: Leuven Univ. Press, 1985), 208–51. Muốn biết ghi chú mang tính cảnh cáo, xem Houtman, *Exodus Chapters 20–40*, 3:660. Điểm giống nhau giữa hành động của Môi-se và việc Anath vứt bỏ thi thể của Mot trong tài liệu Uragit cuối thiên niên kỷ thứ hai là điều đặc biệt đáng chú ý. Xem *CTA*, 6: ii.30ff, được dịch bởi D. Pardee trong COS, 1:270.

lịch sử của mối liên hệ tồi tệ giữa một bên là dân chúng, một bên là Đức Gia-vê và Môi-se, có thể được truy nguyên từ Xuất Ê-díp-tô Ký 5:20–23.

Ngữ Cảnh Bắc Cầu

Dân Y-sơ-ra-ên thờ hình tượng. Với Môi-se và thế hệ ông, ký ức về sự nổi loạn của Y-sơ-ra-ên tại Si-nai/ Hô-rếp sẽ còn mãi. Chúng ta nghe vang vọng ký thuật về con bò vàng trong Xuất Ê-díp-tô Ký 32 rõ ràng nhất trong diễn văn của Giê-rô-bô-am khi dâng hiến hai con bò tại Bê-tên và Đan như những biểu tượng về sự hiệp nhất tôn giáo của vương quốc phía bắc: 'Hỡi Y-sơ-ra-ên, nầy là các thần ngươi, đã đem ngươi ra khỏi xứ Ê-díp-tô' (1 Vua 12:28).[25] Việc dùng tên Hô-rếp (thay vì Si-nai) trong Thi Thiên 106:19 cho thấy tác giả thi thiên nhận cảm hứng từ những hồi tưởng của Môi-se về sự kiện này khi ông nhớ lại hành động thờ hình tượng hoàn toàn ngu dại này (Thi 106:19–22).

Nhiều thế kỷ sau, Ê-tiên cũng nhớ lại sự kiện này không chỉ như một hành động ngu dại mà còn là hành động cố tình bất tuân và chống nghịch, khước từ Đức Gia-vê và nhờ cậy các thần khác (Công 7:39–41). Nhưng Ê-tiên thậm chí đi xa hơn. Bằng một sự chuyển hướng gây sốc, với những lời lặp lại rõ ràng Phục Truyền 10, Ê-tiên cáo buộc thành viên Tòa Công Luận là cứng cổ và 'lòng chưa cắt bì' (Công 7:51), chống cự Đức Thánh Linh như tổ phụ họ.[26] Việc dùng ẩn dụ nói về con bò, minh hoạ cho sự cứng cổ, đặc biệt thích hợp trong ngữ cảnh liên quan đến sự thờ phượng con bò.

Tuy nhiên, trong lịch sử tiếp diễn của Y-sơ-ra-ên, sự chống nghịch thường có khuynh hướng không theo hình thức trình bày ở đây, nghĩa là liên hệ đến hình tượng con bò. Đây rõ ràng là trường hợp của thuyết pha trộn tôn giáo, kết hợp hình thức ngoại bang với thần học chính thống. Trong suốt một thế hệ, sự bội đạo của Y-sơ-ra-ên mặc lấy những hình thức kém tinh vi hơn. Từ thời các quan xét (Quan 2:11–23) cho đến thời của Ma-na-se và sau đó nữa (2 Vua 21:1–9), làm 'điều ác trước mặt Đức Giê-hô-va' liên hệ đến việc công khai thờ phượng các thần ngoại bang: các thần của Ba-anh, Át-tạt-tê

---

25. Ngoại trừ từ đầu tiên, diễn văn này nhắc lại lời của A-rôn trong Xuất 32:4. Ô-sê nói đến những con bò này trong Ô-sê 8:5; 10:5.

26. Việc nhắc đến phép cắt bì trong lòng và sự cứng cổ chỉ xuất hiện chung ở đây và trong Phục 10:16.

và A-sê-ra. Vậy thì, không có gì ngạc nhiên khi cuối cùng cơn thịnh nộ của Đức Gia-vê nổi lên cùng dân Ngài. Họ khước từ Đấng đã cứu chuộc họ cách đầy nhân từ, mời họ đến với mối liên hệ giao ước, bày tỏ cho họ ý muốn Ngài, và chăm sóc họ trong đồng vắng, để rồi họ đem lòng yêu mến các thần tượng không có sự sống.

Cho dù người Y-sơ-ra-ên có thể kể câu chuyện của chính họ cách tốt đẹp như thế nào đi nữa, thì Ê-xê-chi-ên cũng vẫn kể theo cách Đức Chúa Trời nhìn họ. Bất chấp ân điển của Đức Gia-vê trong việc kêu họ đến với sự sống và nâng họ lên địa vị nữ hoàng (Êxê 16:1–14) và bất chấp những lời rêu rao về địa vị cao quý của mình, thì khi đi theo 'những người tình' khác (16:15–34), họ đã chứng tỏ nguồn gốc tổ tiên thật sự của mình; cha họ là người A-mô-rít và mẹ là người Hê-tít (16:3, 44–50).

Ý Nghĩa Đương Đại

Bởi ân điển, không phải công trạng. Ở phần trước, Môi-se đã phủ nhận việc được kêu gọi đến sự cứu rỗi và sứ mạng về vương quốc của Đức Chúa Trời là dựa trên sự vĩ đại (Phục 7:7) hay tài năng đặc biệt (8:17–18) của những người được gọi. Chương này mở đầu với một lẽ thật xuyên suốt Kinh Thánh, tức là việc con người được kêu gọi bước vào mối liên hệ với Đức Chúa Trời không hề dựa trên sự công đức. Để đáp lại người Y-sơ-ra-ên, là những người có thể bị cám dỗ cho rằng địa vị của mình trong kế hoạch thiên thượng là do đời sống công bình vượt trội của họ (trái ngược với người Ca-na-an), Môi-se giải thích rằng người Y-sơ-ra-ên không xứng đáng với sứ mạng mà Đức Chúa Trời đã kêu gọi họ; từ ban đầu họ đã chứng tỏ bản chất hư hỏng, nên nếu họ được cứu khỏi Ai Cập và được ban Đất Hứa làm phần thưởng, thì đây là những đặc ân được ban cho họ chỉ bởi ân điển. Và với chúng ta cũng vậy. Như Phao-lô nhắc nhở Tít:

> Vì chính chúng ta trước đây cũng ngu muội, không vâng phục, bị lừa dối, nô dịch cho đủ thứ dục vọng và lạc thú, sống trong sự gian ác, ghen tị, đáng ghét và coi thường nhau. Nhưng khi lòng khoan dung và nhân ái của Đức Chúa Trời, Cứu Chúa chúng ta, được bày tỏ thì Ngài cứu chúng ta, không phải bởi việc công chính chúng ta đã làm, nhưng bởi lòng thương xót của Ngài, qua việc thanh tẩy của sự tái sinh và đổi mới của Đức Thánh Linh, là Đấng mà Ngài đã tuôn đổ dồi dào trên chúng ta bởi Đức Chúa Jêsus Christ, Cứu Chúa chúng ta, để chúng ta nhờ ân điển Ngài

mà được xưng công chính, trở nên người thừa kế niềm hi vọng về sự sống đời đời.

(Tít 3:3–7)

Phao-lô tiếp tục thách thức những người tin cậy Chúa cẩn thận tận hiến đời sống cho việc lành, bởi vì đó là những điều tuyệt vời và ích lợi cho mọi người (Tít 3:8). Về sự kêu gọi đến với sự cứu rỗi, sự công bình của con người chẳng có ý nghĩa gì với Đức Chúa Trời. Thật vậy, không có ân điển của Đức Chúa Trời, chúng ta hết thảy đều là người Ca-na-an.

Bản chất của thờ hình tượng. Sự nổi loạn của Y-sơ-ra-ên tại Si-na-i/ Hô-rếp là đặc trưng của loài người nói chung và, đáng buồn thay cho cả hội thánh nói riêng. Giống như Y-sơ-ra-ên, nhân loại được tạo dựng theo hình ảnh của Đức Chúa Trời và được lệnh phải phản chiếu vinh quang và ân điển của Đức Chúa Trời trong khi quản trị thế giới. Nhưng cho dù vai trò này có vinh dự đến đâu đi chăng nữa, thì địa vị đầy tớ cũng không phải là địa gì đáng cho chúng ta lên mình. Vì ăn trái cấm, chúng ta đẩy Chúa ra khỏi ngai và định nghĩa hiện thực theo cách của chúng ta. Chúng ta không thỏa lòng để Đức Chúa Trời là Chúa theo ý Ngài và để cho vai trò của chúng ta trong vũ trụ được xác định theo ý Ngài. Bản chất của thờ hình tượng là thế. Nó truất phế Đức Chúa Trời có một duy nhất và thay thế Ngài bằng những hình ảnh đáng khinh và méo mó. Nó cướp đoạt của Đức Chúa Trời hằng sống lời khen ngợi về sự sáng tạo và cứu chuộc và gán quyền tối thượng cho những vật thay thế không có sự sống. Theo lời của John Calvin, lòng người là 'nhà máy sản xuất thần tượng'.

Điều đặc biệt gây sửng sốt trong hành động của Y-sơ-ra-ên tại Hô-rếp là nó công khai chống lại tất cả những gì họ đã chứng kiến về Đức Chúa Trời hằng sống và đi ngược lại lời tuyên bố gồm ba phương diện 'Chúng tôi sẽ làm mọi việc Đức Giê-hô-va đã phán dặn' (Xuất 19:8; 24:3, 7), và ngược lại 'huyết của giao ước' mà bởi đó họ được kết hiệp với Đức Gia-vê trong mối liên hệ độc nhất (24:8). Đức Gia-vê thậm chí đã không soạn thảo tài liệu giao ước trước khi họ vi phạm lời thề. Về việc này, Y-sơ-ra-ên không chỉ tiêu biểu cho nhân loại nói chung, mà còn cho cả những người gọi mình là dân được chuộc của Đức Chúa Trời nói riêng. Giống hội thánh tại Ê-phê-sô, chúng ta cũng dễ quên 'tình đầu' của mình (Khải 2:4), là Đấng Cứu Thế duy nhất mà chúng ta hứa nguyện theo giao ước. Chúng ta vừa mới tuyên bố mình cải đạo và nhận báp-têm nhờ tuyên xưng đức tin, thì chúng ta liền quên Chúa và quay về với các thần của thế gian.

Nhưng sự nổi loạn tại Hô-rếp là hình thức thờ hình tượng nham hiểm. Đây là chủ nghĩa pha trộn tôn giáo ở mức khôn ngoan nhất. Trong diễn văn cung hiến tượng bò của mình, A-rôn đã tuyên bố: 'Hỡi Y-sơ-ra-ên, đây là thần của ngươi, thần đã đem ngươi ra khỏi Ai Cập' (Xuất 32:4), xây một bàn thờ phía trước nó, rồi thông báo ngày hôm sau là ngày nghỉ, 'ngày lễ cho Đức Giê-hô-va' (32:5). Lời nói và hành động có vẻ chính thống, nhưng hình thức thì hoàn toàn ngoại giáo và trực tiếp vi phạm mạng lệnh rõ ràng của Đức Gia-vê.

Đây là vấn nạn nghiêm trọng và phổ biến trong sự thờ phượng ở Tây phương- ngay cả sự thờ phượng của những người theo tin lành thuần túy, với những lời dõng dạc là họ đã được biến đổi và tái sinh và họ là Cơ Đốc giáo đích thực. Chúng ta nhanh nhẩu tuyên bố tình yêu đối với Đức Chúa Trời, nhưng lại ghét 'luật pháp' của Ngài. Chúng ta nhiệt tình trong những cách thể hiện sự thờ phượng, nhưng lại không chịu hỏi Ngài cách thờ phượng nào Ngài vui lòng. Ngược lại, chúng ta rập khuôn theo những kẻ ngoại giáo xung quanh. Chúng ta xưng mình có đời sống mới trong Đấng Christ, nhưng lại biến Cơ Đốc giáo thành một tôn giáo phồn thực, xuyên tạc những câu khẩu hiệu như 'Đức Chúa Trời có kế hoạch tuyệt vời cho cuộc đời bạn' thành phúc âm sức khỏe và thịnh vượng. Chúng ta nhận những sự ban cho tốt lành của Đức Chúa Trời và tự làm hỏng mình bằng cách tạo thần tượng từ những sự ban cho đó. Người Y-sơ-ra-ên lấy các kim loại quý và biến chúng thành hình ảnh tượng của Chúa; chúng ta lấy gia đình, sách vở chúng ta viết, đồ chơi, tiền bạc và biến chúng thành trung tâm của lòng tận hiến và tôn kính.[27] Chúng ta quên rằng *thờ phượng thật đòi hỏi hành động thờ lạy và thuận phục cách tôn kính*

---

27. Muốn biết phần trình bày rất tuyệt vời về vấn đề này, xem Timothy Keller, *Counterfeit Gods: The Empty Promises of Money, Sex, and Power, and the Only Hope That Matters* (New York: Dutton, 2009). Keller định nghĩa thờ thần tượng là 'bất cứ điều gì quan trọng đối với bạn hơn Đức Chúa Trời, điều gì thu hút tấm lòng và trí tưởng tượng của bạn hơn Đức Chúa Trời, điều bạn tìm kiếm nhưng chỉ Chúa mới có thể cho bạn', xvii.

trước Đấng Tối Cao để đáp lại sự bày tỏ đầy ân điển về chính Ngài và phù hợp với ý muốn Ngài.[28]

---

28. Muốn biết phần khai triển chủ đề này, xem Daniel I. Block, *For the Glory of God: Recovering a Biblical Theology of Worship* (Grand Rapids: Baker, sắp xuất bản).

Phục Truyền Luật Lệ Ký 9:25–10:11

Ý Nghĩa Nguyên Thủy

Việc chia ra chương 9 và 10 tạo một ấn tượng sai lầm, khiến độc giả tách hai chương này ra khỏi nhau. Tuy nhiên, phần này phải đi chung với nhau theo hình thức nhân-quả, hay hành động-đáp ứng.

Tính Chất Lời Cầu Xin của Môi-se (9:25–29)

Dù phần tường thuật lời cầu thay của Môi-se nằm sau câu 18–19 thì hợp lý hơn, nhưng kết thúc ở đó sẽ làm hỏng về mặt tu từ, vì trong lời cầu nguyện, ông chuyển hướng chú ý từ hành động tội lỗi của dân chúng sang việc chú ý vào chính Đức Chúa Trời. Lời cầu thay của Môi-se thể hiện sự kết hợp tài tình giữa lòng thương xót và lập luận. Như chúng ta đã thấy trong suốt chương này, những hồi tưởng của Môi-se về lời ông đã nói được kết nối với phiên bản của lời cầu nguyện trong Xuất Ê-díp-tô Ký 32:11–14. Tuy nhiên, mối quan tâm của Môi-se về điều các dân sẽ nói nếu Y-sơ-ra-ên bị tiêu diệt (Phục 9:28) rất giống với câu nói trong lời cầu thay tuyệt vời khác của ông dành cho Y-sơ-ra-ên trong Dân Số Ký 14:13–19 (đặc biệt 14:16).

Dù có những điểm tương đồng, nhưng những hồi tưởng hiện tại hoàn toàn tuân theo phong cách văn chương của Phục Truyền. Có thể làm nổi bật các lập luận đặc biệt trong lời cầu nguyện bằng cách so sánh nó với các lời cầu nguyện ở chỗ khác của Môi-se:

Xuất 32:11–14	Dân 14:13–19	Phục 9:26–29
Y-sơ-ra-ên là dân của Đức Gia-vê, không phải của ông (32:11a)		Y-sơ-ra-ên là dân của Đức Gia-vê, không phải của ông (9:26a)
Đức Gia-vê đã dành nhiều nỗ lực để cứu dân Y-sơ-ra-ên khỏi ách nô lệ của Ai Cập, ngụ ý, tiêu diệt họ nghĩa là nỗ lực của Ngài thành ra vô ích (32:11b)	Đức Gia-vê đã dành nhiều nỗ lực để cứu dân Y-sơ-ra-ên khỏi ách nô lệ của Ai Cập, ngụ ý, tiêu diệt họ nghĩa là nỗ lực của Ngài thành ra vô ích (14:3).	Đức Gia-vê đã dành nhiều nỗ lực để cứu dân Y-sơ-ra-ên khỏi ách nô lệ của Ai Cập, ngụ ý, tiêu diệt họ nghĩa là nỗ lực của Ngài thành ra vô ích (9:26b).

Nếu Đức Gia-vê tiêu diệt Y-sơ-ra-ên, danh tiếng của Ngài giữa các dân sẽ bị tổn hại, họ sẽ nghĩ rằng Ngài có ác ý ngay từ đầu - tiêu diệt Y-sơ-ra-ên trong đồng vắng (32:12).	Đức Gia-vê gần gũi với dân sự cách đặc biệt, Ngài ở giữa họ và đích thân Ngài dẫn dắt họ, ngụ ý, không có lý do gì Ngài lại tiêu diệt họ (14:14).	Giữ lại vì các tổ phụ, bỏ qua tội của con cháu họ (9:27).
Giữ lại vì các tổ phụ, là những người mà Ngài đã hứa gia tăng dòng dõi họ và cho họ xứ Ca-na-an làm cơ nghiệp đời đời (32:13)	Danh tiếng của Đức Gia-vê giữa các dân sẽ bị tổn hại nếu Ngài tiêu diệt Y-sơ-ra-ên, họ sẽ nghĩ rằng Ngài tàn sát họ trong đồng vắng vì Ngài không thể thực hiện lời hứa hẹn ban xứ cho họ (14:15–16).	Danh tiếng của Đức Gia-vê giữa các dân sẽ bị tổn hại nếu Ngài tiêu diệt Y-sơ-ra-ên, họ sẽ nghĩ rằng Ngài đem Y-sơ-ra-ên ra để diệt họ trong đồng vắng vì Ngài không thể thực hiện lời hứa ban xứ cho họ, và vì Ngài ghét họ (9:28).
	Bản tính nhân từ của Đức Gia-vê đang được nói đến, Ngài đã tỏ ra nhân từ trong quá khứ - có lẽ Ngài sẽ lại nhân từ và tha thứ cho dân Ngài (14:17–19).	Y-sơ-ra-ên là dân của Đức Gia-vê, không phải của ông (9:29a).
		Đức Gia-vê đã dành nhiều nỗ lực để cứu dân Y-sơ-ra-ên khỏi ách nô lệ của Ai Cập, ngụ ý, tiêu diệt họ nghĩa là nỗ lực của Ngài thành ra vô ích (9:29b).

Về mặt cấu trúc, Phục Truyền 9:25–29 gồm lời mở đầu theo thể văn xuôi (9:25–26a) và phần trích dẫn lời cầu nguyện của Môi-se được mở rộng (9:26–29). Không giống Xuất Ê-díp-tô Ký 32:11–14 lẫn Dân Số Ký 14:13–19,[1] ở đây Môi-se không tường thuật đáp ứng của Chúa với lời cầu xin hay kết quả lời cầu thay của ông (so sánh 9:19). Ngược lại, ông đi thẳng vào việc làm lại bảng giao ước mà ông đã phá hủy (10:1–5). Phần mở đầu lời cầu nguyện (9:25–26a) hầu như bao gồm toàn bộ những điều chúng ta đã nghe trong câu 18b–19. Tuy nhiên,

---

1. Ở phần đoạn trước, Đức Gia-vê 'mủi lòng' và rút lại tai họa (32:14); còn trong phân đoạn sau, Đức Gia-vê 'tha thứ'.

Môi-se giới thiệu một từ mới mang tính khái quát cho đáp ứng bằng lời của ông với Đức Chúa Trời: *hitpallēl*. Từ này thường có nghĩa là 'cầu thay cho', hoàn toàn phù hợp với ngữ cảnh hiện tại.[2]

Với lời cầu nguyện mở đầu theo cách xưng hô, (nghĩa đen) 'Ôi Đức Gia-vê A-đô-nai', Môi-se dùng tên riêng của Chúa và thừa nhận địa vị tôi tớ của mình. Không như nhiều lời cầu nguyện khác trong Kinh Thánh gồm có phần mô tả đối tượng nhận là Chúa,[3] Môi-se nói ngay yêu cầu của mình: (1) 'Xin Chúa đừng tiêu diệt dân Chúa' (9:26); (2) 'Xin Chúa nhờ đến các đầy tớ Chúa là Áp-ra-ham, Y-sác và Gia-cốp' (9:27a); và (3) 'bỏ qua cho sự cứng lòng, tính hung dữ và tội ác của dân này' (9:27b). Sự táo bạo của ông khi đưa ra những yêu cầu này trái ngược với sự cứng lòng lúc ông được kêu gọi (Xuất 3–5). Trong lần gặp gỡ đó, Đức Gia-vê không chấp nhận câu trả lời 'không'; còn ở đây chính Môi-se là người không chấp nhận chữ 'không' từ Chúa.

Yêu cầu đầu tiên của Môi-se, tức là lời cầu xin Đức Gia-vê đừng hủy diệt dân Ngài, thật đáng cho chúng ta lưu tâm. Ông đã dùng cùng động từ 'tiêu diệt, hủy diệt' (*hišḥît*) như 4:31, lúc ông cam đoan với dân chúng rằng Đức Gia-vê là một Đức Chúa Trời hay thương xót; Ngài sẽ không làm dân Ngài thất vọng hay 'tiêu diệt' họ, cũng không quên giao ước với tổ phụ họ. Ném quả bóng ngược về sân của Đức Gia-vê, Môi-se tuyên bố rằng đối với Đức Gia-vê, tiêu diệt Y-sơ-ra-ên tức là loại bỏ đối tác giao ước của Ngài. Mặc dù trong câu 12, Đức Gia-vê không muốn dính líu tới Y-sơ-ra-ên, nhưng Môi-se đã xoay chuyển tình thế, nhắc Đức Gia-vê rằng Y-sơ-ra-ên là 'dân sự của Chúa' và 'tài sản đặc biệt của Chúa' (*naḥălâ*; bản NIV là 'cơ nghiệp'), và rằng Y-sơ-ra-ên là sản phẩm từ nỗ lực cứu chuộc phi thường của chính Ngài (xem Xuất 6:2–7; Lê 25:55). Chính Ngài đã 'cứu chuộc'[4] họ 'bằng sự cao cả của Ngài' và đem họ ra khỏi Ai Cập 'bằng tay quyền năng'. Môi-se không nhận lời khen (so sánh câu nói của dân chúng trong Xuất 32:1) cũng như lời khiển trách (so sánh lời nói của Đức Gia-vê trong câu 12) về dân sự là những người đã tập trung tại Núi Si-na-i.

---

2. Mặc dù *hitpallēl* thường được dùng để nói đến sự cầu thay cho người khác (Sáng 20:7; Dân 21:7; 1 Sa 7:5; Gióp 42:8), nhưng không phải lúc nào cũng vậy. Xem 1 Sa 1:10; 2 Sa 7:27; 1 Vua 8:30, 35, 42, 44, 48; 2 Sử 7:14; Đa 9:4.

3. Xem Sáng 32:9–12[10–13]; 2 Vua 19:15b-19; 1 Sử 29:10–29; Đa 9:1–27.

4. Về cách Môi-se dùng động từ *pādâ* ('cứu chuộc'), xem chú giải ở 7:8.

Yêu cầu thứ hai của Môi-se được diễn đạt cách khó hiểu. Không nói rõ mục đích, ông nài xin Đức Gia-vê nhớ đến các đầy tớ Ngài là Áp-ra-ham, Y-sác và Gia-cốp. Dựa trên Xuất Ê-díp-tô Ký 32:13, chắc hẳn ông đang nghĩ đến lời hứa giao ước của Đức Gia-vê là làm cho con cháu họ đông đúc như sao trên trời, và ban xứ cho họ làm cơ nghiệp đời đời. Bởi nhắc đến tổ phụ là 'đầy tớ của Chúa', Môi-se thừa nhận họ là chư hầu của Đức Gia-vê.[5]

Yêu cầu thứ ba của Môi-se là ấn tượng nhất, khi ông nài xin Đức Gia-vê bỏ qua 'sự cứng lòng' (nghĩa đen 'cứng cổ'), 'sự gian ác' và 'tội' của 'dân nầy' (9:27). Không biện minh cũng không xem thường tội của họ, Môi-se mạnh dạn cảnh báo Đức Gia-vê rằng nếu Ngài tiêu diệt dân Y-sơ-ra-ên, thì các dân tộc sẽ kết luận rằng hoặc là Ngài không thực hiện nổi sứ mạng đem họ vào xứ, hoặc là Ngài đã có ý đem họ vào đồng vắng để giết họ. Cho rằng người Ai Cập không biết phân biệt giữa hậu quả tức thì từ Chúa với trách nhiệm cuối cùng của Y-sơ-ra-ên về số phận của chính họ, cái được cho là kế hoạch cứu rỗi đầy ân điển có vẻ như là âm mưu hiểm ác. Do đó, Môi-se lập luận rằng danh tiếng của chính Đức Gia-vê gặp nguy hiểm; Ngài không thể tiêu diệt dân Ngài.

Môi-se kết thúc lời cầu nguyện bằng lý do tích cực cho lời cầu xin này. Lặp lại những câu mở đầu, ông tuyên bố Y-sơ-ra-ên là dân của Đức Gia-vê; họ là tài sản riêng của Ngài, và cứu họ đem lại ích lợi cho Ngài. Cho nên, Ngài phải bỏ qua sự nổi loạn của họ và tiếp tục. Mặc dù Môi-se đã lưu ý trong câu 19 rằng Đức Gia-vê lắng nghe lời cầu nguyện của ông, nhưng bây giờ ông không nói gì về câu trả lời của Đức Gia-vê (so sánh Xuất 32:12).

Độc giả hiện đại có thể thắc mắc liệu Đức Gia-vê có chấp nhận lý lẽ của Môi-se không, còn thính giả của ông thì biết họ là bằng chứng sống về hiệu lực của lời cầu thay của Môi-se. Sự ít nói của Môi-se trong vấn đề này có lẽ liên quan đến bận tâm trước mắt của ông, là phải giải thích cho thính giả của ông rằng nếu Y-sơ-ra-ên có đến được Đất Hứa, thì đó hoàn toàn là nhờ ân điển. Câu chuyện này không nói về ông hay về năng lực của ông trong tư cách người cầu thay; mà là về Đức Chúa Trời và dân Ngài. Đức Gia-vê không giao Đất Hứa vào

---

5. Mặc dù Đức Gia-vê đã nói về Áp-ra-ham là 'đầy tớ ta' trong Sáng 26:24, nhưng trong Xuất 31:13, Môi-se là người đầu tiên dùng cách gọi đó cho cả ba tổ phụ.

tay họ như phần thưởng cho sự công bình vượt trội của họ. Nó cũng không phải nhờ vào người lãnh đạo của họ, cho dù ông có dũng cảm cầu thay đến đâu. Rốt cuộc, sự khen ngợi về thành công của sứ mạng hiện tại sẽ hoàn toàn dành cho Đức Gia-vê, Đức Chúa Trời giao ước của họ.

Đáp ứng của Chúa đối với lời cầu xin gia thêm ân huệ (10:1–11)

Như đã lưu ý ở trên, việc chia chương này thành hai chương không làm rõ được mối liên hệ giữa phần này và phần kết thúc chương 9. Nằm ngay sau lời thỉnh cầu tha thứ cho Y-sơ-ra-ên, Môi-se nhắc lại việc làm lại bộ bảng luật pháp mới và gợi ý rằng việc Đức Gia-vê tái lập giao ước là câu trả lời cho lời cầu xin của ông. Như ở chương 9, Môi-se đã thu gọn một loạt các sự kiện thành một đường thẳng từ lời cầu nguyện đến các bảng luật pháp (so sánh Xuất 34:1–4, 28). Bản văn này phức tạp về mặt cấu trúc. Hành động chính bao gồm việc Đức Gia-vê tái xác nhận giao ước đã lập với Y-sơ-ra-ên tại Hô-rếp (10:1–5, 10a). Câu 6–9 là phần thêm vào, giới thiệu người Lê-vi là người trông coi tài liệu giao ước, và câu 10b–11 đưa ra phần kết của chuyện kể bắt đầu ở 9:1.

Đức Gia-vê tái xác nhận giao ước với Y-sơ-ra-ên (10:1–5). Cách nói mở đầu 'Lúc đó' nối lời nói của Đức Gia-vê (10:1–2) với lời cầu nguyện của Môi-se. Các mạng lệnh của Đức Gia-vê thật đơn giản. (1) Môi-se phải đục hai bảng đá để thay thế hai bảng ông đã đập bể và đem chúng lên núi cho Đức Gia-vê (so sánh Xuất 34). Những hồi tưởng của Môi-se cho thấy rõ hai bảng đá mới này có chức năng giống như hai bảng cũ ('như hai bảng trước', 10:1), và phải khắc lên đó 'những lời đã có trên hai bảng trước' (10:2), 'lời Ngài đã viết lần trước' (10:4a), tức là 'Mười Điều Răn' (10:4b), mà Đức Gia-vê đã phán 'từ đám lửa trên núi, trong ngày hội họp' (10:4c). Ngoài ra, Môi-se nhớ lại rằng ông ở lại trên núi bốn mươi ngày đêm như 'lần đầu' (10:10).

(2) Môi-se phải làm một cái hòm và đặt bảng đá mới vào đó. Ở đây ông không mô tả cái hòm, mà chỉ nói rằng nó được làm bằng gỗ si-tim (10:3). Đây không phải là 'hòm giao ước' đời đời mà sau này được đặt trong Nơi Chí Thánh của đền tạm. Hòm đó chưa được làm, và

dù vậy, hòm này cũng được làm bởi Bết-sa-lê-ên, thợ thủ công được Chúa phú cho tài năng (Xuất 35:30–36:1). Trong khi hòm này là chỗ chứa bảng đá tạm thời (so sánh Phục 31:9, 26), thì hòm giao ước cũng là ngai ngự của vị thần vô hình, hiện ra trong nghi thức của Lễ Chuộc Tội (Lê 16:11–14). Hòm này không có vai trò trong sự thờ phượng, nhưng hòm giao ước là biểu tượng thấy được về sự hiện diện của Đức Gia-vê và là đặc điểm chính trong sự thờ phượng của người Y-sơ-ra-ên. Sự khác biệt này được củng cố bởi lời đề cập hiếm gặp về nơi cất giữ cái bảng là 'cái hòm bằng gỗ' (10:1) so sánh với 'cái hòm bằng gỗ si-tim' (10:3).[6] Mặc dù hòm giao ước không chỉ có một công dụng,[7] dựa vào mối quan tâm của Phục Truyền với các vấn đề liên quan đến giao ước, nhưng cũng không có gì ngạc nhiên khi trong sách này công dụng chủ yếu của hòm gỗ là nơi chính thức cất giữ tài liệu giao ước.[8]

Môi-se tường thuật kết quả những chỉ thị của Đức Gia-vê trong câu 3–5. Bằng cách đảo ngược thứ tự những chỉ thị của Đức Gia-vê trong câu 1, ông tập trung vào hành động thiên thượng (10:4), cụ thể là việc Đức Gia-vê viết những điều kiện của giao ước. Tường thuật kết thúc bằng lời thông báo tóm tắt về việc Môi-se xuống núi và đặt bảng đá vào cái hòm ông đã làm. Ông kết thúc với lời ghi chú cuối cùng: chúng vẫn còn ở đó, y như Đức Gia-vê đã phán dặn ông. Khi giới thiệu hòm là nơi chứa tài liệu giao ước, Môi-se đã đánh vào ý nghĩa giao ước chính yếu trong truyền thống Y-sơ-ra-ên. Khi tuân theo phong tục Cận Đông cổ qua việc đặt các bảng giao ước vào hòm và sau này đặt nó trước mặt Đức Gia-vê trong Nơi Chí Thánh, Đức Gia-vê được yêu cầu làm nhân chứng của giao ước và là người bảo

---

6. Trong gần 200 lần nói đến hòm giao ước chính thức, hình thức không xác định ('một cái hòm giao ước') chỉ xuất hiện ở Xuất 25:10, khi Đức Gia-vê lần đầu tiên giới thiệu vấn đề này. Kể từ đó, nó luôn luôn được gọi là 'hòm giao ước đó'.

7. Tương tự với I. Wilson, 'Merely a Container? The Ark in Deuteronomy,' trong *Temple and Worship in Biblical Israel* (bt. J. Day; London: T& T Clark, 2007), 212–49; cùng tác giả, cách truyền thông cá nhân về *'āmad lipnê*, 'đứng trước'.

8. Xem phần trình bày ở 5:22.

đảm cho giao ước.⁹ Sau này Môi-se sẽ chỉ dẫn người Lê-vi đặt tài liệu Tô-ra bên cạnh hòm thay vì bên trong hòm.¹⁰

Giới thiệu người canh giữ giao ước (10:6–9). Tường thuật của Môi-se về việc tái xác nhận giao ước bị gián đoạn trong chốc lát bởi lời chú thích thêm, bao gồm lời chú giải về địa lý liên quan đến những chặng đường trong hành trình vất vả của Y-sơ-ra-ên qua đồng vắng (10:6–7) và lời giải thích về vai trò hiện tại của người Lê-vi trong mối liên hệ với giao ước.¹¹ Đoạn nói về địa lý dường như bắt nguồn từ một truyền thống về những hành trình Y-sơ-ra-ên đã đi tồn tại bên cạnh hành trình chính thức trong Dân Số Ký 33. Việc nói đến sự qua đời của A-rôn giữa hai ghi chú địa lý liên quan tới nước là điều đáng chú ý. Môi-se không giải thích tại sao Đức Gia-vê từ chối để cho A-rôn vào xứ, cũng không mô tả cách trang phục thầy tế lễ được chuyển từ A-rôn sang cho con trai Ê-lê-a-sa. Hồi tưởng của Môi-se biến sự kiện này thành những sự việc căn bản nhất (Phục 10:6b).

Trong câu 8–9 tác giả quay lại chủ đề ông quan tâm nhất - hòm giao ước và mối liên hệ của nó với các thầy tế lễ thuộc chi phái Lê-vi. 'Lúc ấy' (10:8) có vẻ liên kết việc đề cao vị trí của người Lê-vi với sự qua đời của A-rôn và việc Ê-lê-a-sa thay thế ông (10:6). Tuy nhiên, cụm từ có lẽ được dùng để kết nối với câu 1, ở đó hình thái tương đồng đã liên kết sự tái xác nhận giao ước với sự nổi loạn của Y-sơ-ra-ên tại Hô-rếp. Phần kể lại sự kiện đó đặt lời bào chữa không hợp lý của A-rôn về lý do ông tham gia vào sự nổi loạn (Xuất 32:21–24) bên cạnh đáp ứng dũng cảm của người Lê-vi (32:25–29). Điều này tạo cơ sở cho lời chú giải của tác giả trong Phục Truyền 10:8–9: người Lê-vi là nhóm người được đặc ân, được biệt riêng để phụng sự Chúa.

Tác giả tóm tắt những đặc quyền/ trách nhiệm chuyên biệt của các thầy tế lễ dòng Lê-vi bằng bốn mệnh đề chỉ mục đích ở dạng nguyên

---

9. Muốn biết việc cất giữ Mười Điều Răn của người Y-sơ-ra-ên tương tự với người Hê-tít thế kỷ thứ mười bốn TC ra sao, xem Beckman, *Hittite Diplomatic Texts*, 46; M. Haran, *Temples and Temple Service in Ancient Israel: An Inquiry into Biblical Cult Phenomena and the Historical Setting of the Priestly School* (Winona Lake, IN: Eisenbrauns, 1985), 255.

10. Về hòm giao ước và ma-na và cây gậy của A-rôn, xem phần Ngữ Cảnh Bắc Cầu ở 8:1–20.

11. Bài giảng của chính Môi-se đi một mạch từ 10:5 đến 10:10–11. Ghi chú có lẽ được người biên tập cuối cùng thêm vào (cũng xem 2:10–12, 20–23; 3:9, 11, 13b-14).

thể: (1) 'khiêng hòm giao ước của Đức Giê-hô-va',[12] nghĩa là phục vụ như những người coi sóc các bảng đá bên trong, và được hiểu là canh giữ chính giao ước; (2) 'chầu chực trước mặt Đức Giê-hô-va', mà ở chỗ khác cụm từ này tiêu biểu cho ngôn ngữ chính thức của tòa án cho phép bước vào trước sự hiện diện của vua (so sánh Đa 1:4);[13] (3) 'phụng sự' Đức Gia-vê, ám chỉ sự phục vụ theo nghi lễ mà họ phải làm bằng cách dâng của lễ và sinh tế trên bàn thờ,[14] duy trì đền tạm/đền thờ là nơi ngự của Đức Gia-vê (Dân 18:1–6; Êxê 44:11), và nhân danh Chúa giải quyết những bất đồng (Phục 21:5); và (4) nhân danh Đức Gia-vê 'chúc phước' trước mặt dân chúng, có lẽ bao hàm cả 'lời chúc phước của A-rôn' ở Dân Số Ký 6:24–26 (so sánh Lê 9:22; 1 Sử 23:13).[15]

Vì lời chú giải không nhắc đến đền tạm, nên tất cả những vai trò này mang tính giao ước. Các thầy tế lễ dòng Lê-vi chịu trách nhiệm duy trì mối liên hệ giữa hai bên giao ước.[16] Chú giải kết thúc bằng lời nhắc đến đặc ân thuộc linh của họ. Trong khi các chi phái còn lại của Y-sơ-ra-ên nhận phần đất được chỉ định làm cơ nghiệp, thì phần của các thầy tế lễ người Lê-vi được xác định theo mặt thuộc linh và thần học; Đức Gia-vê hứa chính Ngài là món quà của họ. Địa vị và đặc ân của dòng dõi A-rôn được mở rộng cho người Lê-vi nói chung.

Phần kết bài tường thuật của Môi-se (10:10–11). Khi chính giọng nói của Môi-se quay lại trong câu 10–11, ông tiếp tục chủ đề chính trước mắt: Đức Gia-vê tái xác nhận giao ước của Ngài với Y-sơ-ra-ên. Tóm tắt thông tin được đưa ra ở 9:18 và 9:25 (vì tài liệu chen

---

12. Phục Truyền không quá chú trọng đến những khác biệt giữa thầy tế lễ và người Lê-vi, vì thế có những chỗ như 'các thầy tế lễ người Lê-vi': 17:9, 18; 18:1; 24:8; 27:9 (và những chỗ khác, Giôs 3:3; 8:33; Giê 33:18, 21), 'các thầy tế lễ, con trai của Lê-vi' (31:9), hay chỉ là 'người Lê-vi' (18:7; 27:14; 31:25). Xem chương 18 bên dưới. Nhưng không phải Phục Truyền không biết đến những khác biệt giữa thầy tế lễ-người Lê-vi. Câu 6 nói rõ tính chất di truyền của chức tế lễ theo dòng A-rôn. Xem thêm McConville, *Law and Theology in Deuteronomy*, 138–39.
13. Cách nói này cũng được dùng để nói đến đạo binh trên trời đang đứng bên phải và bên trái Đức Gia-vê (2 Sử 18:18), các tiên tri (1 Vua 17:1; 18:15; Giê 15:1; 18:20; 23:18), và các thầy tế lễ dòng Lê-vi (10:8; 18:5, 7; so sánh 2 Sử 29:11; Xa 3:1).
14. Tuy nhiên, đó là điều chỉ dành cho các thầy tế lễ; so sánh Dân 18:7; Êxê 44:15–16.
15. Tầm quan trọng của phước lành này được phản chiếu trong hai lá bùa bằng bạc có từ thế kỷ thứ bảy TC được tìm thấy ở Giê-ru-sa-lem, trên đó có viết phước lành này. Xem Barkay, *Ketef Hinnom*, 29–31.
16. Điều này được củng cố bằng bốn bản văn sau này trong Phục Truyền 17:18; 31:9–10, 24–26; 33:10.

giữa), ông nhắc lại việc cầu thay của mình và câu trả lời của Đức Gia-vê. Giống như cận thần trước mặt vua, Môi-se đứng trước mặt Đức Gia-vê cầu xin thay cho dân Ngài. Đức Gia-vê đáp lại như Ngài đã làm trước đó (so sánh 9:9) và rút lại lời đe dọa hủy diệt dân Ngài. Những lời của Đức Gia-vê trong câu 11 tái xác nhận việc Ngài chấp thuận sự cầu thay của ông và phục hồi hoàn toàn giao ước. Mạng lệnh kép 'Hãy đứng dậy, tiếp tục lãnh đạo' (bản NIV chỉ ghi 'Hãy đi') - tức là 'Hãy đi mau'- cho thấy sự hăng hái của Đức Gia-vê trong việc sứ mạng này được thực thi. Việc nhắc lại lời hứa ban xứ cho tổ phụ cung cấp bằng chứng cụ thể rằng mối liên hệ giao ước đã hoàn toàn được phục hồi.

Ngữ Cảnh Bắc Cầu

Năng lực của lời cầu nguyện. Mặc dù trong Nê-hê-mi 9:18–19 người Lê-vi nhớ đến những hành động đáng khinh bỉ của Y-sơ-ra-ên khi làm con bò vàng lẫn lòng thương xót của Đức Gia-vê khi tha cho họ, nhưng bản văn đó không nói gì đến vai trò của Môi-se trong việc tạo ra đáp ứng này. Đây không phải trường hợp của Thi Thiên 106:19–23, thi thiên khen ngợi Môi-se là 'người được chọn' của Đức Gia-vê, về việc 'đứng mũi chịu sào' và dẹp tan cơn giận của Chúa, nếu không họ sẽ bị tiêu diệt. Giống bản văn của chúng ta, phần hồi tưởng này nhấn mạnh năng lực của sự cầu nguyện. Tuyên bố của Gia-cơ 'lời cầu nguyện của người công bình đầy năng lực và hiệu nghiệm' (Gia 5:16) cũng hàm chứa trong bản văn này.

Tuy nhiên, vì không có phân đoạn nào mô tả rõ ràng Môi-se là người công chính, nên chắc hẳn điều này phải được suy luận từ bản văn của chúng ta và từ tường thuật trước đó trong Xuất Ê-díp-tô Ký 32. Sự công bình của Môi-se được thấy qua nhiều phương diện trong câu trả lời của ông: (1) vì dân sự đấu tranh xin Đức Chúa Trời thương xót, bất chấp sự chống nghịch rành rành của họ; (2) ông khước từ lời đề nghị vội vàng của Đức Gia-vê là bắt đầu chương trình của Ngài từ ông; (3) lập luận trong lời cầu nguyện của ông tập trung vào việc gìn giữ danh tiếng của Đức Gia-vê trong mắt các dân. Phần tự mô tả của Môi-se trong Phục Truyền 9 cũng rất khiêm tốn ở chỗ ông không nói gì về việc ông sẵn sàng bỏ mạng sống mình nếu Đức Gia-vê tha cho dân Ngài (Xuất 32:32).

Ngoài vai trò làm người cầu thay, lời thỉnh cầu của Môi-se còn thể hiện hiểu biết thần học sâu sắc của ông về sự cầu nguyện. Từ đầu đến cuối, nó phản chiếu cùng một quan điểm mà chúng ta thấy trong sự cầu nguyện Chúa Giê-xu dạy các môn đồ (Mat 6:8–13). (1) Nó hướng đến Đức Gia-vê, Đấng trước đó ông đã so sánh với hình ảnh người cha lo cho phúc lợi của con mình (Phục 8:5). (2) Trên hết, lời cầu nguyện đề cập đến danh tiếng của Đức Chúa Trời (so sánh 'Danh Cha được thánh'). Nếu Đức Gia-vê tiêu diệt dân Ngài, muôn dân sẽ rút ra kết luận sai trật làm hổ danh Ngài. (3) Ông cầu xin Ngài tha thứ cho dân chúng.

Nhưng không chỉ có vậy. Môi-se còn viện dẫn sự chân thật của Đức Gia-vê, nhắc Ngài về các tổ phụ mà Ngài đã lập cam kết. Có lẽ điều đáng chú ý nhất là lòng vị tha hoàn toàn của ông tại thời điểm này. Khi khước từ lời đề nghị lập một dân tộc lớn từ ông của Đức Gia-vê, Môi-se trở thành tấm gương cho tất cả những ai là lãnh đạo trong vương quốc Đức Chúa Trời. Khuôn mẫu về vai trò lãnh đạo trong Kinh Thánh là luôn đặt lợi ích của người khác trước lợi ích bản thân.

Hiểu biết giao ước. Những hồi tưởng của Môi-se về sự kiện con bò vàng có liên quan nhiều đến hiểu biết của chúng ta về giao ước. Bề ngoài, hành động đập bảng luật pháp mang tính biểu tượng, gợi ý giao ước Đức Gia-vê đã lập với Y-sơ-ra-ên không còn hiệu lực, và khi Đức Gia-vê đề nghị bắt đầu lại với Môi-se, thì giao ước với các tổ phụ dường như cũng bị xóa bỏ. Tuy nhiên, việc nhấn mạnh các bảng luật pháp mới là bản sao của bản gốc và do đó chữ viết trên đó 'giống hai bảng trước' (10:1–4) làm nổi bật tính liên tục giữa giao ước mà người Y-sơ-ra-ên xác nhận ở Xuất Ê-díp-tô Ký 34 với giao ước có hiệu lực khi họ rời núi Hô-rếp.

Ngoài ra, vì Môi-se bắt đầu bài giảng thứ nhì bằng cách thuật lại Mười Điều Răn, nên đây cũng là giao ước mà dân chúng tái lập trên đồng bằng Mô-áp (so sánh 29:10–13[9–12]). Đây là giao ước bảo đảm tương lai của Y-sơ-ra-ên, ngay cả sau sự đoán phạt (4:32; so sánh 30:1–10), một khái niệm được Ê-xê-chi-ên triển khai đầy đủ hơn nhiều thế kỷ sau, trong bối cảnh của cuộc lưu đày (Êxê 16:60–63; so sánh 34:25–31; 37:25–28). Thật vậy, trong Ê-sai 54:7–10 vị tiên tri so sánh tính không thể hủy bỏ của giao ước này (điều mà ông gọi là 'giao ước hòa bình của ta', 54:10) với giao ước vũ trụ được lập trong thời Nô-ê (so sánh Sáng 9).[17]

Ý Nghĩa Đương Đại

Bài học về sự cầu nguyện. Phân đoạn này mô tả chiều sâu lòng thương xót của Đức Chúa Trời. Ngay sau khi hô to lòng trung thành tuyệt đối dành cho Đức Gia-vê, người Y-sơ-ra-ên bộc lộ bộ mặt thật của họ bằng sự thờ hình tượng rành rành. Tuy nhiên, trong ký thuật về sự cầu thay của Môi-se, Đức Gia-vê đem dân chúng trở lại và tái lập giao ước với họ. Đáp ứng này nhấn mạnh tầm quan trọng của lời cầu nguyện trong việc liên kết nhu cầu của con người với lòng thương xót dồi dào của Chúa.

Như vậy, bản văn này đưa ra những bài học sâu sắc về sự cầu nguyện. Những người cầu nguyện với lòng tin chắc nơi Đức Chúa Trời sẽ sẵn sàng đón nhận ba kết quả có thể xảy ra. (1) Đôi khi lời cầu nguyện là tiến trình thông qua đó hoàn cảnh bên ngoài được thay đổi. Tôi sẽ không bao giờ quên câu khẩu hiệu mà cha mẹ tôi treo phía trên bàn ăn trong ngôi nhà ở nông trại mà tôi đã lớn lên: 'Cầu nguyện đem đến sự thay đổi'. Chắc chắn điều này đúng với Phi-e-rơ trong Công Vụ 12:1–17. Đáp lại lời cầu xin của nhiều người, Phi-e-rơ được giải phóng khỏi ngục tù. (2) Đôi khi lời cầu nguyện là tiến trình mà qua đó ý muốn của người đang cầu xin được thay đổi và trở nên phù hợp với ý muốn Đức Chúa Trời. Không phải lúc nào Chúa cũng nhậm lời cầu xin theo cách chúng ta muốn. Môi-se đã kể lại chi tiết kinh nghiệm cay đắng trước đó của chính ông về việc này (Phục 3:23–29).[18] (3) Nhưng đôi lúc lời cầu nguyện có thể là tiến trình mà qua đó ý muốn của Chúa được hợp nhất với ý của người cầu xin. Câu chuyện Xuất Ê-díp-tô Ký 32 tường thuật rằng để đáp lại sự cầu thay của Môi-se vì cớ dân Ngài, Đức Gia-vê 'động lòng' và rút lại lời đe dọa tiêu diệt họ (32:14).

Nhưng vì sợ chúng ta bị cám dỗ cho rằng cầu nguyện chỉ là công thức mà nhờ đó chúng ta điều khiển Chúa để có được điều chúng ta muốn (giống như vị thần trong cây đèn của A-la-đin), nên điều quan

---

17. Về tính chất không thể thay đổi của giao ước giữa Đức Gia-vê với Y-sơ-ra-ên được phê chuẩn tại Si-nai, xem Xuất 31:16–17; Lê 24:8; Quan 2:1; Thi 111:2–9; Ê-sai 24:4–5; Giê 31:35–37.
18. Cũng xem A-mốt 7:1–9

trọng cần nhấn mạnh là trong trường hợp này, Môi-se thật sự đã từ bỏ quyền lợi của chính mình vì lợi ích của dân Chúa. Hơn nữa, trong cuộc vật lộn bốn mươi ngày của ông với Chúa, mối quan tâm duy nhất của ông là ý muốn và danh tiếng của Đức Chúa Trời, là điều mà Môi-se tin chắc sẽ được thể hiện tốt nhất qua việc tha thứ cho những người đã nổi loạn chống nghịch Chúa chứ không phải qua việc bắt đầu lại với chính ông. Khi dân gian ác này hết lòng ăn năn từ bỏ tội lỗi (Giô-na 3) hay khi người cầu thay công bình nài xin Chúa thay cho tội nhân, thì cơn thịnh nộ của Đức Chúa Trời được rút lại và ân điển Ngài lại dành cho những người không xứng đáng. Đây là một phương diện tuyệt vời nữa của Phúc âm theo Môi-se.

Bài học về vai trò lãnh đạo. Bản văn này cũng cho các độc giả hiện đại nhiều bài học quan trọng về vai trò lãnh đạo. Chúng ta đã nhận thấy sự hy sinh quên mình của Môi-se và mối liên hệ gần gũi của ông với Chúa. Tuy nhiên, khi thực hiện đúng công việc dành cho các thầy tế lễ dòng Lê-vi, những lãnh đạo của con dân Chúa nhận ra vai trò quan trọng của mình. Nhưng những vai trò này không phải chỉ giới hạn cho những người chuyên trách, mà còn mở rộng cho cả cộng đồng đức tin. Vai trò của các thầy tế lễ dòng Lê-vi đối với hội chúng Y-sơ-ra-ên cũng giống như vai trò của con dân Đức Chúa Trời đối với thế gian. Việc Phi-e-rơ nhắc đến vai trò tế lễ của tất cả tín hữu trong 1 Phi-e-rơ 2:9 không liên quan nhiều đến những tín hữu có 'cùng quyền lợi như những mục sư được phong chức trong việc trò chuyện với Chúa, giải thích Kinh Thánh, và nhân danh Chúa phục vụ',[19] bằng liên quan đến cộng đồng đức tin nói chung đại diện cho Đức Chúa Trời nhân từ trong thế giới khốn khổ này. Giống như người Lê-vi, Y-sơ-ra-ên nói chung, và bây giờ là những người được ghép vào cây ô-liu (Rô 11:17–23) và được nhận làm con nuôi của Đức Chúa Trời (Rô 8:15, 23), Cơ Đốc nhân là những người canh giữ giao ước mới (Rô 9:4). Sự phục vụ trong 'đền thờ' mới được ban cho chúng ta (Rô 9:4), và chúng ta được kêu gọi làm sứ giả đem ơn phước cho thế gian đang ở dưới sự rủa sả của tội lỗi này (Ga 3:14).

Đồng thời, lời khẳng định về trách nhiệm và đặc ân của các thầy tế lễ dòng Lê-vi cũng tiên báo về công tác phục vụ của Cứu Chúa Giê-xu Christ. Được ban cho chức tế lễ thậm chí còn cao trọng hơn chức tế lễ

---

19. Có thể truy cập lời phát biểu chính thức của Hội nghị Báp-tít Nam phương tại www.sbc.net/aboutus/pspriesthood.asp.

của thầy tế lễ thượng phẩm A-rôn, Ngài không chỉ là người canh giữ giao ước, mà còn là Đấng thiết lập mối liên hệ giao ước ngay từ đầu. Khi Ngài thiết lập lễ Tiệc Thánh và chúc phước cho rượu đó, Ngài phán: 'Nầy là huyết của giao ước Ta, đã đổ ra cho nhiều người được tha tội' (Mat 26:28). Ngoài công tác hy sinh chuộc tội của Ngài, không có sự tha thứ tội lỗi nào. Sứ điệp trọng tâm của sách Hê-bơ-rơ: Chúa Giê-xu Christ là Đấng Cầu Thay trọn vẹn, Thầy tế lễ trọn vẹn và Của Tế lễ trọn vẹn. Ngài đứng trước mặt Đức Chúa Cha, dâng của tế lễ vì cớ chúng ta và nhân danh Cha chúc phước cho chúng ta (Phục 10:8; so sánh Hê 4:14–5:10).

Phục Truyền Luật Lệ Ký 10:12–11:1

Ý nghĩa Nguyên Thủy

Giọng văn phấn khởi của Phục Truyền 10:12–11:1 cho thấy bài giảng thứ hai của Môi-se sắp đi đến cao trào.[1] Như trong chương 4, Môi-se báo hiệu thời khắc đỉnh điểm bằng từ 'và bây giờ' (wĕ'attâ). Ông sắp tuyên bố những hàm ý đạo đức và thuộc linh của đặc ân về mối liên hệ giao ước mà ông đang rao giảng cho đến thời điểm này trong bài giảng thứ hai.[2] Ngoài dấu hiệu tu từ này, ranh giới của phần này được xác định bởi câu hỏi mở đầu (10:12a) và câu trả lời tóm tắt ở 11:1. Nhìn bên ngoài, phần này có vẻ lặp đi lặp lại. Tuy nhiên, Môi-se là nhà truyền đạo, không phải người viết tiểu luận. Dựa vào cú pháp, chúng ta nhận thấy ông nói đến một vấn đề từ ba góc độ khác nhau nhưng bổ sung cho nhau. Có thể làm nổi bật mối liên hệ của các phần bằng cách đặt các bản dịch của từng phần theo nghĩa đen ở cạnh nhau hoặc ít hoặc nhiều, như trong bản tóm tắt dưới đây:

Vấn đề	Vậy thì Giê-hô-va Đức Chúa Trời ngươi đòi ngươi điều chi? (10:12a)
	I (10:12b–15)
Yêu cầu	Ngươi phải kính sợ Giê-hô-va Đức Chúa Trời ngươi, đi theo các đạo Ngài, hết lòng hết ý kính mến và phục sự Giê-hô-va, Đức Chúa Trời ngươi, giữ các điều răn và luật lệ của Đức Giê-hô-va, mà ta truyền cho ngươi ngày nay, để ngươi được phước? (10:12b–13)
Nền Tảng của Yêu cầu	Lời Ngợi Khen

---

1. Bản văn này rõ ràng có ý nghĩa trong Do Thái giáo cổ đại thể hiện qua việc người ta tìm thấy nó trong những hộp nhỏ đựng Kinh Thánh tại Qumran mà người Do Thái đeo và trong những cuộn Kinh Thánh nhỏ treo trên trụ cửa ra vào nhà người Do Thái. Muốn biết bài phân tích chi tiết những hộp nhỏ này, xem Y. Yadin, *Tefillin from Qumran* (Jerusalem: Israel Exploration Society and the Shrine of the Book, 1969), 11–36.

2. So sánh E. Talstra, 'Deuteronomy 9 and 10: Synchronic and Diachronic Observations,' *Oudtestamentsche Studien* 34 (1995): 196–200.

Áp dụng	Thế nhưng Đức Giê-hô-va lại tỏ lòng yêu thương tổ phụ anh em và trong muôn dân Ngài đã chọn anh em là dòng dõi họ, như anh em thấy ngày nay. (10:15)
Kết Luận	Anh em phải luôn luôn kính yêu Giê-hô-va Đức Chúa Trời của anh em, và tuân giữ những điều Ngài truyền dạy, tức là luật lệ, mệnh lệnh và điều răn của Ngài. (11:1)

Nêu vấn đề (10:12a). Môi-se bắt đầu phần suy nghĩ về những hàm ý thực tiễn của giao ước bằng câu hỏi: dựa trên ân điển mà Đức Gia-vê tuôn đổ dư dật trên dân Ngài, điều Ngài đòi hỏi nơi Y-sơ-ra-ên là gì? Và với câu hỏi này, chúng ta nhận ra rằng chúng ta sắp đối diện với trọng tâm của giao ước - mà theo lời Chúa Giê-xu là 'những vấn đề trọng đại hơn của luật pháp' (Mat 23:23). Môi-se trả lời câu hỏi của chính ông từ ba góc độ khác nhau. Những câu này bao gồm Bài ca ngợi khen Đức Gia-vê, theo sau là phần suy ngẫm về những hàm ý của lời ngợi khen này đối với Y-sơ-ra-ên. Kết quả là thần học xuất sắc về mối liên hệ giao ước được xây trên ba cột trụ của thần học vũ trụ và đặt trên ba hành động diệu kỳ của ân điển.

Câu trả lời đầu tiên của Môi-se (10:12b–15). Câu trả lời đầu tiên của Môi-se gồm năm cụm từ ở dạng nguyên thể, mà trước đây chúng ta đều đã nghe và sẽ còn nghe nhiều lần nữa từ đây trở đi: (1) kính sợ Giê-hô-va Đức Chúa Trời ngươi; (2) bước đi theo đường lối Ngài; (3) hết lòng yêu mến Giê-hô-va Đức Chúa Trời ngươi; (4) phục sự Giê-hô-va Đức Chúa Trời; (5) gìn giữ các điều răn và mạng lệnh của Đức Gia-vê. Sự kết hợp này lột tả trọng tâm sứ điệp của sách, nhất là khi nói đến đáp ứng của con người với ân điển thiên thượng. Mẫu số chung là tầm quan trọng của lòng trung thành đối với Đức Gia-vê là Đức Chúa Trời của giao ước.[3] Danh sách bao gồm các đáp ứng liên quan đến những thái độ cơ bản (kính sợ, yêu mến) và những thể hiện tích cực (bước đi, phục sự, gìn giữ). Thái độ và hành động có tương quan với nhau. Kính sợ là quan trọng nhất và yêu mến (trung thành với giao ước) là cốt lõi. Không có hai điều này, hành động chỉ là nỗ lực mang tính pháp lý để nhận được ân huệ của Chúa. Không có hành động, sự kính sợ và lòng yêu mến chỉ vô ích và không có giá trị.[4]

---

3. Cũng xem Craigie, *Deuteronomy*, 204; Weinfeld, *DDS*, 83–84.
4. 'Đức tin và tình yêu thương' biểu thị cam kết giao ước. Cả hai tiêu biểu cho sự tương ứng trong luật pháp Môi-se với *pistis* trong Tân Ước. Gia-cơ đã nắm bắt tinh thần của bản văn này cách chính xác trong Gia-cơ 2:14–26; muốn biết, xem

Môi-se báo hiệu sự thay đổi về lý do cho những yêu cầu này trong câu 14, với mạo từ trọng tâm 'kìa' (*hēn*, không có trong bản NIV), giới thiệu cho chúng ta thấy quyền tể trị của Đức Gia-vê trên cả vũ trụ là nguyên cớ cho lòng trung thành của chúng ta. Môi-se nhấn mạnh tính toàn diện trong quyền cai trị của Đức Gia-vê bằng *hình thức đối nghịch* (nói đến hai thái cực đối lập – trời và đất) và cách diễn đạt cao nhất.[5] Với 'các tầng trời cao nhất' Môi-se tuyên bố rằng cho dù con người có thể tưởng tượng đến thiên thể nào tồn tại ngoài vũ trụ hoặc có thể đi vào không gian xa tới đâu, thì tất cả đều thuộc về Đức Gia-vê, Đức Chúa Trời của Y-sơ-ra-ên.[6] Nhưng Đức Gia-vê cũng tể trị toàn trái đất và mọi vật trên đất. Qua cách nói này, Môi-se bao hàm cả những người cư ngụ trên đất, con người và loài thú lớn cũng như nhỏ. Tất cả đều thuộc về Đức Gia-vê.

Mặc dù việc Đức Gia-vê làm chủ vũ trụ tự thân nó có thể truyền cảm hứng cho sự thờ phượng trong một ngữ cảnh khác, nhưng câu 15 cho biết Môi-se đã trình bày bài ngợi khen này để chuẩn bị cho điều gì đó còn kịch tính và thích hợp hơn trong hoàn cảnh của Y-sơ-ra-ên: Đức Gia-vê đã lựa chọn dân này. Bằng cách này, Môi-se nhấn mạnh rằng, mặc dù Đức Gia-vê sở hữu mọi thứ trong cõi vũ trụ, nhưng Ngài đã chọn tổ phụ của Y-sơ-ra-ên từ giữa các dân tộc để làm đối tượng của tình yêu Ngài và là dân giao ước của Ngài (so sánh 7:6–8). Dựa vào sự lựa chọn bởi ân điển này, việc kêu gọi tận hiến cách hoàn toàn trong câu 12b–13 là hết sức hợp lý.

Câu trả lời thứ hai của Môi-se (10:16–19). Trong khi câu trả lời thứ nhất của ông kêu gọi đáp ứng bên ngoài của lòng trung thành với giao ước, thì câu trả lời thứ hai tập trung vào thái độ bên trong, dùng phép ẩn dụ lạ, sự cắt bì của tâm lòng/ tâm trí. Phép tu từ này có thể bắt nguồn từ việc nói về việc Đức Gia-vê lựa chọn các tổ phụ, vì phép

---

R. Stein, " Saved by Faith [Alone]' in Paul Versus 'Not Saved by Faith Alone' in James,' *SBJT* 4/ 3 (2000): 4–19.

5. Về 'trời và các từng trời' để diễn tả mức độ cao nhất của từng trời cao nhất, so sánh 1 Vua 8:27 = 2 Sử 6:18; 2 Sử 2:6[5]; Nê 9:6; Thi 68:33[34]; 148:4. So sánh những cách diễn đạt như 'thánh khiết của mọi thánh khiết', 'bài ca của những bài ca' và 'vua của các vua', cũng như 'Đức Chúa Trời của các thần' và 'Chúa của các chúa' trong câu 17.

6. Truyền thống Do Thái nói đến những bảy tầng trời, và thậm chí trong Tân Ước chúng ta cũng thấy có nhiều tầng trời nói chung (Êph 4:10; Hê 4:14) và cụ thể là tầng trời thứ ba (2 Cô 12:2). Về những truyền thống này, xem J. e. Wright, *The Early History of Heaven* (New York/ Oxford: Oxford Univ. Press, 2000), 145–50.

cắt bì thuộc thể là dấu hiệu mà bởi đó người nam Y-sơ-ra-ên tuyên bố họ công nhận mối liên hệ giao ước với Đức Chúa Trời (Sáng 17). Vì người ngoài không nhìn thấy dấu hiệu này, nên bằng chứng duy nhất về tư cách thuộc viên trong cộng đồng giao ước họ có thể thấy là đời sống của người đó.[7] Điều kỳ cục là Môi-se lại giới thiệu ẩn dụ này ở đây, vì dường như chẳng có người nam nào đang ở trước mặt Môi-se được cắt bì (Giôs 5:4–7). Hình ảnh thật mỉa mai: tổ phụ họ, người đã ra khỏi Ai Cập, hình như tất cả đều nhận phép cắt bì bên ngoài (Xuất 12:43–51), nhưng vì lòng vô tín họ đã chứng tỏ đó chỉ là hành động bên ngoài. Còn dân sự đang đứng trước Môi-se chưa được cắt bì thuộc thể, nhưng bởi trung thành với Đức Gia-vê trước sự bội đạo tại Ba-anh Phê-o (Phục 4:4), nên dường như họ chứng tỏ mình đã được cắt bì trong lòng.

Chỉ thị của Môi-se trong câu 16 gồm hai mạng lệnh: cắt bì trong lòng (*lēb*, cũng có nghĩa là 'tâm trí'), và đừng cứng cổ nữa. Ở đây ông không giải thích ý ông là gì khi ông nói 'cắt bì trong lòng', ngoại trừ việc đối lập với sự 'cứng cổ' trong mạng lệnh thứ hai. Cách diễn đạt thứ hai nối câu này với 9:6 và 13, lúc Môi-se vạch mặt dân nầy là thường xuyên 'cứng cổ'. Các ẩn dụ hòa trộn với nhau liên quan đến hai bộ phận cơ thể. Môi-se gợi ý rằng tấm lòng/ tâm trí được cắt bì là thái độ mềm mại và nhạy bén với Đức Gia-vê và không chống cự ý muốn Ngài (so sánh 30:6–8). Lần đầu tiên nói đến ẩn dụ này là ở Lê-vi Ký 26:41. Nhìn xa hơn hình phạt dành cho sự bất trung triền miên của Y-sơ-ra-ên, trong câu đó Đức Gia-vê nói về việc tấm lòng chưa cắt bì của dân chúng đã khiêm nhường để rồi họ sửa đổi sự vi phạm, bội bạc và thù địch đối với Đức Gia-vê.

Trong câu 17–18, Môi-se đặt đòi hỏi phải cắt bì thuộc linh trên uy quyền tối cao của Đức Gia-vê trước mọi thế lực. Ông nêu bật phạm vi thẩm quyền của Đức Gia-vê bằng cách gán cho Ngài những biệt danh cao nhất 'Thần của các thần' và 'Chúa của các chúa'. Cách nói đầu tiên dùng 'các thần' chỉ các thần ngoại giáo không thật sự tồn tại nhưng hiện hữu trong trí tưởng tượng của con người, hoặc các hữu

---

7. Không như câu Shema, phải được viết trên tay, đeo trên trán, và khắc trên nhà và cửa. Về phép cắt bì trong Y-sơ-ra-ên, xem J. S. DeRouchie, 'Circumcision in the Hebrew Bible and Targums: Theology, Rhetoric, and the Handling of Metaphor,' *BBR* 14 (2004): 161–74; J. Goldingay, 'The Significance of Circumcision,' *JSOT* 88 (2000): 3–18.

thể siêu nhiên được xếp loại thấp hơn nhưng thật sự hiện hữu hoặc cư ngụ trên trời, như 'các con trai của Đức Chúa Trời' trong Gióp 1:6 (xem chú giải bản văn NIV), hoặc chống đối Đức Gia-vê, như 'các con trai của Đức Chúa Trời' trong Sáng Thế Ký 6:1-4. Cho dù nó ám chỉ các vị thần ngoại giáo hay các hữu thể siêu nhiên, thì Môi-se cũng không bởi đó mà thừa nhận các thần khác cùng tồn tại hoặc cùng địa vị với Đức Gia-vê (so sánh 4:35, 39); câu nói của ông mang tính tu từ. Nếu 'Thần của các thần' biểu thị uy quyền tối cao của Đức Gia-vê trên mọi thế lực trên trời, thì 'Chúa của các chúa' nói đến uy quyền tối cao trên vua chúa dưới đất.[8]

Môi-se cũng nêu bật uy quyền của Đức Gia-vê bằng danh hiệu 'El vĩ đại, đầy quyền năng và đáng kính sợ'.[9] Như chúng ta chú ý ở 7:9, trong thần thoại của người Ca-na-an, El là chủ của các vị thần - chồng của A-sê-ra và cha của bảy mươi thần. Khi gắn mạo từ vào El, Môi-se tuyên bố Đức Gia-vê là El duy nhất xứng đáng với danh hiệu đó. Ông củng cố khái niệm về uy quyền tối thượng của Đức Gia-vê bằng bộ ba tính từ miêu tả: Ngài 'vĩ đại', 'đầy quyền năng' và 'đáng kính sợ'.[10] Những cách diễn đạt này dường như là cuộc bút chiến có chủ ý chống lại El của người Ca-na-an, mà các bản văn ở Uragit từ thế kỷ mười ba TC mô tả là vị thần lười biếng và suy yếu do tuổi già.

Môi-se kết hợp những thuộc tính siêu việt này của Đức Gia-vê với bốn lời tuyên bố về tính nội tại của Ngài (so sánh Xuất 33:18-34:8). Ông bắt đầu bằng câu nói dạng chính đề, với hai cách giải thích: Đức Gia-vê 'không thiên vị và không nhận hối lộ' (Phục 10:17). Ý đầu tiên liên quan đến thành ngữ 'ngẩng mặt lên', là ngôn ngữ tòa án bắt nguồn từ tập tục phổ biến dù không công bằng đó là nhấc mặt của nguyên đơn lên để vua hoặc thẩm phán có thể nhận diện người đó trước khi phán quyết. Do đó, quan tòa bẻ cong công lý bằng cách để cho nhân thân và địa vị của con người – dù giàu hay nghèo (so sánh Lê 19:15) - tác động đến quyết định.

---

8. 'Chúa của các chúa' chỉ xuất hiện một chỗ khác trong Cựu Ước là Thi 136:3, nhưng xuất hiện trong Tân Ước ở 1 Ti 6:15; Khải 17:14; 19:16. Ở chỗ khác, những người cai trị cao nhất trên đất được gọi là 'vua của các vua' (Era 7:12; Êxê 26:7; Đa 2:37; so sánh 1 Ti 6:15; Khải 17:14; 19:16).

9. Bản NIV dịch 'Đức Chúa Trời vĩ đại, quyền năng và đáng sợ'.

10. Về thuật ngữ này, xem chú giải ở 7:21.

Nhưng Đức Gia-vê, Đấng có quyền lực cao nhất, cũng là Đấng công bình nhất.[11] Như thể tất cả mọi người đến trước Ngài đều trùm bao lên đầu, Ngài không xét xử theo điều Ngài thấy hay nghe, mà theo tính khách quan của sự việc. Câu nói thứ nhì củng cố cách hiểu này: không thể mua chuộc Đức Gia-vê bằng của hối lộ. Tần suất nói về sự hối lộ trong Cựu Ước xác nhận sự phổ biến của nó trong đời sống Cận Đông cổ đại.[12] Tuy nhiên, ân huệ của Đức Gia-vê thì không thể mua được.

Sau khi tuyên bố sự công bằng tuyệt đối của Đức Gia-vê nói chung, trong câu 18 Môi-se giải thích cách thực hành điều này để đem lại lợi ích cho người yếu thế trong xã hội: kẻ mồ côi, người góa bụa, và khách lạ. Cả ba tầng lớp này dễ bị làm hại và bị lạm dụng vì họ không có cha hoặc chồng hoặc anh trai để bảo vệ và chăm sóc.[13] Bức tranh thật đáng cho ta lưu tâm. Đức Chúa Trời của các thần và Chúa các chúa thực thi công bằng vì quyền lợi của những người tầm thường.

Thuật ngữ *gēr* ('khách lạ') nói đến người ngoại bang muốn rời khỏi sự an toàn của gia đình và quê hương để sinh sống trong một bối cảnh xa lạ. Điều đáng chú ý là Gia-vê Đức Chúa Trời của Y-sơ-ra-ên không vị chủng tộc đến nỗi không nhìn thấy hoàn cảnh khó khăn của những người ngoại quốc sống ở giữa họ. Không chỉ nói đến những đặc ân dành cho cư dân là khách ngoại bang trong Xuất Ê-díp-tô Ký 12:48, Môi-se tuyên bố Đức Gia-vê mở rộng cho khách lạ cùng một cam kết giao ước ('tình yêu') mà Ngài đã bày tỏ cho tổ phụ họ (4:37; 10:15). Ngài làm điều này không chỉ bằng lời nói mà bằng cả hành động trong việc cung cấp cho họ 'thức ăn và quần áo'. Môi-se đã dùng cùng những từ ngữ này trong 8:3–4 để ám chỉ về Y-sơ-ra-ên, nói lên rằng ông cũng nghĩ về dân này như một dân xa lạ.

---

11. Ngài là hiện thân hoàn hảo cho điều Ngài đòi hỏi nơi thẩm phán con người (so sánh 1:16–17; 16:19; Ê-sai 11:3).

12. Xuất 23:8; Phục 10:17; 16:19; 27:25; 1 Sa 8:3; 1 Vua 15:19; 2 Vua 16:8; Gióp 6:35; Thi 15:5; 26:10; Châm 6:35; 17:8, 23; 21:14; Ê-sai 1:23; 5:23; 33:15; 45:13; 47:11; Êxê 16:33; 22:12; Mi 3:11; 7:3.

13. Muốn xem phần trình bày những thuật ngữ này và thuật ngữ khác chỉ về người nghèo trong Cựu Ước, xem M. R. Jacobs, 'Toward an Old Testament Theology of Concern for the Underprivileged,' trong *Reading the Hebrew Bible for a New Millennium: Form, Concept, and Theological Perspective*, vol. 1, *Theological and Hermeneutical Studies* (bt. D. H. Ellens và cs.; Studies in Antiquity & Christianity; Harrisburg, PA: Trinity International, 2000), 211–14.

Ám chỉ của Môi-se về khách lạ trong câu 18 dẫn đến lời khuyên thực tiễn trong câu 19. Vì người Y-sơ-ra-ên biết làm khách lạ là như thế nào, nên họ phải đặc biệt nhạy bén với hoàn cảnh khó khăn của những khách lạ ở giữa họ (so sánh Lê 19:33–34). Cũng như khi sửa đổi điều răn về ngày Sa-bát trong Mười Điều Răn (Phục 5:14–15), Môi-se kêu gọi người Y-sơ-ra-ên bày tỏ lòng thương xót dựa trên kinh nghiệm của chính họ trong địa vị khách lạ (so sánh Xuất 22:21[20]; 23:9).[14]

Câu trả lời thứ ba của Môi-se (10:20–22). Câu trả lời thứ ba của Môi-se về đòi hỏi trong câu 12 gồm bốn ý. Trong từng ý, cú pháp của nó làm nổi bật đòi hỏi phải hết lòng tận hiến cho Đức Gia-vê:

- Anh em phải kính sợ [chỉ một mình] Giê-hô-va Đức Chúa Trời của anh em.
- [Anh em phải] phục vụ [chỉ một mình] Ngài.
- [Anh em phải] gắn bó với [chỉ một mình] Ngài.
- [Anh em phải] nhân danh [một mình] Ngài mà thề nguyện (diễn ý cá nhân; so sánh 6:13).

Các yếu tố trong cặp đầu tiên được mượn từ câu 12b–13, còn cặp cuối cùng liên quan đến những cách diễn đạt ở chỗ khác trong Phục Truyền.[15] Nếu các câu 12b–13 mở rộng Điều răn Quan trọng nhất (6:5), thì câu 20 nói rõ về chính câu Shema (6:4).

Môi-se bắt đầu phần trình bày các lý do cho đòi hỏi này bằng bài ngợi khen thứ ba: 'Ngài là Đấng anh em phải ca tụng. Ngài là Đức Chúa Trời của anh em' (10:21). Với mệnh đề thứ hai, ông tuyên bố ở ngôi thứ hai điều câu Shema tuyên xưng trong ngôi thứ nhất. Mệnh đề đầu tiên 'Ngài là Đấng anh em phải ca tụng',[16] có thể có nghĩa là Đức Gia-vê là đối tượng để Y-sơ-ra-ên ca ngợi, hoặc có nghĩa là khi các dân khác nhìn vào Y-sơ-ra-ên, họ sẽ ngợi khen Đức Gia-vê (so sánh 33:26–29). Như ở 26:19, sự mập mờ của Môi-se ở đây có lẽ có chủ ý, thêm vào bức tranh ân điển thiên thượng chiều sâu và góc nhìn.

---

14. Cũng xem Phục 1:16; 14:29; 16:11–14; 24:14–15, 17–18, 19–22; 26:11–13; 27:19.

15. Về việc trìu mến Đức Gia-vê, xem 4:4; 11:22; 13:4[5]; 30:20.

16. 'Ngài là bài ca ngợi của ngươi' chỉ tìm thấy tương tự trong Thi 109:1 và Giê 17:14.

Trong câu 21b Môi-se giải thích cách Đức Gia-vê bày tỏ chính Ngài trong Y-sơ-ra-ên qua những việc 'to lớn và đáng sợ'. Mặc dù ở chỗ khác, cách nói này ám chỉ những sự kiện của cuộc xuất hành (4:32–40) hoặc sự hiển hiện tại Hô-rếp (4:9–14; 5:22–27), nhưng ở đây Môi-se nhắc lại việc Đức Gia-vê gia tăng dân số của Y-sơ-ra-ên ở Ai Cập: Y-sơ-ra-ên đi xuống Ai Cập là một gia tộc nhỏ gồm bảy mươi người,[17] nhưng con cháu Gia-cốp đứng trước mặt Môi-se bây giờ là một dân đông vô số 'như sao trên trời'. Sự so sánh (so sánh 1:10) bắt nguồn từ những lời Chúa hứa với các tổ phụ. Vì việc đăng kiểm quân số của Y-sơ-ra-ên trong Dân Số Ký 1–2 và 26 chứng tỏ dân số vẫn còn đếm được, nên câu này rõ ràng là lối nói cường điệu. Dẫu vậy, điều xảy đến với con cháu Gia-cốp chỉ có thể là do việc làm kỳ diệu của Đức Gia-vê.

Kết thúc vấn đề (11:1). Môi-se kết thúc phần này bằng việc tổng hợp ba câu trả lời của ông cho câu hỏi được nêu lên ở 10:12. Ông giản lược đòi hỏi thiên thượng thành hai câu đơn giản, mà câu đầu tiên rõ ràng rút gọn Điều răn Lớn nhất (6:5), và câu thứ hai nhắc lại lời kêu gọi vâng phục toàn bộ ý muốn Đức Chúa Trời đã được bày tỏ. Tuy nhiên, Môi-se bắt đầu bộ ba quen thuộc theo truyền thống ('luật lệ, mệnh lệnh và điều răn của Ngài') bằng một từ ngữ mới: *mišmartô* ('điều Ngài truyền'). Mặc dù trong ngữ cảnh liên quan đến nhân viên đền tạm và đền thờ, cụm từ *šāmar mišmeret* nghĩa là 'thực hiện nhiệm vụ canh gác',[18] nhưng ở đây *mišmeret* nói đến những nghĩa vụ và huấn thị với ý nghĩa chung.[19] Vì Môi-se thường sử dụng cấu trúc bộ ba, nên việc thêm vào thuật ngữ thứ tư ở đây hoàn chỉnh đủ bốn hướng của la bàn. Điều Đức Gia-vê đòi hỏi nơi dân giao ước của Ngài: sự vâng lời, cho dù người đó tiếp cận vấn đề từ phương diện nào.

---

17. Con số lấy từ Sáng 46:26 và Xuất 1:5. Trong Công 7:14, Ê-tiên theo bản Bảy Mươi khi nói bảy mươi lăm thay vì bảy mươi.

18. Lê 8:35; 22:9; Dân 1:53; 3:7, 28, 32, 38; 8:26; 9:19, 23; 18:4; 31:30, 47; Êxê 40:45–46; 44:8, 14, 15, 16. So sánh Jacob Milgrom, *Leviticus*, 3 vols. (AB; New York: Doubleday, 1999–2001), 1:7; cùng tác giả, 'The Levites: Guards of the Tabernacle,' in Numbers (JPS Torah Commentary; Philadelphia: JPS, 1990), 341–42; Block, *Ezekiel Chapters 25–48*, 537–38; John R. Spencer, 'The Tasks of the Levites: *Smr and Ṣb*,' ZAW 96 (1984): 267–71.

19. Như trong Sáng 26:5; Giôs 22:3; 1 Vua 2:3; Ma-la-chi 3:14. Trong Lê 18:30 và 22:9, cách diễn đạt này liên quan đến những điều răn về tình dục và sự thánh khiết/ bất khiết.

Ngữ Cảnh Bắc Cầu

Vâng lời về mặt đạo đức. Với câu hỏi mở đầu, Môi-se nêu lên một chủ đề thường xuyên xuất hiện trong Cựu Ước. Câu trả lời của ông giải tỏa nhận thức sai trật phổ biến cho rằng dưới giao ước cũ, tôn giáo là vấn đề bên ngoài tập chú vào của tế lễ và các hình thức thờ phượng. Lời kêu gọi phải kính sợ và yêu mến Đức Gia-vê, bước đi trong đường lối Ngài và phục sự Ngài, cùng giữ tất cả điều răn của Ngài của Môi-se đặt trọng tâm vào đức tin và cam kết giao ước với Đức Gia-vê. Điều đáng chú ý là ông không nhắc đến bất kỳ của tế lễ hay hình thức thờ phượng nào khác. Khi đặt trọng tâm vào sự vâng lời về đạo đức chứ không phải cách thức thờ phượng, Môi-se đã dọn đường cho các tiên tri.

- Giống Môi-se, Sa-mu-ên tuyên bố 'sự vâng lời tốt hơn sinh tế, sự nghe theo tốt hơn mỡ chiên đực' (1 Sa 15:22).
- Giống Môi-se, A-mốt dạy rằng thực hành 'sự công lý' và 'sự công chính' phải đi trước tiếng nói của lễ hội và của dâng (A-mốt 5:21–25).
- Giống Môi-se, Ô-se khẳng định rằng Đức Gia-vê lấy làm vui thích về 'lòng thương xót' và mối liên hệ cá nhân với Ngài hơn là về các loại của tế lễ (Ô-sê 6:6).
- Giống Môi-se, trong suy nghĩ của Mi-chê, lòng mộ đạo thật được thể hiện không phải qua những của lễ hào phóng, mà qua việc thực thi sự công bình, lòng yêu thương nhân từ và bước đi cách khiêm nhường với Đức Chúa Trời (Mi 6:6–8).[20]
- Giống Môi-se, Ê-sai loan báo rằng nếu công chính theo đạo đức không được bày tỏ đặc biệt vì người bị cách ly khỏi nhịp điệu xã hội thì không lễ hội tôn giáo nào khiến Đức Gia-vê cảm kích cả (Ê-sai 1:10–17).
- Giống Môi-se, Giê-rê-mi tin rằng việc được Đức Chúa Trời chấp nhận phụ thuộc vào hành vi đạo đức chứ không phải là việc nhóm lại trong nhà Chúa (Giê 7:1–15).

---

20. Đặc biệt xem câu hỏi của Mi-chê 'Đức Giê-hô-va đòi ngươi điều chi?' (Mi 6:8).

Quan điểm này cũng được tìm thấy trong các Thi Thiên nhấn mạnh rằng điều kiện tiên quyết để sự thờ phượng được chấp nhận là đời sống thể hiện cam kết theo giao ước với Đức Gia-vê và với người lân cận (Thi 15: 24).

Khuôn mẫu này được đem qua Tân Ước. Chúa Giê-xu khiển trách giới lãnh đạo tôn giáo Do Thái vì dâng phần mười bạc hà, hồi hương và rau cần nhưng bỏ qua những vấn đề quan trọng hơn của Tô-ra (tức là yêu Chúa và người lân cận; Mat 23:23; Lu 11:42). Giống Môi-se, Gia-cơ tuyên bố 'sự tin đạo thuần khiết, không hoen ố trước mặt Đức Chúa Trời, Cha chúng ta là: thăm viếng trẻ mồ côi và người góa bụa trong cơn hoạn nạn của họ và giữ mình khỏi sự ô uế của thế gian' (Gia 1:27). Điều này cũng đúng với Phao-lô, người kêu gọi tín hữu dâng chính mình làm 'của lễ sống' (Rô 12:1) rồi sau đó giải thích điều đó nghĩa là gì (12:2–15:13).

Bắt Chước Đức Chúa Trời. Trong Phục Truyền 10:12–11:1 Môi-se không chỉ chỉ ra yếu tính của tôn giáo đầy ân điển, mà ông còn đưa ra nền tảng cho tôn giáo đó: hiểu biết về quyền tể trị tuyệt đối của Đức Chúa Trời trên tất cả và hiểu biết về đặc ân đặc biệt của Ngài dành cho Y-sơ-ra-ên, là điều phải thôi thúc họ tỏ lòng thương xót đối với những người bị xã hội bỏ bê. Việc Môi-se liên kết khái niệm về uy quyền tối cao của Đức Gia-vê trên vạn vật với lời bênh vực người yếu đuối và bị áp bức được lấy từ và được nhiệt liệt khen ngợi trong Thi 146:5–10:

Phước cho người nào có Đức Chúa Trời của Gia-cốp giúp đỡ mình,

Đặt niềm hi vọng nơi Giê-hô-va Đức Chúa Trời mình!

Ngài là Đấng dựng nên trời và đất,

Biển và mọi vật ở trong đó;

Ngài giữ lòng thành tín đời đời.

Ngài thi hành công lý cho kẻ bị áp bức,

Và ban bánh cho người đói.

Đức Giê-hô-va giải phóng người bị tù.

Đức Giê-hô-va mở mắt người mù;

Đức Giê-hô-va nâng đỡ những kẻ ngã lòng;

Đức Giê-hô-va yêu mến người công chính.

Đức Giê-hô-va bảo vệ khách lạ,

Nâng đỡ kẻ mồ côi và người góa bụa,
Nhưng Ngài phá hỏng đường lối kẻ ác.
Đức Giê-hô-va sẽ cai trị đời đời;
Hỡi Si-ôn, Đức Chúa Trời ngươi làm Vua từ đời nầy qua đời kia!
Ha-lê-lu-gia!

Nguyên tắc *imitatio dei*, bắt chước Đức Chúa Trời, là một trong những cột trụ cơ bản của đạo đức Kinh Thánh – trong Cựu Ước và Tân Ước. Nếu ở chỗ khác, Đức Gia-vê kêu gọi con dân Ngài trở nên thánh như Giê-hô-va Đức Chúa Trời của họ là thánh (Lê 11:44; 19:2; 20:7; 1 Phi 1:16), thì ở đây Môi-se kêu gọi Y-sơ-ra-ên học theo lòng thương xót của Đức Gia-vê. Ngài đặc biệt thương xót người góa bụa, kẻ mồ côi và khách lạ thế nào, thì con dân Ngài cũng phải như vậy. Chúa Giê-xu áp dụng nguyên tắc này cho các môn đồ khi Ngài kêu gọi họ cam kết yêu thương nhau theo giao ước, như Ngài cam kết yêu thương họ theo giao ước (Giăng 13:34; 15:12). Và vị sứ đồ này đã dựa vào khái niệm đó khi ông thách thức độc giả yêu mến lẫn nhau, không chỉ vì Đấng Christ răn truyền cho chúng ta như vậy (1 Giăng 3:23), mà vì Đức Chúa Trời đã cam kết với họ (1 Giăng 4:11), và tình yêu mà các tín hữu bày tỏ ra là bằng chứng cho thấy Đức Chúa Trời đang ở trong họ (1 Giăng 4:7, 12).

Ý Nghĩa Đương Đại

'Đức Giê-hô-va đòi hỏi chúng ta điều gì?' Trong các cuộc chiến đương đại về cách thờ phượng và thành ngữ thờ phượng, các lãnh đạo hội thánh thường bị thôi thúc bởi câu hỏi: 'Những người không đi nhà thờ hoặc người không có tên trong danh sách thuộc viên hội thánh cần gì?' Do đó, với nỗ lực làm đầy phòng nhóm và làm ra vẻ thành công, giờ thờ phượng được sắp đặt để thỏa mãn sở thích và yêu cầu về số lượng nhiều nhất những tín đồ tiềm năng. Một bản văn như vậy nhắc chúng ta rằng những vấn đề như thế là không đúng đắn. Câu hỏi chính mà con dân Đức Chúa Trời phải luôn đặt ra là: 'Đức Giê-hô-va đòi hỏi chúng ta điều gì?' Giống như Y-sơ-ra-ên, chúng ta thường quên điều đó, nếu chúng ta đang không bước theo đường lối Chúa suốt những ngày còn lại trong tuần, thì không điều gì chúng ta làm trong giờ thờ phượng chung vào Chúa nhật hoặc bất cứ ngày nào khác khiến Chúa hài lòng. Bản văn này nhắc chúng ta một lần nữa rằng bước đi trong đường lối Đức Giê-hô-va, chấp nhận làm đầy tớ của Ngài và vâng giữ các điều răn của Ngài là kết quả Ngài tìm kiếm như là bằng chứng của lòng tôn kính và cam kết giao ước (yêu mến) với Ngài. Những lời tận hiến giả nhân giả nghĩa trở nên trống rỗng nếu không có đời sống tận hiến.

Ngoài ra, những người theo Tin lành thuần túy bị cám dỗ cho rằng những bài tuyên xưng đức tin dưới dạng tín điều là những thử nghiệm xác thực về lòng tận hiến cho Đấng Christ. Tuy nhiên, bản văn này nhắc chúng ta một lần nữa rằng đức tin thật không được thể hiện qua việc bênh vực lẽ thật mà qua đời sống sống theo lẽ thật. Con dân Đức Chúa Trời không mang danh Ngài cách vô ích, tức là không cho rằng họ thuộc về Ngài nhưng lại hành động như thể họ thuộc về thần hay các thần khác. Như Phao-lô nói với người Ga-la-ti, đức tin thật sẽ được thể hiện qua đời sống được biến đổi, không sống theo các giá trị của 'người Ca-na-an' xác thịt, nhưng sản sinh dư dật bông trái Thánh Linh (Ga 5:13–26).

Điều đáng buồn là các nghiên cứu gần đây cho thấy thái độ của những người xưng mình là Cơ Đốc nhân và không phải Cơ Đốc nhân đối với các vấn đề đạo đức quan trọng như ly hôn, chủ nghĩa vật chất, người nghèo, sự bại hoại trong tình dục và sự phân biệt chủng tộc hầu như giống nhau.[21] Đạo đức của nhiều người tự gọi mình là 'Cơ Đốc nhân' có vẻ giống đạo đức của thế gian hơn là đạo đức của Đấng Christ. Bản dự thảo 'Tuyên ngôn của người Tin lành' mới đây là một bước đi theo hướng đúng đắn.[22]

Cụ thể, Môi-se nhắc tín hữu thuộc mọi thời đại rằng đức tin thật được thể hiện đặc biệt qua lòng thương xót đối với người bị đẩy ra rìa về mặt xã hội và kinh tế. Đáng buồn thay, trong đời sống chính trị ở Bắc Mỹ, Cơ Đốc nhân theo Tin lành thuần túy bị gắn với phe cánh hữu vô tâm, leo lên đầu lên cổ những người bị đẩy ra bên lề xã hội. Một dẫn chứng đó là thái độ của những người theo Tin lành thuần túy đối với khách lạ không có giấy tờ tùy thân ở đất nước chúng ta

---

21. Muốn xem phần trình bày bằng chứng, đọc R. J. Sider, *The Scandal of the Evangelical Conscience* (Grand Rapids: Baker, 2004), và một chương được trích lược, 'The Scandal of the Evangelical Conscience: Why Don't Christians Live What They Preach?' trong *Books and Culture: A Christian Review* 11/ 1 (January/ February, 2005): 8.

22. Tài liệu có sẵn tại www.anevangelicalmanifesto.com.

chẳng khác là mấy so với thái độ của người chưa tin, và trong một số trường hợp nói theo cách hoa mỹ là chẳng mấy xót thương họ. Trí nhớ của chúng ta ngắn ngủi. Nhiều người trong chúng ta chỉ cách tổ tiên nhập cư đến Bắc Mỹ tị nạn hai hay ba thế hệ.

Điều cơ bản hơn, nếu không có ân điển của Chúa, tất cả chúng ta đều là khách lạ, là nô lệ cho tội lỗi và là công dân của vương quốc tối tăm. Tuy nhiên, trong sự thương xót của Chúa, Ngài đã giải cứu chúng ta và khiến chúng ta trở nên con cái và công dân thiên quốc. Nếu Cơ Đốc nhân bày tỏ lòng thương xót mà họ tự do nhận lãnh trong Đấng Christ đối với những khách lạ không giấy tờ hợp pháp và những người nhập cư khác trong cộng đồng của mình, thì người ngoài sẽ được kéo đến với Ngài và ngợi khen Cha chúng ta trên trời (Mat 5:16). Đối với chúng ta, đạo đức của lòng thương xót và cam kết quan tâm đến phúc lợi của người bị xã hội ruồng bỏ phải ưu tiên hơn tính hợp pháp. Nếu chúng ta vâng theo lời kêu gọi này, khi gặp chúng ta, những người nhập cư sẽ biết rằng họ đã vượt biên giới, bước vào một cộng đồng của những con người thật sự nhân từ.[23]

---

23. Về hai quan điểm của vấn đề, xem M. D. Carroll R., *Christians at the Border: Immigrations, the Church, and the Bible* (Grand Rapids: Baker, 2008), và J. K. Hoffmeier, *The Immigration Crisis: Immigrants, Aliens, and the Bible* (Wheaton, IL: Crossway, 2009).

Phục Truyền Luật Lệ Ký 11:2–28

Ý Nghĩa Nguyên Thủy

Phục Truyền 11:2–28 là một phần phức tạp, có đặc điểm là những ý thường xuyên được lặp lại, những phần thêm vào gây gián đoạn và những nhận xét chen vào giữa. Đây không phải là tài liệu pháp luật mà là văn phong của người giảng đạo, người dùng bất cứ phương tiện nào có thể để khắc sâu sứ điệp của mình vào tấm lòng hội chúng. Có sự thay đổi về cấu trúc giữa câu 7 và câu 8 khi Môi-se đi từ việc hồi tưởng sang cổ vũ. Do đó, phần này của bài giảng thứ hai kết thúc giống như bài thứ nhất (4:32–40). Môi-se đi từ lịch sử sang thần học, rồi đến lời kêu gọi vâng phục. Ông kết thúc bài học này bằng lời cổ vũ trong 11:8a; thách thức này được giải thích chi tiết hơn nhiều trong câu 8b–28.

Bài Học Từ Lịch Sử: Ôn Lại Những Việc Quyền Năng Của Đức Chúa Trời (11:2–7)

Câu 2–7 gồm một câu phức trong tiếng Hê-bơ-rơ.[1] Hai lần nhắc đến những việc Đức Gia-vê đã làm trong câu 3 và 7, mối quan tâm chính của Môi-se là ôn lại một lần nữa những việc quyền năng của Ngài vì Y-sơ-ra-ên. Môi-se đóng khung phần kể lại này bằng những ám chỉ vụng về tới thính giả của mình (11:2a, 7), nhận biết cách sâu sắc rằng không phải tất cả những người mình đang nói chuyện đều quen thuộc với điều ông sắp mô tả. Phần nhắc lại những sự kiện quá khứ đưa ra bối cảnh quan trọng cho các câu 8–28, đặc biệt câu 26–28, trong đó Môi-se kêu gọi dân chúng đang đứng trước mặt mình hãy hành động.

Ngoài sự gián đoạn trong câu 2, phần trình bày của Môi-se là có chủ ý. Ông mở đầu bằng câu chính đề: 'Ngày nay, hãy nhận biết bài học của Giê-hô-va Đức Chúa Trời các ngươi' (diễn ý cá nhân). Mặc dù bản NIV dịch từ ngữ chính *mûsâr* là 'kỷ luật' (bản TTHĐ dịch là 'dạy

---

[1]. Các vấn đề bản văn nêu lên được phản chiếu trong các cách dịch khác nhau của các bản dịch. Muốn biết những điểm khác biệt chính, xem Nelson, *Deutoronomy*, 131–32.

dỗ'),² nhưng chúng ta nên theo bản Bảy Mươi và dịch từ liệu này là 'bài học, sự giáo dục'. 'Bài học của Gia-vê Đức Chúa Trời các ngươi' nói đến bài học Đức Gia-vê đã dạy họ (như ở 8:5) hoặc bài học về Đức Gia-vê. Chủ đề của bài học là những hành động của Đức Gia-vê, nhưng qua những việc làm quyền năng này người Y-sơ-ra-ên học biết về Ngài.

Bài học thật sự chia làm hai phần: ba dấu chỉ đơn giản về thân vị của Đức Gia-vê (11:2b), và một loạt những biểu hiện về quyền năng của Đức Gia-vê (11:3–6). Ba dấu chỉ đều quen thuộc từ bài giảng trước của Môi-se: 'sự uy nghiêm' của Đức Gia-vê,³ 'cánh tay quyền năng' của Ngài⁴ và 'cánh tay rộng mở' của Ngài.⁵ Môi-se đóng khung ý sau bằng 'những dấu hiệu [chứng thực] của Ngài' và 'công việc Ngài làm' trong câu 3a, và 'những việc lớn mà Đức Giê-hô-va đã làm' trong câu 7. Cụm từ chính trong những khung này rõ ràng là 'điều Ngài đã làm cho X' (11:3b, 4, 5, 6), báo hiệu bốn phương diện của việc làm lớn lao của Đức Gia-vê. Mỗi phương diện là lời khẳng định dứt khoát rằng Đức Gia-vê không chỉ là một Đức Chúa Trời hành động trong lịch sử, mà còn là một Đức Chúa Trời hành động vì lợi ích của dân Ngài và chống lại những người cản trở chương trình của Ngài.

Mục tiêu của những việc đáng kinh sợ của Đức Gia-vê trước nhất là Pha-ra-ôn và toàn thể xứ của ông (so sánh 6:22),⁶ và thứ hai, là lực lượng quân đội của ông,⁷ bao gồm ngựa và chiến xa (xem Xuất 14). Môi-se mô tả Đức Gia-vê trong vai trò của người điều khiển con rối, Đấng 'cuộn dòng nước Biển Đỏ vào mặt họ' (diễn ý cá nhân). Với nhận xét cuối cùng 'cách Đức Gia-vê khiến họ thất bại vĩnh viễn' (bản dịch NJPS 'một lần đủ cả'), Môi-se công nhận kết quả của sự kiện quan trọng: Y-sơ-ra-ên đang đứng trước ngưỡng cửa Đất Hứa.

---

2. Từ này thường được dùng theo cách này, nhưng vì chúng ta thường liên tưởng kỷ luật với sự trừng phạt vì hành vi sai trái (điều này có thể áp dụng cho trường hợp của Đa-than và A-bi-ram, 11:6), nên bản dịch này dễ gây hiểu lầm.
3. Cũng xem 3:24; 5:21; 9:26; 32:3.
4. So sánh 3:24; 4:34; 5:15; 6:21; 7:8, 19; 9:26; 26:8.
5. So sánh 4:34; 5:15; 7:19; 9:29; 26:8.
6. Muốn biết những ám chỉ thêm về 'các dấu kỳ' được thực hiện ở Ai Cập chống lại Pha-ra-ôn và Ai Cập, xem 4:34; 7:19; 29:3[2]. Như trong bản văn của chúng ta, trong mỗi trường hợp, Môi-se nhấn mạnh sự việc rằng người Y-sơ-ra-ên là nhân chứng cho những dấu này.
7. Cách dùng *ḥayil* để chỉ 'quân đội' liên kết nhận xét này với Xuất 15:4. Bài ca của Môi-se (Xuất 15:1–12) ca ngợi chiến thắng vẻ vang của Đức Gia-vê trước người Ai Cập bằng những từ ngữ hoa mỹ nhất.

Mục tiêu thứ ba của Đức Gia-vê khiến độc giả ngạc nhiên. Ngược với bản NIV, cú pháp của câu 5 đòi hỏi câu này phải được dịch là 'những gì Ngài đã làm cho anh em trong hoang mạc, cho đến khi tới được nơi này' (so sánh bản ESV). Môi-se nhớ đến những việc Đức Gia-vê làm để trừng phạt chính người Y-sơ-ra-ên vì sự vô tín và nổi loạn của họ (so sánh Xuất 32; Dân 25; Phục 1:22–45).

Môi-se kết thúc với mục tiêu thứ tư, Đa-than va A-bi-ram (11:6). Ông nhắc lại thế nào đất đã nuốt họ, những người đầu sỏ trong cuộc nổi loạn cùng với toàn thể gia đình họ, kể cả tài sản của họ (so sánh Dân 16:32).[8]

Môi-se kết thúc phần thuật lại những việc lành đầy quyền năng của Đức Gia-vê bằng lời nhắc nhở rằng những người trong đám thính giả của ông là nhân chứng cho những sự kiện ông vừa mô tả (11:7).[9] Những trải nghiệm tích cực về sự giải cứu của Đức Gia-vê khi ra khỏi Ai Cập, sự chu cấp ma-na trong hoang mạc, và lời Ngài phán giữa ngọn lửa trên núi Hô-rếp chỉ là một khía cạnh trong kinh nghiệm của Y-sơ-ra-ên về quyền năng của Đức Gia-vê; quyền năng tiêu diệt của Ngài cũng đáng kinh sợ không kém. Ý thức việc rơi vào tay Đức Chúa Trời hằng sống là đáng sợ (Hê 10:31) phải tạo động lực lâu dài để họ trung thành với giao ước một cách không thỏa hiệp và là lời nhắc nhở rằng những phước hạnh của mối liên hệ giao ước với Đức Gia-vê không bao giờ được xem là chuyện đương nhiên (11:8–25).

Bài Học từ Địa Lý Kinh Tế: Nhận Biết Sự Chu Cấp Đầy Ân Điển của Đức Chúa Trời (11:8–28)

Phần lớn này được chia nhỏ thành bốn đoạn. Ba đoạn đầu bắt đầu với lời thách thức vâng phục giao ước và được sắp xếp theo chủ đề với trình tự ABA (11:8–12, 13–21, 22–25); đoạn cuối cùng (11:26–28) là lời kêu gọi kết thúc của Môi-se. Việc 4:40 được nhắc lại rõ ràng trong câu 8 cho thấy 11:8–25 là một trường hợp 'giải thích tóm lược' khi Môi-se tiếp tục những ý của bản văn trước đó và triển khai chúng

---

8. Cụm từ 'mọi vật sống' chỉ xuất hiện một chỗ khác trong Sáng 7:4, 23 khi nói đến con người và súc vật bị tiêu diệt trong trận lụt lớn. Cũng xem Giôs 7:15, 25–26.

9. Đây là chủ đề lặp lại nhiều lần trong sách. So sánh 1:30; 3:21; 4:3, 9, 34; 7:19; 9:17; 10:21; 29:2[1].

đầy đủ hơn trong ngữ cảnh mới. Khi làm như vậy, Môi-se đưa ra câu phát biểu toàn diện nhất của mình cho thần học về xứ. Nhưng ông không xem xét riêng về xứ; đó là yếu tố thứ ba của bộ ba có liên quan trong mối quan hệ giao ước của Đức Gia-vê với Y-sơ-ra-ên: thần- dân- xứ.

Phần I: Xứ là quà tặng (11:8–12). Xứ tượng trưng cho yếu tố quan trọng nhất trong chuỗi quà tặng Đức Gia-vê hứa với tổ phụ.[10] Môi-se mở đầu phần trình bày về vị trí của xứ trong mối liên hệ của Y-sơ-ra-ên với Đức Gia-vê bằng mạng lệnh phải giữ Điều răn Lớn nhất trên mọi phương diện của nó.[11] Bằng cách đặt hai mệnh đề chỉ mục đích theo sau mạng lệnh này, ông mô tả đó như là điều kiện thực sự để hoàn thành lời hứa theo sau (11:8b–9).[12] Mệnh đề đầu tiên liệt kê ba mục đích: 'để anh em đủ sức lực, tiến chiếm xứ mà anh em sắp chiếm hữu. Trong khi mục đích thứ hai và thứ ba mang tính công thức, thì mục đích đầu tiên lại đầy mới mẻ.[13] Mệnh đề thứ hai giới thiệu mục đích thứ tư, mà chúng ta cũng thấy được lặp lại, 'để anh em được sống lâu trên đất'. Từng mục đích kết thúc với lời nhận xét về xứ. Mục đích đầu tiên (11:8b) hướng đến việc Y-sơ-ra-ên vượt sông Giô-đanh, còn mục đích thứ hai (11:9a) nhìn lui lại lời hứa giao ước xa xưa với tổ phụ (Sáng 17:8; Xuất 3:6–8; 6:8). Trong thời khắc này, quá khứ và tương lai gặp nhau.

Sự phấn khích của Môi-se trước viễn cảnh Y-sơ-ra-ên vào đất hứa (11:9b–12) là rõ ràng trong cách nói dông dài ca tụng những ưu điểm của xứ thậm chí còn dạt dào hơn ở 6:10–11 và 8:7–9. Không giống Ai Cập, đất này sản sinh dồi dào một cách tự nhiên. Môi-se triển khai ý này bằng ba câu căn bản. (1) Xứ đượm sữa và mật cách tự nhiên (11:9b).[14] Xứ này tương phản rõ rệt với Ai Cập, nơi người Y-sơ-ra-ên đã ra khỏi (11:10) và nơi việc sản xuất thực phẩm phụ thuộc hoàn

---

10. Về khải tượng xứ là món quà trong Phục Truyền được tập trung trong bản văn này, xem W. Brueggemann, *The Land* (OBT; London: SPCK, 1978), 47–53.

11. Bản NIV dịch 'hết thảy điều răn' không làm rõ ý nghĩa cách dùng thường lệ của số ít *kol hammiṣwâ* là cách viết rút gọn của Điều răn Lớn nhất. Xem 5:31; 6:25; 8:1; 11:8, 22; 15:5; 19:9; 26:13; 27:1; 31:5. So sánh 6:1; 7:11; 17:20; 30:11.

12. Tương đương với mệnh đề điều kiện trong 11:13 và 11:22.

13. So sánh việc sử dụng kết hợp những cách diễn đạt này trong 31:6 và 7 (cũng xem Giôs 1:6).

14. Muốn biết phần giải thích thành ngữ này, xem chú giải ở 6:3 (cũng so sánh 26:9, 15; 27:3).

toàn vào nỗ lực của con người.¹⁵ (3) Đây là xứ sở của đồi núi và thung lũng nhận nước từ mưa trời (11:11). Giải thích nhận xét của mình ở 8:7, Môi-se mời thính giả tưởng tượng những nguồn nước ngọt không bao giờ cạn chảy xuống từ những ngọn đồi và tưới mát phong cảnh, tương phản với nguồn nước lợ và ứ đọng của Châu thổ sông Nile.

Như ở 6:10–11 và 8:7–9, nhận xét của Môi-se là thiếu thực tế. Mặc dù Ai Cập hầu như không có mưa, vì tình trạng ngập bùn hằng năm của Châu thổ sông Nile và dòng chảy liên tục của nước sông, nhưng không nông dân nào không thích những khu vườn của Ai Cập hơn là địa hình đồi núi lởm chởm đá của Pa-lét-tin. Đây rõ ràng không phải báo cáo khách quan của giám định viên chính phủ, mà là giấc mơ của người chỉ có thể nhìn thấy xứ từ xa mà không thể bước vào. Với bài giảng này, Môi-se cố gắng làm cho dân chúng phấn khích về viễn cảnh đang chờ họ bên kia bờ sông Giô-đanh. Môi-se mường tượng Đất Hứa qua cặp mắt đức tin. Xứ tốt đẹp, không chỉ vì nó tượng trưng cho sự ứng nghiệm những lời hứa với tổ phụ, mà còn vì nó khiến cho dân cư phụ thuộc vào Chúa. Đối với cặp mắt đức tin, đây thật sự là thiên đường.

Trong câu 12, Môi-se thêm lý do thứ tư vì sao xứ đặc biệt: đó là đối tượng của sự quan tâm và chăm sóc đặc biệt của Đức Gia-vê (c. 12). Ngài liên tục 'chăm sóc' (*dāraš*) nó, và mắt Ngài chăm chú vào nó từ năm này sang năm khác. Câu này bày tỏ cái nhìn về xứ của Đức Gia-vê cách rõ ràng và dịu dàng hơn bao giờ hết trong Kinh Thánh. Ở đây, động từ *dāraš* không mang ý nghĩa thường gặp, tức 'tìm kiếm' điều gì đó bị mất (22:2), mà mang sắc thái của sự tuyển chọn (so sánh Lê 25:23). Đức Gia-vê đã chọn Y-sơ-ra-ên từ giữa các dân trên đất thể nào, thì Ngài cũng chọn xứ Ca-na-an (Pa-lét-tin) từ giữa các lãnh thổ trên đất thể ấy.

---

15. Một số người dịch tưới cây 'bằng chân' là mang những xô nước đến nơi cần, hay dùng chân để điều khiển những dụng cụ làm quay bánh xe nước (từ Ả-rập *shaduf*) để bơm nước từ sông Nile hay từ biển vào các kênh đào và các khu vực trồng trọt mà từ đó nước có thể được tưới cho cây (Merrill, *Deuteronomy*, 208; Weinfeld, *Deuteronomy 1–11*, 445). Tuy nhiên, vì bánh xe nước thường được điều khiển bằng tay hơn là bằng chân, nên cụm từ này có lẽ ám chỉ một phần nào đó công việc liên quan đến việc vận hành hệ thống tưới tiêu phức tạp của Ai Cập. Cũng xem thêm Tigay, *Deuteronomy*, 112; Craigie, *Deuteronomy*, 210; L. Eslinger, 'Watering Egypt (Deuteronomy XI 10–11),' *VT* 37 (1987): 85–90.

Nhưng không chỉ có thế. Vì hình thức phân từ của *dāraš* (nghĩa đen là 'tìm kiếm') và trạng từ 'liên tục' hàm ý tính tiếp nối nên 'tìm kiếm xứ' là cách nói súc tích hàm ý 'tìm kiếm hòa bình và ích lợi của xứ' (so sánh 23:6[7]).[16] Cụm từ 'mắt của Giê-hô-va Đức Chúa Trời' đoái xem xứ quanh năm được thêm vào là nói về sự tập trung chú ý và sự chăm sóc quan phòng không ngừng (so sánh 11:13–15).

Trong cụm từ được thêm vào 'từ đầu năm đến cuối năm', chúng ta nhận thấy cuộc bút chiến tinh tế chống lại các nghi thức sùng bái liên quan đến vấn đề sinh sản ở Cận Đông cổ. Các thần thoại ở Mê-sô-bô-ta-mi và Ugarit nhận biết mùa mưa và hạn hán phản ảnh khả năng sản sinh ra hậu tự của thần (Tammuz ở Mê-sô-bô-ta-mi, Ba-anh ở Ca-na-an) đối với cõi âm vào đầu mùa khô và sự trở lại của thần vào đầu mùa mưa. Các thần sinh sản không thể chăm sóc xứ và những người sùng bái họ trong khi thần đi vắng, bỏ mặc số phận của dân chúng trong tay các thần hạn hán và chết chóc (Nergal ở Mê-sô-bô-ta-mi, Mót ở Ca-na-an). Không như Ba-anh (so sánh 1 Vua 18:27), Đức Gia-vê không bao giờ xao lãng; Ngài không bao giờ bỏ đi, cũng không bao giờ ngủ (so sánh Thi 121). Mùa hè hay mùa đông, mùa gieo hay mùa gặt, cặp mắt Ngài luôn đoái xem xứ (Lê 26:3–6, 9).

Phần II: Xứ là sự thử nghiệm (11:13–21). Đi theo phương pháp phổ biến trong văn chương về sự khôn ngoan[17] và báo trước điều ông sẽ tuyên bố rõ ràng trong câu 26–28 (so sánh 30:1, 19), Môi-se giới thiệu cuộc sống trong xứ như một thử nghiệm, với những kết quả quan trọng (so sánh 6:10–15; 8:6–20). Xứ tượng trưng cho sự lựa chọn giữa hai con đường: con đường của phước lành, thịnh vượng và sự sống, hoặc con đường của rủa sả, khó khăn và sự chết. Môi-se trình bày các lựa chọn trước dân chúng theo hai bố cục hầu như giống nhau về độ dài[18] và tương ứng rõ rệt về nội dung lẫn hình thức, như bản tóm tắt đại khái các bản dịch theo nghĩa đen sau đây:

Thử Nghiệm Đức Tin

Điểm Đỗ	Điểm Trượt
Phục 11:13–15	Phục 11:16–17

---

16. Muốn biết cách dùng tương tự của động từ, xem Gióp 3:4; Thi 142:4[5]; Ê-sai 62:12; Giê 30:14, 17.
17. Ví dụ: Thi 1; Châm 9.
18. Các câu 13–15 bao gồm ba mươi lăm từ; các câu 16–17 gồm ba mươi ba từ.

Đáp ứng của con người với thử nghiệm	Vậy, nếu các ngươi chăm chỉ nghe các điều răn Ta truyền cho các ngươi ngày nay- hết lòng hết ý kính mến Giê-hô-va Đức Chúa Trời các ngươi, và phục sự Ngài,	Các ngươi khá cẩn thận, kẻo lòng mình bị dụ dỗ, xây bỏ Chúa mà hầu việc các thần khác, và quỳ lạy trước mặt chúng nó.
Đánh giá thử nghiệm từ thiên thượng	thì Ta sẽ cho mưa mùa thu và mưa mùa xuân xuống đúng mùa.	thì cơn thạnh nộ của Đức Giê-hô-va sẽ phừng lên cùng các ngươi, Ngài sẽ đóng các từng trời lại, nên sẽ không có mưa.
Kết quả tạm thời	để các ngươi thu hoạch ngũ cốc, rượu và dầu.	và đất sẽ không sanh sản,
Kết quả cuối cùng	Ta cũng sẽ khiến đồng ruộng ngươi sanh cỏ cho súc vật ngươi; ngươi sẽ ăn và được no nê.	và các ngươi sẽ vội chết mất trong xứ tốt tươi này mà Đức Giê-hô-va ban cho các ngươi.

Môi-se bắt đầu bằng cách xác định điểm đậu, tức đáp ứng đúng đắn với thử nghiệm (11:13–15). Lời cổ vũ của ông liên quan đến những chủ đề chúng ta đã nghe trước đó. Người Y-sơ-ra-ên phải cẩn thận lắng nghe những mạng lệnh và thể hiện cam kết giao ước ('yêu thương') cũng như địa vị chư hầu hoàn toàn với Đức Gia-vê ('phục sự'). Cũng như ở chỗ khác, Môi-se tạo cảm giác cấp bách bằng cách thêm vào từ 'ngày nay'. Những huấn thị của ông không phải dành cho tương lai xa mà phải được áp dụng ngay. Người Y-sơ-ra-ên phải cam kết trung thành mỗi ngày, thậm chí trước khi băng qua Giô-đanh, và thường xuyên trong hiện tại một khi họ đã qua sông.

Bằng cách dùng giọng của Đức Gia-vê trong câu 14–15, Môi-se hướng sự chú ý đến những câu tiếp theo như là lời hứa *từ Chúa* lẫn đánh giá *từ Chúa* về đáp ứng của họ trước thử nghiệm.[19] Mở rộng bức tranh về vùng đất không tưởng (11:8–12), Đức Gia-vê đưa ra hai lời hứa, mỗi lời hứa được giới thiệu bằng 'Ta sẽ cho'(nghĩa đen). Mỗi lời hứa được chia thành hai phần nhỏ hơn nữa, phần đầu nhấn mạnh đáp ứng thiên thượng với việc làm của con người, và phần thứ hai là lợi ích của con người. Ở cả hai phần, chúng ta đều nhận thấy lời phê bình có tính bút chiến về tôn giáo phồn thực của Ca-na-an, khi Đức

---

19. Việc chuyển sang ngôi thứ nhất trong câu 14–15 phản chiếu vai trò của Môi-se là phát ngôn viên cho Đức Gia-vê.

Gia-vê tự khẳng định mình có những chức năng được gán cho Ba-an, thần bão tố của họ.

Trong câu 14, Đức Gia-vê hứa ban mưa dồi dào. Ngài bắt đầu với câu nói khái quát, hứa ban 'mưa xuống đúng mùa'. Cụm từ này được hiểu là 'mưa đầu mùa'[20] và 'mưa cuối mùa'[21] (bản NIV 'mưa mùa hạ và mưa mùa xuân').[22] Ở đây Đức Gia-vê tuyên bố vì mưa nắng đượm nhuần, nên đất đai sẽ sinh sản vật, và dân chúng sẽ đem ngũ cốc, rượu và dầu ô-liu về nhà. Như ở 7:13, những cụm từ này vừa nói đến sự phong phú của đất đai theo nghĩa đen, vừa thách thức cách tinh tế các vị thần sinh sản phổ biến trong xứ. Nếu món quà đầu tiên của Đức Gia-vê (mưa) là vì ích lợi trước mắt cho xứ, thì món quà thứ hai (cỏ) đem lợi ích cho súc vật, điều tự nhiên dẫn đến kết quả là dân chúng ăn no nê và thỏa mãn (11:15).

Trước đó, Môi-se đã nhận biết rằng sự sung túc và thỏa mãn có thể dẫn đến việc họ quên Đức Gia-vê (6:10–12) hoặc việc họ kiêu ngạo kể công về những điều họ có được (8:17). Mặc dù ông không do dự tuyên bố rằng hạnh phúc và sự thỏa mãn trong cuộc sống của dân chúng là những mục tiêu mà Chúa muốn đem đến cho họ, nhưng ông không hứa hẹn những điều đó cách vô điều kiện. Ngược lại, ông vẽ một đường thẳng từ đáp ứng của dân chúng trước những đòi hỏi của mối liên hệ này đến việc tận hưởng phước hạnh trọn vẹn trong Đất Hứa.

Trong câu 16–17, Môi-se mô tả điểm trượt và khi đó, ông thẳng thắn bàn đến một vấn đề trong quá khứ và điều ông lo sợ đó là hiểm họa trong tương lai - từ bỏ Đức Gia-vê và giao ước của Ngài. Quay lại chủ đề ông đã nói đến nhiều trong chương 6 và 8 - thử nghiệm trong lúc thịnh vượng - Môi-se bắt đầu với lời kêu gọi cảnh giác, mà theo sau là một loạt những nguy hiểm tiềm ẩn được giới thiệu bằng từ

---

20. Mưa đầu mùa không liên tục vào tháng Mười - Mười Một và cần cho việc làm mềm đất để chuẩn bị gieo giống. Ở Pa-lét-tin, 70 phần trăm lượng mưa hằng năm là vào tháng Mười Hai - Tháng Hai.

21. Mưa cuối mùa rơi vào khoảng cuối tháng Ba – đầu tháng Năm và cũng quan trọng để có mùa thu hoạch chất lượng cao và dư dật.

22. Cho đến ngày nay, nền kinh tế nông nghiệp của Y-sơ-ra-ên thịnh hay suy là dựa vào sự xuất hiện đúng lúc của mưa đầu mùa và cuối mùa. Về tầm quan trọng của mưa đúng mùa, xem Lê 26:4; Phục 28:12; Giê 5:24; Êxê 34:26. Muốn biết phần trình bày về khí hậu Pa-lét-tin, xem D. Ashbel, 'Israel, Land of Climate,' *EncJud* (2nd ed.), 10:132–33.

'kéo'. Bốn động từ trong câu 16 nhận diện bốn loại hành động nghịch lại điều người Y-sơ-ra-ên phải cảnh giác: cởi mở với các thần khác, nhờ cậy chúng, chấp nhận địa vị làm chư hầu cho chúng, và quỳ lạy chúng trong sự vâng phục và tôn kính. Chỉ điều thứ nhất đòi hỏi lời chú giải. 'Quyến dụ' là bản dịch ngắn gọn của thành ngữ nói đến việc dễ dàng bị thu hút bởi vẻ hấp dẫn của tôn giáo ngoại bang.[23]

Trong câu 17, Môi-se tuyên bố rằng sự cởi mở đối với việc thờ các thần khác thay vì thờ Đức Gia-vê là điều tai hại. Nếu lòng tận hiến của dân chúng hướng vào nơi khác, thì thay vì là đối tượng nhận ân huệ của Đức Gia-vê, Ngài sẽ nổi cơn thịnh nộ cùng họ,[24] 'đóng các tầng trời' trên trời,[25] do đó không có mưa và đất không thể sản sinh hoa màu. Hậu quả là người Y-sơ-ra-ên sẽ nhanh chóng chết mất bởi xứ tốt tươi mà họ đón nhận như một món quà. Chương trình của Đức Gia-vê là để chính Ngài, người Y-sơ-ra-ên và xứ tồn tại trong mối liên hệ cộng sinh hòa hợp với nhau, mỗi bên góp phần làm bên kia vui thích và mỗi bên cảm thấy thích thú vì bên kia. Lời rủa sả tượng trưng cho sự trái ngược hoàn toàn với phước lành: thay vì nhận ân huệ thiên thượng, thì Y-sơ-ra-ên phải chịu cơn thịnh nộ; thay vì mưa dồi dào theo mùa, thì hạn hán; thay vì sinh trái, thì cằn cỗi; thay vì sự sống dư dật, thì sự chết - và cuối cùng bị đuổi khỏi xứ.

Trong câu 18–21, Môi-se chuyển hướng một cách đáng ngạc nhiên. Sau lời cảnh báo hậu quả của việc phản bội giao ước, ông lặp lại đoạn tiếp theo của câu Shema (6:6–9) hầu như từng chữ một. Hầu hết những thay đổi so với bản văn trước đó phản chiếu cảm xúc mới của Môi-se, đặc biệt sau khi ông nhắc lại lịch sử bội đạo của Y-sơ-ra-ên trong chương 9 và xem xét ngắn gọn của ông về điều không thể nghĩ ra được trong câu 16–17.[26] Mặc dù trong ngữ cảnh ban đầu 'những

---

23. Môi-se không nhận diện những ảnh hưởng mà tâm trí người Y-sơ-ra-ên có thể rộng mở với. Có thể tìm thấy manh mối của điều khó hiểu này trong Gióp 31:26–28 và Phục 4:15–19.
24. Cũng xem 6:15; 7:4; 29:27[26]; 31:17.
25. Thành ngữ (nghĩa đen) 'đóng/ ngăn các tầng trời' cũng xuất hiện ở 1 Vua 8:35 = 2 Sử 6:26; 7:13. Sau này trong phần rủa sả của giao ước, Môi-se sẽ nói thêm về các tầng trời về mặt địa lý giống như đồng, còn đất như sắt (Phục 28:23).
26. Những điều chỉnh sau là quan trọng nhất: (1) thay đổi đại từ từ số ít sang số nhiều; (2) phần giới thiệu trực tiếp hơn 'Hãy để những lời này' thay vì 'Những lời này phải ở' trong lòng các ngươi; (3) 'những lời của ta' thay vì 'những lời ta truyền cho các ngươi'; (4) thêm vào 'trong trí' sau 'trong lòng' (so sánh 6:5); (5) đưa lên trước huấn thị cột những lời này như dấu nơi tay, và đeo chúng trên trán; (6) thay từ hiếm khi dùng 'khắc ghi' trong 6:7 bằng từ phổ biến hơn 'dạy dỗ'; và

lời' phải được đặt trong lòng dân chúng có lẽ là Phục Truyền 6:4–5, nhưng ở đây phần đứng trước 'những' là phần mô tả thiếu thực tế của Môi-se về xứ và phần trình bày hai cách đáp ứng với món quà là xứ trong câu 8–16. Mặc dù mọi điều Môi-se nói kể từ 6:4–5 thực ra là phần giải nghĩa cho những câu này, nhưng ông lặp lại điều ông đã nói trước đó để ghi khắc mãi mãi sứ điệp vào tâm trí và tấm lòng của họ.

Câu 18–21 nắm giữ chìa khóa cho mối liên hệ tương lai của Chúa, dân, và xứ. Để bảo đảm kế hoạch của Chúa cho Y-sơ-ra-ên được nhận biết, dân chúng phải cam kết hết lòng với Ngài và với giao ước. Mong ước của Đức Gia-vê là nhìn thấy dân số bùng nổ khi tuổi đời của từng thế hệ gia tăng trong xứ mà Ngài đã hứa với tổ phụ. Ám chỉ cuối cùng về thời gian 'nhiều như những ngày của trời ở trên đất' (11:21), nói đến tính vĩnh cửu trong cam kết giao ước của Đức Gia-vê với dân Ngài.[27] Mặc dù Đức Gia-vê trước đó đã mô tả giao ước của Ngài với Y-sơ-ra-ên là đời đời,[28] nhưng đây là lần đầu tiên các biểu tượng trong vũ trụ được áp dụng cho giao ước (so sánh Sáng 8:22).

Nhưng làm thế nào Môi-se có thể nói một hơi rằng Y-sơ-ra-ên sẽ bị tiêu diệt, và trong lời kêu gọi tiếp theo đề cập vũ trụ như là biểu tượng của tính chất đời đời của giao ước giữa Đức Chúa Trời với dân tộc. Câu trả lời nằm trong sự kiện là mỗi thế hệ và mọi cá nhân Y-sơ-ra-ên phải chấp nhận giao ước bằng đức tin và bày tỏ lòng trung thành với Đức Gia-vê qua sự vâng lời. Dường như Môi-se nghĩ rằng cuộc lưu đày của Y-sơ-ra-ên là không thể tránh khỏi, nhưng ông biết đó chưa phải là kết thúc (4:31; 30:1–10). Lời hứa của Đức Gia-vê đối với Y-sơ-ra-ên là chắc chắn, như chính cõi vũ trụ vậy.

Phần III: Xứ là lời hứa (11:22–25). Môi-se kết thúc phần này của bài giảng bằng cách trình bày vấn đề thứ hai phát xuất từ xứ: lời hứa trục xuất người Ca-na-an của Đức Gia-vê (11:8). Sau khi ban xứ như một thử nghiệm trong câu 18–21 và kết thúc với lời hứa

---

(7) thêm vào phần kết luận dài dòng (11:21), để phù hợp với ngữ cảnh mới mà bản văn được đưa vào.

27. Về ám chỉ này và cách thức tương tự, xem S. Paul 'Psalm 72:5— A Traditional Blessing for the Long Life of the King,' *JNES* 31 (1972): 351–55. Những cách thức tương tự được xác nhận trong các bản văn tiếng Sumer, Akkad, Aram, Ugarit, Canh-đê và tiếng Xê-mít ở Carthage.

28. Xem Xuất 31:16–17; Lê 24:8. So sánh Quan 2:1; Thi 111:2–9; Ê-sai 24:4–5; 54:4–10.

vẻ vang, trong câu 22 Môi-se kéo thính giả của mình quay về thực tại bằng nhóm từ thứ ba chỉ điều kiện. Đức Gia-vê không có trách nhiệm đối với người Y-sơ-ra-ên trừ khi họ vâng giữ trọn vẹn Điều răn Lớn nhất,[29] *bằng cách* 'thực hành', *bằng cách* 'kính yêu Giê-hô-va Đức Chúa Trời của anh em', *bằng cách* 'đi trong đường lối Ngài', và *bằng cách* 'gắn bó với Ngài' (diễn ý cá nhân). Như ở 10:12, việc đặt những cách diễn đạt chỉ hành động xen kẽ với thái độ củng cố tính chất toàn diện của cam kết giao ước. Thật sự chỉ có một mạng lệnh, đó là hết lòng yêu mến Đức Gia-vê, nhưng yêu mến mà không vâng lời thì không hề là tình yêu.[30]

Sử dụng ngôn ngữ quân sự mạnh mẽ, câu 23–25 giải thích rõ phần thưởng khi đáp ứng những điều kiện này:[31] Đức Gia-vê sẽ trục xuất hết thảy các dân Ca-na-an trước mặt người Y-sơ-ra-ên (11:23a),[32] và Y-sơ-ra-ên sẽ 'sở hữu' những dân mạnh hơn và lớn hơn họ. Khi đặt những câu này cạnh nhau, Môi-se tuyên bố rằng lịch sử con người bao gồm việc làm của Chúa và hoạt động của con người, mà những hành động của Chúa mang tính quyết định. Trong câu 24, ông cụ thể hóa lời hứa bằng ngôn ngữ địa lý: để ứng nghiệm Sáng Thế Ký 13:17, người Y-sơ-ra-ên sẽ đánh dấu từng tấc đất mà bàn chân họ giẫm lên.[33]

Việc Môi-se xác định cụ thể biên giới cho phép họ khẳng định lãnh thổ từ 'đồng vắng' (Nê-ghép) ở miền nam đến 'Li-ban' ở miền bắc; từ 'sông Ơ-phơ-rát' ở tận đông bắc đến 'biển tây' (Địa Trung Hải). Như ở 1:7, ông xác định Đất Hứa theo lời hứa của Đức Gia-vê với Áp-ra-ham trong Sáng Thế Ký 15:18 và sau này tái xác nhận với Môi-se ở Xuất Ê-díp-tô Ký 23:31. Dường như để chiều theo các chi phái Ru-bên, Gát, và một nửa chi phái Ma-na-se, ông tránh nhắc đến sông Giô-đanh là biên giới phía đông (Dân 34).[34]

---

29. Quay lại từ số ít chỉ 'điều răn' ở câu 8 (xem chú giải), sau khi dùng ở số nhiều trong câu 13.
30. So sánh lời nói của Chúa Giê-xu trong Giăng 14:15, 23–24; 15:10.
31. Điều này khiến Weinfeld (*Deutoronomy 1–11*, 449) phân loại 11:22–25 là diễn văn quân sự.
32. So sánh 4:38; 9:4–5, và sau này ở 18:12. Cũng so sánh Xuất 34:24 và Dân 14:12. Chi tiết 'loại trừ' được xác nhận bởi việc kết hợp của 'trục xuất' và 'tiêu diệt' trong 2:12; 2:21, và tương tự 2:22; 12:29; 19:1.
33. Câu này được nhắc lại hầu như từng chữ trong lời Đức Gia-vê khích lệ Giô-suê ở Giôs 1:3.
34. Tầm quan trọng của Giô-đanh với vai trò ranh giới giữa các chi phái này và các chi phái còn lại được minh họa rõ ràng trong Giôs 22. Khải tượng được

Nhắc lại 7:24, Môi-se kết thúc phân đoạn này bằng lời hứa rằng sau khi người Y-sơ-ra-ên băng qua Giô-đanh, sẽ không kẻ thù nào có thể chống lại họ. Câu 25 giải thích tại sao lại như vậy: vì Đức Gia-vê sẽ khiến họ 'kinh khủng và sợ hãi' người Y-sơ-ra-ên trên khắp xứ người Y-sơ-ra-ên đi qua.[35] Môi-se kết thúc với lời nhắc nhở rằng việc này xảy ra để ứng nghiệm điều Đức Gia-vê nói trước đó (Xuất 23:17–31; Phục 7:19–24). Trong khi Ra-háp sẽ mau chóng làm chứng về sự hoàn thành lời hứa này (Giô 2:8–11), thì thính giả hiện tại phải nhớ rằng những lời hứa đó đều phụ thuộc vào lòng trung thành của Y-sơ-ra-ên với Đức Giê-hô-va của giao ước.

Phần IV: Xứ là cơ hội (11:26–28). Là một mục sư, Môi-se kết thúc phần này của bài giảng bằng lời kêu gọi đưa ra quyết định quan trọng nhất. Ông kêu gọi dân chúng chú ý bằng từ 'Kìa', và theo sau là lời tuyên bố nguyên tắc: 'Hôm nay, tôi đặt trước mặt anh em phước lành và nguyền rủa'. Ở chỗ khác, Môi-se mô tả hành động bằng lời nói là 'đặt trước' dân chúng những chỉ dẫn cụ thể (4:8; 11:32); còn ở đây ông đang trao cho họ những lựa chọn về 'phước lành' và 'nguyền rủa'.[36] Môi-se tóm tắt các điều kiện quyết định điều nào người Y-sơ-ra-ên sẽ trải nghiệm trong câu 27 và 28. Về nội dung phước lành và rủa sả, chúng ta có thể xem lại các câu 14–17, với nửa đầu (11:14–15) mô tả phước lành, và nửa sau (11:16–17) mô tả rủa sả. Môi-se sẽ giải thích chi tiết hơn trong chương 28.

Tính đối xứng của mệnh đề giới thiệu đặt ra điều kiện của phước lành và rủa sả phản chiếu tính trang trọng của tình huống hiện tại. Trong câu 27 'các điều răn của Giê-hô-va Đức Chúa Trời' được xem ngang hàng với 'mà tôi truyền cho anh em hôm nay'. Trong câu 28 'không vâng theo các điều răn của Giê-hô-va Đức Chúa Trời' được giải thích là 'quay lưng lại với đường lối tôi truyền cho anh em hôm nay, để đi theo các thần khác mà anh em chưa từng biết'.[37] Đây là cách viết rút gọn điều Môi-se đã nói ở câu 16. Tính trang trọng của

---

lý tưởng hóa sau này của Ê-xê-chi-ên cũng xem Giô-đanh là biên giới phía đông (Êxê 47:18).

35. 'Xứ' ở đây không diễn tả cảm xúc nhưng mang ý nghĩa hoán dụ chỉ những người sống trong đó.

36. Đây là lần đầu tiên xuất hiện cả hai cách diễn đạt này trong sách.

37. Ở đây và chỗ khác trong sách (13:2, 6, 13[3, 7, 14]; 28:64; 29:26[25]), 'các thần mà các ngươi không biết' là các thần mà người Y-sơ-ra-ên chưa hề kinh nghiệm. So sánh Tigay, *Deuteronomy*, 116.

tình huống được củng cố bởi việc lặp lại từ 'ngày nay' trong phần trình bày phước lành và rủa sả. Mặc dù tính chất của sự kiện không được rõ, nhưng có vẻ như nghi lễ nhắc lại giao ước được phản chiếu trong 26:16–19 là nền tảng cho bản văn này. Khi chọn phước lành, dân chúng chính thức chấp nhận địa vị làm dân giao ước của Đức Gia-vê, còn Ngài là Chúa của giao ước.

Nếu quan điểm về ngữ cảnh này là đúng, thì cấu trúc của bài giảng thứ hai tóm tắt lại cấu trúc của giao ước ban đầu tại núi Hô-rếp (Xuất 19–24). Cũng như Xuất Ê-díp-tô Ký 19, gánh nặng của Phục Truyền 5:1–11:32 là để thách thức, truyền cảm hứng và thuyết phục người Y-sơ-ra-ên tận hiến cho Đức Gia-vê. Phần này giải thích chi tiết điều Đức Gia-vê đã tuyên bố với dân chúng ở Xuất Ê-díp-tô Ký 19:3b-6. Các nguyên tắc nằm dưới Xuất Ê-díp-tô Ký 19:3b-6 chính là những điều Môi-se đang trình bày trong Phục Truyền 5–11. (1) Mối liên hệ của Y-sơ-ra-ên với Đức Gia-vê được đặt trên hành động giải cứu đầy ân điển khỏi ách nô lệ Ai Cập. (2) Giao ước chủ yếu liên quan đến mối liên hệ với Chúa của giao ước hơn là một cam kết về quy tắc xử sự. (3) Lời kêu gọi của Đức Gia-vê đến với mối quan hệ giao ước là có mục đích: để Y-sơ-ra-ên trở thành tài sản đặc biệt của Ngài, để dân chúng trở nên thánh, và để họ có thể phục vụ như đại diện của ân điển cho muôn dân mà từ đó họ được kêu gọi. (4) Việc Y-sơ-ra-ên tận hưởng phước lành của giao ước và hoàn thành sứ mạng thiên thượng phụ thuộc vào đáp ứng tích cực với tiếng gọi của Đức Gia-vê.

Trong ngữ cảnh nguyên thủy, một khi Môi-se đã trình bày những vấn đề căn bản này trước dân chúng và họ đáp ứng (Xuất 19:8), thì Đức Gia-vê bắt đầu bày tỏ ý muốn Ngài, trước tiên là Mười Điều Răn (Xuất 20:1–17), sau đó là 'Sách Giao ước' (20:22–23:19). Trong ngữ cảnh này, Môi-se bắt đầu bài nói chuyện thứ nhì bằng cách thuật lại Mười Điều Răn rồi sau đó giải thích những hàm ý khi tuyên bố Đức Gia-vê là Chúa của giao ước. Phục Truyền 5–11 tương đương với phần ông tường thuật về bài diễn thuyết của Đức Gia-vê trước dân chúng ở Xuất Ê-díp-tô Ký 19:7.[38] Lời kêu gọi quyết định trong hiện tại dưới đồng bằng Mô-áp tương đương với lời kêu gọi quyết định của Môi-se trong Xuất Ê-díp-tô Ký 19:8. Điều này củng cố hình ảnh nghi lễ dưới đồng bằng Mô-áp như là trải nghiệm Hô-rếp thứ nhì. Cũng như

---

38. Tác giả của Xuất Ê-díp-tô ký và Môi-se trong Phục Truyền dùng các động từ khác nhau, nhưng cả hai đều có nghĩa 'Ngài đặt X trước mặt họ'.

Si-nai/ Hô-rếp, đồng bằng Mô-áp là chỗ của khải thị và quyết định. Với lời kêu gọi quyết định trong 11:26–32, Môi-se thách thức thế hệ mới đáp ứng bằng lòng trung thành mạnh mẽ hơn của cha ông họ. Tương lai của họ trong xứ phụ thuộc vào điều này.[39]

Ngữ Cảnh Bắc Cầu

Khải Tượng về Xứ. Như đã nói ở trên, chương này đưa ra bức tranh đầy đủ nhất cho khải tượng về xứ trong Phục Truyền. Khi chúng ta đi vào phần trình bày chi tiết hơn cuộc sống ở Đất Hứa trong chương 12–26, chúng ta phải nhớ những yếu tố quan trọng của khải tượng đó.

- Xứ của Y-sơ-ra-ên là món quà của Đức Gia-vê để hoàn thành những lời hứa giao ước với các tổ phụ (11:9).
- Xứ của Y-sơ-ra-ên đem đến cho dân chúng giao ước một bối cảnh giống thiên đàng, trong đó số phận của họ được thể hiện (11:9–11).
- Xứ của Y-sơ-ra-ên là đối tượng đặc biệt được Đức Gia-vê lựa chọn và chăm sóc không ngừng (11:12).
- Xứ của Y-sơ-ra-ên cung cấp cho dân chúng bối cảnh địa lý để có đáp ứng về đạo đức với giao ước (11: 8, 13, 22).
- Xứ của Y-sơ-ra-ên làm ứng nghiệm vai trò được mong đợi của nó trong mối liên hệ giao ước tam giác chỉ khi Đức Gia-vê khiến điều đó xảy ra trong sự quan phòng của Ngài (11:14–17).
- Việc Y-sơ-ra-ên sở hữu xứ phụ thuộc vào việc Đức Gia-vê ban xứ cho dân Ngài, và việc họ giữ được xứ tùy thuộc vào lòng trung thành của họ với giao ước (11: 22–25).

Thách thức và lời hứa của phân đoạn này sẽ trở nên cấp bách đối với người Y-sơ-ra-ên trong khoảng vài ngày hay vài tuần nữa, ngay khi họ băng qua Giô-đanh và đặt bước chân đầu tiên vào Đất Hứa (Giôs 1:3–9). Lịch sử của dân tộc sẽ chứng minh dân chúng không nghe lời của Môi-se ra sao. Trong vòng một thế hệ, việc tái phạm về mặt thuộc linh sẽ bắt đầu, và sức cám dỗ của các thần Ca-na-an sẽ

---

39. Xem Millar, *Now Choose Life*, 80–88; cùng tác giả, 'Living at the Place of Decision', 52–69.

tỏ ra là rất mạnh (Quan 2:11–23). Nhưng Đức Gia-vê sẽ xây dựng hội thánh Ngài; bất chấp xu hướng bội đạo và làm 'điều ác' của họ, dân tộc này sẽ sống sót và sử gia sẽ tường thuật rằng nhiều thế kỷ sau đó, trong suốt thời trị vì của Đa-vít và Sa-lô-môn, những lý tưởng của phân đoạn này được ứng nghiệm (1 Vua 4:20–28).

Nhưng lý tưởng này không được bao lâu. Với việc đỡ đầu cho sự thờ hình tượng của mình, Sa-lô-môn gia thêm gánh nặng của vương miện bằng sự bội đạo, mà cuối cùng khiến đất nước bị tiêu tan lần lượt bởi tay của người A-si-ri (thế kỷ VIII TC) và người Ba-by-lôn (thế kỷ VI TC). Nhưng ngay cả khi quân đội của Nê-bu-cát-nết-sa xuất hiện ở Giê-ru-sa-lem, dân chúng vẫn bám chặt vào những lời hứa của phân đoạn này, yêu cầu Đức Gia-vê giải cứu họ. Họ cho rằng vì cam kết giao ước của Ngài với họ là đời đời, nên việc họ nhận ân huệ của Ngài là vô điều kiện. Họ không đọc dòng chữ nhỏ của giao ước, là những dòng tuyên bố rằng những lời Đức Chúa Trời hứa là có điều kiện. Mỗi thế hệ và từng cá nhân phải nhận lãnh lời hứa ấy bằng đức tin và thể hiện lòng trung thành với Bá chủ thiên thượng bằng cách làm theo ý muốn Ngài - cụ thể là Điều răn Lớn nhất. Đức Gia-vê không có trách nhiệm ban phước cho những người quên Ngài và những việc làm đầy ân điển của Ngài để đi theo các thần khác. Xứ là món quà ân điển, và quên Đấng Ban tặng mà khen ngợi các thần khác là đỉnh cao của lòng vô ơn và nổi loạn.

Nhưng mối liên hệ của Y-sơ-ra-ên với xứ Pa-lét-tin là mô hình thu nhỏ cho mối liên hệ giữa tất cả con người trên đất. Đức Gia-vê vui thích khi thấy đất sinh bông trái và những người được tạo dựng theo hình ảnh của Ngài được tận hưởng sự phong phú của đất. Tam giác giao ước gồm Đức Gia-vê, Y-sơ-ra-ên và Đất Hứa áp dụng cho vũ trụ nói chung.

Trong công cuộc sáng tạo, Đức Chúa Trời thiết lập một sự sắp xếp kết nối trực tiếp phúc lợi của nhân loại với lòng tận hiến của họ với Ngài. Đáp ứng bằng cách trung thành phục vụ Đức Gia-vê, thì đất sẽ sinh hoa lợi vì lợi ích của mọi sinh vật sống và vì sự vinh hiển của Đấng Sáng Tạo.

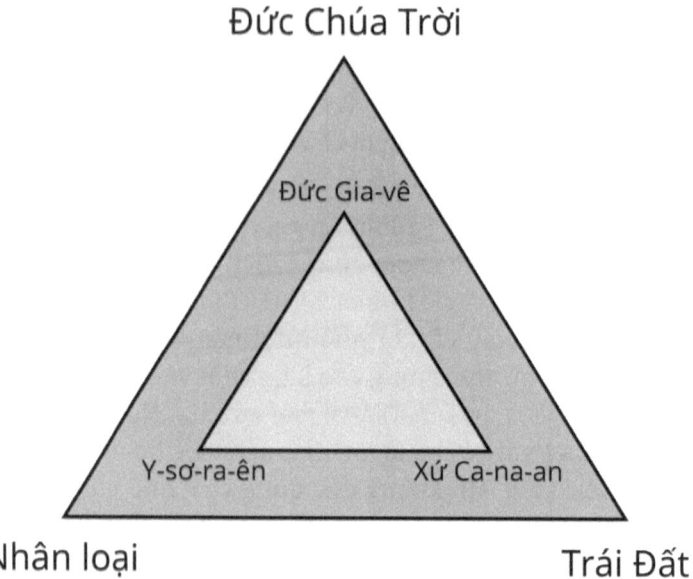

Phước lành và rủa sả. Nhận thức của con người về lựa chọn giữa phước lành và rủa sả, tùy thuộc vào đáp ứng của dân chúng với Đức Chúa Trời, là chuyện xưa như trái đất. Mặc dù Sáng Thế Ký 2–3 tránh dùng từ 'giao ước', 'phước lành' và 'rủa sả', nhưng đây là điều mà các cây trong vườn Ê-đen tượng trưng cho. Cây Sự sống tượng trưng cho phần thưởng khi vâng phục Bá chủ thiên thượng, còn Cây biết Điều thiện và Điều ác mà trái của nó sinh ra sự chết tượng trưng cho hậu quả của sự không vâng lời (Sáng 2:9, 16–17). Những lời hứa với các tổ phụ mang lại phước lành và rủa sả cho mọi gia đình trên đất, tùy thuộc vào thái độ của họ đối với các tổ phụ là những đại diện mang lại phước lành (Sáng 12:3).[40] Phải thừa nhận là phước lành và rủa sả không hề được giới thiệu chính thức với các tổ phụ như là kết quả từ đáp ứng của họ với Đức Gia-vê,[41] nhưng chúng được nói đến rõ ràng trong các chuyện kể. Thử nghiệm của Áp-ra-ham trong Sáng Thế Ký 22 thừa nhận rằng phước lành phụ thuộc vào sự vâng lời, mặc dù ở

---

40. Lời hứa được thực hiện ở 30:27, 30 (với La-ban người A-ram) và 39:5 (người Ai Cập).

41. Trong Sáng 12:2 Đức Gia-vê chỉ hứa ban phước cho Áp-ra-ham, nhưng lời hứa này mang tính truyền giáo – để ông có thể trở thành nguồn phước cho muôn dân.

chỗ khác phước lành vật chất có vẻ không liên hệ gì với đáp ứng đạo đức (Ích-ma-ên, 17:20; Áp-ra-ham, 24:1, 35; Y-sác, 25:11; 26:12–14).

Thật vậy, các ký thuật dường như nhấn mạnh việc chuyển phước lành từ thế hệ này sang thế hệ tiếp theo qua những hành động thể hiện bằng lời nói của tổ phụ.[42] Tuy nhiên, trong Sáng Thế Ký 26:3–5, Đức Gia-vê rõ ràng chuyển lời hứa sang Y-sác *vì* Áp-ra-ham hoàn toàn vâng phục ý muốn đã được Ngài bày tỏ.[43] Trong bất kỳ trường hợp nào, các nhân vật trong chuyện kể đều nhận thức rõ việc lựa chọn phước lành và rủa sả (so sánh 27:12). Mặc dù thuật ngữ 'phước lành' và 'rủa sả' không xuất hiện trong Lê-vi Ký 26, nhưng việc kể lại những điều tốt lành ở 26:3–13 và những thảm họa ở 26:14–39 chứng tỏ rằng hai lựa chọn này tượng trưng cho những yếu tố cần thiết trong giao ước của Đức Gia-vê với Y-sơ-ra-ên. Sau này, trong Phục Truyền 28, Môi-se giải thích chi tiết các phước lành và rủa sả này.

Đối với những người thuật lại lịch sử của Y-sơ-ra-ên, đặc biệt sử gia đệ nhị luật (Giô-suê – 2 Các Vua), phước lành và rủa sả cung cấp khung quyết định để đánh giá những sự kiện tạm thời,[44] nhưng đặc biệt để đánh giá số phận cuối cùng của dân tộc này đó là phải đi lưu đày vì phản bội giao ước như đã được báo trước một cách chính xác.[45] Và các tiên tri sau này, được dấy lên trong truyền thống của Môi-se (so sánh Phục 18:15), thường xuyên thách thức dân chúng chọn sự sống và phước lành thay vì sự chết và rủa sả.[46] Trong thực tế, thách thức cuối cùng của Giô-suê đối với dân chúng 'ngày nay hãy chọn cho mình ai mà các ngươi muốn phụng sự' là thách thức họ chọn sự sống bằng cách kính sợ Đức Gia-vê và phục vụ Ngài với sự chân thành và lẽ thật thay vì đi theo các thần khác (Giôs 24:14–26).

---

42. Đặc biệt xem Sáng 27 và 48. Mặc dù bề ngoài được trình bày như phước lành, tương phản với phước lành của Gia-cốp (27:27–29), nhưng lời công bố về Ê-sau (27:39–40) nghe như lời rủa sả chứ không phải lời chúc phước.

43. Điều đáng chú ý là trong Sáng 26:5 Áp-ra-ham được khen là tuân thủ hoàn toàn ý muốn của Đức Chúa Trời như được bày tỏ tại Si-nai và được Môi-se giải thích trong Phục Truyền. Cách diễn đạt những luật lệ thiên thượng nghe giống Phục Truyền: Áp-ra-ham lắng nghe tiếng Đức Gia-vê và gìn giữ mệnh lệnh (so sánh Phục 11:1), mạng lệnh, luật lệ và chỉ dẫn của Ngài.

44. Ví dụ xem Quan 2:1–5; 6:7–10; 10:10–16; 1 Sa 12:8–15.

45. Xem 2 Vua 17:7–23; 21:10–15; 22:15–17.

46. So sánh suy ngẫm của Đa-ni-ên trong Đa 9:4–16.

Ý Nghĩa Đương Đại

Quốc Gia Y-sơ-ra-ên Hiện Tại. Đây là phân đoạn quan trọng cho những cuộc thảo luận đương đại về mối liên hệ giữa quốc gia Y-sơ-ra-ên với những lời hứa giao ước xa xưa của Đức Chúa Trời. Các khải tượng tiên tri về sự phục hồi Y-sơ-ra-ên theo sau sự đoán phạt dựa trên những lời hứa đời đời không thể thay đổi của Đức Gia-vê (Êxê 34:1–31; 36:16–38; 37:1–28). Tuy nhiên, khải tượng về sự phục hồi Y-sơ-ra-ên mà Môi-se vẽ ra trong Phục Truyền 30:1–10 và được trình bày bởi các tiên tri tiếp theo có ý nói đến một dân tộc được phục hưng, lòng được cắt bì, hoàn toàn tận hiến cho Đức Gia-vê, bước đi trong đường lối Ngài và gìn giữ các điều răn Ngài (30:6–9). Trong Do Thái giáo, từ lâu người ta cho rằng điều Đức Chúa Trời đòi hỏi dân Ngài chủ yếu là vâng giữ Tô-ra - cụ thể là, nhưng không chỉ giới hạn trong những luật ăn uống của *bộ luật về chế độ ăn uống của Do Thái* và việc tổ chức các lễ hội cổ cách đúng đắn. Quan điểm này được phản chiếu trong lời Chúa Giê-xu quở trách các thầy thông giáo và người Pha-ri-si - những người cực kỳ cẩn thận trong việc dâng phần mười bạc hà, hồi hương và rau cần, nhưng lại bỏ qua những vấn đề quan trọng của Tô-ra: sự công bình, lòng thương xót và sự trung tín (Mat 23:23). Quan điểm này cũng được phản chiếu trong một số cuộc trò chuyện của các ra-bi đầu tiên, giống như cuộc trò chuyện sau:

> C. 'Vì nếu họ từ bỏ Ta nhưng vâng giữ Tô-ra của Ta, thì trong khi học Tô-ra, men trong Tô-ra sẽ đem họ quay lại với Ta'.[47]

Tuy nhiên, đây đúng là điều trái ngược với quan điểm Môi-se tán thành trong Phục Truyền. Lòng trung thành trước tiên của Y-sơ-ra-ên phải là đối với Đức Gia-vê, không phải với luật pháp. Vâng theo ý muốn của Đức Chúa Trời phải là sự thể hiện tình yêu trước nhất của một người đối với Chúa. Nếu không, nó sẽ thoái hóa thành chủ nghĩa đạo đức và sự tuân thủ luật pháp. Những người đã được cứu chuộc sẽ xem mối liên hệ của họ với Chúa là đặc ân cao nhất và đáp ứng bằng sự kính sợ và yêu mến, được bày tỏ qua hành động làm Ngài vui lòng và phục vụ vì phúc lợi của người khác. Bắt nguồn từ tình yêu đối với Chúa, từ Si-ôn và Đất Hứa nói chung, chính nghĩa của công chính và bình an phải tuôn tràn ra các nước.

---

[47]. Như được trích dẫn bởi Jacob Neusner trong *Theological Dictionary of Rabbinic Judaism* (Lanham, MD: University Press of America, 2005), 1:219.

Mặc dù sự hiện hữu của quốc gia Y-sơ-ra-ên ngày nay chứng thực cho cam kết đời đời của Đức Gia-vê đối với con cháu Áp-ra-ham về thuộc thể, nhưng dựa trên chính sách ngược đãi của họ và những hành động chống lại người Pa-lét-tin, cả người theo Hồi giáo lẫn Cơ Đốc giáo, thì quốc gia hiện tại không thể là sự ứng nghiệm cho những lời hứa khi xưa. Ngoài ra, vì Tân Ước xem Chúa Giê-xu là Đức Gia-vê, Đấng Cứu Chuộc Y-sơ-ra-ên, nên lòng trung thành với Đức Chúa Trời của Y-sơ-ra-ên phải được thể hiện bằng sự tận hiến với Đấng Christ, vì sự cứu rỗi khỏi tội lỗi và khỏi cơn thịnh nộ của Đức Chúa Trời được tìm thấy trong Đấng Christ, và chỉ trong Đấng Christ mà thôi (Công 4:9–12; Rô 10:1–15; Phi 2:4–11).[48]

Để củng cố các sứ điệp của Phục Truyền 6–8, phân đoạn này nhắc Y-sơ-ra-ên rằng việc chiếm xứ tạo nên bối cảnh và động cơ để quyết định cũng như trở thành phần thưởng cho sự vâng lời.[49] Nhưng nó cũng nhắc các Cơ Đốc nhân người ngoại, những người được ghép vào lời hứa với Y-sơ-ra-ên (Rô 11:11–24), những người được ban mọi phước lành trong Đấng Christ, và những người nhận được cơ nghiệp thuộc linh là tài sản của chính Đức Chúa Trời, để ngợi khen sự vinh hiển Ngài (Êph 1:3–14), rằng bằng chứng của cam kết giao ước là sự tận hiến hết lòng cho Đấng Christ, Đấng Cứu Chuộc chúng ta, được thể hiện qua đời sống vâng phục Ngài. Một mặt, điều này có nghĩa là khước từ tất cả các thần khác và chỉ phục vụ một mình Đấng Christ. Mặt khác, điều này cũng là lời cảnh báo nghiêm túc rằng không có sự bảo đảm đời đời cho những người sống trong tội lỗi. Phao-lô nghĩ đến những bản văn như thế này khi ông trình bày những chọn lựa trong Rô-ma 2:4–13 là phải lắm.

Mỗi ngày là một ngày quyết định. Cuối cùng, như trong trường hợp của người Y-sơ-ra-ên, đối với những ai xưng mình là dân Đức Chúa Trời, thì mỗi ngày là một ngày phải quyết định. Cam kết của chúng ta với Đức Gia-vê không chỉ được lặp lại vào những lúc quan trọng trong cuộc sống, mà là mỗi ngày. Chúng ta không được phép xem các phước lành đi liền với giao ước là chuyện đương nhiên, hay

---

48. Xem thêm, Daniel I. Block, 'Who Do Commentators Say 'the Lord' Is? The Scandalous Rock of Romans 10:13,' trong *On the Writing of New Testament Commentaries: Festschrift for Grant Osborne* (bt. S. Porter và E. Schnabel; Leiden: Brill, 2012), sắp xuất bản.

49. So sánh Millar, *Now Choose Life*, 55–66.

xem chúng như quyền lợi tự nhiên mình được hưởng. Giao ước được Đấng Christ thiết lập đòi hỏi mối liên hệ đặc biệt, đòi hỏi sức lực và sự tận hiến không ngừng. Những lựa chọn mở ra cho người Y-sơ-ra-ên – phước lành và rủa sả - cũng mở ra cho chúng ta, nhưng sao để kinh nghiệm chúng tùy thuộc vào cam kết theo giao ước của chúng ta với Đấng Christ, được thể hiện qua sự vâng phục thực sự.

Cứu Chúa của chúng ta đã minh họa hai con đường này cách sinh động bằng ẩn dụ về cây nho trong Giăng 15. Các nhánh không ở trong Đấng Christ sẽ bị rủa sả. Vì không sinh trái (tức vâng giữ điều răn của Ngài, 15:10), nên chúng bị chặt, bị vứt bỏ và quăng vào lửa (15:6). Ngược lại, những người ở trong Ngài thì kinh nghiệm phước hạnh của Ngài, vì họ ở trong Ngài, nên họ sinh nhiều trái, tức là họ thể hiện cam kết giao ước của mình bằng những hành động vâng phục, và được ban thưởng bằng cách Cha cho họ điều họ ao ước (15:7). Sự vâng lời và phước lành của Y-sơ-ra-ên đem lại vinh hiển lớn lao cho Đức Gia-vê thể nào (Phục 26:19), thì sự vâng phục và phước hạnh của chúng ta cũng đem vinh hiển lớn lao cho Đức Chúa Trời thể ấy (Giăng 15:8).

Phục Truyền Luật Lệ Ký 11:29–32

Ý Nghĩa Nguyên Thủy

Cấu trúc ngữ pháp của câu 29 báo hiệu khởi đầu của một phần mới, dẫu là phần ngắn ngủi.[1] Bây giờ, sự chú ý của Môi-se chuyển từ nghi lễ nhắc lại giao ước trong hiện tại sang sự kiện được biết trước bên kia sông Giô-đanh. Mệnh đề mở đầu nêu bối cảnh thời gian: khi người Y-sơ-ra-ên đến đích của họ. Như thường lệ, Môi-se cẩn thận nói rằng chính Đức Gia-vê đã khiến họ đến được xứ mà họ được dẫn đến (11:29).

Mô tả của Môi-se về nghi lễ hết sức sơ lược, chỉ gồm chín từ trong tiếng Hê-bơ-rơ (11:29b). Hiểu theo nghĩa đen, Môi-se dường như hình dung 'phước lành' và 'nguyền rủa' là vật hữu hình nếu không phải là vật cụ thể phải được đem qua Giô-đanh và gửi trên núi Ga-ri-xim và Ê-banh. Từ đồng bằng Mô-áp chắc chắn ông có thể nhìn thấy hai đỉnh núi đôi, khoảng hơn sáu mươi ki-lô-mét về phía tây bắc. Bản văn khó hiểu này đưa ra nhiều câu hỏi không trả lời được liên quan đến tính chất sự kiện. Những câu hỏi này sẽ không được trả lời cho đến chương 27, mà người biên tập các bài giảng của Môi-se đã thêm vào gần cuối bài giảng thứ hai này.

Địa lý là chìa khóa cho ý nghĩa của những câu này. Sau khi xác định núi Ga-ri-xim và Ê-banh là nơi tổ chức lễ, bằng một câu hỏi tu từ phức tạp (hầu như không được rõ trong hầu hết các bản dịch Anh ngữ, ngoại trừ bản KJV), Môi-se đưa ra phần mô tả ngoằn nghuèo về địa điểm. Đó là nơi đối diện Giô-đanh,[2] qua khỏi con đường theo phía tây từ bờ sông Giô-đanh dẫn đến Si-chem, giữa Ga-ri-xim và Ê-banh, trong xứ của người Ca-na-an, là những người sống trong vùng A-ra-ba đối diện Ghinh-Ganh về phía bắc Giê-ri-cô, gần những cây sồi của Mô-rê. Mặc dù A-ra-ba rõ ràng nói đến đèo thung lũng Giô-đanh chạy

---

1. Cụm từ *wĕhāyâ kî* (nghĩa đen là 'và nó sẽ là') báo hiệu những đơn vị văn chương mới [nhỏ hơn] trong 6:10; 26:1; 30:1; 31:21. So sánh BHRG, 331.
2. Như ở 3:20, 25, quan điểm của Môi-se trong 11:30 và 31 khác với quan điểm của tác giả cho rằng 'ngoài Giô-đanh' là phía đông của Giô-đanh (xem 1:1, 5; 4:41, 46–47).

từ biển Ga-li-lê ở phía bắc đến biển Chết ở phía nam, nhưng phần còn lại của câu này thì không rõ nghĩa.[3]

Cụm từ 'cây sồi của Mô-rê' có thể là chìa khóa để hiểu ý nghĩa của nghi lễ được dặn trước ở đây. Cách nói này chỉ xuất hiện một chỗ khác là Sáng Thế Ký 12:6, đánh dấu địa điểm gần Si-chem mà Áp-ra-ham cắm trại lần đầu tiên khi ông vào xứ. Lúc đó Đức Gia-vê đã hiện ra với ông và xác nhận 'xứ này' là món quà Ngài sẽ ban cho con cháu ông. Trước đó, chúng ta đã lưu ý việc Đức Gia-vê lập giao ước với Y-sơ-ra-ên ở Si-nai, cũng như việc tái lập giao ước đó với thế hệ này trên đồng bằng Mô-áp, tượng trưng cho sự ứng nghiệm lời hứa giao ước của Đức Gia-vê với Áp-ra-ham và con cháu ông rằng Ngài là Đức Chúa Trời của họ và nhận họ là dân giao ước của Ngài (Sáng 17:7). Nhưng đây là những nghi lễ song phương chỉ bao gồm Đức Gia-vê và con dân Ngài. Vì việc phê chuẩn giao ước ở Hô-rếp lẫn nghi lễ tái lập trên đồng bằng Mô-áp đã diễn ra trên vùng đất xa lạ, nên xứ chưa được đưa vào mối liên hệ này. Hình như mục đích của nghi lễ là để hoàn tất tam giác giao ước, dù việc xác nhận cách hiểu này phải chờ đến phần chú giải chương 27.

Trong câu 31, Môi-se tự tin thông báo kết thúc hành trình đối với dân Y-sơ-ra-ên. Họ sắp băng qua Giô-đanh để nhận món quà là xứ từ Đức Gia-vê. Lời nhận xét của ông rằng họ sẽ chiếm xứ và ở mãi mãi trong xứ có vẻ dư thừa, nhưng chúng ta không nên ngạc nhiên nếu chúng ta nhớ rằng Môi-se đang nói với tư cách của mục sư và tư cách cá nhân. Là lời nói của một mục sư, nó nhắc dân Chúa về ý nghĩa của sự kiện diễn ra ngay trước mắt họ: họ sẽ nhận lấy điều Đức Gia-vê ban cho trong ân điển của Ngài.

Còn ở mức độ cá nhân, việc Môi-se quá chú tâm đến chuyện qua sông bộc lộ sự thất vọng cay đắng của chính ông khi không được vào xứ (3:23–26). Với lời ghi chú này Môi-se cũng nhắc lại vai trò của Giô-đanh là biên giới giữa vùng đất xa lạ và Đất Hứa phải được nhận lãnh như món quà. Chúng ta chỉ có thể mường tượng điều mà hai

---

3. Cho rằng Ghinh-ganh là địa điểm nổi tiếng phía bắc Giê-ri-cô (so sánh Giôs 4:19–5:12), và 'cây sồi của Mô-rê' là lùm cây dễ nhận biết trong vùng phụ cận (so sánh Sáng 12:6), có vẻ như Môi-se đang nói đến con đường chạy song song với Giô-đanh, cho đến khi nó gặp 'Đại lộ Hoàng Hôn' (Sunset Boulevard) (Tigay, *Deutoronomy*, 116), theo hướng tây đến Ga-ri-xim và Ê-banh.

chi phái rưỡi đòi nhận vùng bên kia Giô-đanh làm lãnh thổ có thể đã nghĩ đến.

Môi-se kết thúc phần thứ nhất của bài giảng thứ hai (5:1b-11:32) bằng một lời kêu gọi khác cho dân Y-sơ-ra-ên 'ngày nay'. Không có lý do gì để mơ tưởng về tương lai nếu *bây giờ* họ không cam kết hoàn toàn vâng phục các mạng lệnh và luật lệ mà ông truyền cho họ.

Ngữ Cảnh Bắc Cầu

Những câu này liên quan đến nghi thức chỉ thực hiện một lần trong tương lai trên núi Ga-ri-xim và Ê-banh. Mặc dù Môi-se sẽ giải thích thêm về mệnh lệnh tóm tắt này trong chương 27, nhưng Giô-suê là người phải thực hiện những chỉ dẫn này. Theo Giô-suê 8:30–35, sau khi người Y-sơ-ra-ên chinh phục Giê-ri-cô và A-hi, họ tập trung tại hai ngọn núi này, nơi Giô-suê đã hướng dẫn họ cử hành nghi lễ đúng y như Môi-se đã ra lệnh. Khi người Y-sơ-ra-ên tiến đến nơi thiêng liêng này, họ đi lại con đường của tổ phụ Áp-ra-ham (Sáng 12:6–7). Tại cây sồi của Mô-rê, ngay chính nơi Đức Gia-vê đã hiện ra với Áp-ra-ham lần đầu tiên trong Đất Hứa, nơi Ngài đã tuyên bố 'Ta sẽ ban cho dòng dõi ngươi *đất này*', và nơi Áp-ra-ham đã xây bàn thờ đầu tiên. Đó cũng là nơi Giô-suê xây bàn thờ cho Đức Gia-vê.

Với bàn thờ này và nghi lễ kèm theo, người Y-sơ-ra-ên kỷ niệm sự thành tín của Đức Gia-vê khi thực hiện lời Ngài đã hứa nhiều thế kỷ trước, và Đất Hứa được chính thức sáp nhập vào mối liên hệ giao ước ba bên gồm Đức Gia-vê, Y-sơ-ra-ên và xứ. Khi làm như vậy, Giô-suê đặt nền tảng không chỉ cho lời tuyên bố nhận xứ lâu dài, là xứ họ đã nhận lãnh như món quà từ Bá chủ thiên thượng, mà còn cho hy vọng tương lai rằng sau sự trừng phạt cuối cùng là lưu đày khỏi xứ và không còn sự hiện diện của Chúa, ba bên giao ước sẽ tái hợp.[4]

Ý Nghĩa Đương Đại

Phân đoạn này có ý nghĩa sâu sắc đối với Cơ Đốc nhân ngày nay trong hai phương diện cụ thể. Thứ nhất, nó nhắc chúng ta rằng Đức Chúa Trời thành tín; Ngài luôn giữ lời hứa. Ngài đã bảo tồn xứ Ca-na-an cho dân Ngài như một món quà và cơ nghiệp đặc biệt cho họ thể

---

4. Đặc biệt xem những lời tiên tri về sự phục hồi trong Giê 30–33 và Êxê 34; 36–37; và 40–48.

nào, thì Ngài cũng gìn giữ món quà đời đời trên trời cho những người tin Chúa Giê-xu Christ thể ấy (Êph 1:3–14). Cơ nghiệp của chúng ta không phải là mảnh đất trên đất này, mà là một thực tại thuộc linh; chúng ta được chuộc và được ban Thánh Linh làm của cầm về cơ nghiệp để ngợi khen sự vinh hiển Ngài. Giống như mọi ơn phước khác, đây là món quà từ Đức Chúa Trời không do công lao của chúng ta và chúng ta cũng không xứng đáng được nhận.

Phụ Lục theo Câu Kinh Thánh

Sáng Thế Ký

1, 154, 155, 191
1:1, 157
1:1–2:4a, 193
1:14–19, 155
1:20–23, 155
2:2–3, 346
2:3, 193, 195
2:9, 346
2:16–17, 346
2:24, 141
6:1–4, 87, 321
6:6–9, 118
6:12, 207
6:13, 207
6:17, 207
6:19, 207
7:4, 333
7:23, 333
8:22, 340
9, 313
9:5, 217
9:6, 196
9:12, 194
9:13, 194
9:17, 194
12:2, 142, 276, 346
12:2–3, 143
12:3, 346
12:6, 352
12:6–7, 353
13, 131
13:16, 209
13:17, 341
14:5, 102
14:18–22, 249
15, 129
15:5, 81
15:6, 234
15:7–17, 78
15:7–21, 48, 70
15:16, 288
15:18, 341
16:13, 249
17, 320
17:1, 249
17:1–8, 249
17:2, 251
17:7, 50, 161, 171, 184, 352
17:7–8, 81
17:7–10, 161
17:8, 334
17:20, 276, 347
18:18, 142, 143
18:19, 183
18:25, 81
19:30–38, 97, 100
20:7, 305

21:33, 249
22, 346
22:1, 232, 232
22:12, 268
22:17, 81, 209, 251
22:18, 143
24:1, 276, 347
24:35, 347
25:11, 276, 347
26:3, 48
26:3–5, 347
26:4, 81, 143, 251
26:5, 324, 347
26:12–14, 276, 347
26:14, 156
26:24, 251, 306
26:29, 276
27, 347
28:3, 249, 251
28:14, 143, 209
30:1, 252
30:27, 346
30:30, 346
32:12, 251
34:16, 245
35:11, 249, 251
36, 97
36:11, 89
36:15, 89
36:20–30, 99
36:42, 89
39:5, 346
39:6, 99

39:8, 99
39:9, 196
43:18, 294
46:3, 142
46:26, 324
48:4, 251
49, 47

Xuất Ê-díp-tô Ký

1:1–7, 81
1:5, 324
2:24, 160
3:2–3, 156
3:3–5, 125, 305
3:6, 170
3:6–8, 70, 334
3:8, 127, 209, 286
3:12, 81, 151
3:13–15, 125
3:17, 209
3:20, 101
4:23, 81
5:5–11, 109
5:20–23, 297
6:1–8, 286
6:2–7, 305
6:2–8, 48, 70, 228, 250
6:4, 160
6:6, 248
6:6–8, 81
6:7, 155
6:8, 334
7:4–5, 101

9:3, 101
9:15, 101
12:12–13, 233
12:26–27, 230
12:41, 79
12:43–51, 320
12:48, 322
12:49, 47
13:1–16, 219
13:3, 101
13:5, 209
13:9, 101, 218, 218, 220
13:11, 228
13:12, 251
13:14, 101
13:16, 101, 218, 220
13:21, 88
14, 332
14:14–15, 256
14:15, 295
14:25, 88
15:1–12, 332
15:4, 332
15:6, 101
15:9, 101
15:12, 101
15:13, 248
15:25, 232, 295
15:26, 252
16, 204
16:1, 70
16:3, 101, 208
16:4, 267

16:15, 268, 277
16:22–30, 194
16:23–30, 193
16:31–35, 277
16:31, 277, 278
16:33, 277
16:35, 277, 277
17:1–7, 296
17:6, 274
17:7, 229
17:8–16, 98
18, 78
18:1, 202
18:10, 101
18:21, 79
18:22, 80
19:19–24, 184, 343
19, 343
19:1, 70
19:4, 151, 170
19:4–5, 234, 247
19:4–6, 204
19:5, 194, 247
19:6, 260, 261
19:7, 343
19:8, 290, 299, 343, 343
19:16, 150
20, 34
20:1–17, 187, 343
20:2, 238
20:5, 191
20:6, 222
20:8, 193

20:8–11, 189, 190, 193
20:10, 205
20:11, 195, 204
20:16, 197
20:17, 197
20:18, 151
20:20, 232
20:22–23:19, 343
21:16, 196
21:17, 195
22:21, 323
22:30, 194
23:8, 322
23:9, 323
23:17–31, 342
23:20–23, 243
23:20–33, 243
23:24, 296
23:25–26, 250
23:27, 108
23:27–28, 230
23:28, 255
23:30, 256
23:31, 341
23:33, 253
24:3, 290, 299
24:7, 290, 299
24:8, 163, 299
24:9–11, 290
24:10–11, 170
24:12, 47, 72, 152, 199
24:12–18, 199, 290
24:16–18, 293

24:17, 156
25:10, 308
28:33–34, 272
28:36–39, 219
29:39, 252
31:13, 306
31:14–15, 194
31:16–17, 162, 194, 313, 340
31:17, 195, 205
31:18, 152, 199, 199, 290
32, 133, 292, 297, 311, 313, 333
32:1, 199, 290, 305
32:4, 297, 300
32:5, 300
32:7–8, 291
32:7–10, 291
32:8, 290, 292
32:9, 288
32:9–10, 291
32:10, 291, 292
32:11, 101, 303
32:11–14, 303, 304
32:12, 304, 306
32:13, 81, 251, 304, 306
32:14, 295, 304, 313
32:15, 199
32:15–16, 152, 199
32:15–20, 293
32:19, 199
32:20, 296
32:21–24, 309
32:25–29, 309
32:28, 199

32:29, 199
32:30–34, 125
32:32, 311
32:32–33, 289
33, 135
33:3, 209, 288
33:5, 288
33:13, 267
33:15, 199
33:18–34:8, 321
33:20–23, 170
34, 307, 312
34:1, 199
34:1–4, 307
34:4a, 199
34:6–7, 125, 192
34:7, 191, 217
34:12, 193
34:13, 246, 246, 296
34:24, 341
34:28, 152, 189, 307
34:29, 199
35:2, 194
35:3, 193
35:30–36:1, 308
39:24–26, 272
40:17, 70

Lê-vi Ký

7:1, 47
8:35, 324
9:22, 310
11:44, 327
16:11, 217
16:11–14, 308
18:5, 235, 236
18:20, 196
18:24–25, 196
18:24–30, 288
18:30, 324
19, 201
19:1, 194
19:2, 327
19:3, 195
19:15, 80, 83, 321
19:18, 34
19:33–34, 323
19:34, 34
20:7, 327
20:9, 195
20:23, 288
20:24, 209
21:11, 217
22:9, 324
22:27–28, 194
24:8, 162, 194, 313, 340
25:23, 335
25:55, 305
26, 118, 159, 160, 347
26:1–13, 250, 276
26:3–6, 336
26:4, 338
26:9, 251, 336
26:12, 155
26:14–39, 162
26:30, 296

26:41, 162, 320
26:42, 160
Dân Số Ký
1:1, 70
1:1–2, 324
1:46, 79
1:53, 324
2, 103
2:32, 79
3:7, 324
3:28, 324
3:32, 324
3:38, 324
6:24–26, 310
8:26, 324
9:1, 70
9:19, 324
9:23, 324
10:11–13, 78
10:11, 77
10:33–36, 88
11:1–3, 229, 296
11:1–9, 275
11:2, 295
11:4–34, 296
11:6, 277
11:7, 277, 278
11:9, 277
11:29, 208
11:33, 229
12:11, 70
13:1–2, 86

13:4–16, 86
13:13–14, 70, 86, 89, 93, 295
13:21–24, 86
13:22, 87
13:27, 209
13:28, 87
13:30, 89, 93, 94
13:30–33, 87
13:33, 87
14, 133
14:3, 303
14:5–10, 89
14:8, 209
14:8–9, 94
14:9, 93, 94
14:11, 291
14:12, 89, 341
14:13–19, 303, 304
14:13–20, 295
14:14, 88, 304
14:15–16, 304
14:16, 303
14:17–19, 304
14:18, 191
14:22, 229
14:24, 89, 94
14:27–35, 99
14:36–38, 87
14:44, 90
14:45, 91
15:32–36, 193, 194
16:13, 209
16:14, 209

16:32, 333
18:1–6, 310
18:4, 324
18:7, 310
18:15, 207
19:14, 47
20, 90
20:1–12, 125
20:1–13, 127
20:2–13, 89
20:7–11, 274
20:9–11, 127
20:14–17, 108
20:14–21, 98, 109
20:19, 109
20:22–29, 295
21, 255
21:7–9, 295
21:7, 305
21:13, 101, 107
21:21–32, 108
21:28, 100
21:29, 100
22:22–24, 109
22:22–25, 101
22:3–4, 98
22:3, 108
22:36, 100
23:28, 128
25, 333
25:1–9, 128, 141
25:3, 128, 141
25:5, 128

25:18, 128
26:52–56, 121
27:12–14, 125
27:17, 47, 70
27:19, 124
27:23, 124
27:27–32, 124
28:9–10, 194
31:16, 128
31:30, 324
31:47, 324
32, 121, 123
32:1–5, 122
32:11–12, 89
32:12, 89
32:39, 122
33, 309
33:16–37, 77
33:38, 70
33:52, 296
34, 341
35:6–34, 179
35:9–34, 179
35:16–34, 196
36:13, 181

Phục Truyền Luật Lệ Ký

1, 289
1:1, 40, 69, 351
1:1–3, 139
1:1–4, 75
1:1–5, 39, 40, 47, 55
1:1–4:43, 55

1:1–11, 45
1:3, 44, 69, 71
1:4, 111
1:5, 70, 71, 351
1:6, 76
1:6–8, 46, 72, 76, 78, 82
1:6–18, 55, 137
1:6–2:1, 55
1:6–3:29, 75, 76, 77
1:6–4:40, 39, 55, 75
1:7, 85, 341
1:7–8, 75
1:8, 51, 75, 78, 85, 160, 161, 228, 275, 288
1:9, 77, 79
1:9–10, 82
1:9–12, 78, 79
1:9–15, 53
1:9–18, 72, 78
1:9–3:29, 46
1:10, 79, 324
1:11, 79
1:12, 79
1:13, 79
1:13–15, 79
1:14, 88
1:15, 76, 79
1:16, 76, 77, 80, 323
1:16–17, 322
1:16–18, 79
1:17, 80, 92
1:18, 76, 77
1:19, 55, 75, 85, 88, 92

1:19–33, 93
1:19–40, 184
1:19–46, 76
1:19–3:17, 72
1:20, 75, 76
1:20–21, 85
1:20–46, 55, 85
1:21, 75
1:22, 76, 87, 110
1:22–23, 85, 92
1:22–33, 86
1:22–45, 333
1:23, 76, 86
1:24–25, 86
1:25, 92
1:26, 76, 93, 289, 296
1:26–27a, 86
1:26–28, 253
1:26–33, 86
1:26–40, 93
1:26–45, 86
1:26–46, 75
1:27, 75, 76, 87, 93, 108
1:27b–28, 87
1:28, 76, 77, 87, 87, 92, 93, 93, 114, 128, 244, 287, 287
1:29, 76, 77, 87, 93, 94
1:30–31, 87
1:30–33, 49, 75, 93
1:30, 75, 88, 92, 333
1:31, 76, 92, 270
1:32, 77, 93, 94, 296
1:32–33, 88

1:33, 92
1:34, 76, 92
1:34–40, 85, 88
1:35, 75, 77, 88, 89, 160, 161
1:35–36, 93
1:36, 75, 89
1:37, 38, 73, 75, 76, 89, 125, 127, 155
1:37–38, 153
1:38, 89, 127
1:40, 90
1:41, 49, 76, 93
1:41–45, 85
1:41-2:1, 90
1:42, 38, 75, 76, 115
1:43, 76, 77, 90, 289
1:44–45, 91
1:45, 92
1:46, 85
2:1, 55, 91, 111
2:1–19, 72
2:2, 38, 76
2:2–3, 97
2:2–7, 97, 98
2:2–8a, 97, 98
2:2–23, 55
2:2–3:29, 55, 97
2:4, 76, 97, 98
2:4–6, 108
2:5, 75, 97, 100, 108
2:7, 75, 76, 77, 98
2:8, 97, 99, 100, 111
2:8b-9, 100
2:8b-15, 97, 100

2:9, 75, 97, 100, 102, 108
2:10–11, 87, 287
2:10–12, 40, 97, 99, 100, 309
2:12, 97, 99, 105, 341
2:13, 97, 100, 101, 111
2:14, 77, 91, 97
2:14–15, 101
2:14–16, 91
2:16–17, 101
2:16–23, 101
2:16–24a, 97
2:17–19, 97
2:18, 97, 100
2:18–19, 101, 111
2:18–19, 107
2:19, 75, 97, 102, 107, 108
2:20–21, 101
2:20–22, 100
2:20–23, 40, 97, 99, 101, 102, 107, 309
2:21, 97, 100, 102, 341
2:22, 40, 97, 99, 102, 105, 341
2:24, 97, 107, 111, 115
2:24–25, 107
2:24–37, 107
2:24–3:11, 55, 76, 257, 262
2:25, 116
2:26, 76
2:26–3:11, 255
2:29, 109
2:30, 76, 115, 128
2:30–31, 116
2:31, 38, 76
2:31–37, 109

2:32, 111
2:32–37, 109
2:33, 116
2:33–34, 110
2:34, 77
2:36, 111, 112, 116
2:36–37, 110
2:39, 75
3:1, 113
3:1–7, 107
3:1–11, 111
3:2, 38, 76, 111
3:3, 110, 112, 116
3:3–7, 112
3:3–10, 110
3:4, 77
3:5, 112
3:6, 244
3:6–7, 112
3:8, 77, 112
3:8–11, 107
3:9, 40, 100, 182, 309
3:10, 113
3:11, 40, 41, 100, 309
3:12, 77, 121, 122
3:12–17, 121, 123, 131
3:12–29, 55
3:13, 100, 121, 122
3:13b–14, 40, 122, 309
3:14, 40
3:15, 121, 122
3:16, 121, 122
3:16–17, 122

3:18, 76, 77, 121, 128
3:18–20, 121, 123, 129
3:18–22, 76, 121
3:19, 134
3:20, 75, 124, 134, 351
3:21, 76, 77, 121, 333
3:21–22, 121, 121, 124, 130
3:22, 88
3:22–24, 134
3:23, 76, 77, 121, 125
3:23–26, 90, 271, 352
3:23–28, 72, 121
3:23–29, 125, 131, 313
3:24, 75, 125, 332
3:24–26, 74
3:24–28, 75
3:25, 125, 351
3:26, 38, 73, 75, 76, 125, 153, 155
3:26–28, 127
3:28, 130
3:29, 121, 128, 137, 141
4, 137, 138, 139, 317
4:1, 72, 74, 75, 137, 138, 139, 157, 181, 183
4:1b, 140
4:1–5, 75, 268
4:1–8, 46, 55, 75, 137, 139, 169
4:1–31, 139
4:1–40, 55, 75
4:2, 43, 140, 141, 187
4:2–5, 141
4:2–8, 140
4:3, 128, 128, 137, 333

4:3–4, 141, 209

4:4, 138, 320, 323

4:5, 70, 74, 137, 138, 139, 141, 181

4:6, 40, 141, 183

4:6–8, 35, 51, 141

4:7, 49, 138

4:7–8, 142

4:8, 70, 71, 132, 138, 138, 139, 181, 194, 232, 342

4:9, 149, 149, 150, 158, 209, 227, 333

4:9b, 149, 150

4:9–10, 137

4:9–14, 75, 149, 150, 324

4:9–24, 72

4:9–31, 46, 49, 55, 75, 139, 163, 169

4:10, 70, 74, 138, 150, 151, 171, 209, 290

4:10–11, 150, 151

4:10–14, 150, 202

4:11, 150, 151

4:11–12, 150, 293

4:11–15, 171

4:11–16, 137

4:12, 158, 290

4:12–14, 150

4:13, 44, 113, 138, 149, 152, 182, 189, 199, 290

4:14, 70, 74, 77, 138, 139, 153, 181

4:15, 149, 150, 154, 157, 158, 209, 290, 293, 294

4:15–19, 153, 191, 339

4:15–24, 75, 138, 149, 153, 166

4:16, 149

4:19, 137, 149, 154, 155, 276, 276

4:20-24, 153

4:20, 138, 153, 155, 156, 209

4:20–28, 137

4:21, 38, 51, 73, 75, 125, 137

4:21–22, 76, 153, 155

4:21–26, 75

4:23, 137, 138, 149, 159, 209, 227

4:23–24, 153, 156, 293

4:24, 49, 76, 137, 149, 191, 229, 287, 293

4:24–25, 51

4:25, 76, 137, 149, 150, 230, 295

4:25–28, 52, 119, 157, 162

4:25–31, 149, 157, 268

4:26, 51, 138, 159, 276, 276

4:26–28, 159

4:26–31, 47

4:27, 159

4:28, 142, 158, 207, 276, 279

4:29, 137, 158, 158

4:29–31, 157, 161, 242

4:29–40, 137

4:30, 158, 162

4:31, 49, 52, 138, 149, 159, 161, 305, 340

4:32, 169, 256, 312

4:32–33, 75

4:32–34, 169, 231

4:32–36, 49

4:32–38, 75

4:32–39, 49, 138

4:32–40, 46, 50, 55, 126, 132, 139, 169, 173, 174, 177, 267, 324, 331
4:33, 150, 171, 293
4:34, 126, 137, 170, 171, 231, 254, 332, 333
4:35, 48, 138, 169, 170, 171, 172, 215, 249, 267, 321
4:35–39, 169
4:36, 138, 150, 290, 293
4:36–38, 169, 171
4:36–39, 75
4:37, 46, 49, 75, 138, 139, 171, 216, 248, 322
4:38, 138, 287, 341
4:38–40, 75
4:39, 48, 138, 169, 172, 215, 249, 267, 321
4:39–40, 76
4:40, 75, 138, 169, 172, 173, 208, 209, 333
4:41, 137, 351
4:41–43, 55
4:41–5:1, 40, 55, 181
4:42, 195
4:43, 113
4:44, 70, 181
4:44–45, 72
4:44–26:19, 181, 201
4:44–29:1, 55
4:45, 138, 139, 181, 184, 230
4:45–26:19, 285
4:46, 128, 181
4:46–47, 351
4:46–49, 182
4:48, 182
5, 34
5:1, 70, 72, 137, 138, 139, 181, 182, 209, 213, 271
5:1b–5, 56, 182
5:1–22, 49
5:1b-32, 182
5:1-6:3, 182
5:1–11:32, 343, 353
5:1-26:19, 39, 55
5:2, 138
5:2–3, 183
5:2–5, 183, 184
5:3, 138, 183, 184
5:4, 184
5:4–5, 38, 150, 293
5:4–5, 184
5:5, 77, 184
5:5–11, 181, 182, 183, 343, 343
5:6, 138, 188, 203, 227, 274
5:6–21, 72, 187
5:6–22, 56
5:6–6:3, 55
5:7, 157, 189, 191, 276
5:7–8, 138
5:7–10, 190, 191, 192
5:7–10, 189
5:7–11, 189
5:7–21, 188
5:8–10, 189, 191
5:9, 49, 191, 192, 276
5:10, 191, 192, 222, 250, 250
5:11, 190, 192, 218, 253

5:12, 187, 193
5:12–15, 189, 190, 193
5:13–14, 193
5:13, 193
5:14–15, 323
5:15, 126, 138, 149, 193, 194, 332
5:16, 187, 190, 195
5:16–21, 189
5:17, 190, 191, 195
5:18, 190, 196
5:19, 190, 196
5:20, 197
5:21, 189, 190, 197, 198, 332
5:22, 150, 184, 187, 188, 189, 198, 199, 290, 308
5:22–26, 293
5:22–27, 138, 324
5:22–33, 185
5:23–27, 207
5:23–6:3, 56
5:24, 207
5:25–26, 207
5:26, 150
5:27, 207
5:28, 234
5:28–29, 210
5:28–31, 207
5:28–32, 207
5:29, 151, 172, 183, 211, 228, 268
5:31, 70, 138, 139, 181, 192, 249, 334
5:32–33, 208
5:32–6:3, 207, 208
5:33, 267

6, 18, 266, 338
6:1, 38, 70, 72, 138, 139, 157, 181, 192, 208, 249, 334
6:1–2, 208, 209
6:1–11:32, 201
6:2, 151, 228
6:3, 183, 198, 208, 209, 271, 334
6:3–4, 241
6:4, 46, 49, 137, 182, 213, 214, 215, 216, 242, 276, 323
6:4–5, 21, 35, 138, 187, 192, 208, 214, 218, 218, 221, 225, 276, 340
6:4–9, 18, 51, 56, 72, 219
6:4–11:32, 56, 213
6:4–8:20, 56, 182, 213, 214
6:5, 34, 216, 222, 266, 323, 324, 339
6:5–19, 46
6:6, 218, 270
6:6–8, 213, 349
6:6–9, 39, 71, 217, 223, 339
6:7, 214, 218, 339
6:9, 219, 250
6:10, 161, 227, 230, 244, 351
6:10–11, 227, 242, 334
6:10–12, 338
6:10–14, 246
6:10–15, 49, 265, 336
6:10–19, 56, 213, 227
6:10–25, 56, 227
6:10–8:20, 56
6:10b–11, 271
6:10–12, 227
6:11, 227

6:12, 149, 227, 273

6:13, 151, 228, 276, 323

6:13–19, 228

6:13–14, 266

6:14, 191, 228, 229, 276

6:15, 49, 49, 156, 229, 255, 339

6:16, 229

6:18, 229, 230

6:18–19, 230

6:19, 230

6:20, 138, 139, 181, 213, 230, 231, 234, 253, 288

6:20–25, 35, 48, 49, 51, 56, 72, 93, 227, 230, 233, 239

6:21, 126, 231, 332

6:21–23, 138, 234

6:21–25, 213, 230

6:22, 173, 231, 244, 254, 332

6:23, 231

6:24, 151, 172, 228

6:24–25, 231, 279

6:25, 50, 138, 183, 208, 232, 234, 334

6:26, 242

7, 114, 241, 242, 243, 257, 258, 259, 262, 263, 265

7:1, 118, 258, 259, 287, 287

7:1–2a, 243

7:1–5, 253

7:1–6, 242

7:1–11, 72

7:1–16, 56, 243, 253

7:1–26, 46, 56, 227

7:2, 110, 138, 243, 254, 255

7:2b-5, 244, 245

7:4, 191, 229, 246, 253, 276, 339

7:4–11, 258

7:5, 246, 296

7:6, 49, 50, 138, 242, 247, 260

7:6–8, 46, 50, 247, 249, 319

7:7, 49, 138, 143, 247, 248, 251, 288, 298

7:7–8, 227, 242, 248, 260

7:8, 49, 87, 126, 138, 247, 248, 305, 332

7:8–10, 267

7:9, 49, 138, 222, 250, 253, 255, 321

7:9–10, 242, 249, 250

7:9–15, 249

7:10, 250

7:11, 138, 139, 181, 192, 208, 242, 249, 258, 334

7:11–12, 249, 250

7:11–16, 52

7:12, 138, 162, 249, 250, 258

7:12b-13a, 249

7:12–16, 72, 243, 250, 276

7:13, 49, 87, 138, 161, 251, 251, 252, 258, 338

7:13b-14a, 251

7:13–15, 250, 251

7:14, 252

7:14-15, 251, 252

7:15, 258

7:16, 253, 257, 259, 276

7:17, 244, 253, 287

7:18, 149, 254

7:18b–19, 254

7:17–24, 49, 243, 263
7:17–26, 56, 243, 253
7:18b–20, 254
7:18–24, 254
7:18–26, 253, 254
7:19, 126, 138, 170, 173, 254, 332, 333
7:19–24, 342
7:20, 254
7:21, 49, 138, 254, 255, 321
7:21–24, 255
7:22, 255, 256
7:22–24, 255
7:23, 255, 256
7:24, 209, 255, 256, 259, 291, 342
7:24–25, 261
7:25, 257, 258, 296
7:25–26, 72, 119, 243, 254, 256
7:26, 257, 259
8, 233, 237, 265, 266, 338
8:1, 208, 266, 270, 273, 334
8:1–2, 227
8:1–10, 56, 266
8:1 20, 56, 265
8:2, 149, 265, 267, 270, 276, 280
8:2–3, 229, 268
8:2–5, 265, 266
8:3, 267, 268, 269, 274, 275, 277, 278, 279, 287
8:3–5, 99
8:4, 268, 277
8:5, 92, 171, 221, 256, 267, 270, 312, 332
8:6, 151, 265, 266, 267, 271, 273, 278

8:6–9, 266, 270
8:6–10, 270
8:6–20, 336
8:7, 271, 335
8:7–9, 276, 334
8:7–10, 265
8:7–14, 49
8:8, 251, 271, 272
8:9, 271, 272, 273
8:10, 227, 266, 270, 271, 273, 280
8:11, 149, 265, 266, 273, 276, 280
8:11–12, 291
8:11–17, 265, 273, 275
8:11–20, 56, 72, 273
8:12, 227, 266
8:12–13, 275
8:12–16, 280
8:12–17, 273
8:14, 138, 149, 265, 274, 275, 276
8:15, 85, 92, 274
8:15–16, 49
8:16, 274, 275, 277
8:17, 266, 274, 275, 280, 287, 289, 338
8:17–18, 298
8:17–20, 52
8:18, 138, 150, 162, 253, 265, 275, 276, 286, 288
8:18–21, 266
8:19, 149, 191, 265, 280
8:19–20, 119, 265, 266, 275, 276
8:20, 270
8:32, 209
9, 303, 307, 311, 339

9:1, 137, 182, 213, 285, 286, 307
9:1–3, 286
9:1–6, 56, 285, 286
9:1–23, 50
9:1–24, 56, 234
9:1–10:11, 56, 285
9:1–11:32, 182, 285
9:2, 87
9:3, 49, 150, 286, 293
9:4, 286, 287, 288
9:4–5, 341
9:4–6, 286, 288, 289
9:5, 228, 253, 286, 287
9:6, 285, 286, 288, 320
9:7, 150, 285, 286, 289
9:7–21, 184, 289
9:7–24, 56, 289
9:7–10:11, 285
9:8, 286, 290
9:8–10, 289
9:8–21, 289
9:9, 199, 290, 294, 311
9:9–10, 285
9:9–11, 290
9:9–24, 286
9:10, 150, 199, 202, 253, 290, 293
9:11, 199, 290
9:11–17, 285
9:12, 267, 291, 291, 294, 305
9:12–14, 291
9:13, 288, 291
9:14, 291, 292
9:13–14, 291, 293

9:15, 150, 199, 290
9:15–17, 293
9:15–21, 292
9:16, 252, 267, 291, 292, 293, 294
9:17, 199, 333
9:18, 230, 310
9:18–19, 293, 294, 303, 304
9:18–21, 285
9:19, 293, 304, 306
9:19–20, 74, 125
9:20, 77, 293, 295
9:21, 150, 252, 292, 293, 295
9:22, 229, 275, 289
9:22–24, 296
9:23, 86, 289, 296
9:24, 74, 289
9:25, 310
9:25–26, 125, 304
9:25–29, 56, 56, 293, 294, 303, 304
9:25–10:5, 285
9:26, 125, 126, 248, 303, 305, 332
9:26–29, 304
9:27, 228, 304, 305, 306
9:28, 303, 304
9:29, 304, 332
10, 297, 303
10:1, 77, 199, 307, 308, 309
10:1–2, 307
10:1–4, 44, 312
10:1–5, 304, 307
10:1–11, 56, 307
10:2, 187, 199, 307
10:3, 199, 307, 308

10:3–5, 308
10:4, 150, 152, 187, 189, 199, 202, 307, 308
10:5, 153, 187, 199, 309
10:6, 157, 295, 309
10:6–7, 309
10:6–9, 307, 309
10:8, 40, 77, 309, 310, 315
10:8–9, 309
10:10, 40, 307
10:10–11, 285, 307, 309, 310
10:11, 161, 227, 229, 285, 311
10:12, 128, 137, 138, 222, 228, 267, 317, 318, 319, 323, 324, 341
10:12–11, 46
10:12–13, 51, 138, 151, 317, 323
10:12b–15, 317, 318
10:12–21, 35
10:12–22, 72
10:12–11:1, 51, 56, 285, 317, 326
10:13, 230
10:14, 319
10:14–15, 194
10:15, 49, 138, 248, 318, 319, 322
10:15–19, 87
10:16, 211, 297, 320
10:16–19, 319
10:16–20, 50
10:16–21, 35
10:17, 49, 81, 83, 171, 221, 230, 255, 319, 321, 322
10:17–18, 320
10:18, 49, 138, 322, 323

10:18–19, 73, 194, 228
10:19, 323
10:20, 138, 141, 151, 228, 323
10:20–22, 323
10:21, 323, 324, 333
10:21–23, 231
11, 18, 51
11:1, 34, 72, 138, 172, 222, 317, 318, 324, 347
11:2, 126, 331, 332
11:2–7, 57, 285, 331
11:2–28, 56, 331
11:3, 173, 331, 332
11:3–6, 332
11:4, 332
11:5, 332, 333
11:6, 332, 333
11:7, 331, 332, 333
11:8, 208, 331, 333, 334, 340, 341
11:8b–9, 334
11:8–12, 333, 334, 337
11:8–15, 52
11:8–16, 340
11:8–25, 285, 333
11:8–28, 57, 331, 333
11:9, 161, 209, 334, 344
11:9–11, 344
11:9b–12, 334
11:10, 334
11:11, 335
11:12, 51, 335, 344
11:13, 34, 222, 334, 341
11:13–15, 336, 337

11:13–21, 219, 333, 336
11:14, 338
11:14–15, 337, 342
11:14–17, 342, 344
11:15, 227, 338
11:16, 191, 339, 342
11:16–17, 52, 336, 338, 339, 342
11:17, 229, 339
11:18–21, 39, 71, 339, 340, 340
11:18–27, 72
11:19, 218
11:21, 161, 340
11:22, 138, 141, 208, 222, 267, 323, 334, 341
11:22–25, 333, 340
11:23a, 341
11:23–25, 230, 341
11:24, 341
11:26–28, 331, 333, 336, 342
11:26–32, 285
11:27, 342
11:28, 72, 191, 267, 342
11:29, 351
11:29–32, 57
11:30, 351
11:31, 274, 351, 352
11:31–32, 138
11:32, 139, 181, 183, 342
12, 34, 44
12:1, 72, 138, 139, 181
12:1–26:19, 57, 201
12:1–29:1[28:69], 182
12:2, 57

12:2–14:21, 57
12:5, 50
12:8, 230
12:10, 124, 274
12:11, 50
12:12–18, 181
12:12–26, 37, 45, 344
12:12–28, 182
12:15–28, 57
12:19, 274
12:20–28, 72
12:25, 230
12:29–13, 72
12:29, 274, 341
12:29–13:18, 57
12:30, 253
12:31, 257
12:32, 43
13:1, 157
13:2, 173, 191, 342
13:2–5, 138
13:3, 34, 222
13:4, 141, 151, 228, 323
13:5, 248, 267
13:6, 191, 342
13:13, 191, 342
13:14, 257
13:15–17, 244
13:18, 230
14, 238
14:1–21, 57, 72
14:1, 50, 219
14:2, 50, 138, 247, 248, 260

14:4, 252
14:21, 260
14:22–29, 57, 72
14:23, 151, 172
14:23–24, 50
14:26, 251
14:29, 227, 323
14:22–15:18, 57
15:1–11, 57
15:1–18, 57, 73
15:5, 334
15:5–6, 252
15:12–18, 57
15:15, 149, 248
15:19–23, 57
15:19–16:17, 57
16:1–8, 57
16:1–17, 57, 72
16:3, 149
16:6–7, 50
16:9–12, 57
16:11, 194
16:11–14, 323
16:12, 149
16:13–15, 58
16:16–17, 58
16:18, 53, 79
16:18–19, 73
16:18–17:13, 58
16:18–18:22, 49, 58, 72
16:19, 83, 143, 322
16:20, 50, 143
17:2, 230

17:2–13, 73
17:3, 191
17:4, 257
17:9, 310
17:11, 70
17:14, 274
17:14–20, 58, 72
17:14–18:22, 53
17:15, 50
17:18, 33, 70, 310, 310
17:18–20, 39, 71, 269
17:19, 46, 70, 151, 228
17:19–20, 270
17:20, 274, 334
18, 310
18:1, 310
18:1–8, 58
18:5, 50, 172, 310
18:7, 150, 310
18:9–22, 58
18:12, 288, 341
18:15–22, 236
18:15, 34, 70, 140, 347
18:16, 138, 150, 202
18:20, 191
19:1, 341
19:1–13, 58, 179
19:1–21:9, 58
19:2, 195
19:4, 195
19:6, 195
19:9, 172, 222, 267, 334
19:14, 73

19:15–21, 58, 73
19:18, 197
20, 241, 257
20:1–20, 58, 72
20:3, 137
20:5, 79
20:10–15, 108
20:10–18, 118
20:15–18, 242, 243
20:17, 253
20:18, 243
20:19–20, 73
20:20, 40
21:1–9, 58
21:5, 50, 310
21:8, 248
21:9, 230
21:10–14, 58, 73
21:10–23, 58
21:15–17, 58
21:18–21, 58
21:22–23, 58
22:1–11, 73
22:1–12, 58
22:1–30, 58
22:2, 335
22:6–7, 194
22:8, 48
22:10, 194
22:13–21, 58
22:13–30, 73
22:17–22, 267
22:22–30, 59

22:24–25, 129
23:1–8, 59
23:1–14, 59
23:5, 49, 87, 138
23:6, 336
23:9–14, 59, 72
23:14, 138
23:15–25, 59
23:31, 42
24:1–4, 59
24:1–5, 73
24:4, 40
24:5, 59
24:7, 196
24:6–25:16, 59
24:8, 310
24:9, 149
24:13, 232
24:14, 253
24:14–15, 323
24:17, 83
24:17–18, 323
24:17–22, 73
24:18, 138, 149, 248
24:19, 42, 150
24:19–22, 73, 323
24:22, 149
25:4, 194
25:5–12, 73
25:13–16, 73
25:17–19, 59
25:17, 149
25:19, 124, 149

26:1, 274, 351
26:1–11, 59
26:1–15, 59, 72
26:3, 161
26:3–11, 273
26:5–11, 93
26:6–8, 138
26:8, 126, 173, 332, 332
26:9, 209, 334
26:11–13, 323
26:11, 194
26:12–15, 59
26:12, 227
26:13, 149, 334
26:15, 209, 334
26:16, 139, 181
26:16–18, 138
26:16–19, 49, 50, 59, 252
26:17, 72, 181, 267
26:18, 50, 138, 247
26:18–19, 247
26:19, 49, 50, 82, 101, 143, 181, 258, 260, 277, 323, 350
27, 181, 351, 352, 353
27:1–8, 39, 59, 71
27:1–10, 39
27:1–11, 40
27:1–26, 52, 59
27:1, 138, 334
27:3, 70, 209, 334
27:8, 70
27:9, 137, 138, 310
27:9–10, 59

27:9–26, 59
27:10, 138
27:11–26, 59
27:12, 347
27:14, 310
27:14–26, 72
27:18–23, 124
27:19, 323
27:25, 322
27:26, 70
27:27–29, 347
27:39–40, 347
28, 44, 51, 118, 159, 342, 347
28:1, 42, 138, 143, 181
28:1–14, 52, 59, 72, 209, 230, 232, 276
28:1–29, 181
28:1–29:1, 59, 39
28:4, 251
28:8, 42
28:9, 50, 138, 260, 267
28:9–10, 143
28:9–19, 42
28:11, 161
28:12, 338
28:12–14, 252
28:14, 191
28:15, 138
28:15–26, 52
28:15–68, 59, 72, 119, 162
28:18, 251
28:23, 339
28:29–33, 172
28:36, 191

28:51, 251
28:58, 151
28:58–61, 71
28:60, 252
28:64, 191, 342
28:67, 208
28:58–61, 39, 70
29:1, 47, 60, 181
29:1–2, 40
29:1–30:20, 60
29:2, 60, 60, 333
29:2–13, 60
29:2–30:20, 39, 60
29:3, 173, 332
29:10–13, 47, 60, 312
29:12, 251
29:13–14, 291
29:13, 138, 228
29:14–28, 60
29:14–29, 39, 71
29:14, 251
29:20, 229, 293
29:21, 70, 251
29:23, 229
29:26, 191, 342
29:27, 229, 339
29:29, 60, 70
30:1, 336, 351
30:1–10, 47, 52, 60, 242, 312, 340, 348
30:6, 34, 35, 94, 211
30:6–8, 320
30:6–9, 51, 348
30:6–10, 162

30:8–11, 39, 71
30:10, 70
30:11, 40, 72, 208, 334
30:11–14, 140
30:11–20, 60, 147
30:12, 40
30:12–14, 147
30:13, 40
30:14, 147
30:15, 269
30:15–20, 141
30:16, 222, 266, 267
30:17, 191
30:19, 51, 336
30:20, 141, 161, 222, 228, 274, 323
31, 210
31:1, 40
31:1–8, 60
31:2, 130
31:5, 334
31:6, 138, 334
31:8, 138
31:9, 40, 70, 72, 308, 310
31:9–10, 310
31:9–11, 269
31:9–13, 39, 43, 60
31:11, 70
31:11–13, 270
31:12, 70
31:12–13, 70, 151, 228
31:14–15, 60
31:16, 210, 291
31:16–18, 138

31:16–22, 60
31:17, 49, 229, 339
31:18, 191
31:19, 70
31:20, 161, 191, 209, 210, 227
31:21, 150, 351
31:22, 39
31:23, 60, 138
31:24, 70
31:24–26, 310
31:24–29, 60
31:25, 310
31:26, 70, 308
31:27, 210
31:27–29, 74
31:28, 51, 157
31:29, 230, 267
31:30, 40, 60
31:1–32:47, 60
31:1–34:12, 60
31:30–32:47, 60
32, 40, 124
32:1, 157
32:1–43, 39, 60, 73
32:3, 49, 332
32:4, 49, 143
32:5, 121
32:7, 150
32:8, 155
32:13, 274
32:14, 111
32:14–15, 121
32:15, 49, 290

32:16, 257
32:18, 149
32:21, 49
32:22, 229
32:26–43, 47
32:32, 121
32:39, 49
32:44–47, 60
32:44–52, 40
32:46, 70
32:47, 269
32:48–52, 40, 60, 73, 89
32:49, 69
32:49–52, 69
32:51, 260
33, 40, 40
33:1, 40
33:1–29, 60, 73
33:2–3, 138
33:2–29, 39
33:4, 70
33:5, 53, 138
33:7, 40
33:8, 40, 229
33:10, 43, 70, 310
33:12, 40
33:13, 40
33:18, 40
33:20, 40
33:21, 232
33:22, 40
33:23, 40
33:24, 40

33:26, 49
33:26–29, 142, 323
33:27, 49
33:29, 138
34:1, 40, 69, 128
34:1–3, 40
34:1–12, 39, 40, 60
34:1–12
34:6, 128
34:10, 40, 70, 140
34:11, 173
34:12, 126
34:29, 290

Giô-suê
1:3, 341
1:3–9, 344
1:6, 334
1:8, 41, 47
1:13, 124
2:1, 86
2:8–11, 119
2:9–11, 108
2:11, 87
3:3, 310
4:6–7, 230
4:19–5:12, 352
5:1, 87, 259
5:4–7, 320
5:6, 209
5:12, 277
5:13–15, 87
6, 12

6:17–25, 245
6:24, 242
6:26, 245
7:1, 258
7:1–15, 258
7:2, 86
7:11, 258, 258
7:12, 259
7:15, 258, 333
7:16–26, 192
7:20, 258
7:21, 257, 258
7:25–26, 333
8:22, 110
8:28, 242
8:30–35, 353
8:31–34, 41
8:33, 310
9, 242
9:1, 259
10:1–12:24, 259
10:14, 88
10:28–40, 110
10:42, 88
11:8, 110
11:13–14, 242
11:23, 124
12:3, 122
12:5, 112, 123
12:7–24, 256
13:3–4, 102
13:9, 113
13:11, 112

13:13, 123
13:16, 113
13:17, 113
13:18, 108, 110
13:20, 128
13:21, 113
13:27, 122
13:1–21:45, 259
14:1, 155
14:6, 89
14:8–9, 89
14:14, 89
14:14–19, 121
15:33, 87
15:41, 251
17:16, 113
18:2, 155
19:27, 251
19:47, 242
20, 179, 180
21:11, 87
21:37, 110
22, 129, 131, 341
22:3, 324
22:5, 222
22:8, 155
22:17, 128
22:20, 215
23, 44
23:3, 88
23:6, 41
23:10, 88
23:11, 222

23:13, 259
24, 44
24:12, 255
24:13, 228
24:14–26, 347
24:19, 156

Các Quan Xét
1:19, 113
2, 233
2:1, 162, 313, 340
2:1–5, 347
2:1–23, 210
2:2, 246
2:10, 150
2:10–23, 130
2:11–23, 297, 345
3:7, 157
3:12, 157
4:3, 113
6:7–10, 347
6:22–23, 170
6:30–32, 246
6:31–32, 247
6:39, 232
7:19–22, 255
8, 129
9:45, 245
10:10–12, 113
10:10–16, 347
11, 109
12, 129
13:13–16, 103

13:7, 195
13:22, 170
16:23, 251
17:24–26, 256
18:2, 86
18:27, 242

Ru-tơ

1:6, 191
1:14, 141

1 Sa-mu-ên

1:10, 305
2:30, 195
4–6, 103
5:2–7, 251
7:5, 305
8:3, 322
12, 44
12:8–15, 347
12:13, 137
15:22, 325

2 Sa-mu-ên

3:3, 123
7:15, 250
7:23, 215, 248
7:27, 305
10:3, 195
10:6–8, 123
14:7, 256
18:18, 256
22:8–16, 150
23:17, 217

1 Các Vua

2:2–4, 43, 43
2:3, 324
3:3, 222
4:20–28, 345
7:18, 272
7:42, 272
8, 44
8:9, 199, 278, 290
8:23, 222
8:27, 319
8:30, 305
8:35, 305, 339
8:42, 305
8:44, 305
8:48, 305
11, 222
11:1–8, 260
11:33, 100
12:28, 297
15:13, 296
15:19, 322
17:1, 310
18:15, 310
18:27, 336
21:19, 196

2 Các Vua

4:23, 195
10:11, 110
10:26–27, 296
10:27, 246
13:23, 160
14:6, 43

16:6, 244
16:8, 322
17:1–18, 260
17:7–23, 347
19:19, 215
20:3, 222, 223
21, 43
21:1–9, 297
21:3, 154
21:10–15, 347
22, 43
22–23, 37
22:11, 43
22:15–17, 347
23:5, 154
23:8, 246
23:12–15, 259
23:12–16, 296
23:12, 246
23:13, 100
23:15, 246
23:25, 43, 217, 223, 259
24–25, 260

1 Sử Ký
1:36, 89
1:53, 89
2:21–22, 122
5:23, 112
6, 180
16:15–18, 160
17:21, 215, 248
19:3, 195

22–29, 42
23:13, 310
27:1, 79
28:9, 222
29:1, 215
29:3, 247
29:9, 222
29:10–29, 305
29:17, 233

2 Sử Ký
5:10, 199, 278
6:14, 222
6:18, 319
6:26, 339
7:13, 339
7:14, 305
15:3, 43
15:16, 296
18:18, 310
19:8, 43
20:15, 92
22:12–13, 42
26:11, 79
29:11, 310
32:31, 233
33, 43
34–35, 37

E-xơ-ra
7:10, 43
7:12, 321
10:1, 294

Nê-hê-mi

1:10, 248
9:6, 319
9:9–11, 173
9:18–19, 311
9:19–20, 277
9:24–25, 228
9:29, 235
13:15–21, 193

Gióp

1:6, 321
3:4, 336
6:8, 208
6:35, 322
9:21, 99
11:5, 208
13:5, 208
14:3, 208
19:23, 208
23:3, 208
23:13, 215
26:5, 101
29:10, 141
31:15, 215
31:24–26, 166
31:26–28, 339
35:15, 99
42:8, 305

Thi Thiên

1, 43, 235, 336
1:2, 73
1:6, 99
14:1, 234

14:4, 234
15, 201
15:5, 322
17:3, 232
19:7–14, 43
22:11, 142
22:12, 111
22:19–20, 142
24:1–5, 234
26:2, 233
26:10, 322
29:6, 112
31:8, 99
34:8–12, 44
34:15–18, 142
37:28, 256
37:31, 218
40:8, 218
50:15, 195
50:16–21, 201
51:4–5, 234
53:1, 234
53:3, 234
66:10, 232
68:33, 319
74:2, 248
77:15, 248
78, 229
78:24, 277
78:25, 277
78:35, 248
78:42, 248
78:43–53, 173

81:7, 232
90:17, 24
95:8–9, 229
97:10, 222
105:1, 273
105:8–11, 160
105:19, 232
105:26–45, 173
105:40, 277
106, 229
106:1, 273
106:10, 248
106:19–22, 297
106:19–23, 311
106:19, 297
106:25, 93
106:28, 128
107:1, 273
109:1, 323
111:2–9, 162, 313, 340
111:10, 44
114:8, 274
115:4–8, 142
116:1, 223
119, 143, 146, 235
119:17, 235
119:40, 235
119:77, 235
119:93, 235
119:97, 279
119:116, 235
119:144, 235
119:156, 235

119:159, 235
119:175, 235
121, 336
135:4, 247
135:8–9, 173
136:3, 321
136:10–15, 173
145:18, 142
148:4, 319

Châm Ngôn
1:8, 209
2:18, 101
3:12, 92
4:1, 209
6:35, 322
9, 336
16:33, 80
17:8, 322
17:23, 322
21:14, 322
23:2, 217
27:3, 99
27:21, 232

Truyền Đạo
2:8, 247
6:7, 217
9:11, 79

Nhã Ca
4:8, 112
4:13, 272
6:9, 215
6:11, 272

7:12, 272

Ê-sai

1:2, 157
1:10, 43
1:10–17, 325
1:13, 195
1:23, 322
2:2, 158
2:11, 215
2:17, 215
5:23, 322
5:24, 43
6:5, 170
6:9–10, 291
7:8, 86
8:6, 291
8:20, 43
11:3, 322
14:9, 101
14:20–21, 256
15:1, 100
15:4, 110
24:4–5, 313, 340
26:14, 101
30:9, 43
32:6, 198
33:15, 322
33:22, 47
38:3, 222
40, 173
40:3, 74
40:5, 207
40:6, 207
42:6, 143
44:5, 193, 218
44:9–20, 162
45:13, 322
47:11, 322
48:1, 228
49:6, 143
49:15, 159
50:7, 274
51:4, 143
51:7, 43, 218
54:4–10, 162, 340
54:7–10, 312
54:10, 313
55:8–9, 118
58:13, 195
59:13, 198
62:12, 336
63:11, 47, 70
63:18, 260
64:6, 234
65:16, 228
66:23, 195

Giê-rê-mi

1:2, 185
4:2, 228
5:2, 228
5:24, 338
6:19, 157
7:1–15, 325
7:9, 196, 201

7:23, 155
9:23, 192
11:4, 155
11:5, 209
12:3, 233
12:16–17, 228
15:1, 310
17:14, 323
17:21–22, 193
18:18, 43
18:20, 310
20:17, 159
23:18, 310
28:12, 185
30:30–33, 353
30:14, 336
30:17, 336
30:22, 155
31:31–34, 52, 202
31:33–34, 164
31:35–37, 313
32:20–22, 173
32:22, 209
32:27, 173
32:39, 222
33:18, 310
33:21, 310
48:21, 110
48:34, 110

Ca Thương

2:6, 195

Ê-xê-chi-ên

3:16, 185
4:14, 217
7:26, 43
11:19, 222
16:1–14, 298
16:3, 298
16:15–34, 298
16:33, 322
16:44–50, 298
16:60–63, 312
16:60, 52
17:24, 185
18, 201, 288
18:1–23, 234
18:1–32, 235
20:6, 209
20:11, 235
20:13, 235
20:15, 209
22:12, 322
22:14, 185
22:17–22, 277
24:14, 185
26:7, 321
27:5–6, 112
31:9, 156
31:10, 274
34, 353
34:1–31, 348
34:6–7, 159
34:25–31, 312
34:26, 338
36:16–38, 348

36:28, 155
36:36, 185
36:36–37, 353
37:1–28, 348
37:14, 185
37:25–28, 312
39:17–20, 246
40:40–48, 353
40:45–46, 324
41:22, 246
44:8, 324
44:11, 310
44:14, 324
44:15, 324
44:15–16, 310
47:15–20, 129
44:16, 246, 324
47:18, 342

Đa-ni-ên
1:4, 310
2:37, 321
5:20, 274
8:5, 219
8:21, 219
9:1–27, 305
9:4, 305
9:4–16, 347
12:7, 260

Ô-sê
4:2, 196, 201
4:6, 150
6:6, 325

8:5, 297
9:10, 128
10:5, 297
11:8–9, 159
13:4–6, 274

A-mốt
4:1, 111
5:21–25, 325
8:5, 193
9:7, 104, 106, 291

Giô-na
3, 314
3:3–4, 133
4:11, 89

Mi-chê
1:2, 157
3:11, 322
6:4, 248
6:6–8, 325
6:8, 325
7:3, 322

Na-hum
1:2, 156

Xa-cha-ri
3:1, 310
13:9, 232, 233
14:9, 215, 220

Ma-la-chi
1:6, 195, 195
1:7, 246
1:12, 246
2:5, 86

2:5–6, 74
2:6, 43
2:9, 43
2:10–11, 261
2:12, 261
3:14, 324
3:17, 247

Ma-thi-ơ

1, 119
3:10–12, 229
4:1–4, 279
5:5–7, 49
5:16, 329
5:17, 48
5:21–37, 202
5:27–28, 198
5:44, 241
6:8–13, 312
6:9–13, 92, 132
7:15–23, 235
7:28, 47
11:9, 34
12:9–14, 193
12:34, 198
15:4–20, 206
15:9, 47
15:18, 198
15:18–19, 267
16:1, 233
16:12, 47
19:16–22, 206
19:16–30, 202
19:18–19, 206
22:18, 233
22:33, 47
22:34–40, 53, 206
22:35, 233
22:37, 34
23:1–12, 206
23:5, 219
23:23, 318, 326, 348
26:28, 163, 315

Mác

1:22, 47
1:27, 47
2:27–28, 206
4:2, 47
7:7, 47
8:11, 233
10:2, 233
10:17–22, 206
10:17–31, 202
11:18, 47
12:15, 233
12:28–34, 206
12:30, 34, 217, 221
12:38, 47

Lu-ca

1:78–79, 92
3:16, 205
4:1–4, 279
4:32, 47
6:27, 241
6:35, 241

10:25, 233
10:27, 34
11:16, 233
11:42, 326
12:14–21, 237
14:1–6, 193
18:18–30, 202, 206
22:19, 233
24:44, 45

Giăng

1:1–4, 278
1:14, 147, 178, 185, 210
1:16–17, 71, 147
1:21, 34, 34
1:23, 74
1:25, 34
4:31–34, 279
6:14, 34
6:31, 278
6:31–51, 278
6:33, 278
7:16–17, 47
7:40, 34
8:6, 233
13:13–16, 47
13:34, 327
14:15, 148, 177, 186, 224, 237, 341
14:21, 177, 186
14:23–24, 177, 341
14:23, 186
15, 350
15:1–11, 224

15:6, 186, 350
15:7, 350
15:8, 350
15:10, 148, 186, 341, 350
15:12, 327
18:19, 47
21:15–19, 223

Công Vụ Các Sứ Đồ

2:19, 174
2:22, 174
2:42, 47
2:43, 174
4:9–12, 349
4:24–30, 132
4:30, 174
5:9, 233
5:12, 174
5:28, 47
6:8, 174
7:14, 324
7:36, 174
7:39–41, 297
7:51, 297
12:1–17, 313
12:5–17, 133
13:12, 47
13:14, 205
13:27, 205
13:42, 205
13:44, 205
14:3, 174
15:10, 233

15:12, 174
15:21, 205
16:13, 205
17:2, 205
17:19, 47
17:26, 104
18:4, 205
20:7, 205

Rô-ma

1:1–11, 45
1:2–6, 176
1:5, 236
1:18–23, 166, 237
1:21–23, 280
2:4–13, 349
2:12–13, 235
2:13, 236
2:28–29, 35, 94
3:23, 235
3:29–30, 222
4, 238
4:13–15, 235
4:15, 238
7:4–9, 35
7:6, 238
7:8–9, 235
7:12, 35
8:2–4, 235
8:7–13, 202
8:15, 314
8:23, 314
9:4, 147, 314

10:1–15, 349
10:4–5, 235
10:6–8, 34
10:7–11, 147
10:13, 222
10:19, 34
11:8, 34
11:11–24, 349
11:17–23, 314
12:1, 326
12:1–2, 225
12:1–12, 53
12:2–15:13, 326
12:7, 47
12:16, 45
12:19, 34
13:8–10, 35, 202
14:5–6, 205
15:4, 47
16:17, 47

1 Cô-rinh-tô

3:13, 233
5:13, 34
8, 221
8:1–6, 221
8:5–6, 221
8:6, 34
9:9, 34
10:3–5, 278
10:9, 233
11:24, 233
12, 82

12–14, 119
14:6, 47
14:26, 47
16:2, 205

2 Cô-rinh-tô
3, 202
3:3, 146
3:6, 35, 235
6:14–16, 262
12:2, 319

Ga-la-ti
3:1–12, 238
3:10–13, 238
3:10–25, 35
3:12–13, 235
3:13, 34
3:14, 314
3:21–24, 235
3:23–24, 238
4:10, 205
4:21–31, 82, 238
4:29, 82
5:2–5, 12
5:5–6, 236
5:6, 13
5:13–25, 236
5:13–26, 328
5:18, 235
6:2, 54

Ê-phê-sô
1:1–14, 261
1:3–14, 95, 349, 354

1:11, 178
1:12, 261
1:14, 248
2:1–5, 263
4:10, 319
4:11, 140
4:14, 47
5:5, 198
6:1–4, 202
6:2–3, 34
6:6, 198
6:12, 262

Cô-lô-se
1:10–12, 178
2:15, 178
2:16, 205
2:22, 47
3:2, 131
3:5, 198
3:12, 261

1 Tê-sa-lô-ni-ca
2:4, 233

1 Ti-mô-thê
1:10, 47
4:1, 47
4:6, 47
4:13, 47
4:16, 47
5:17, 47
6:1, 47
6:3, 47
6:15, 321

2 Ti-mô-thê

2:2, 233

2:14–26, 193

3:10, 47

3:16, 47

3:16–17, 72

4:2, 47

4:3, 47

Tít

1:9, 47, 47

2:1, 47

2:7, 47

2:10, 47

2:14, 248

3:3–7, 299

3:8, 299

Hê-bơ-rơ

4:9, 205

4:14, 319

4:14–5:10, 315

6:2, 47

8:8–13, 164

9:15, 164

10:31, 333

12:6, 92

12:18–29, 167

12:28–29, 210

13:20–21, 163

Gia-cơ

1:27, 326

2:8–13, 202

2:14–26, 318

5:16, 74, 295, 311

1 Phi-e-rơ

1:6–7, 280

1:13–21, 163

1:16, 327

2:9–12, 261

2:9, 248, 249, 314

4:12, 233

4:12–18, 280

4:12–19, 193

5:2, 74

2 Phi-e-rơ

1:16–17, 174

1 Giăng

3:23, 327

4:1–6, 12

4:4, 93, 106, 264

4:7, 327

4:11, 327

4:12, 327

4:19, 223

2 Giăng

9–10, 47

Khải Huyền

1:10, 205

2:4, 299

2:14–15, 47

2:24, 47

7:15–17, 92

13:16, 218

17:14, 221, 321

19:16, 321

22:18–19, 141

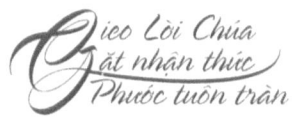

Công ty sách Cơ Đốc **Văn Phẩm Hạt Giống** chính thức ra đời vào tháng 4/2016 nhằm đáp ứng nhu cầu cấp thiết về văn phẩm Cơ Đốc có giá trị dành cho Cơ Đốc nhân người Việt với một sứ mệnh rõ ràng.

Văn Phẩm Hạt Giống sẽ cung cấp những văn phẩm Cơ Đốc:

- Có **giá trị cao**, **trung thành với sự dạy dỗ của Kinh Thánh**, **phù hợp** với nhu cầu và bối cảnh của các cộng đồng người Việt trong và ngoài nước.
- Nhằm **trang bị** từng cá nhân tín hữu Việt Nam **tăng trưởng đức tin** và **phát triển Vương Quốc Đức Chúa Trời**.

Tên gọi Hạt Giống vốn được truyền cảm hứng từ lời Chúa trong Mác 4:4. Lời của Đức Chúa Trời - Hạt Giống cứu rỗi - sẽ được những Cơ Đốc nhân gieo ra và trở lên lớn mạnh trong lòng người tin nhận.

Khi cho ra đời những văn phẩm có giá trị, chúng tôi ao ước chính mình sẽ là những người gieo trồng, kẻ tưới trong nhà Đức Chúa Trời. Chính Đức Chúa Trời sẽ hành động trong lòng độc giả khiến đời sống họ được biến đổi, lớn lên trong đức tin, được phước dư dật và đem phước hạnh ấy đến cho người khác (1 Cô 3:5-9).

Với mong muốn phát hành nhiều hơn nữa những cuốn sách chất lượng, có giá trị cao tới cộng đồng, chúng tôi luôn cần sự cầu thay, giúp đỡ, nhận xét và đóng góp quý báu cho từng cuốn sách đã được xuất bản. Những lời làm chứng, chia sẻ về sự biến đổi đời sống trong năng quyền của Chúa khi quý vị đọc những cuốn sách này cũng sẽ là nguồn khích lệ lớn lao cho chúng tôi tiếp tục sứ mệnh của mình. Mọi tâm tình, ý kiến đóng góp, chia sẻ xin gửi cho chúng tôi theo địa chỉ:

nhabientap@vanphamhatgiong.com

hoặc chia sẻ với chúng tôi trên trang Facebook **Văn Phẩm Hạt Giống**.

Rất mong được đón nhận!

Để tìm hiểu thêm về các sách đã xuất bản cũng như cách thức mua sách, quý độc giả có thể liên hệ với chúng tôi:

- **E-mail:** info@vanphamhatgiong.com
- **Website:** http://vanphamhatgiong.com
- **Mua sách trên trang lulu.com**: http://www.lulu.com/spotlight/Van_Pham_Hat_Giong
- **Facebook Page:** Văn Phẩm Hạt Giống

Để chia sẻ, đóng góp ý kiến với Văn Phẩm Hạt Giống, quý độc giả có thể email cho chúng tôi theo địa chỉ: nhabientap@vanphamhatgiong

CÁC SÁCH SẮP XUẤT BẢN

1. **Câu Chuyện Vĩ Đại của Kinh Thánh** (David Helm) - Hiểu cả Kinh Thánh dành cho thiếu nhi
2. **Những Cuộc Chiến của Người Tin Chúa** (Vaughan Roberts)
3. **Giải Nghĩa Tân Ước của Tyndale: Gia-cơ** (Douglas J. Moo)
4. **Noi Gương Chúa Giê-xu** (Một số Mục sư Việt Nam)
5. **Giải Nghĩa Áp Dụng: Phục Truyền Luật Lệ Ký** - Tập 2 & 3 (Daniel I. Block)

www.ingramcontent.com/pod-product-compliance
Lightning Source LLC
Chambersburg PA
CBHW020347170426
43200CB00005B/74